காண்டாவனம்
(சிறுகதைகள்)

சண்முகம் சிவலிங்கம்

சண்முகம் சிவலிங்கம்

அவர்களின்

முதலாவது சிறுகதைத் தொகுதி

இந்த

காண்டாவனம்

இந்த நூல்

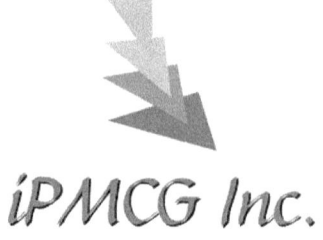

iPMCG Inc.

வெளியீடு

கேரளா பல்கலைக்கழக பட்டதாரி.
உயிரியல் விஞ்ஞானம், ஆங்கிலம்,
ஆங்கில இலக்கிய,
ஆசிரியர்.
அதிபர்.
கவிதை, கட்டுரை,
சிறுகதை, நாவல்,
விமர்சனம்.
நாடக எழுத்து, நெறியாள்கை,
நடிப்பு.
இரு கவிதைத் தொகுதிகள்
1. நீர் வளையங்கள் (1988),
2. சிதைந்துபோன தேசமும்
   தூர்ந்துபோன மனக்குகையும்
   (2010)

அமரர்
சண்முகம் சிவலிங்கம்
(1936 — 2012)
பாண்டிருப்பு, கல்முனை
கிழக்கிலங்கை

காண்டாவனம் • சிறுகதைகள் • ஆசிரியர்: சண்முகம் சிவலிங்கம் • © ஸ்ரிபன் சசி. வித்தியானி • அட்டை வடிவமைப்பு: சசி. மகரிஷி • முதல் (வட அமெரிக்க) பதிப்பு: மார்கழி 2014 • வெளியீடு: iPMCG Inc, 3311 ப்வியர்ட் றோட், கலிஃபோர்னியா, 94555, அமெரிக்கா.

Kandavanam *• Short Stories • Author: Shanmugam Sivalingam • © Stephen Vidthiyani • Cover Design: Sasi. Maharishi • First (North American) Edition: December 2014 • Publisher: Publishing Division, iPMCG Inc, 3311 Beard Road, Fremont, CA 94555, USA. Phone : +1-510-857-7279 • eMail: vidthiyani@gmail.com*

ISBN: 978-0-9863148-1-0

சமர்ப்பணம்

*எங்கள்
கிராமத்து மக்களுக்கும்
இலக்கிய நண்பர்களுக்கும்*

*தாய்மண்ணுக்காய்
தன்னுயிர் ஈய்ந்த
சசி. நவலோகப்பிரகாஷ்க்கும்*

"இந்திய அமைதிப்படைகளின் காலம்
இந்தக் கதைத் தொகுப்பின் மையமாக வந்து
நேர்ந்திருக்கிறது.
இந்திய அமைதிப் படையின்
முன்னான காலமும்
பின்னான காலமும் கூட
இந்தக் கதைகளில்
அவதானிக்கக்கூடியவை."

பதிப்புரை

சண்முகம் சிவலிங்கம் அவர்களின் (அப்பாவின்) முதலாவது சிறுகதைத் தொகுதி இந்தக் 'காண்டாவனம்.'

ஏற்கனவே அவரது 'நீர் வளையங்கள்' (1988), 'சிதைந்துபோன தேசமும் தூர்ந்துபோன மனக்குகையும்' (2010) ஆகிய இரு கவிதைத் தொகுதிகள் வெளிவந்திருக்கின்றன.

பலரும் எதிர்பார்த்தபடி 'கன்னிகா'வையோ, 'மென்மையின் தளை'யையோ நாம் முதலில் வெளியிடவில்லை. அப்பாவின் விருப்பப்படி காண்டாவனத்தையே அவரின் முதலாவது சிறுகதைத் தொகுதியாக வெளியிடுகிறோம்.

கிட்டத்தட்ட பதின்மூன்று ஆண்டுகளுக்கு முன்னர் அவருடைய இனிய நண்பர்கள் பலரின் தூண்டுதலினாலும் நச்சரிப்பாலும் காலக்கெடுவாலும் அப்பா இக்கதைகளைத் தொகுத்து, தட்டச்சு செய்து, கதைகள் பற்றிய குறிப்பையும் எழுதி பிரசுரத்திற்காக அனுப்பிவைத்தார். ஆனால், ஏதோ சில காரணங்களால் இத்தொகுதி வெளிவரவில்லை.

இப்போது இத்தொகுதி வெளிவருகையில் இதைப் பார்ப்பதற்கு அவர் உயிருடன் இல்லை. இதை நினைக்கும்போது இதயம் கனத்து வெடித்துச் சிதறத்தான் செய்கிறது. மறுபுறம் அப்பாவின் முதல் சிறுகதைத் தொகுதியை நாம் வெளியிடுகிறோம் என்பதில் மனம் ஆறுதலடைகிறது.

ஈழத்தின் மிக முக்கிய நவீன கவிஞராக அவர் அடையாளப்படுத்தப்பட்டாலும், கவிதை எழுதுவதற்கு முன்னதாகவே அவர் சிறுகதைகள் எழுதத்தொடங்கியிருக்கிறார்.

"அறுபதுகளின் பின் அரைவாசியில்தான் சசி (சண்முகம் சிவலிங்கம்) கவிதை எழுதத்தொடங்கினார்" என அவரது நீண்டகால நெருங்கிய நண்பரும் கவிஞருமான பேராசிரியர் எம். ஏ. நுஃமான் 'நீர் வளையங்கள்' முன்னுரையில் குறிப்பிடுகிறார்.

அதேநேரம் எம்மிடமிருக்கும் அப்பாவின் சிறுகதைகளில் 'ஆட்டுக்குட்டிகள்' என்ற கதை 1948இல் எழுதப்பட்டிருக்கிறது. அதாவது, அவரது பாடசாலைப் பருவத்தில் 13 அல்லது 14ஆவது வயதில் எழுதப்பட்டிருக்கிறது. இன்னும் சொல்லப்போனால், ஐம்பதுகளில் அவர் சிறுகதைகள் எழுத ஆரம்பித்திருக்கிறார்.

எனினும், அப்பாவின் ஆரம்பகாலச் சிறுகதைகள் பலவற்றை வாசகர்கள் வாசித்திருக்க வாய்ப்பில்லை. காரணம் அவரது இயல்புதான்.

தனது எழுத்துக்களை அவர் எப்போதும் திருத்தித்திருத்தி செழுமைப்படுத்திக் கொண்டேயிருப்பார். பேராசிரியர் எம். ஏ. நுஃமான் சொல்வது போன்று திருத்தித்திருத்தி எழுதியும் திருப்தியடையாத மனம் அவருடையது.

மற்றொரு முக்கிய காரணம், தனது படைப்புக்களைப் பிரசுரிப்பதில் அவர் அதிக அக்கறை காட்டாமையாகும்.

இன்னுமொரு விடயத்தையும் இங்கு குறிப்பிட விரும்புகிறேன். நாட்டில் அவ்வப்போது தோன்றிய அவசரகால அசாதாரண நிலைமைகளின்போது அப்பா தனது கவிதைகள் மற்றும் சிறுகதைகள் பலவற்றை எரித்துச் சாம்பலாக்கியிருக்கிறார்.

1978இல் கிழக்கிலங்கையில் வீசிய சூறாவளியின்போது அவரது படைப்புகளின் கையெழுத்துப் பிரதிகள் அநேகம் மழைக்காற்றில் கரைந்து அழிந்துவிட்டன.

இவைகளைத் தாண்டி, அவரது ஆரம்பகாலச் சிறுகதைகளை, 'கோயில்வெளி' வெளிவருகையில் வாசகர்கள் தரிசிக்கமுடியும்.

காண்டாவனத்திலுள்ள 16 கதைகளில் 'திசைமாற்றம்', 'மனிதநேயமும் மண்ணாங்கட்டியும்', 'காலடி' ஆகிய கதைகள் ஏற்கனவே சஞ்சிகைகளில் பிரசுரமானவை. 'பிரகஷ்த்தம்' என்ற கதை 2013இல் அப்பாவின் மறைவின் ஓராண்டு நினைவாக நாம் வெளியிட்ட 'நினைவுவெளி' என்ற நூலில் இடம்பெற்றிருக்கிறது. ஏனையவை இதுவரை பிரசுரமாகாத கதைகளாகும்.

அப்பாவின் சிறுகதைகளும் அவருடைய கவிதைகள் போன்றே தனித்துவமானதும் தரமானதும் என்பதுடன் அவரது வாழ்க்கையாகவும் வாழ்க்கை அனுபவமுமாகவே உள்ளன.

ஈழத்தின் போர்க்காலச் சூழலை பின்னனியாகக் கொண்ட பல சிறுகதைகள் வெளிவந்திருக்கின்றன. காண்டாவனம் கதைகள் போர்ச்சூழலின் இன்னொரு தளத்தில், புதிய பரிமாணத்தில் எழுதப்பட்டிருக்கின்றன என்பதை வாசகர்கள் புரிந்துகொள்வார்கள் என நம்புகிறேன்.

ஈழத்துக் கவிதைகள் பற்றிப் பேசுவோர், எவ்வாறு சண்முகம் சிவலிங்கத்தையோ அவரது கவிதைகளையோ தவிர்த்து விட்டுப் பேசமுடியாதோ அதேபோல் காண்டாவனத்தின் வருகையின் பின்னர், ஈழத்தின் சிறுகதைகள் பற்றிப் பேசுவோரும் சண்முகம் சிவலிங்கத்தையோ அவரது சிறுகதைகளையோ தவிர்க்க முடியாது என்பதும் உண்மையாகும்.

இத்தொகுதி வெளிவர உதவிய அனைவருக்கும் எங்கள் மனமார்ந்த நன்றிகள்.

சசி. மகரிஷி

காண்டாவனம் கதைகள் பற்றி . . .

இந்தக் கதைகள் பற்றி நான் என் பங்குக்கு ஏதாவது சொல்ல வேண்டும் என்று பலரும் பல முறை நினைவுபடுத்தி உள்ளீர்கள். இவைகள் என்னையும் எனது அனுபவத்தையும் சார்ந்தவை என்று நான் சொன்னாலே போதும். நான் அடிக்கடி சொல்வதுபோல அனுபவம் வேறு, சம்பவம் வேறு, கதை வேறு. எனினும், சில சம்பவங்கள் கதையின் புனைவுத் தருக்கத்தை அப்படியே கொண்டிருக்கக் காணலாம். எனது பழைய கதைகளில் எனக்கு இந்த அனுபவம் நிறைய உண்டு. உதாரணமாக; மழை, அது வேறு ஆள், நீக்கம், தொலைவும் மீட்பும் முதலிய கதைகள். ஷணநேர உணர்வுகள் அல்லது குறுகியகால நிகழ்வுகள் சம்பந்தப்பட்ட கதைகளில் அது சாத்தியம் போலும். அப்படியும் தீர்க்கமாகச் சொல்ல முடியாது. ஷணநேர உணர்வுக் கதைகளைக்கூட சிலவேளை அடி, தலை மாறிப்போட வேண்டி வரும். இந்தக் கதைகள் பலவற்றிலும் அது நிகழ்ந்திருக்கின்றது. கதையின் புனைவுத் தருக்கமே சிறுகதை எழுத்தாளனை வழிநடத்தும்.

இவைகள் கதைகளேயன்றி, வேறு எந்த உள்நோக்கமும் கொண்டவை அல்ல. இந்தக் கதைகளினூடு பல்வேறு விஷயங்கள் புலப்படக் கூடும். எனினும், அவை என் கரிசனைக்கு உரியனவாய் இருக்கவில்லை. நிகழ் சம்பவத்தில் அல்லது சம்பவங்களில் உள்ள கதையைப் புரிந்துகொண்டு எழுதினேன். அந்த வகையில் கதையும் அதன் பொருளும் ஒன்றே என்பதை இந்தக் கணத்தில் உணர்கிறேன். கதை, அதனுடைய புனைவுத் தருக்கத்தில் சுவாரசியப்பட முடியுமானால் மாத்திரமே நான் திருப்தியுற முடியும். ஒன்றிரண்டு சோடை போகலாம். பரவாய் இல்லை.

இவைகள் எல்லாமே சிறுகதையின் புனைவுத் தருக்கத்துக்கு உட்பட்டவையேயெனினும், சில கதைகள் அதற்கப்பாலும் செல்வதாகத் தோன்றக்கூடும். உதாரணமாக, இதில் உள்ள ‘காலடி’, ‘வாலி வதையும் வானரச் சேனையும்’ என்னும் கதைகள், சிறுகதையின் புனைவுத் தருக்கத்துக்கு உட்பட்டு, அலசுதல் சற்று விரிவு படுவதால் குறுநாவல் தன்மை உடையவை. ‘காலடி’, ‘வாலி வதையும் வானரச் சேனையும்’ ஆகிய கதைகளில் அலசுதல் ஏற்ற அளவுக்கு விரிவு பெறவில்லை என்பதையும் நான் அறிவேன். அவற்றின் அலசல் விரிவு பெறக்கூடாது என்பதே எனது

நோக்கமாகவும் இருந்தது. 'வாலி வதையும் வானரச் சேனையும்' என்ற கதையில் அலசல் பெரும்பாலும் தனிமொழியாகப் போய்விடுகிறது. வானரச் சேனைகளூடாக நடந்த வாலி வதையின் மூலகர்த்தாவை நிறுவும் வரையுந்தான் செவ்வாய்க் கிரகத்திலிருந்து துஷ்றிகியுடனான ஸ்த்தெபான் ஸ்தெபானோவிக்கின் உரையாடல் இடம்பெறுகிறது. ஸ்தெபான் ஸ்தெபானோவிக்கின் போதை நிலையை உத்தேசித்தால், அதுவும் தனிமொழியே.

'காலடியில்' குறுநாவலுக்குரிய அலசல் இடையிட்ட பகுதிகளாக வருகின்றன. பாதாள உலகத்தை துஷ்றிகியும் தாத்மாவும் அடையும் வரையிலான ஓட்டங்களின் வருணணைகளிலும், அவர்கள் தொலைந்துபோன கிரகவாசியிடமிருந்து தப்பிச் செல்வதிலிருந்து, கல்லிடையாற்றங்கரையை அடையும் வரையிலான அவர்களின் சர்வதேச விடுதலைப் போராட்டத் தொடர்புகளிலும் இந்த அலசல் சுருக்கப்பட்டுள்ளது. கனவுக்குள் கனவான அந்தக் கதை அமைப்பின் புனைவுத் தருக்கத்தையும் அதன் கட்புல படிம ஊடகத்தையும் பல வாசகர்களும் விமர்சகர்களும் தவற விட்டிருக்கிறார்கள். என்னுடைய 'வெளியார் வருகை', 'மென்மையின் தளைகளிலிருந்து' ஆகிய கவிதைகள் வெளி வந்த போதும் இத்தகைய வாசக நுழைவின்மைகள் பெரு மட்டங்களில் கூடக் காணப்பட்டன. இப்போது அவைகளில் நுழையக்கூடிய வெளிகள் கண்டறியப்படுகின்றன. காலடியும் சாதாரண கிரகித்தலுக்கு உள்ளாகும் காலம் ஒன்று வரும் என்று எதிர்பார்க்கிறேன்.

இந்த யுத்தகாலத்துக் கதைகளின் கால அடைவுகளை வாசகன் கவனித்துக் கொள்வான். இந்திய அமைதிப் படைகளின் காலம் இந்தக் கதைத் தொகுப்பின் மையமாக வந்து நேர்ந்திருக்கிறது. இந்திய அமைதிப் படையின் முன்னான காலமும் பின்னான காலமும் கூட இந்தக் கதைகளில் அவதானிக்கக்கூடியவை.

இந்திய அமைதிப் படையின் முன்னான காலத்தின் மூன்று கட்டடங்களுக்குரிய கதைகள் எதேச்சையாக இந்தத் தொகுதியில் இடம் பெற்றுள்ளதைக் காண்கிறேன். முதற் கட்டம் வன்முறை ஆயுதப் போராட்டத்துக்கான சமிக்கைகளைக் கொண்ட கால கட்டம். இலங்கையில் ஒரு வன்முறை ஆயுதப் போராட்டத்துக்கான சாத்தியக்கூறை 1971 இன் ஜே.வி.பி. புரட்சியே உணர்த்தியது. தமிழ் ஈழப் போராளிகளின் உருவாக்கத்துக்கு அது உதவியதுடன், சோஷலிசப் புரட்சிச் சுலோகக்காரர்களை சோஷியலிசப் புரட்சிக்கு முன் நிபந்தனையான தேசிய ஜனநாயகப் புரட்சிக்கு திசைதிருப்பிய காலத்தையும் அது திறந்து விட்டது.

ஜே.வி.பி.யின் கலகம் கூட ஒரு சிங்கள தேசிய ஜனநாயக புரட்சியின் அடையாளங்களையே கொண்டிருந்தது. இன்றைய உலகமயமாதல் கோட்பாட்டாளர்கள் இந்தக் காலகட்டங்களின் தவிர்க்க முடியாமையை தாண்டி விட்டதாகக் கூறக்கூடுமெனினும், அது உண்மையல்ல. உலகம் மீண்டும் மார்க்சீயத்தை விட்ட இடத்தில் இருந்து தொடரவிருக்கிறது.

மேற்கூறிய காலப் பகுதியின் இரண்டாவது கட்டம், ஒரு வன்முறைப் போராட்டத்திற்கான அவசியத்தை இனக் கலவரங்களாலும் ஜே.ஆர். இன் ''சண்டையென்றால் சண்டை, சமாதானம் என்றால் சமாதானம்'' போன்ற பிரகடனங்களினாலும் குவிமையப்படுத்தப்பட்ட காலகட்டம். மூன்றாவது கட்டம் ஆயுதமேந்திய போராட்டத்தில், போராளிக் குழுக்கள் ஒத்திசைவின்றி மல்லுக்கட்டி அவைகளுள் ஒன்று தலையெடுத்த காண்டாவனக்காலம். எப்பப்போதோ எழுதப்பட்ட கதைகளின் ராடாரில் போராட்டத்தின் இந்த ஆரம்பத் திசைகள் தெரியத்தான் செய்கின்றன.

பின்னான காலகட்டம், இந்திய அமைதிகாக்கும் படை வாபஸ் பெறப்பட்டு, ஒரு மூன்று மாதங்கள் கெடுபிடிகள் நீங்கி இருந்த நிலையில் இரண்டாவது ஈழப் போர் வெடித்ததும், படையினர் கிழக்கை தமது கட்டுப்பாட்டுக்குள் கொணர்கையில் நேர்ந்த மக்களின் வெளியேற்றத்தையும் பெருமளவான அகதிகளின் உருவாக்கத்தையும் தேடுதல் சுற்றிவளைப்புகளையும் கரந்தடித்தாக்குதல்களையும் மரண பயங்கரங்களையும் கொண்டது.

இவைகள் எல்லாம் உங்களுக்கு தெரிந்தே இருக்கும். இன்றளவும் தொடரும் இந்தக் காலக்கட்டத்தில், போராட்டத்தைக் கைவிட்டு தேசிய ஜனநாயகப் போராட்டத்தில் இணைந்தவர்கள் தங்களுக்கே உரிய முரண் நிலைகளை எதிர் நோக்குகிறார்கள். இந்த அல்லல்களில் மாட்டுப்பட்ட கதைகளும் இவைகளில் உண்டு.

இவை போக, இந்திய அமைதிகாக்கும் படையின் காலம் என் முன் விரிகிறது. போராட்டத்தை நசுக்குவதற்கு ஒப்பந்தம் செய்து கொண்டு வந்தவர்கள்தான் இந்திய அமைதிகாக்கும் படை. வடக்கில் அமைதி காக்கும் படையினரின் அட்டூழியங்களைப் பற்றிக் கேள்விப்பட்டிருப்பீர்கள். கிழக்கையும் அவர்கள் விட்டுவைக்கவில்லை. கிழக்கில் நான் சென்ற இடமெல்லாம் அவர்களுடைய கோரத்தாண்டவத்தின் இடிபாடுகள் இன்னும் தெரிகின்றன. என் ஊரில் நடந்த ஒரு சிறு தாக்குதலுக்கு என்ன பாடுபட்டார்கள்! இந்திய அமைதிகாக்கும் படை கையேந்திய ஒரு துப்பாக்கியின் சன்னங்கள்தான் எனது மகனின் உடலை சல்லடை போட்டன என்பதை நான் எப்படி மறப்பேன்?

ஆனால், அதற்காக நான் கதை பண்ண வரவில்லை. அவர்கள் ஆயுதக்களைவு என்ற பெயரில், மாற்றுச் சக்திகளை வேரறுக்கவும் மக்களுக்காக குரல் கொடுப்பவர்களை அகற்றவும் வடகிழக்கு மாகாணசபையில் தமிழர் விடுதலைக் கூட்டணியை ஓரம் கட்டவும் முனைந்தார்கள். இந்தத் தில்லு முல்லுகளுக்கிடையே தொடர்ந்து வந்த சாதகமற்ற சூழ்நிலையில் ஜாலவித்தை செய்வது போல், தமிழீழராச்சிய பிரகடனம் ஒரு மயக்க நிலையில், எமது அருமைச் சிறுவர்களை ஆயிரக்கணக்கில் வெறும் துப்பாக்கித் தீனியாக, கட்டாய ராணுவ சேவைக்கு வலிந்து ஓடோடிக் கைப்பற்றிப் பிடித்து தமிழீழ தேசிய ராணுவம் அமைக்கவும் இந்திய அமைதிகாக்கும் படை எத்தனித்தது. இந்திய அமைதிப் படையின் இந்த போர்க்

கால குற்றச் செயல்களுக்கு அவர்களை எந்த சர்வதேச நீதி மன்றத்தில் நிறுத்துவது?

இந்தக் கொடுமைகளின் சில கதைகள் என் வலுவற்ற பேனா முனையிலிருந்து ஒழுகி இருக்கின்றன.

இந்திய அமைதிகாக்கும் படையின் தேடுதல்களுக்கும் சாடுதல்களுக்கும் தீவினைக்கும் சாவினைக்கும் இலக்கான ஒரு போராளிக் கதாபாத்திரத்தினது இருப்பும் இழப்பும் இதில் உள்ள பல கதைகளின் ஊடுபாவாக இருப்பதினால் இத் தொகுப்புக்கு அக் கதாபாத்திரத்தின் பெயரால் "பிரகஷ்த்தம்" என்ற பெயரைச் சூட்ட விரும்புவதாக முன்பு நினைத்திருந்தேன். எனினும் அவனுக்கு முன்னாலும் பின்னாலும் உள்ள கதைகளைக் குறிப்பதற்கு "காண்டாவனம்" என்ற பெயரையும் சேர்த்துக் கொள்கிறேன்.

உங்கள் உதவிகளுக்கு நன்றி. இத் தொகுதியின் நூலுருவாக்கத்திற்கு உதவிய சகலருக்கும் என் நன்றியை தெரிவிக்கவும். நன்றி.

சண்முகம் சிவலிங்கம்
10.10.2001

"பிரகஷ்த்தம்"
பாண்டிருப்பு—2
கல்முனை

●●●

கதைகள்...

திசைமாற்றம் *(1975)*	*17*
மனிதநேயமும் மண்ணாங்கட்டியும் *(1980)*	*30*
காண்டாவனம் *(1985)*	*37*
உன்னை வாழ்த்திப் பாடுகிறேன் *(1987)*	*49*
காட்டுத்தோடை *(1987)*	*60*
உட்சுழிகள் *(1988)*	*73*
போருக்குப் போனவர்கள் *(1984)*	*86*
வாலி வதையும் வானரச் சேனையும் *(1988)*	*100*
மரணப்பூட்டு *(1989)*	*126*
வெளியேற்றம் *(1990)*	*142*
பிரமாண்டம் நோக்கி. . . *(1990)*	*155*
படைகள் நகர்ந்த போது *(1990)*	*164*
பிரகஷ்த்தம் *(1989)*	*181*
தொலைந்து போன கிரகவாசி *(1992)*	*197*
லூ — லூ *(1999)*	*213*
காலடி *(1987)*	*225*

திசைமாற்றம்

மஜிம்தார் முக்கியமான ஒரு அலுவலுக்காகப் பேராசிரியர் வைகுந்தனிடம் வந்திருந்தான். அவன் வந்தபோது பேராசிரியர் பின்னேரத் தூக்கத்திலிருந்து எழவில்லை. அவர் எழுந்து மேல்கழுவி உடைமாற்றி வருவதற்கிடையில் இன்னும் பலர் வந்துவிட்டார்கள்.

வந்தவர்கள் ஒவ்வொருவரும் மஜிம்தாரை உற்றுப்பார்த்துக் கொண்டே அமர்ந்தார்கள். மஜிம்தார் அவர்களுக்கு வினோதமாகப்பட்டிருக்கக்கூடுமா?

சடை வளர்த்திருந்த மஜிம்தார் கம்பஸுக்கு வந்தது முதல் ஒட்ட வெட்டி இருந்தான். அது ஒரு காரணமாக இருக்குமோ? அவன் கொஞ்சம் ஒல்லி, தலை இருந்து கால்வரையும் ஒரேசீராக இருந்தான். அது ஒரு காரணமாக இருக்குமோ? கொஞ்சம் பெரிய பெல்ஸ்தான் அணிந்திருந்தான். அவனுடைய மூக்குமுழி எல்லாம் அவ்வளவு வித்தியாசம் இல்லை. உதடு கொஞ்சம் கறுத்திருந்தது. அவ்வளவு சிகரெட் பற்றி இருக்கின்றான். ஒருவேளை அதுதானோ? எதுவாய் இருந்தால் என்ன? இவர்கள் என்ன பெரிய ஆட்களா?

வந்தவர்கள் எல்லோரையும் அவனுக்குத் தெரியும். எல்லோரும் பேர் பெற்ற திரிபுவாதிகள். முதுகீரனுக்குக்கூட மஜிம்தாரை அடையாளம் கண்டுகொள்ள முடியவில்லை. முதுகீரனும் திரிபுவாதிகளின் முகாம்தான் இப்போது. நோமன் வந்து சேர்ந்த

பிறகுதான் மஜிம்தாருக்கு தெம்பாக இருந்தது. ஒரு வானொலி ஸ்க்ரிப்ட் பற்றிப் பேசுவதற்கு நோமனை பேராசிரியர் அழைத்திருந்தார். ஏனையவர்களும் இவ்வாறு ஒவ்வொரு காரியத்துக்காகப் பேராசிரியரிடம் வந்திருப்பார்கள். ஆனால், அவர்களில் நோமனைத் தவிர மற்ற எல்லோரும் முகத்தைத் தொங்கப்போட்டுக் கொண்டிருந்தார்கள். பேராசிரியருக்கும் முகத்தைத் தொங்கப்போடும் வியாதி தொற்றிவிட்டது போலிருந்தது. பேராசிரியரும் அந்தஹோலுக்கு வந்து இரண்டொரு முகமன்களைப் பரிமாறிக் கொண்ட பின் வாட்டமாய்ப் போனார். நோமனுடன் பேசிக்கொண்டிருந்ததில் அவர்களுடைய ஆரம்பப் பேச்சை அவன் கவனித்துக்கொள்ளவில்லை. ஒருவேளை ஏதாவது மரணச்செய்தியோ? நோமனிடம் கேட்டான். நோமனுக்கு புன்னகைக்க மட்டுந்தான் தெரிந்தது.

எதேச்சையாக உள்ளறையில் இருந்து ஹோலுக்கு வந்த பேராசிரியரின் மனைவி சகலகலாவல்லி பெரும் புதினத்தைக் கண்டது போல் சிரித்தா.

“என்ன, எல்லோரும் ஒருமிக்க, சொல்லிவைத்தாற்போல? நேற்று மகாநாட்டில் தீர்மானித்துக்கொண்டதோ? இருங்க, ரீ கொண்டார்றேன்”

கன்வஸ் கதிரை ஒன்றினுள் உட்குழிந்து போயிருந்த வட்டக் கண்ணாடி திரு.நரேம்ஜிதான் முதலில் சற்று அசைந்து பத்திரிகையை மடித்தபடி நிமிர்ந்தார்.

“எல்லாம் நல்லாத்தான் இருந்தது. பிரதமர் சிறிமாவோ சொன்னது போல் வரவில்லையா? அமைச்சர் கெனமன் வந்து அவ்வளவு நேரமும் இருக்கவில்லையா? நாம் அழைத்த எந்தச் சிங்கள எழுத்தாளர்களும் கலைஞர்களும் வராமல் இருந்தார்களா? வடகிழக்கில் இருந்தும், மலைநாட்டில் இருந்தும் வந்திருந்த தமிழ் முஸ்லிம் எழுத்தாளர்களினதும், கலைஞர்களினதும் எண்ணிக்கையை வரவுப் பதிவேட்டில் பார்த்தாலே தெரியும். இப்படி எல்லாம் ஒழுங்காகப் போன ஒரு மகாநாட்டில் கடைசியில் இப்படி ஒன்று நடந்துபோயிற்றே!”

என்ன விஷயம் என்பதை மஜிம்தார் ஊகித்தான். அவனுக்குச் சிரிப்பு வந்தது.

நீட்டிய சோபா ஒன்றினுள் வெள்ளை வாலாமணியை தள்ளிக் கொண்டு தொப்பை வயிறு சற்றே தெரிய மல்லாந்து கிடந்த மல்லிகை நேசன் கொழுக்கி போன்ற தன் கழுத்தில் தொங்கும் தலையை முன் நீட்டி நிமிர்ந்தார்.

“கெடுத்துப்போட்டான். கெடுத்துப்போட்டான்” தலையில் அடித்துக் கொண்டு சொன்னார்.

தொடைகளை அசைத்தசைத்து, லேசான நரை படரும் தன் மலர்ச்சியான முகத்தைக் கோணல்கள் ஆக்கிக் கொண்டு ஒரு

திசைமாற்றம்

சஞ்சிகையில் மூழ்கி இருந்த நீர்வை ஒரு சிங்கம் போலக் குதித்தெழுந்தார்.

"நானும் காவலூரும் எவ்வளவுகவனமாக இருந்தனாங்க, மகாநாட்டு மண்டபத்துள் அதிதீவிர மாவோயிஸ்ட்டுகளைத் தூண்டில் போட்டுக் கொண்டு எவ்வளவு கவனமாக இருந்தனாங்க. அதிதீவிர மாவோயிஸ்ட்டுகளில் ஒரு ஈஎறும்பைக்கூட நாங்கள் உள்நுழைய விடல்லியே. அப்படியிருந்தும் நமக்குள்ள இருந்து ஒரு நாலாம் படை வெளிக்கிளம்பி இருக்கே. . ."

மஜிம்தார் சுளுக்கென்று சிரித்தான். மெல்ல நோமனின் காதுக்குள் சொன்னான். "நான் இருந்தேனே மகாநாட்டில, என்னை இவர்கள் கண்டுகொள்ளவில்லையே"

நோமனும் சிரித்து மஜிம்தாரின் காதுக்குள் சொன்னான். "உன்னை அதிதீவிர மாவோயிஸ்ட்டாக அவர்கள் கணக்கெடுக்கல்ல. . ."

நோமனை உற்றுப் பார்த்தான் மஜிம்தார். அந்தச் செந்தளிப்பான முகத்தில் ஒரு தெளிவு இருந்தது, திரிபுவாதிகளுடன் ஒட்டியும் ஒட்டாமலும் தீவிர மாவோயிஸ்ட்டுகளுடன் ஒட்டியும் ஒட்டாமலும் தனக்கென்று ஒரு கருத்தை எப்படி வைத்துக்கொள்ள முடிகிறது இந்த நோமனால்?

நீர்வையின் பேச்சை ஒட்டி ஒருவர் கேட்டார்.

"யார் அந்த நாலாம்படை?"

நோமன் சொன்னான்.

"அவர் நம்ம ஆள்தான். நம்ம கூட்டாளிதான். ஒரு நல்ல மாக்ஸ்ஸிட்டுத்தான். ஆனால், இது ஒரு திசை மாற்றமான காலம், தளம்பல்களும் பின்னோக்கல்களும், தடுமாற்றங்களும் மிகுந்த காலம் எவர் சரி என்பதை எதிர்காலந்தான் சொல்லும். . ."

"அப்போ உம் நண்பரை நீர் ஆதரிக்கின்றீர்?"

"நான் அவருடைய கவிதையை ஆதரிக்கவில்லை. ஆனால், அவர் ஒரு நல்ல கவிஞர், ஒரு நல்ல மாக்ஸ்ஸிட்"

"ஒரு நல்ல மாக்ஸ்ஸிட் இதைச் செய்வானா?"

மல்லிகை நேசன் மீண்டும் தலையில் அடித்துக்கொண்டார்.

"ஓ! கெடுத்துப் போட்டான். கெடுத்துப் போட்டான்."

திருமதி.சகலகலாவல்லி தேனீர் தட்டத்துடன் வந்தவர் அப்படியே நின்றுவிட்டா.

"என்ன கெடுத்துப்போட்டான், கெடுத்துப்போட்டான் என்று சொல்லுறீங்க? இல்ல, நான் ஒரு கதைக்குத்தான் கேட்கிறன், அந்தப் பொடியன் என்னத்தைச் செய்து போட்டான்? ஒரு கவிதையை வாசித்தான். மக்கள் அவனுக்கு கரகோஷம் செய்தார்கள். இது பிழையோ?"

திசைமாற்றம்

திருமதி.சகலகலாவல்லி தேனீர்த் தட்டத்தை நீட்டியபடி ஒவ்வொருவரையும் பார்த்துக் கேட்டா. திரு. நரேம்ஜி, அம்மையாருக்கு பதில் சொல்ல விரும்பியவர்போல எழுந்து நின்றார். இந்தப் பேச்சு நீண்டுவிடுமே என்று பயந்தவர் போல பேராசிரியர் வைகுந்தன் இடைமறித்தார்.

“சசீந்திரன் அவ்வளவு பிழையான ஆள் அல்ல. நான் நினைக்கிறேன், அவனை யாரோ தூண்டி விட்டிருக்கவேணும். அல்லது அவனே இதன் நன்மை தீமையை கருதாது ஒரு வம்புக்கு ஒரு வாய்ச் சவடால் வீசியிருக்க வேணும். எதுக்கும் நாம ஆளை ஒருக்கா எடுப்பிச்சு நேரில கேட்டால் என்ன? ஏன் இதை வைத்துக்கொண்டு பிசுபிசுப்பான்? உந்த ஹவ்லொக் றோட்ல தானே இருக்கான். தம்பி, இங்க வாமோனே மஜிம்தார், உனக்கு சசியின் லொட்ஜ் தெரியுந்தானே சைக்கிளை எடுத்துப் போய் நான் வரச் சொன்னதென்று கூட்டிற்றுவாமோனே. . .”

மஜிம்தாருக்கு தன் காரியம் முடியாவிட்டாலும், அப்போதைய சூழலில் அந்தக் கூட்டத்தில் இருந்து விடுபட்டது சந்தோஷமாகவே இருந்தது. இந்தக் கலப்பு முற்போக்குவாதிகளுடன் காலத்தை வீணாக்குவதைவிட கிறுக்கன் சசியிடம் போய் பேசிக்கொண்டிருப்பது பரவாயில்லை போல் தோன்றியது. உண்மையில் அப்படிப்பட்ட ஒரு கவிதையை சசி ஏன் எழுதினான் என தானே அவனிடம் கேட்க வேண்டும் என்று முந்திய நாளே நினைத்திருந்தான். அவர்களுடைய மார்க்சீய ஆய்வு வட்டத்தின் கலந்துரையாடல்களின் போதும் அந்த விஷயத்தை அவன் எழுப்ப இருக்கிறான்.

ஏழ்மையான அவனுடைய பைசிக்கிள் லொடலொடத்து வெள்ளவத்தை வீதியில் இறங்கியது. தலை நிறையச் சடை வைத்திருந்தவனுக்கு இப்போது அது இல்லாமல் இருப்பது கொஞ்சம் பாரம் குறைந்த மாதிரித்தான் இருந்தது. காதோரமாக நெரித்து குறுக வெட்டப்பட்ட அந்த இடங்களில் மாலைநேரக் காற்றுப்படும் போது இதமாக இருந்தது.

வெள்ளவத்தைச் சந்தையின் ஓரமாக உள்ள பஸல்ஸ் ஒழுங்கையில் திரும்பினான். ஒழுங்கையின் முன்பகுதியில் சந்தையின் மீன்வெடுக்கு இருந்தது என்றாலும், அந்த ஒழுங்கையில் போவது அவனுக்கு சந்தோஷமாகவே இருந்தது. காரணம் சசி கொடுத்த தகவல்தான். அந்த ஒழுங்கையின் 39ம் இலக்க வீட்டில்தான் குப்பிழான் ஐ.சண்முகமும் யேசுராசாவும் விடுதியைக் கொண்டிருந்தார்களாம். அந்த நினைவில் அந்த வீட்டோடு மஜிம்தாருக்கு மானசீகமான பரிச்சயம் ஏற்பட்டிருந்தது, குப்பிழான் ஐ.சண்முகம் மார்க்சீயவாதி அல்ல. ஆனால், மென்மையான உணர்வோட்டம் உடைய ஒரு மனிதாபிமானி. யேசுராசாவை நேற்றுத்தான் மாநாட்டு மண்டபத்தில் அவருடைய ‘அலை’ முதல் இதழோடு கண்டான். பேராசிரியரின் வரட்டுத்தனத்தைச் யேசுராசா விமர்சனம் செய்தார். பேராசிரியரின் சீனச்சாயம் கழன்று போவதாகவே மஜிம்தாருக்கும் பட்டது.

திசைமாற்றம்

பஸல்ஸ் லேன் முடிவில் வந்த குறுக்கு வீதியினூடாக டபிள்யூ. ஏ. சில்வா மாவத்தைக்கு வந்தான். பின் பாமன்கடைச் சந்தி. சந்தியில் இடது பக்கமாகத் திரும்பினால் ஹவ்லொக் ரோட்டின் லேசான இறக்கம். இறக்கத்தில் சற்று நடந்து திரும்பினால் ரம்புட்டான் பழுத்த அந்தப் பெட்டையின் வீடு. எதிரே உள்ள மாடிதான் சசியின் விடுதி.

அறையில் சசி இருக்கவில்லை. உமா இருந்தான். உமா இரண்டு நாட்களுக்கு முன்புதான் அறிமுகம். உமாவிடம் பேசுவதிலும் அவனுக்கு ஆர்வம் இருந்தது. உமாவும் சடை வளர்த்திருந்தான். அவனுடைய கோழிக்குஞ்சு மார்பில் உரோமங்கள் புரி விட்டிருந்தது. அகன்ற பெரிய விழிகளும் ஆனைக் காதுகளும் அசப்பில் சொல்லத்தான் நினைக்கிறேன், கமலஹாசனைப் போன்ற தோற்றம்.

உமாவினுடைய இரண்டு நாள் சினேகத்தில் உமா மார்க்சீயம் பற்றிய தவறான முடிவுகளுடன் இருப்பதை மஜிம்தார் உணர்ந்திருந்தான். மெல்லமெல்ல உமாவை அவன் மார்க்சீயப் பார்வைக்கு இட்டுச் செல்ல வேணும். சசியின் நட்பு தத்துவத் தொடர்பில்லாதது. ஒரே அறையில் உமாவுடன் இருந்துகொண்டும் உமாவின் சித்தாந்த நோக்கு பற்றி சிரத்தை இல்லாமல் இருந்திருக்கிறானே சசி!

சசியின் அணுகுமுறையில் தத்துவத்திற்கு முதலிடம் இல்லை போல்தான் தெரிகிறது, மஜிம்தாருக்கு உள்ளது போன்று மார்க்சீயத்தைப் பரப்பவேணும் என்ற முனைப்பு அவ்வளவாக இல்லை. இருந்திருந்தால் சசியின் கிராமத்தில் மார்க்சீய அரசியல் வேலை செய்ய மண்முனையிலிருந்து மஜிம்தார் அங்கு போகவேண்டி வந்திருக்குமா? சசி தன்பகுதியில் கொஞ்சம் வேலை செய்திருந்தான்தான். தன்னைச் சூழ்ந்திருந்த சில கிராமங்களில் சில படிப்பு வட்டங்களை அமைத்திருந்தான்தான். செவ்வானம், அக்னி, சிற்பிகள், செங்கனல், தேன்தோடை முதலிய பல வட்டங்களை உருவாக்கி இருந்தான்தான். அப்பெயர்களைத் தாங்கிய கையெழுத்துப் பத்திரிகைகளில் கருத்துக்கள் முன்வைக்கபட்டனதான். ஆனால், வேகம் போதாது. சசிக்கு போதிய வேகம் இருந்திருந்தால் பன்னீர்செல்வம் போன்ற தமிழ் இயக்கவாதிகளின் செல்வாக்கு ஓங்க விட்டு வைத்திருப்பானா?

உமா குளியலறைக்குப் போனான். புத்தகங்களும் சஞ்சிகைகளும் குழம்பிக் கிடந்த மேசையோடிருந்த கதிரையில் இருந்தபடி கீழே மாலைப் பொழுது இன்னும் பிரகாசமாய் இருந்த ஹவ்லொக் வீதியின் வாகனப் போக்குவரத்தைக் கவனித்தான் மஜிம்தார். வாகனங்களில் ஊர்ந்த எண்ணங்கள் மலைகளையும் வெளிகளையும் கடந்து சசீந்திரனின் கோயில் வெளியை அடைந்தன. மண்முனையிலிருந்து சசியின் கோயில் வெளியில் மார்க்சீய வகுப்புகள் எடுக்க மஜிம்தார் சென்றிருந்த அந்த மாலைப்பொழுது நினைவுக்கு வந்தது. பதற்றம் மிக்க அந்த இரவு கண்முன் விரிந்தது.

கோயில் வெளி. அடர்ந்த பெரிய ஆலமரங்கள், இடையிலே வெள்ளை மணற்பரப்புகள் சுற்றிவர வீதிகள். மஞ்சள் ஒளிதரும் பல

திசைமாற்றம்

சோடியம் பல்புகளுக்கிடையில் ஒரு பெரிய மேர்க்கூரி வெளிச்ச மின்கம்பம். மேர்க்கூரிக் கதிர்கள் ஆலமரங்களுக்கிடையில் நிழல்களை வீழ்த்தின. கோயில் விளக்குகளின் ஒளிக் கீற்றுகள் ஆலமரங்களின் நிழல்களை வரிவரிவாய் கீறின.

அந்த வகுப்புக்கு சசி ஓடியாடி நல்லவேலை செய்திருந்தான். ஒரு நாற்பது ஐம்பது தோழர்களைத் திரட்டி இருந்தான். அவர்களை அந்த மங்கல் மணல்வெளியில் ஒன்றாகக் காண மஜிம்தாருக்கு சந்தோஷமாக இருந்தது. மஜிம்தாருடன் துரையும் சுபத்திரனும் வந்திருந்தார்கள். கூட்டத்தைக் கண்டதும் அவர்கள் ஆச்சரியப்பட்டார்கள். மஜிம்தாருக்கும் அது பெருமையாகத்தான் இருந்தது.

இரவு எட்டுமணிக்குப் பிறகுதான் எல்லோரும் வந்து சேர்ந்தார்கள். வகுப்புத் தொடங்கும்போது ஆலமரங்களின் இருளிடையே சருகுகள் சரசரத்துக் கேட்டன. சுபத்திரன் கேட்டான்,

"இன்னும் தோழர்கள் வர்றாங்களா?"

மௌனம்.

அவர்கள் காத்திருந்தார்கள்.

சரசரப்புகள் ஓய்ந்தன.

ஏன் அந்தத் தோழர்கள் இருட்டுக்குள் இருக்கிறார்கள்? அவர்களும் இங்கே வரலாமே. . ."

சசி எழுந்து, இருட்டுக்குள் இருந்தவர்களிடம் போனான். சிறிது நேரத்தில் திரும்பி வந்தான்.

"அவர்கள் அங்கிருந்தே கேட்கிறார்களாம். பன்னீர்செல்வமும் வந்திருக்கான்,"

"யார் பன்னீர்செல்வம்?"

"கூட்டணியில் முக்கியமானவர். . ."

மஜிம்தாருக்கு பூரிப்பாகவே இருந்தது. கூட்டணிக்காரப் பையன்களும் மாற்றுச் சிந்தனையுடன் தன் வகுப்புக்கு சமூகமளித்திருக்கிறார்களே! அவனுடைய வாராந்த வகுப்புகள் கிராமத்தில் ஒரு கிளர்ச்சியை ஏற்படுத்தி இருக்கிறதே! அதனால் தான் வெளியில் தெரியாமல் மறைப்புக்குள் இருந்து கேட்கிறார்கள்!

"மறைவாக நமக்குள்ளே பழங்கதைகள் பேசுவதிலோர் மகிமை இல்லை" என்ற வரிகளோடு தான் அவன் அன்று தன் மார்க்சீய வகுப்பை தொடங்கினான். இருட்டுக்குள் இருப்பவர்களும் கேட்கட்டும் என்று சற்று உரத்த குரலில்தான் பேசினான்.

வகுப்பின் அரைவாசி நேரம் கடந்தது. காசியின் அந்தக் கவிதை வரிகளுக்கு வந்தான்.

"ஆண்ட பரம்பரை மீண்டும் ஒரு முறை

திசைமாற்றம்

ஆள நினைப்பதில் என்னகுறை?"

எந்தக் காலத்திலும் எந்தத் தேசத்திலும், எந்த இனத்தினுள்ளும் ஆளும் பரம்பரையும் ஆளப்படும் பரம்பரையும் உண்டு என்பதை மஜிம்தார் விளக்கினான். ஒரே இனத்துக்குள் ஆளும் வர்க்கத்துக்கும் ஆளப்படும் வர்க்கத்துக்கும் இடையே உள்ள முரண்பாடுகளை எடுத்துக் காட்டினான். ஆண்ட பரம்பரையை ஆளுவதற்கு மீண்டும் அழைப்பது அவர்களால் ஆளப்பட்ட அவர்களது இனத்தின் விவசாயிகளையும் பாட்டாளிகளையும் தொடர்ந்து அடிமையாய் வைத்திருக்க அழைப்பதுதான். வேறு வகையாகச் சொன்னால் ஒரு ஆளும் வர்க்கத்தை நீக்கி இன்னொரு ஆளும் வர்க்கத்தை மக்கள் மீது சவாரிவிட அழைப்பதுதான் அது. அதுதான் இனத்தேசியம். ஆண்ட பரம்பரை என்ற கோஷம் அவர்களுக்குக் கீழ் சுரண்டப் பட்ட மக்களுக்கு ஊட்டப்படும் மயக்க மருந்து, போதைவஸ்து அபின். . ."

"நிறுத்தடா"

இருட்டுக்குள் இருந்து ஆவேசம் பூண்ட ஒரு குரல் கத்தியது.

"நிறுத்தடா, நிறுத்தடா. . ."

மேலும் பல குரல்கள்.

இருட்டுக்குள் இருந்து இருபதுக்கும் மேற்பட்டவர்கள் மங்கல் ஒளி மணற்பரப்புக்கு ஓடி வந்தார்கள்.

"ஆர்ரா நீ காசியின் வரிகளைக் கறைப்படுத்த?"

வெங்கலம் போன்ற அவனுடைய குரல், இலக்கண சுத்தமான உச்சரிப்பு. அந்தத் தொனியே ஒரு தேர்ந்த பேச்சாளனின் தொனி.

மஜிம்தார் அந்தத் தொனிக்குரியவனைப் பார்த்தான். அவன் ஒல்லியாய், வெள்ளை வேஷ்டியுடன் வெள்ளைசேட் அணிந்திருந்தான். பளிச்சென்ற அகன்ற முகம் சற்றுக் கருமை. அந்தக் கருமையில் அவனுடைய வெண்பற்கள் மிளிர்ந்தன. மினுங்கிய அந்தக் கண்களில் வன்மமும் ஆவேசமும். பக்கத்து உச்சி. பக்கவாடாக வாரிய சுருள்முடி.

மஜிம்தார் முழிசினான்.

"என்னடா முறைக்கிறாய்?"

அந்தக் கறுத்த ஒல்லியான வெள்ளை வேட்டி வெள்ளை சேட் முண்டி அடித்துக்கொண்டு ஆக்கிரோஷமாக மஜிம்தாரை நெருங்கினான். கண்ணைமூடி முழிக்கமுன் அவன் மஜிம்தாரின் சேட்கொலரைப் பற்றி இருந்தான்.

"பன்னீர்செல்வம் . . . பன்னீர்செல்வம் . . ." சசி உரத்துக் கத்திக்கொண்டு முன்னுக்கு ஓடிவந்தான்.

அவன்தான் பன்னீர்செல்வம் என்று மஜிம்தாருக்கு அப்போதுதான் தெரியும். ஒல்லியான அவனுடைய பிடியில் தான்

எத்தனை உரம்! மலர்ச்சியான அந்த முகத்தில் தான் எத்தனை மின்னல். . .! மஜிம்தாருக்கு சட்டென ஒரு விஷயம் புரிந்தது! சசியின் கவிதைக்கும் பன்னிர்செல்வத்துக்கும் ஒரு சம்பந்தம் இருக்கு!"

படீர் எனக் கதவு திறக்க, மஜிம்தார் சட்டெனத் திரும்பினான். உமா குளித்துச் சுற்றியரவலுடன் அந்த அனெக்ஸ்ட் பாத்ரூமின் கதவை அவன் மீண்டும் படீர் என்றே மூடினான். அவனுடைய சடை விரிந்த நிலையில் சாயி பாபாவை நினைவுபடுத்தினான்.

"சசியர் இன்னும் வரல்லியா. . .?" ஈரோசுக்கு முன்னால் விஜயாள் பீற்றரின் வீடு இருக்கு. 134ம் இலக்கம் அங்கதான் வாசகர் இருக்கார். வாசகரிடந்தான் சசியர் போயிருக்கிறார். இதை நான் உங்களிடம் முதலே சொல்லி இருக்கலாம். . ."

தன்னுடன் பேச்சுக் கொடுப்பதை உமா தவிர்க்கிறான் என்பதை மஜிம்தார் புரிந்துகொண்டான். உமா முக அலங்காரம் செய்து, உடையணிந்து புறப்படுவதற்கு எல்லாம் தன்னுடைய தொடர்ந்த இருப்பு சங்கோஜம் தரவும் கூடும். எனினும் உமா நீண்ட முடியை நன்றாக உணர்த்தி, எண்ணெய் தடவி வார்ந்து கிறீம் பூசி, பெல்சுக்கு மேல் ஸ்லாக்கை அணிந்து புறப்படும் வரை காத்திருந்து உமாவுடனேயே அறையை விட்டு வெளிக்கிட்டான். மாடியில் இறங்கும் போது சிறிது பேச்சுக் கொடுத்தான். உமா சுருக்கமாகவே பதில் அளித்துக்கொண்டு வந்தான்.

"நீங்கள் எங்கள் மார்க்சீய ஆய்வு வட்டக் கலந்துரையாடல்களுக்கு வரலாமே—"

"எனக்கு ஆர்வம் இல்லை."

"கொள்ளுப்பிட்டியில், லோட்டஸ் ஹோட்டலுக்குப் பின்னால் நோமனுடைய அறையில்தான் கூடுவோம். மகாநாடு மூன்று மாதமாய் குழம்பிப் போட்டு. இந்தச் சனிக்கிழமை கூடுகிறோம்"

"தெரியும்"

"நல்ல பொழுதுபோக்குத்தான். இந்தோசிலோனின் சூடான தயாரிப்புகளுடன்"

"நாங்கள் அந்நேரம் ஹோட்டல் பிளாசுவுக்குப் போவோம். . ."

"ஹவ்லொக் வீதியால் டபிள்யு.ஏ. சில்வாமாவத்தைக்குப் போகலாம்"

"மன்னிக்கவும். . . நான் நண்பர் ஒருவரை சந்திக்கப் போகவேணும். . ."

"சரி"

தப்பினேன் பிழைத்தேன் என்பது போல் உமா விரைவாக நடந்தான். விரைவான நடையில் உமாவின் பதுமைத்தனம் சற்றுக் குழம்பிப் போவதுபோல் இருந்தது.

ஈரோசுக்கு எதிரே தான் நின்ற பக்கம் பார்த்தான். அதன் எதிரே ஒரு பிரம்பு வேலைத் தளபாடக்கடைதான் இருந்தது. வீட்டிலக்கங்கள் தொடர்பற்றுப்போய் இருந்தன. 134ம் இலக்கத்தைக் காணவில்லை.

பரவாயில்லை. அந்த இடத்தில் நின்றுகூட அவனால் உலகை ரசிக்க முடியும். கடைசியாக கொள்ளுப்பிட்டியில் நடந்த மார்க்சீய ஆய்வு வட்டக் கலந்துரையாடலும் அதைத் தொடர்ந்த காலி முகத் திடலின் அழுத்தமான சந்திப்பும் அவன் முன் நிழலாடின. நோமனின் விடுதி கண் முன்னே வருகிறது. . .

வழமைபோல நோமனின் விடுதி அறையின் இரண்டு கட்டில்களும் நிரம்பி வழிந்தன. ஒரு கட்டிலின் மையத்தில் நோமனும் மற்றக் கட்டிலின் மத்தியில் சமுத்திரனும் அமர்ந்திருந்தார்கள். மற்றவர்கள் அவர்களைச் சூழவும் இருந்தார்கள். சசியும் மஜிம்தாரும் இரண்டு கதிரைகளிலும் இடம்பிடித்திருந்தார்கள்.

சமுத்திரன் ஒரு மையம். நோமன் மற்றொரு மையம் இந்த இரண்டு மையங்களிடையே மற்றவர்கள் இணைந்திருந்தார்கள். ஒரு காந்தமண்டலத்தின் இரும்புத் துகள் நிரல்கள் மஜிம்தாருக்கு நினைவுக்கு வந்தது. சமுத்திரனும் நோமனும் ஒன்று மற்றொன்றை ஈர்க்கும் துருவங்கள். எதிர்த் துருவங்கள் என்பது தவறான பிரயோகம்.

அந்த வட்டக் கழுத்துச் சேட்டுதான் சமுத்திரனின் அடையாளம். இடுப்பின் கீழ் இறக்கம் இரு பக்கமும் பிளவுபட்ட வட்டக்கழுத்துச் சேட். அவனுடைய குறுந்தாடியும் அவனுடைய ஒரு அடையாளம்தான். குறுகலாய் வெட்டிய தலைமுடியுடனும், பெரிய கண்களுடனும் அவன் ஒரு பெருந் தோற்றமாகத்தான் தெரிந்தான். ஆர்ப்பாட்டம் மிகுந்த அவனுடைய தோற்றத்தில் முஷ்ட்டி மடக்கி கோஷமிட்டு ஒரு செஞ்சட்டை அணிக்கு தலைமை தாங்கக்கூடிய வலு தெரிந்தது. அதே சமயத்தில் ஒரு சிந்தனையாளனின் தீர்க்கமும் அவனிடமிருந்தது.

சமுத்திரன் சொன்னான்.

"நண்பர்களே, நாம் பேச இருந்த விஷயத்தை பின் போடுவோம். நமக்கு உடனடியாக ஒரு தகவல் இருக்கிறது. சில தமிழ்த் தீவிரவாதக் குழுக்களுடன் எனக்கு தொடர்பு ஏற்பட்டு உள்ளது. அவர்கள் எங்களைப் பற்றி பல தவறான அபிப்பிராயங்களைக் கொண்டிருக்கிறார்கள். அதேபோல் நாமும் அவர்களைப் பற்றி பல தவறான புரிதல்களைக் கொண்டிருக்கிறோம் போல் தெரிகிறது. உதாரணமாக அவர்களுக்கு கௌமனும் மார்க்சிஸ்ட்டுதான். சண்முகதாசனும் மார்க்சிஸ்ட்டுதான். ரோகண விஜயவீரவும் மார்க்ஸ்ஸிட்டுத்தான். எங்களைப் போன்ற மார்க்ஸ்ஸிட்டுகளும் இருக்கிறார்கள் என்பது அவர்களுக்குப் புதிர். நாங்கள் அவர்களிடமிருந்தும் அவர்கள் எங்களிடமிருந்தும் கற்றுக்கொள்ள நிறைய இருக்கிறதுபோல் தோன்றுகிறது. உங்களுக்கு ஆட்சேபனை

திசைமாற்றம்

இல்லை என்றால் நாம் அவர்களுடன் இன்றிரவு 9.00 மணிக்கு காலி முகத்திடலில் ஒரு கலந்துரையாடலை ஆரம்பிக்கலாம். . ."

சமுத்திரன் பேசியது மஜிம்தாருக்கு கண்ணுக்குள் கரிசல் விழுந்ததுபோல் இருந்தது. அவனுடைய அதே உணர்வுடன் நோமன் சொல்லிக்கேட்டது,

"அது சரி வரும் என்று நான் நினைக்கவில்லை"

"ஏன்?"

"தமிழ்த் தேசியவாதிகளிடமிருந்து நாம் பெற்றுக் கொள்வதற்கு ஒன்றுமில்லை. நம்மிடமிருந்து அவர்கள் பெற்றுக் கொள்வதற்கு எதுவுமில்லை. எம்முடைய போராட்டத்தில் குறுகிய இனத் தேசியவாதத்தைக் கலந்துகொள்வதற்கோ, அவர்களுடைய போராட்டத்தில் பூர்ஷுவாக்களுக்கு எதிராக பாட்டாளிகளையும், விவசாயிகளையும் வர்க்க அடிப்படையில் ஒரு சக்தியாக இணைத்துக்கொள்வதற்கோ எந்த சாத்தியமும்இல்லை."

மஜிம்தாருக்கு சசியின் கிராமத்தில் ஏற்பட்ட அனுபவம், நோமன் பேசும்போது நினைவுக்கு வந்தது. பன்னீர்செல்வத்தின் உருவத்தை மனதில் படமாக்கிக் கொண்டான். அவனும் சமுத்திரனுக்கு தன் ஆட்சேபணையைத் தெரிவித்துக்கொண்டான். சமுத்திரன் சொன்னான்.

"சரி, அவை பற்றியும் நாம் விவாதிக்கலாம் தானே?"

"விவாதித்து என்ன பயன்?"

"எல்லாவற்றையும் நாம் விளங்கிக் கொண்டிருக்கிறோம் என்று அர்த்தமில்லை. நோமன் இதைக் கேளும். மார்க்சீயம் பின்னாளில் லெனினிசமாக வளர்ச்சி கண்டது. லெனினிசம் பின்னாளில் மாவோயிசமாக வளர்ச்சி கண்டது. சரியாகச் சொன்னால், ஒவ்வொரு நாட்டிலும் மாக்சீயம் பரீட்சிக்கப் பட்டது. பட்டுக் கொண்டிருக்கிறது. அவர்களும் ஒரு பரிசோதனையை முன்வைக்கிறார்கள். நாம் சற்றுக் காது கொடுத்தால் என்ன?"

"சரி நீங்கள் காது கொடுங்கள் என்னை மன்னியுங்கள். . ."

"என்னை மட்டும் அனுப்பாதீர்கள். என்னுடன் ஒரு குழுவை அனுப்புங்கள்"

சசி உடனே சம்மதித்தான். பாரூக்கும் முன்வந்தான். என்ன பேசுகிறார்கள் என்று அறிகிற ஆர்வம் மஜிம்தாருக்கும் ஏற்பட்டது.

"ஒரு பார்வையாளனாக நானும் வருகிறேன்".

நேரம் 8.30 ஆகி இருந்தது இந்தோசிலோனுக்கு போய்விட்டுப் பிரிந்தார்கள். காலிமுகத் திடலை நோக்கி சமுத்திரனும் சசியும் பாரூக்கும் மஜிம்தாரும் நடந்தார்கள். . .

திசைமாற்றம்

ஈரோஸ் தியேட்டருக்கு முன்னால் 134ம்இலக்க வீட்டை மஜிம்தாரால் கண்டுபிடிக்க முடியவில்லை. உமா பிழையான இலக்கத்தைக் கொடுத்திருப்பானா?

எவ்வாறெனினும், அந்த வீட்டைக் கண்டு பிடிப்பதற்காக மஜிம்தார் சிரமப்பட விரும்பவில்லை. ஈரோசுக்கு முன்னால் நின்று புதினம் பார்த்தாலே அவனுக்குப் போதும்போல் இருந்தது. உள்ளே ஒரு மெட்னி ஓடிக்கொண்டிருந்தது. பேராசிரியர் எதிர்பார்த்து இருப்பார்தான். எனினும், அவன் வெறுங்கையுடன் போவதில் என்ன இருக்கிறது?' இன்னும் கொஞ்ச நேரம் பார்த்துவிட்டு ஒரு ரெலிஃபோன் எடுத்துச் சொல்லிவிடலாம்.

சட்டென்று ஒரு மின்னலில் சசி தெரிந்தான். என்ன ஆச்சரியம். அந்தப் பிரம்புத் தளபாட கடைக்குப் பின்னாலிருந்துதான் அவன் வந்து கொண்டிருந்தான்,

"சசி. . . சசி. . . சசி. . ."

சசி திரும்பிப் பார்த்தான்.

"ஓ! தோழர்! தோழர் மஜிம்தார்!"

பிரம்புத் தளபாட கடைக்கு முன்னாலிருந்த சைக்கிளைத் திறந்து தள்ளிக்கொண்டு சசி வந்தான். மஜிம்தார் தன் சைக்கிளோடு அவனை எதிர்கொண்டான்.

"உன்னை எவ்வளவு தேடிக்கொண்டிருந்தேன். 134ம் இலக்க வீடு என்று உமா சொன்னானே?"

"நான் வந்ததுதான் 134ம் இலக்க வீடு. அந்தப் பிரம்புத் தளபாடக் கடை முகப்பை மறைக்கிறது. . ."

சசி வழமை போல் எதற்கும் எப்போதும் தயார் என்ற நிலையிலேயே இருந்தான். சற்றுக் கறுப்பு எனினும் பிரகாசமான முகம். உதடுகள் கவர்ச்சியான சிவப்பு. பரந்த முகம். சடை முடி. வாட்ட சாட்டமான உடல். பெல்ஸின் மேல் புள்ளிபோட்ட சேட். சொன்னதும் உடனே புறப்பட்டான்.

பாமன்கடைச்சந்தியை நெருங்கிய போதுதான் எதையோ இழந்துவிட்ட தவிப்பு மஜிம்தாருக்கு தோன்றியது. சிறிது மனதைக் குடைந்தான். மனதுக்குள்ளேயே அது தலைப் பிறைபோல உருக்காட்டியது. ஆமாம் அவனுடைய அந்தப் பகற்கனவு, அந்த இரைமீட்டல் . . .கொள்ளுப்பிட்டியில் மார்க்சீய ஆய்வுவட்டக் கலந்துரையாடலில் சமுத்திரன் சொன்னவை, இந்தோசிலோனுக்கு போனது. . . ஆ. . . ஆ. . . மின்குமிழின் சரம்கோர்த்த காலி வீதியில் மெல்லிய காற்றின் வருடலுடன் அவர்கள் கரம்கோர்த்துச் சென்றது. . . அந்த இரவு . . .

காலிமுகத் திடல், களைகட்டித்தான் இருந்தது. காலிவீதி மேர்க்குரி விளக்குகளுடன் கடலோரப் பாதையின் விளக்குகளும் எரிந்தன. இரண்டு நிரைவிளக்குகள் இருந்தும் திடலின் நடுவில் கலங்கலாகத்தான் இருந்தது. அந்தக் கலங்கலில்தான் அவர்கள்

திசைமாற்றம்

அந்தத் தீவிரவாதிகளுடன் கைகுலுக்கினார்கள். கைகுலுக்கும்போது மஜிம்தாருக்கு தூக்கிவாரிப்போட்டது. நினைவின் கலங்களுக்குள் நீந்துபவனாக திடலின் கலங்களுக்குள் பன்னீர்செல்வமும் தெரிந்தது போல் இருந்தது.

“நீங்கள் பன்னீர்செல்வம் அல்லவா?”

“நீங்கள் என்னை மறக்கவில்லை.”

மஜிம்தாருக்கு முள்குத்தியது போலிருந்தது. அதே கணீர் என்ற குரல். இப்போது ட்ரௌசரும் பற்றிக்ஸ்சேட்டும் அணிந்திருந்தாலும் அந்த அகலமான முகமும் தலை முடியும் அப்படியே இருந்தது. ஆனால், தீவிரவாதிகளுள் ஒருதீவிரவாதியாய் அவன் முன்பைவிடவும் உரமேற்றியவனாய் அந்த மங்கலுக்குள் தெரிந்தான்.

மங்கலுக்குள் மங்கலாகத்தான் அவர்களுடைய பேச்சுக்கள் நிகழ்ந்தன. எனினும், வெளிச்சம் அவர்களுடைய பேச்சில் மிகைத்திருந்தது. சமுத்திரன் சொன்னது சரிதான். ஒவ்வொரு சோஷிலிசப் புரட்சியின் வரலாறும் மிகவும் அத்துப்படியாய் இருந்தது அவர்களுக்கு. காட்டிக் கொடுப்புகளைக் கரிக்கோடு இட்டுக் காட்டினார்கள். ஏகாதிபத்தியங்களின் துரோகத் தனங்கள் அவர்களின் விரல் இடுக்குகளில் இருந்தன. ஜனநாயகப் புரட்சி இன்றி சோஷியலிசப் புரட்சிக்கு தாவுதல் சாத்தியமில்லை என்றனர். நாட்டுக்கு நாடு புரட்சியின் நடைமுறைகள் வேறுபட்டிருப்பதை விளக்கினார்கள். நவமார்க்சீயத்தின் தோற்றங்களையும் தொட்டார்கள். அவர்கள் அறிந்த அளவுக்கு நாம் அறியவில்லையே என்ற ஆதங்கம் மஜிம்தாருக்குள் அலைமோதியது. முடிவில் பன்னீர்செல்வம் முகத்தில் அடித்ததுபோல் விட்டெறிந்த சவால்தான் அவனை இன்னுமா மோசமாகக் குத்தியது.

“நீங்கள் இலங்கையின் அனைத்து இனங்களிலுமுள்ள பாட்டாளி — விவசாய வர்க்கங்களையும் ஒன்றிணைத்து புரட்சி நடத்தி அதன்மூலம் தேசிய இனப் பிரச்சினைக்கு முடிவு காண்பதற்கு முதல் நாங்கள் தமிழீழம் கண்டு அதன் மூலம் சமதர்ம சமூகத்தை உருவாக்கி விடுவோம்!”

அவர்கள் பிரிவதற்கு முன்பு இந்தோசிலோன் கபேய்க்கு வந்தார்கள். அங்கிருந்து பிரியும்போது பன்னீர்செல்வம் திடீரெனக் கேட்டான்.

“சசியண்ணே, இரவுத் தங்கலுக்கு நான் உங்க ரூமுக்கு வரட்டுமா?”

“வா, வா, ரெண்டு கட்டில்தான் கிடக்கு. மூன்று பேரும் சமாளிப்போம்”

அந்த நினைவுக்கீற்றுடன் சைக்கிளில் போய்க்கொண்டிருந்த மஜிம்தார் தன்னை மறந்து கத்தினான்.

“ஹாய்! எனக்குத் தெரியும், எனக்குத் தெரியும்!”

திசைமாற்றம்

சைக்கிளில் போகும் சசியைப் பார்த்தான். சசி வெள்ளவத்தை 37ம்குறுக்குத் தெருவில் முடங்கிக்கொண்டிருந்தான். மஜிம்தார் ஊன்றி மிதித்தான்.

மஜிம்தாரின் விலாங்குக் கால்களுக்குச் சைக்கிள் போதவில்லை. குழந்தைச்சைக்கிளை மிதிப்பது போலவே பெடலைச் சுற்றினான். அவன் இறுதியாகப் பேராசிரியரின் வீட்டை அடைந்தபோது, சசி மர்மயோகி அரசவையில் கரிகாலன் பாணியில் மண்டபத்தில் நின்றும் திரும்பியும் நடந்தும் பேசிக்கொண்டிருந்தான்.

". . .நீங்கள் தான். நீங்கள் ஒவ்வொருவருந்தான், அந்தக் கவிதையை எழுதும்படி என்னைத் தூண்டினீர்கள். வடக்குக்கிழக்கில் உள்ளவர்கள் தங்கள் ஜனநாயக உரிமைகளைக் கேட்டால் அது வகுப்புவாதம். தெற்கில் உள்ள இனத் துவேஷத்துக்குப் பெயர் தேசியம். முற்போக்கு எழுத்தாளர் சங்கத்தின் இந்த தீக்கோழித்தனந்தான் — இந்த ஒற்றைக்கண் நெல்சனின் பார்வைதான் என்னை அந்தக் கவிதை எழுதத் துண்டியது. . ."

"இல்லை, எனக்குத் தெரியும். உன்னை யார் அந்தக் கவிதையை எழுதத் தூண்டியதென்று. எல்லாம் அந்த பன்னீர்செல்வத்தின் தொடர்பு. . ."

"அட சவமே, பன்னீர்ச்செல்வம் செத்து இப்போ மூன்றுமாதம். இவர்கள் தேசிய ஒருமைப்பாட்டு மகாநாடு பற்றிச் சிந்திக்க முதலே. . . வவுனியாவில் மருதங்குளத் துப்பாக்கிச்சமரில். . ."

மஜிம்தார் விறைத்துப்போய் நின்றான்.

●●●

மனிதநேயமும் மன்னாங்கட்டியும்

அன்று சனிக்கிழமை. ரியுசன் வகுப்பு முடித்துக் கொண்டு அவன் 10.30க்கு புறப்பட்டான்.

ரியுஷன் நடந்துகொண்டிருக்கும் போது மிஸ்ஸிஸ் தேவரெத்தினம் வந்து அவனைக் கூப்பிட்டு விசாரித்த செய்தி அவனுடைய மனதைக் குடைந்து கொண்டிருந்தது.

"தீபன் மெய்தானா? அனுராதபுரத்தில் மிஸ்ஸிஸ் கோவிந்தசாமியும் அகப்பட்டுக் கொண்டாவாம்."

"அப்படித்தான் பயந்து மிஸ்டர் கோவிந்தனும் பொலிஸ் வயர்லெஸ் மூலமாக விசாரித்துக் கொண்டிருந்தார்"

"அவ எப்ப போனவ?"

"செவ்வாய்க்கிழமை — 16ம் திகதியாம் யாழ்தேவி கொணக்ஷனுக்காக உதயதேவியில் புறப்பட்டதாம்"

"புதன்கிழமை விடியத்தானே அனுராதபுரத்தில் தங்கினவங்களாம்?"

“ஓமாம்”

“அது சரிதான். மிஸிஸ் கோவிந்தசாமி அனுராதபுரத்து ஆஸ்பத்திரியிலாம். பிள்ளைகளைக் காணவில்லையாம். அதைவிடப் பெரிய அதிர்ச்சி என்ன தெரியுமா? ஆனந்தராஜனை வெட்டிக் கொன்றதாம். சங்கீதத்தைத் தாறுமாறாய்க் கெடுத்துப் போட்டானுகளாம்”

“ஆ. . .”

அந்தத் திகைப்பின் பின்னரும் அவன் ஒரு மணிநேரம் வகுப்பு நடத்திக்கொண்டிருந்தான்! என்ன மனுஷன்அவன்!

காதோரமாகக் கவிந்து கிடந்த தலைமயிரைக் காது இடுக்கில் நீவிவிட்டுக் கொண்டே அவன் விளையாட்டு மைதான ஓரமாகச் சைக்கிளை மிதித்துக் கொண்டு வந்தான். புதிய மெதடிஸ்ற் சேர்ச்சைக் கடந்து பிரதான வீதியில் ஏறுகையில் சைக்கிள் டயர் குத்தியது. அவன் நெஞ்சைப்போல.

பக்கத்தில் உள்ள சைக்கிள் கடைக்குப் போய் காற்றடித்துக் கொண்டு மீண்டும் சைக்கிளில் ஏறினான். பாபுஜியைக் கடந்து மஜெஸ்ரிக் எலக்ரிக்கல் உவோர்ச்சுள் எட்டிப் பார்த்துவிட்டு எதிரே தெரிந்த சனம் நிறைந்த கடைத் தெருவை அசுவார்ஸமாகப் பார்த்தான். வாடிவீட்டு வீதியில் சைக்கிள் திரும்பியது.

சந்தையைக் கடக்கும் போது, சந்தைக்கு எதிரே, பாடசாலை மதிலில் கிறுக்கப்பட்டிருந்த சுலோகங்களைக் கவனித்தான்.

முருகேசுப்பிள்ளை டொக்டரின் வீட்டு மதிலோரம் குலைகுலையாகத் தொங்கிய திருக்கொன்றைப் பூக்களை ஒரு முறை திரும்பிப் பார்த்தவன் மிருதுவான வெயிலில், மெல்லிய காற்றில் அசைந்த அந்த புளியமரத்தின் நிழல்களூடு செல்கையில் மீண்டும் பாடசாலையின் அந்த நீண்ட மதில் முழுவதும் தொடர்ந்து கிறுக்கப்பட்டிருந்த கோஷங்களைப் பார்த்தான்.

ஓர் இடத்தில் துப்பாக்கி வரையப்பட்டு ‘எங்கள் இரத்தத்தில் தமிழ் உரிமை மலர்க’ என்று இருந்தது.

இன்னோர் இடத்தில் ‘ஏழாண்டில் எங்கள் தமிழ் உரிமை’ என்று மைவழிந்த மாதிரி இருந்தது.

மற்றுமோர் இடத்தில் ‘எட்டப்பனின் தோலை உரித்து மேளம் கொட்டுவோம்’ என்றிருந்தது.

ஒரு நீண்ட பெருமூச்சுடன் அவன், எதிரே நீண்டு கிடந்த அந்தக் கறுத்த தார் றோட்டைப் பார்த்தான். ஏற்ற இறக்கங்களுடன், ஹரிசன் தியேட்டரில் “*Daring dozens*” சிவப்பு எழுத்துக்கள் தெரிந்தன. அதற்கப்பால் உள்ள மதகடியைக் கடந்து வரும் ஏற்றத்தில் சைக்கிள் கிரீச்சிட்டு அழுது முனகியது. அடுத்து வந்த இறக்கத்திற்கு குதிரை போலப் பறந்தது. தபாற்கந்தோரையும் கடந்து, கடலின் அமைதியை அவனுடைய கண்கள் முற்றாகத் துழாவ முன்னரே சைக்கிள் கிளப் வாசலுக்குப் போய்விட்டது. பழக்கப்பட்ட குதிரை.

கிளப்பில் பாரதியுடன் சிறிது நேரம் பிங்பொங் விளையாடினான் தீபன். திலகனும் யாக்கூப்பும் வந்தபோது அவர்களுக்கு விட்டுக் கொடுத்துவிட்டு அவனும் பாரதியும் பாக்கியத்தோடும், செபத்தாரோடும் 304 விளையாடச் சேர்ந்தார்கள்.

எதிரே ஸ்ரூலில் சிகரெட்டுகளும் சாராயமும் லெமனேட்டும். யார் அவனுக்கும் சேர்த்து ஓடர் செய்தார்கள்? செபத்தாரா, பாக்கியமா? என்ன இது? கறுப்பா, வெள்ளையா? கறுப்புத்தான், சேச்சே! என்றாலும் இந்த வேளையில் அதுவும் பரவாயில்லை. லெமனேட்டைக் கிளாசின் விளிம்பு வரை ஊற்றி ஒரேயடியாக வாரிக் குடித்துவிட்டு மூக்கைச் சுளித்துக் கொண்டு நிமிர்ந்தான். பின், எல்லாவற்றையும் மறந்தவனைப் போலத் தாள்களை மாற்றி அடித்துப் பிரித்துப் போட்டான். . ."

. . . ஆஸ்பத்திரி, வார்ட். உயர்ந்த கட்டில். அவள் தலையில் கட்டுகளுடன்; தாலிக் கொடியைக் காணவில்லை. மாலையைக் காணவில்லை. காப்புகளைக் காணவில்லை. தோடு?. . . காது அறுந்ததா? பிளாஸ்ரிக் போட்டிருக்கு, ஓ! ஐயோ. . . என்ர பிள்ளைகள். . . என்ர பிள்ளைகள். . .

. . . ஒரு சிறிய தெருவின் மூலை, ஒரு தண்ணீர்க் குழாயடியின் சகதி. இரண்டு கோழிக் குஞ்சுகள் — தலைகளை உயர்த்தி — கழுத்துவரையும் தோல் மடிப்பு இழுபட்டு நீள, நிர்க்கெதியாய். . . கீச், கீச். . . கீச், கீச். . .

. . . தூரத்தில் வெள்ளரசு மரம். . . ருவான்வெலிசாய தாது கோபுரம். . . பின், அவை இதோ கண்முன் உயர்ந்து நெடுத்து — செக்கர்வானின் பின்னணியில் அரசு இலை கரிய நிழலாக . . .

"என்ன தீபன், இரண்டு தாள்போட இவ்வளவு நேரமா?"

"என்ன, பாரதி இறக்கியாச்சா? . . . கலாவரைதானே இறங்கி வருது? என்னிடம் துரும்பு இல்லையே. . . ஆடத்தன் ஏசைக் கழிப்போம். . . அடடே ஆடத்தன் துரும்பா? என்ன, இன்றைக்கு! ஒன்றையும் கிரகித்து வைத்துக்கொள்ள முடியவில்லை!. . . . இரண்டு ஆட்டம் தோற்றாச்சா? பாக்கியம் மன்னியப்பா, பெஸ்ட் ஒஃப் ஃபைவ் தானே . . அடுத்த மூன்றும் நமக்குத்தான் . . . சேச்சே, அப்படி ஒன்றும் மப்பு இல்லை. . . போயும் போயும் ஒரு ட்ரிங்தானே. . ."

. . .மீண்டும் அனுராதபுரம் . . . அத்தனை அல்லோலகலத்திலும் ஆனந்தராஜனின் உருவம் தெரிகிறது. அவன் நெடுவல் கடைவாயில் இரத்தம் வழிகிறது. காடையரின் இரும்புப் பிடி என்றாலும் அவன் நிமிர்ந்து நிற்கிறான். ரத்தம் வழிந்து சேர்ட்டு கிழிந்தாலும் அவன் நிமிர்ந்து நிற்கிறான். அவனுடைய நிமிர்ந்த தோற்றத்தில் அந்த ஐக்கடையாவிற்கு இன்னும் எரிச்சல் வந்துவிட்டது, துள்ளிப்பாய்ந்து ஆனந்தராஜனின் தலைமயிரைப் பற்றி இழுத்துக் குலுக்கி விடுகிறான். ஆனந்தராஜன் இப்போது சிறிது குனிந்த மாதிரித் தலைமயிர் குழம்பி நிற்கிறான். அவனை ஒரு மரத்துடன் சேர்த்துக் கட்ட அவர்களுக்குக் கயிறு கிடைத்து

மனிதநேயமும் மண்ணாங்கட்டியும்

விடுகிறது. அவனுக்கு முன் அவளை இழுத்துக் கொண்டு போகிறார்கள். இரண்டு பக்கமும் இரண்டு பேர். பின்னால் ஒருவன்.

"அத்தான்!"

"சங்கீதா!"

ஓர் இளம்நாகு திமிறி, எகிறி கழுத்தை இழுத்துக் கொண்டு நின்று, பின் இழுபட்டு இடறி இடறிப் போகிறது,

சுளைகளைந்த பலாப் பழச்சக்கை ஒன்றை, ஒருகை வேலிக்கு வெளியே எறிகிறது. . .

. . . தீபன் சீட்டாட்டத்தில் இன்னும் அநேகம் பிழைகள் விட்டான். விழுந்த தாள்களைக் கிரகித்து மனதில் வைத்துக் கொள்ளமுடியவில்லை. அடுக்கிய தாள்கள் எங்கே போய் நிற்கும் என்பதைப் பிடித்துக்கொள்ள முடியவில்லை. அவனுக்கு உண்மையிலேயே மதுவின் கிறக்கம்தானா? ஆக இரண்டு ட்ரிங்தானே. முத்து இன்னுமொரு அரைப் பைந்தும் லெமனேடும் சிகரெட்டுகளும் கொண்டு வந்தான். யார் இதற்கு ஓடர் செய்தார்கள் பாக்கியமா? செபத்தாரா? பாரதியா? அதிலும் பாதி முடியும்போது உலகத்தையே உள்ளுக்குக் கொண்டு வருவது போல் வெங்கட் வந்து சேர்ந்தான்.

"கண்டியிலும் கேஃபியு, கொழும்பிலும் கேஃபியு. . . இட் இஸ்ஸ் பெறடிங் ஓள் ஓவர். . .முத்து ஒரு ட்ரிங் கொண்டுவா. . ."

வெங்கட் கலகலப்பாகச் சொன்னான். அந்தக் கிளப் முழுவதும் அவனுடைய குரல் சதங்கை போல ஒலித்தது. தீபன் ஸ்தம்பித்துப் போய் இருந்தான். திலகனும் யாக்கூப்பும் பிங்பொங் ஆட்டத்தை நிறுத்தினார்கள். இந்த வெங்கட்டுக்கு மாத்திரம் இதெல்லாம் சந்தோஷமா? முத்து கொணர்ந்த ட்ரிங்கை வெங்கட் எடுத்துக்கொண்டே இன்னும் உற்சாகமாகச் சொன்னான்.

"எப்படி ஜனாதிபதி ஜெயவர்த்தனாவின் ராத்திரிய ரேடியோ பேச்சு?"

"சண்டை என்றால் சண்டை, சமாதானம் என்றால் சமாதானம்" — திலகன்.

"நல்ல நரிப்பேச்சு!" — பாக்கியம்.

"இல்லை! இட் உவோஸ் எ ஃகிராண்ட்ஃபாதேஸ் ஸ்பீச்" — தீபன்.

சடுதியாகக் கிடைத்த அந்த உவமானம் பிடித்துக் கொண்டதைப் போலிருந்தது, மீண்டும் அதைச் சொல்லிக் கொண்டே எழுந்தான்.

"யெஸ், இட் உவோஸ் எ கிராண்ட் ஃபாதேஸ் ஸ்பீச். . . அது ஒரு பெத்தப்பாவின் பேச்சு,"

"என்ன தீபன் போகவா?"

மனிதநேயமும் மண்ணாங்கட்டியும்

“ஓமோம். . . ”

நேரம் 1.30க்கு மேலாகி இருந்தது. நல்லவெயில். சைக்கிளை வேகமாக மிதித்தான். வாடிவீட்டு வீதியின் இறக்கம். ஹரிசன் தியேட்டர். அந்த பாடசாலையின் நீண்ட மதிற்சுவர். அதில் வரைந்துள்ள சுலோகங்கள்.

“எங்கள் ரத்தத்தில் தமிழ் உரிமை மலரட்டும்”

“எட்டப்பர்களின் மகள்மாரைக் கடத்துவோம்.”

“எட்டப்பர்களின் தோலை உரித்து மேளம் கொட்டுவோம்.”

சைக்கிளை நிறுத்திக் காலை உதைகுத்தி அந்தக் கடைசிச் சுலோகத்தை உற்றுஉற்றுப் பார்த்தான். மதுவின் கிறக்கம் முகத்தில் தெரிந்தது. உதடு கடைவாயோரமாய் நெளிந்து சுருண்டது. அதே இடதுபக்கக் கண்ணோரமாய்ச் சந்தை தெரிந்தது. அவன் சைக்கிளைத் தொடர்ந்து மிதித்தான். சந்தைப் பக்கம் திரும்பிப் பார்க்கையில், இறைச்சிக் கடை வேறுவேறு கடைகளின் இடுக்குகளின் ஊடே தெரிந்தது.

. . . தோலுரித்த ஆடு இன்னும் துடித்துக்கொண்டு தொங்கியது. அதன் சிவப்புத்தசை ‘குளோசப்பில்’ கண்ணின் முன்வருகிறது. தோலுரித்த தசை அதன் மெல்லிய வெண் சவ்விழையப்படரினுடாக எங்கும் “புருபுரு” என்று துடிதுடித்துச் சிலிர்த்துக் கொண்டிருக்கிறது. தோலுரித்த பிறகு அதன் ஜீவசக்தி துலாம்பரமாய்த் தெரிவது போல் உள்ளது. சுகாதாரப் பரிசோதகர் வந்து ‘எட்டப்ப ஆடு’ என்று அதற்கு சீல்குத்துகிறார். கீழே கசாப்புக் கடையினுள், உரித்த ஆட்டுத்தோல் கம்பளிப் போர்வை போல் கிடக்கிறது. . . ஆடு விளாஸ் இறுக்கிய உடுக்கை, கண் தெரியாத இளைய மாமா தட்டுகிறார். . . கே. பாலச்சந்தரின் ‘அரங்கேற்ற’ நாயகி பிரமிளா, ரவுண்ட்எபௌட் சந்திக்கு மேல் ஏறிக்குதித்து, றபானைத் தட்டிக்கொண்டு ஓடுகிறாள் கடலை நோக்கி. கடல் தீபனின் முன், பட்டினத்தையெல்லாம் மூடி, உறைந்து ஸ்தம்பித்து நிற்கிறது . . .

தீபனின் சைக்கிள் ரவுண்எபௌட்டில் திரும்பி மஜெஸ்ரிக்கைக் கடந்து வெலிகமையை நெருங்கும்போது சைக்கிள் கடைக்காரன் சொல்லிக் கொண்டிருக்கின்றான்—

“சிலோன் முழுக்க ஊரடங்குச் சட்டம், என்ன, நம்புறிங்கல்ல இல்லையா? . . . கல்முனையிலயுந்தான் . . . அஞ்சு மணி தொடக்கம். . . ஓடுங்கோ! சாமான் சக்கட்டுப்புக்கெட்டுகளை வாங்கி வையுங்கோ . . .”

சருகுகள் பறந்து ஓடுகின்றன. வீதியும் வெயிலும் வெறிச்சோடுகின்றன . . .

. . . வெள்ளைச் சுவரில் இருளும் ஒளியுமாய் நிழல்கள் சடசடத்து யாருக்கோ பயந்து ஓட்டம் எடுக்கின்றன. வேலிக்கம்புகள், வேலித்தழைகள், இலைகள் இவ்வளவு பெரிய கரிய நிழல்களாக யாருக்குப் பயந்து இப்படி— . . . இன்னும் கிடுகுப் பொத்தலில் கண்

புதைய, "ஆமி ஜீப்" என யாரோ அலறிக் கேட்கிறது. ஹரிசன் தியேட்டரின் வெள்ளித்திரை இலக்கங்கள் அறுந்து தலைகீழாகப் புரள்கின்றன. 58, 61, 71 . . . துறைநீலாவணையின் புளியமரத்து இருளில் ஜீப்பை விட்டுவிட்டு, வெறும் காலுடன் வயல்வரம்புகளில் தப்பி ஓடிய கரிய உருவங்கள். . . பஸ்ஸைக் கொளுத்துவதற்கும் துவக்குகளைப் பறிப்பதற்கும் கோயில் வெளியிற் கூடிய இருள் இரவுகள் . . . மருதமுனையிலிருந்து இரவோடிரவாக வந்த சீனத்து யாத்திரீகர்கள் . . . கீர் — அன் — சுங்கும், மர்தூங் கொத்தூங்கும், மர்துங் — குபுரூட்டுங் — சுங்கும் . . . மாக்ஸை மடு வெட்டிப் புதைக்கிறோம். மாவோவைக் கோடிமூலைக்குட் குவித்து எரித்து விட்டோம். எரிந்தும் அவை சாம்பலாகிப் போகல்லையே, கறுத்தக் கறுத்தத் துண்டுகளாய் எங்கும் காற்றில் பரவி . . . பொல்லாத சீனக் கடதாசி! அந்த எழுத்துக்கள் கூட இன்னும் தெரிகிறதே, தாள் கருகிப் போயும் . . . எல்லாம் நிழல்கள் . . . கருநிழல்கள் . . .

தீபன் இன்னும் சைக்கிளை மிதித்தான். வெயில் இன்னும் கொளுத்தியது. ஆஸ்பத்திரி கடந்தது. ராஜ் தியேட்டர் கடந்தது. வயல்கள் கழிந்தன, எதிரே அரசடியம்மன் கோயில். கூட்டம் கூட்டமாக அணியணியாக . . . சூட்கேசுடனும் மூட்டை முடிச்சுக்களுடனும் ஆண்களும் பெண்களும் — யார் இவர்கள்? இவர்களுடைய முகத்தில் ஏன் கவலை? . . . எங்கே போகிறார்கள்? கதிர்காமத்துக்கு போகும் யாத்ரீகர்களா?

"யார் இவங்க? சாமிற்ற போற ஆக்களா"

"ம்ம், இவங்க இனிசாமிற்றதான் போகவேணும் . . .இப்பதான் தெரியுது ஆட்களுக்கு. . . குடி எழும்புறாங்க. . . .எழும்பட்டும், எழும்பட்டும். . . .'

சலூன் யன்னிலினூடு சின்னத்துரையின் குரல். இவன் துணுக்குற்றான். கண்கள் அகல அகல அந்த மனிதர்களைப் பார்த்தான். இவர்கள் சிங்களவர்களா? இத்தனை சிங்கள மக்களும் உத்தியோகத்துக்காகவும், வியாபாரத்துக்காகவும், சிறு தொழில்களுக்காகவும் இந்தச் சிறிய தமிழ்க் கிராமத்தில் இருந்திருக்கின்றார்களா? வேர்கள் எங்கெல்லாம் நீண்டு நெருண்டு கிடக்கின்றன!

இவர்கள் ஏன் போகின்றார்கள்? பயந்து போகின்றார்களா? எங்களுக்கு, இந்த ஊர்மக்களுக்கு பயந்தா போகிறார்கள்? . . . ஓ . . . நோ, நோ. "உங்களுக்கு ஒரு ஆபத்தும் வராது நீங்கள் போகவேணாம்" என்று இவன் இவர்களுக்குச் சொல்லத்தேவை இல்லையா? இவனுக்கு அவர்களின் பாஷைகூடத் தெரியாதே. இந்த மக்களில் எவரையும் அறியாமல், எவருடனும் சிநேகம் கொள்ளாமல் அவன் இவ்வளவு காலமும் இங்கே வாழ்ந்திருக்கின்றானா?

அவன் மிகவும் கூச்சப்பட்டான். அவர்களுக்கு தான் எதிரிகள் இல்லை என்பதை, தன் ஊர் மக்கள் எதிரிகள் இல்லை என்பதை அவன் அவர்களுக்கு எப்படி புரிய வைப்பான்? அவர்களுக்காக

அவனது மனித நேயம் எவ்வளவு கதறுகிறது என்பதை அவன் அவர்களுக்கு எவ்வாறு புரிய வைக்கலாம்?

அவன் அவர்களைப் பார்த்துச் சிரிக்க முயன்றான். அவனுடைய உதடுகள் பிரிகின்றனவா? மதுவின் தாக்கத்தால் உதடுகள் காய்ந்துவிட்டனவா? மதியம் கழிந்த இரண்டு மணியின் கூர்வெயில் முகத்தில் அடித்தது. அவர்கள் எவரும் அவனைக் கவனித்ததாகவோ சட்டை செய்ததாகவோ தெரியவில்லை. சைக்கிள் மிதித்தபடியே எதிரே வந்த இன்னும் சிலரை அவன் பார்த்தான். அவன் மீண்டும் சிரிக்க முயன்றான். ஆனால் அவனுடைய சிரிப்பை அவர்கள் தவறுதலாகவும் விளங்கிக் கொள்ளக்கூடுமல்லவா? குடி எழும்பிப் போறிங்களா? என்று அவன் பரிகசிப்பதாக அவர்கள் நினைத்துக் கொண்டால்? . . .

அவன் தலையைக் குனிந்தான். அவர்களைக் கடந்து முடியும்வரை அவன் தலையைக் குனிந்துகொண்டே சைக்கிளை மிதித்தான். பின்னர் தலையை ஒருபக்கமாக திருப்பி வெறிச் சென்றடித்த அந்த வெயிலை என்னவோ ஏதோ என்பதைப் போல அசுவார்ஸயமாகப் பார்த்தான்.

எதிரே ஒரு பொலிஸ் ஜீப் வந்துகொண்டிருந்தது.

●●●

காண்டாவனம்

ஆண்களும் பெண்களுமாய், களேபரம் மிகுந்த அந்த மிஷன் சண்டே ஸேல்ஸ்சில், கூட்டங்கூட்டமான பல ஸ்டோல்ஸ்சுகளுக்கு இடையே பொன்போலப் பூத்திருந்த புனைமுருக்குகள் ஒன்றின் கீழ், கோடுகோடான வட்டங்கள் பல சூழ்ந்திருந்த ஒரு சதுரப்பலகையின் மையத்தில் உள்ள சிவப்புப் புள்ளியில் அந்த ரப்பர் துப்பாக்கி ரவை குத்தாக ஒட்டிக்கொண்டது.

அந்த ரவையை ஏவிய விளையாட்டுத் துப்பாக்கியை வைத்திருந்தவன், தலைமீது தொப்பி அணிந்த சிவந்த செம்மாம்பழ நிறமான உயர்ந்த ஒல்லியான ஒரு இளைஞன். அசந்துபோய் நின்றவர்களிடையே, அவனுக்கு நீட்டப்பட்ட பரிசான பியர்போத்தலைச் சட்டை செய்யாது, அவன் மற்றுமொரு சுடுதலுக்குத் தயாரானவனாய், கட்டணத்தைச் செலுத்தினான். அவனுடைய நீண்ட கையினுடைய இலாவகம் அசாத்தியமானதாக இருந்தது. அவன் துப்பாக்கியை நீட்டிக் குறிபார்த்ததும் டொப் என்ற சத்தத்துடன் ரப்பர் ரவை சிவப்புப்புள்ளியில் ஒட்டிக்கொண்டது. இன்னுமொரு பியர்போத்தல் அவனுக்காக எடுக்கப் படுகையில், அவன் மீண்டும் போட்டியில் பங்குபெறக் கட்டணத்தைச் செலுத்தினான். மீண்டும் ஒரு ஷொட். ஸ்டோலை நடத்தியவர் தலையை சொறிந்தார். அடுத்தடுத்து மூன்று பியர்போத்தல்கள்,

ஸ்டோலுக்கு உதவிய பெட்டைகளூடாகக் கைமாறின. எனினும், அந்த உயரமான செம்மாம்பழ ஒல்லி, ஒரு போத்தலை மட்டும் பெற்று அதனைத் திறந்து பருகத் தொடங்கினான்.

அந்தத் துப்பாக்கிக்காரனின் சாகசத்தை அசுவார்சமாக பார்த்து நின்ற ஒரு கறுத்த, கட்டையான, பிரஷ்தலை இளைஞன் போட்டியிற் பங்குகொள்ள முன்வந்தான். அவனும் அடுத்தடுத்து ஐந்துமுறை போட்டியிற் பங்குகொண்டு ஐந்து முறையும் சிவப்புப் புள்ளியைச் சுட்டான். உயர்ந்த செம்மாம்பழ ஒல்லி இளைஞன் அந்தக் கட்டையனை ஆச்சரியமாகப் பார்த்து, எழுந்துபோய் அவனுடன் கைகுலுக்கினான். செருமிக் கொண்டு இன்னொரு இளைஞன் முன்வந்தான். அவன் நடுத்தர உயரமானவன். பொதுநிறம். இடது மணிக்கட்டில் ஒரு சிவப்புப்பட்டி கட்டியிருந்தான். அவனுடைய வலது கைவிரல்கள் மொட்டையாகவே இருந்தன. இடது கையால் துப்பாக்கியை எடுத்தான்.

“நண்பர்களே, நான் மொத்தமாகப் போட்டிக்குக் கட்டணம் செலுத்துகிறேன். எத்தனை முறை நான் அடுத்தடுத்து அந்தச் சிவப்புப்புள்ளியைத் துப்பாக்கி ரவையாலே தொடவேண்டும் என்கிறீர்கள்?”

அப்படி அவன் சொல்லும்போது ஒரு ஹீரோவாக அல்ல, ஒரு கோமாளியாகவே தென்பட்டான். தன் நீக்கிரோ சுருள்முடியை அவனது மொட்டை விரல்களால் நீவிவிட்டுக் கொண்டான். ஒரு சிறுவன் உற்சாகத்துடன்சொன்னான் —

“பத்துமுறை”

“அவ்வளவுதானா? இன்னும் யாராவது?”

அவன் கூட்டத்தை சுற்றிவரப் பார்த்தான். “நீ பத்துமுறை சுட்டாலே போதும்” என்பதுபோல் இருந்தது அவர்களுடைய பார்வையும் சிரிப்பும்.

மொட்டு விரல் நீக்ரோ முடிக்காரன் சுட்டான். பத்து முறையும் அவனுடைய ரவைகள் சிவப்புப் புள்ளியை தைத்தன. கூட்டம் கரகோஷம் செய்தது. பத்து பியர்போத்தல்கள் அவனுக்காக மேசையில் ஒதுக்கப்பட்டன. அவன் ஒன்றை மாத்திரம் எடுத்துத் திறந்துகொண்டு முன்பு சுடுதற்போட்டியிற் கலந்துகொண்ட மற்ற இருவரையும் நோக்கிப் போனான்.

உயர்ந்த செம்மாம்பழ ஒல்லி, தான் குடித்த வெற்று பியர் போத்தலை பனைகளுக்கு அடியில் போட்டபடி கேட்டான்.

“நீ எங்கே சுடுவதற்குப் பழகிக்கொண்டாய்?”

மொட்டுவிரற்காரன் சிரித்துக்கொண்டே சொன்னான்.

“யுத்த களத்தில். நீ எங்கே கற்றுக்கொண்டாய்?”

காண்டாவனம்

ஐந்து பியர்போத்தல்களையும், தன் இரண்டு கமுக்கட்டுகளுள்ளும் அமுக்கிக் கொண்ட கறுத்த கட்டை பிரஷ்தலையன் முன் வந்தான்.

“அகஸ்மாத்தமாகத்தான் நாம் மூவரும் சந்தித்தோம். ஆனால், இந்த அகஸ்மாத்தமான சந்திப்புக்கு ஒரு அர்த்தம் இருக்கிறது என்பதை நீங்கள் உணரவில்லையா? நமக்கு நிர்ணயிக்கப்பட்ட ஒரு பணி இருக்கிறது. வாருங்கள் இந்த ஐந்து பியர்போத்தல்களையும் அழகான ஒரு இடத்தில் அமர்ந்து பருகிக்கொண்டே பேசுவோம்...”

சைக்கிள்களை எடுத்துக்கொண்டு போகன்விலா மலர்கள் தோரணமைத்த அந்த செங்காவி நிறப் பெரிய கேற்றுக்களைக் கடந்து வெளியே போனார்கள்.

நேரே ஆஸ்பத்திரியைக்கடந்து, எதிரே வந்த ஒரு பாடசாலையையும் கடந்து அப்பால் வெளவால் ஊடாடிய ஒரு நீதிமன்றக் கட்டிடத்தையும் கடந்து, மறைந்த சூரியனின் வெம்மையை உமிழும் பள்ளப்பாடான ஒரு ரோட்டில் திரும்பி, அந்த இறக்கத்தில் சடசடத்து ஓடி, மறு ஏற்றத்தில் குதிரையின் பிடிபிடித்து எதிர் வந்த வீதியில் கிழக்காகத் திரும்பினார்கள். எதிரே தெரிந்த நீலக்கடலை நோக்கியபடி இரண்டு மிதி உழக்கியதும் பப்பிளிக்சேவிஸ் கிளப் வந்தது. கிளப்பின், உள் வீதியினூடாக அதன் பின்புறக் கடலோரத்துக்கு வந்தார்கள்.

“சரி, முதலில் நம்மை நாம் அறிமுகப்படுத்திக் கொள்வோம்”

உயர்ந்த ஒல்லியான செம்மாம்பழம் சொன்னான்.

“என் பெயர் ஹரீஸ். ஒரு இலட்சியத்துக்காக நானே சுடப் பழகினேன். என் வீட்டுக் கொல்லைப் புறத்தில் சைலன்சர் பூட்டி.”

“துப்பாக்கி வைத்திருக்கிறாயா?”

“ஒன்று எடுத்து வைத்திருக்கிறேன்”

கறுத்த கட்டையான பிரஷ் தலையன் சொன்னான்,

“என் பெயர் ரஞ்சித். சுடப் பழகிக் கனகாலம். ஒரு வருடமாக தீவிர பயிற்சி. ஆனால் நான் சுட வேண்டியவனை தனியாக நெருங்க முடியாமல் இருக்கு...”

“துப்பாக்கி வைத்திருக்கிறாயா?”

“என் ஒரே துணை அதுதான். தினமும் துடைத்துத் துப்பரவாய் அதை என் தோழன் போல் வைத்திருக்கிறேன்.”

பொது நிறமான நடுத்தர உயர நீக்ரோ சுருள்முடி மொட்டு விரற்காரன் சொன்னான்.

“என் பெயர் ஈசன். மேலிடத்தில் பயிற்சி. என் துவக்கு பறி போயிற்று. வெறும் கையனாக இருக்கிறேன். . .”

“இலட்சியம் ஏதாவது உண்டா?”

“ஒருவனைத் தீர்க்க வேணும். . .”

“சரி நண்பர்களே, நம் மூன்று பேருக்கும் இலட்சியங்கள் இருக்கின்றன. அந்த இலட்சியங்கள் எட்டப்படும் வரை நாம் ஒன்றாக இருப்போம்”

இரவாகி விட்டது. பியர் தீர்ந்தவுடன் அவர்கள் வெளிக்கிட்டார்கள்.

நீண்ட தூரங்கள் சைக்கிளில், இருளிடையே குறுக்கும் மறுக்கும் போனார்கள். ஒரு பாடசாலையின் அருகே, ஒடுங்கிய ஒழுங்கை ஒன்றில் ஹரிஸ் மற்றவர்களை அழைத்துச் சென்றான்.

“பாருங்கள் இந்த இடுக்கு ஒழுங்கை வழியாகத்தான் எல்லாம் நடந்திருக்கு. இடுக்கொழுங்கை முடிய இந்தக் குளம். இது குளந்தான், தெரிகிறதா? கொஞ்சம் காலை வைத்து இறங்கிப் பாருங்கள் தெரியும். இப்போது வற்றுக் காலமாய் இருப்பது போலத்தான் அப்போதும். ஆனால் அது சற்று முந்தி. லேசான ஈரச்சவசவப்பு இருந்தன அப்போ. அணைக்கட்டுக்கு அங்கால இருக்கிற பரந்த வயல்பூமியில இப்போ போலத்தான் அப்போவும் வெட்டுக்காலம் முடிந்திருந்தது. அணைக்கட்டிலிருந்து அவ்வளவு தூரத்தில் இல்ல. வாங்க காட்டுறன்... இந்த இடந்தான். காலை வைச்சுப்பாருங்க... அந்தப் பள்ளம் தெரியும். அவன் வெட்டிய குழியும் அவ்வளவு ஆழமில்ல. . .”

“எஸ்.ரி.எஃபை நான் கொண்டு வந்தனான். மோப்பம்பிடிக்கும் பொலிஸ் நாய்களும் கொண்டுவரப் பட்டிருந்துதான். மரண விசாரணை அதிகாரிகளுக்கும் நான் ஏற்பாடு பண்ணினன். . .”

“ஒரு தகவலின் பேரிற்றான் அந்தத் தேடுதல் நடந்தது. என் தகப்பனார் அந்தக் குழியின் சுரிக்குள்ள மண்ணோடு மண்ணாகக் கிடந்தார். அவருடைய அதே கட்டைக் கைச்சேட்டு. அதே கட்டம் போட்ட சாரன். அதே இடுப்புப்பட்டி.”

“புரிகிறதா நண்பர்களே? இந்தக் கேட்டைப் புரிந்தவனை நான் என்ன செய்யவேணும்? என் தகப்பனார் ஒரு தவறு செய்தார். போராளிகள், போராளிக் குழுக்கள் பற்றியெல்லாம் அவர் கவலைப்படவில்லை. அவர் ஒரு வியாபாரி. ஆயுதக் கொள்வனவு, ஆயுத விற்பனவு அதிக லாபம் தரும் வியாபாரம் என்பதை அவர் புரிந்துகொண்டார். இந்த பாதாள உலகு வியாபாரத்திலே அவரும் பங்காளிதான். அதற்குரிய தண்டனைதான் அவருக்குக் கிடைத்தது என்று சிலர் சொல்கிறார்கள். ஆனால் அவருடைய மகனாகிய எனக்கு மனம் கேட்கல்ல.”

“பாருங்கள், அவனும் ஒரு ஒல்லி. எங்கள் வீட்டுக்கு பலமுறை வந்திருக்கிறான். ஆள் ஒரு துரும்பு. அவன் எப்படி என்னுடைய தகப்பனாரின் மையத்தை இந்தக் குளத்துக்குள் கொண்டு வந்தான் என்று தெரியல்ல. என்னுடைய தகப்பனார் அவனுடைய வீட்டுக்குப் போயிருக்கிறார். கொடுக்கல் வாங்கல் தகராறு. ஆளையே கொலை செய்திற்றான் படுபாவி.

காண்டாவனம்

எனக்கு தெரிந்ததெல்லாம் ஒன்றுதான். என் தகப்பனின் மரணத்துக்கு காரணமானவனை நான் பழிவாங்கவேணும் அதற்கு நீங்கள் எனக்கு உதவி செய்யவேணும்."

அவர்கள் மௌனமாக அந்தப் பாடசாலை இடுக்கல் வழியே பிரதான வீதிக்கு வந்து தெற்கு நோக்கிப் புறப்பட்டார்கள். தூரத்தில் மங்கலான மின் குமிழ்கள்.

சிறிது தூரம் அவர்கள் மௌனமாக நடந்தபின் ஹரீஸ் கேட்டான்,

"ஏன் நண்பர்களே எனக்கு நீங்கள் பதில் கூறாமல் நடக்கிறீர்கள்?"

காற்றில் தெருவிளக்குகளின் மங்கல் ஒளியில் ஓர் அரசமரத்தின் இலைகள் கலகலத்துக் கேட்டது. எதிரே வந்த ஆலய வெளிச்சத்தைக் கடந்தும் அவர்கள் நடந்தார்கள். சிறிதுதூரம் போனதும் ரோட்டு ஓர் அரைவட்டம் போடத்தக்க அளவில் வில்லாக வளைந்து போனது. வில்லின் உள்ளிடத்துள் பெரிய மைதானம் தெரிந்தது. சற்று உற்றுப் பார்த்ததும் அந்த மைதானம் பலவிதமான பூண்டுகள் மூடிய சதுப்புநிலம் போலத் தெரிந்தது. சதுப்புநிலத்துக்கு அடுத்த பகுதியில் குளம் தெரிந்தது. வாகைமரம் ஒன்றின் பக்கத்தில் மதகு ஒன்றும் தெரிந்தது.

மதகைக் கடந்து அவர்கள் நடந்தார்கள். மதகைக் கடந்ததும் ஒரு சந்தி வந்தது. சந்தியிலிருந்து ஈசன் பின்னோக்கிப் பார்த்தான். வளைந்த வீதியும் மதகும் மைதானமும் தூரத்தூர மங்கலாக மின்னும் தெரு விளக்கிற்பட்டும் படாமலும் ஒரே பார்வையில் தெரிந்தன.

சந்தியின் மேர்க்கூரி வெளிச்சத்தில் ஹரீஸ் மீண்டும் கேட்டான்.

"என்ன, எனக்கு ஒரு பதில் சொல்லமாட்டிங்களா?"

ரஞ்சித் மேர்க்கூரி விளக்கிற்கு நேர்கீழே நின்றான். அவன் நிழல் கீழே ஒடுங்கியது. ஹரீசினுடைய தோளைத் திருப்பி அவனை நேருக்குநேர் பார்க்கவைத்துக் கொண்டே சொன்னான்,

"உன் தகப்பனைக் கொலை செய்தது என் சகோதரன்தான்."

"ஆ! என்ன சொல்றிங்க?"

ரஞ்சித் மேலும் நடக்கத் தொடங்கினான். ஈசனும் ஹரீசும் பின்தொடர அவன் சற்று வேகமாகவே நடந்தான். பாதை சிறிது ஏற்றமாகிக் கொண்டு போனது. ஏற்றத்தின் உச்சியில் ரஞ்சித் தரித்து நின்றான், ஈசனும் ஹரீசும் அவனை நெருங்கினார்கள்.

"உண்மையாகத்தான் சொல்றியா? உன் சகோதரன்தான் என் தகப்பனாரைக் கொலை செய்தானா?"

"ஓம், அதற்காகவே அவனும் கொல்லப்பட்டு விட்டான். ஆனால் நான் விடப் போவதில்லை. என் சகோதரனை என்

காண்டாவனம்

கண்முன்னாலேயே நூற்றுக்கணக்கான மக்கள் பார்த்திருக்க சுட்டுக் கொன்றவனைச் சுடாமல் என் இதயம் ஓயாது. . .”

"பட்டப்பகலில் நடுத்தெருவிலா உன் சகோதரன் சுடப்பட்டான். . .?"

"இதே இடத்தில்தான். நாம் நின்று கொண்டிருக்கும் இதே இடத்தில்தான். ஒரு முன் மதியப்பொழுதில். என் சகோதரனைப் பிடித்து வந்தார்கள். அவனுடைய சேட்டைக் களைந்தார்கள். அவனுடைய சாரனை உரிந்தார்கள். நிர்வாணமாக அவனை வீதியின் ஓரத்தில் நிறுத்தி சுடுவதற்குத் துவக்கை நீட்டினான் அந்த உலுத்தன். முதல் சூட்டுக்கு என் சகோதரன் டப் பண்ணினான். குறி தவறியது. என் சகோதரன் நிர்வாணமாய்த் தப்பி ஓடினான். எங்கேயோ ஒரு வீட்டுக் கூரைப் பீலியினுட் பதுங்கினான். எப்படியோ அவனைப் பிடித்துக்கொண்டு இதே இடத்துக்குக் கொண்டு வந்தார்கள். மறுபடியும் தப்பித்துக்கொண்டு ஓடினான். கடைசியாக அவனைப் பிடித்துக்கொண்டு வந்து அந்த மின்கம்பத்திற் கட்டினார்கள். என் சகோதரன் கும்பிட்டான். குளறினான். இயக்கத்துக்காகத் தான் செய்த நன்மைகளை நினைத்துப் பார்த்து தன்னைத் தப்பி ஓட விடும்படி கெஞ்சினான். அவனுடைய பரிதாபமான நிலையைக் கண்ட சில தோழர்கள் என் சகோதரனைத் தப்பி ஓட விடும்படி கோரினார்கள். அந்த உலுத்தன் கேட்கவில்லை. அவ்வளவு பேரும் பார்த்து நிற்க என் சகோதரனை நெற்றிப் பொட்டில் சுட்டுக் கொன்றான். அந்த உலுத்தனைப் பழிவாங்க நான் சபதம் பூண்டு ஒரு சகோதர இயக்கத்திடம் சரண்புகுந்து அவர்களுடைய பயிற்சி முகாமுக்குப் போய் பயிற்சியை முடித்துக்கொண்டு அவர்களுக்குத் தெரியாமல் ஒரு துவக்கையும் கைப்பற்றிக்கொண்டு வந்திருக்கிறேன். நமக்குள் நட்பு ஒப்பந்தம் உள்ளபடியால் நீங்கள் எனக்கு உதவவேண்டும்."

ஈசன் அந்த மின்கம்பத்தடியில் போய் நின்று அந்த மின்கம்பத்தைத் தொட்டபடியே கேட்டான்,

"உன் சகோதரனைச் சுட்ட அந்த உலுத்தன் யார் தெரியுமா?"

"யார்?"

"அவன் என் சகோதரன்!"

"ஆ!"

"உண்மைதான், அவன் என் சகோதரன்!"

"உன் சகோதரன் செய்தது சரியா?" ரஞ்சித் மின்கம்பத்தை நெருங்கிக் கொண்டே கேட்டான். ஈசன் மின்கம்பத்தை விட்டு வாகைமர நிழலுக்குட் போய்க்கொண்டே சொன்னான்.

"நியாயம் வழங்கிய என் சகோதரனின் முறை கேள்விக்குள்ளானதாக இருக்கலாம். ஆனால், அவனுடைய நியாய உணர்ச்சியை விட்டுக் கொடுக்கமாட்டேன். உன் சகோதரன் கொடிய கொலைகள் செய்தவன் என்பதை ஏற்றுக்கொள்வதில்

காண்டாவனம்

உனக்கு கஷ்டம் இல்லை. அதனால், உன் சகோதர வாஞ்சை குறைவுபடப் போவதுமில்லை, உன் சபதம் குறைவுபடப் போவதும் இல்லை. ஆனால், என் சகோதரன்தான் உயிருடன் இல்லை. அவனும் சுடப்பட்டு விட்டான். அவனைக் காட்டிக் கொடுத்தவனைத்தான் நான் இப்போது உங்கள் துப்பாக்கிகளுக்குக் காட்டிக்கொடுக்கப் போகிறேன்."

"எவன் உன் சகோதரனைக் காட்டிக் கொடுத்தான்? எதற்காகக் காட்டிக் கொடுத்தான்?"

"சரியான கேள்வி. அவனைத்தான் இப்போது நீ பழி தீர்க்கப் போகிறாய். வாருங்கள் நாம் கடந்து வந்த மதகடிக்கே மீண்டும் போவோம். . ."

மேக்கூரி விளக்குச் சந்தியையும் கடந்து மதகடிக்கு அவர்கள் நடந்தார்கள்.

"பாருங்கள் இந்த இடத்தில்தான் கண்ணிவெடி புதைக்கப்பட்டது."

"யார் புதைத்தது?"

"நீங்கள் சொல்லும் அந்த உலுத்தன், என் சகோதரன்தான் புதைத்தான். அவன் புதைத்த செய்தி பரவிவிட்டது. ஊர் அல்லோகலப் பட்டது இந்த இடம் ஊருக்கு கொஞ்சம் ஒதுக்குப் புறம்தான். அப்படித்தான் என் சகோதரன் நினைத்திருப்பான். மதகுக்கு கிழக்கே பரந்த சதுப்புநிலம். இதைக் கடந்து படையினர் இலகுவாக கிராமத்தை அடையமுடியாது. அப்படித்தான் என் சகோதரன் நினைத்திருக்கவேணும்... மதகுக்கு வடக்கே, நாம் வந்த வழிதானே, இருநூறுயார்களுக்கு அப்பால்தான் ஊரின் ஓரமான அரசமர ஆலயம் இருக்கிறது. அப்படித்தான் என் சகோதரன் எண்ணியிருப்பான். மதகுக்கு மேற்கே வெறும்குளம். மதகுக்கு தெற்கே, பாருங்கள் நாம் நடந்துவந்த பாதை, வானம் பார்த்த வளவுகளும் பரண்வளவுகளும். ஒரு தாக்குதல் நடந்தால் மக்கள் தப்பிஓடக்கூடிய கால அவகாசமும் இட அவகாசமும் இருந்தன. அப்படித்தான் என் சகோதரன் நினைத்திருப்பான். தாக்குதலில் தப்பவேணும். ஆனால் தாக்குதலே நடைபெறாமல் நாங்கள் சுகமாக வாழவேண்டும் என்று நினைக்கின்ற மக்களைப்பற்றி நீங்கள் என்ன நினைக்கிறீர்கள்? அந்த மக்களில் துரோகியாக மாறிய ஒருவனையே நாம் இப்போது சந்திக்கப் போகிறோம். . ."

"எப்படி, எப்படி? எல்லாம் சிக்கலாய் கிடக்கிறதே!"

ரஞ்சித் குழம்பினான். ஹரீஸூம் குழம்பினான்.

"ஒரு சிக்கலும் இல்லை. அந்தச் சந்தி வெளிச்சத்துக்குப் போவோம் வாருங்கள். . ."

சந்தியின் மேர்க்கூரி வெளிச்சத்துக்கு வந்தார்கள். ஈசன் தன் சேட்டையிலிருந்து ஒரு டயறியை எடுத்து வினோதமான சமன்பாடுகளை எழுதத் தொடங்கினான்.

(1) ஹரீசின் தகப்பனாருக்காகப் பழிவாங்கப்பட வேண்டியவன் — ரஞ்சித்தின் சகோதரன்.

(2) ரஞ்சித்தின் சகோதரனுக்காகப் பழிவாங்கப்பட வேண்டியவன் — உலுத்தன்.

(3) ஆகவே குறுக்கைவெட்டு கைமூலம், ஹரீசின் தகப்பனுக்காகப் பழிவாங்கப்பட வேண்டியவன் — உலுத்தன்

(4) உலுத்தன் ஏற்கனவே கொல்லப்பட்டு விட்டான். கொல்லப்படுவதற்குக் காரணம் ஒரு துரோகி.

(5) ஆகவே ஹரீசின் தகப்பனுக்காகப் பழிவாங்கப்பட வேண்டியவன் — அந்தத் துரோகி.

இதுபோல மற்றுமொரு நிறுவுகையை எழுதினான்.

(அ) ரஞ்சித்தின் சகோதரனுக்காகப் பழிவாங்கப்பட வேண்டியவன் — உலுத்தன்

(ஆ) உலுத்தனுக்காகப் பழிவாங்கப்பட வேண்டியவன் — அந்தத் துரோகி

(இ) ஆகவே குறுக்குவெட்டுகை மூலம், ரஞ்சித்தின் சகோதரனுக்காகப் பழிவாங்கப்பட வேண்டியவன் — துரோகி.

• ஆகவே சகலரின் பழிதீர்த்தலும் துரோகியைக் கொல்வதனால் தீர்க்கப் படுகிறது.

ஈசனின் இந்த வினோதக் கணிதச் சமன்பாட்டின் நிரூபணத்தை ஹரீசுக்கோ ரஞ்சித்துக்கோ மறுக்க முடியவில்லை. நேரடியாக பழி — தீர்க்கப்பட வேண்டியவர்கள் இல்லாமல் போய்விட்டதனாலும், கொடும்பாவி எரிப்பதுபோல் சடங்குரீதியாக அவர்கள் பழிதீர்த்துக் கொள்ள அந்தத் துரோகி பயன்படக்கூடும் என்பதனாலும், தங்களுக்குள் ஒரு நட்புறவு ஒப்பந்தம் இருப்பதை ஈசன் சுட்டிக் காட்டியதாலும் ஈசனின் சமன்பாட்டை ஹரிசும் ரஞ்சித்தும் ஏற்றுக்கொண்டார்கள்.

நேரம் அப்போது 7.30 ஆகி இருந்தது. ஆள் அரவம் உள்ள வேளைக்குள் அதனைச் செய்து முடித்தாற்றான் தப்பிப் போய்க்கொள்ள வசதி இருக்கும் என்பதையும் ஈசன் நினைவுபடுத்தினான். எனவே, உடனடியாக ஹரீசும் ரஞ்சித்தும் ஆயுதங்களைக் கொண்டுவர வேண்டியிருந்தது. பழியைத் தீர்த்துக்கொண்ட பின் தப்பிச் செல்லுவதற்கான திட்டமும் தீட்டப்பட்டது. ஆபத்துக்கள் யாவும் அலசப்பட்டன. “காண்டாவனம்” என்ற பெயரும் உச்சரிக்கப்பட்டது. அரைமணி நேரத்திற்குள்ளாக தாங்கள் மீண்டும் கடற்கரையிற் சந்திப்பதாகச் சொல்லிவிட்டுப் பிரிந்தார்கள்.

கடல்வெளி இருளாய் கிடந்தது. இருளைக் கிழித்து ஒரு தீக்குச்சி சுடர்ந்தது. இரண்டொரு தலைகள் தெரிந்தன. தீக்குச்சி அணைந்ததும் மீண்டும் அதே இருள். மெல்லமெல்ல இருளுக்குள்

காண்டாவனம்

மேலும் சில உருவங்கள் தெரிந்தன. தென்னை மரங்கள், தோணிகள், கயிற்று வலைக்கும்பங்கள் இருளோடு இருளாகத் தென்னையின் ஓரம் நின்றான் ஈசன்.

காற்று காதடியில் இரைந்து சென்றது. இருளுக்குள் அலை கொந்தளித்துக் குமுறியது. படார்படார் என்று அவை கரையில் மோதுவதும் கேட்டது. வானம் நிறைய வெள்ளிகள் பூத்துக்கிடந்தன. வெள்ளி மங்கல் இப்போது ஈசனுக்குப் பரிச்சயமாகி விட்டது. தூரத்தில் ஓர் ஆட்காட்டிப் பறவையின் சோகப் பாடல் கேட்டது.

ஆளுக்கொரு திசையாக அவர்கள் நடந்து வந்தார்கள். அதே தென்னை வாடிக்குள் நுழைந்தார்கள். ஈசன் செருமிக் காட்டினான். வெள்ளி மங்கலில் அவன் அவர்களை உற்றுப் பார்த்தான். ஆளுக்கொரு பசளைச்சாக்கில் எதையோ வைத்திருந்தார்கள்.

“சரி, போவோம்”

அவர்கள் நடந்தார்கள். அவர்கள் நடக்க நடக்க கடல் அலை ஓசை அவர்கள் காதில் படுவது குறைந்துகொண்டே போனது. அலை ஓசை அவர்களது காதுகளிலிருந்து நீங்கும்வரை அவர்கள் ஒரே வீச்சாக நடந்தார்கள். ஆட்களின் நடமாட்டமும் வெளிச்சங்களும் தெரிந்தன.

“ஊரில் பொழுது இன்னும் இளமையாகத்தான் இருக்கிறது.”

தள்ளித் தள்ளிச் சின்னக்கடைகளின் வெளிச்சங்களும் வீடுகளின் வெளிச்சங்களும் தெருக்களில் விழுந்தன. சிலர் கடைகளுக்குப் போய் சாமான்கள் வாங்கிக்கொண்டு போனார்கள். வேறு சிலர் உல்லாசமாக கூட்டங்கூட்டமாகப் போனார்கள். இன்னும் சிலர் மின்கம்பத் தூண்கள் ஓரம் பேசிக்கொண்டு நின்றார்கள். சிலர் ஹரீஸ்சினதும் ரஞ்சித்தினதும் பசளைக்குட்டிச் சாக்குகளைக் கண்டு ஒதுங்கி மரியாதை செலுத்தினார்கள். வெறுங்கையுடன் போன ஈசன் இடைக்கிடையே சிலருடன் சுகம் விசாரித்தான்.

கொடி மல்லிகை பூத்து வாசம் கமழ்ந்த ஒரு மதில் வீட்டின் கேற்றுக்கு முன்னால் அவர்கள் நின்றார்கள். ரஞ்சித்தும் ஹரீஸ்சும் வெளியே நிற்க, ஈசன் உள்ளே போனான். சிறிது நேரத்தில் மூக்குக்கண்ணாடி அணிந்த ஒரு மனிதருடன் அவன் வெளியே வந்தான். மூக்குக் கண்ணாடி மனிதர் ஏறுநெற்றிக்காரன். சாரன் கட்டி வெறும்மேலுடன் தோன்றினார். அவர் கேற்வரையும் வந்து ஈசனுக்கு பிரியா விடை சொன்னார். ஈசன் அவருடன் கைகுலுக்கிக் கொண்டே கேற் தூணின் ஓரமாக விலகினான். ரஞ்சித் ஈசனின் இடதுகைப் பக்கமாக நெருங்கியபோது ஹரீஸ்சின் துப்பாக்கியிலிருந்து வேட்டுத் தீர்ந்தது. ரஞ்சித் ஈசனிலிருந்து விலகித் துப்பாக்கியை நீட்டியபோது அதற்கு அவசியமில்லாமல் போய்விட்டது. தலையில் பாய்ந்த முதல் வேட்டோடேயே ஏறுநெற்றி மூக்குக்கண்ணாடிக்காரன் சவமாய் கிடந்தார். அவர்கள் மூவரும் வந்தவழியே தொடர்ந்து ஆறுதலாக நடந்தார்கள். மதில்லின்மேலும் கேற்றுகளூடாகவும், கதவுகளூடாகவும் எட்டிப் பார்த்த தலைகள்

உள் இழுத்துக்கொண்டன. தெருமூலையில் ஒன்றுக்கிருந்துவிட்டு, துப்பாக்கிகளை சாக்குப்பையில் வைத்துக்கொண்டு, சிறிது வேகமாக நடந்து அடுத்த தெருமடங்கலில் கடற்கரை நோக்கி நடந்தார்கள்.

கடற்கரையை அவர்கள் நெருங்கியபோது பின்னால் வாகனத்தின் வெளிச்சம் தெரிந்தது. அடுத்த பக்கமாகவும் இன்னொரு வெளிச்சம் தெரிந்தது.

ஈசன் சொல்லிக்கேட்டது.

"சரி நாம் நினைத்ததுபோல சுமூகமாகப் போகவில்லை. காண்டாவனம் நோக்கிய நமது மாற்றுத் திட்டத்தை கைக்கொள்ளுவோம்."

கடற்கரையில் அவர்கள் ஓடோடிப்போய் ஒரு தோணியைத் தள்ளினார்கள். ஈசன் ஆயத்தமாக புதைத்து வைத்திருந்த துடுப்புகளை எடுத்துக் கொண்டார்கள். தோணி அலைகளில் மிதக்கத் தொடங்கியதும் ஈசன் கத்தினான்.

"ரஞ்சித் சவளைப் போடு"

"தோணிக்குச் சவள்போட்டு எனக்கு பழக்கமில்லை"

"போச்சுடா!"

ஈசன் தன் மொட்டுக்கையாலும், மற்றக்கையாலும் நட்சத்திரங்களின் மத்தியில் சவள்போட்டுக் கொண்டிருந்தான்.

காற்று அலைக் கழித்தது. அலைகள் அலைகளாக தெரியவில்லை. ஒவ்வொன்றும் ஒவ்வொரு பிசாசாகத் தெரிந்தது. இருட்டில் இந்தப் பிசாசுகள் எப்படி உயிர் பெற்றெழுகின்றன? ஒவ்வொன்றும் ஒவ்வொரு முண்டமாக எழுந்து பேரண்டமாக அவர்களை பாதாளத்தில் தள்ளுகின்றன. உயிருள்ள கடற்பிசாசோடு அன்றிரவு முழுக்க அவர்கள் மல்லுக்கட்டி உதயநட்சத்திரம் கிளம்பும்பொழுது கரைக்கு அண்மையில் இருப்பதைக் கண்டார்கள்.

காற்று சற்று அடங்கியிருந்தது. ஒருவழியாகத் தரைதட்டிப் பார்த்தபோது அவர்கள் எந்த இடத்துக்கு வந்திருக்க வேண்டுமோ அந்த இடத்தின் கரையில் நிற்பதைக் கண்டார்கள்.

"சரி ஒரு ஆபத்துக் கடந்துவிட்டது."

இன்னும் கருக்கலாகத் தெரிந்த அந்த உதயப்பொழுதில் அவர்கள் பல மணல் ஒழுங்கைகளையும் உடைந்த கிரவல் ரோட்டுக்களையும் கடந்து பிரதான வீதிக்கு வந்தார்கள். அப்போதும் ஆளை ஆள் சரியாக முகந்தெரிய முடியாத கருக்கலாகத்தான் இருந்தது.

"இன்னும் ஒரு இருநூறு யார் தூரந்தான். ஆறு வந்துவிடும். அதில் ஒரு தோணியைப் பிடித்துக் கொண்டால் அப்புறம் காண்டாவனந்தான்"

காண்டாவனம்

பாதையில் ஒரு கோயில் வந்தது. கோயில் கிணற்றில் கை, கால், முகம் கழுவி தண்ணீரும் குடித்து, அந்தப் படிக்கட்டுகளில் சற்று அமர்ந்து சிறிது ஆசுவாசப்பட்டுக் கொண்டார்கள்.

“சரி, எழும்புங்க போவோம்”

ஹரீஸ் உடனே எழுந்தான். ரஞ்சித் யோசித்தபடி இருந்தான்.

“என்ன ரஞ்சித் யோசிக்கிறாய்?”

“உன் சமன்பாடு பற்றித்தான்”

“நானும் அந்தச் சமன்பாடு பற்றித்தான் யோசித்துக் கொண்டிருந்தேன்” — ஹரீஸ்சும் சொன்னான்.

“நானும் அதைப்பற்றித்தான் யோசித்தேன்...”

ஆற்றோரம் பற்றைகளுக்கிடையில் தோணி கிடந்தது. கம்பும் கிடந்தது. சவள் இல்லை.

“பரவாய் இல்லை. சமாளிக்கலாம்”

கையில் அந்த நீண்டதடியை எடுத்துக்கொண்டு ஈசன் தோணியை தள்ளிவிட்டு ஹரீஸ்ஸையும் ரஞ்சித்தையும் ஏறச் சொல்லிக்கொண்டே கம்பை ஊன்றினான். திடீர் என்று வெடிச்சத்தம் கேட்டது.

ஈசன் திரும்பினான்.

துப்பாக்கியைப் பிடித்துக்கொண்டு ரஞ்சித் நிற்க, ஹரீஸ் தோணியின் தொங்கலில் சவமாய் கிடந்தான்.

“ஏன் ரஞ்சித் ஹரிசை சுட்டாய்?”

“அவன் என்னைச் சுட்டுவிடக் கூடும். உன் சமன்பாடு சரியில்லை...”

ஹரீஸ்சின் துவக்கை கைப்பற்றிக்கொண்டே ரஞ்சித் சொன்னான். இரண்டு துப்பாக்கிகளையும் மடியில் வைத்துக்கொண்டு தோணியின் பலகையில் அமர்ந்திருந்தான்.

“ஏன் அப்படி சொல்கிறாய்?”

“என் சகோதரன் அவனுடைய தகப்பனாரை கொன்றிருந்தால், நான்தானே அவனுடைய அடுத்த இலக்கு...”

“அப்படியா?”

ஈசன் தோணியின் பின்முனையிலிருந்து கம்புபோட்டுக் கொண்டிருந்தான். காற்று கம்மியான பொழுது சரியாகப் புலராத விரிகுடாவில் அந்தச்சிறு தோணி அம்புபோல் கிழித்துக்கொண்டு போனது.

தோணி கரைதட்டியும் ரஞ்சித் தன் ஒரு துப்பாக்கியை தொடையிலும் மறு துப்பாக்கியை கையிலும் வைத்துக்

கொண்டவனாய் இறங்காமலே இருந்தான். கம்பை இழுத்தெடுத்த ஈசன் சட்டென தன் கைத்துப்பாக்கியை தன் பளுவுக்குள்ளிருந்து எடுத்து ரஞ்சித்தை நோக்கி படபடவென்று சுட்டான். தோணியிலிருந்து கவிழ்ந்து தண்ணீருக்குள் விழுந்த ரஞ்சித் முனகினான்.

"நீ முந்திக்கொண்டாய்!"

கம்பை எறிந்துவிட்டு இரத்தமயமாகிக் கொண்டிருந்த தண்ணீருக்குள் பாய்ந்து அந்த இரண்டு துப்பாக்கிகளையும் வாரி எடுத்துக்கொண்டு ஈசன் மேற்கே திரும்பினான். அவன் எதிரே அவனுடைய இரண்டு கண்களுக்கும் அடங்காது எங்கும் விரிந்து வியாபித்துக் கிடந்தது காண்டாவனம்.

உன்னை வாழ்த்திப் பாடுகிறேன்

எனக்கு மனம் கொதித்தது, நாங்கள் பியர் குடித்து மகிழ்ந்த வாடி வீடு இப்போது இந்தியனின் வசம் ஆகிவிட்டதே என்று,

எதிரே கடல் ஓங்கி எழும் அலைகள் தெரிகின்றன. அலைகளின் இரைச்சல் நிரந்தரமாக எங்கும் நிறைந்திருக்கிறது, கடல்காற்று வீசிச் சுழன்று இதோ இந்த அரசமரத்தில் மோதித் துடிக்கிறது,

அரசமரத்தை ஒட்டியிருக்கிற 'போச்' இல் நிற்கிற ஜீப் யாருடையது? அதுதான் அந்த மேஜரின் ஜீப்பா? மேஜர் இப்போது எங்கே இருப்பான்?

'போச்' ஐத் தொட்டிருக்கும் போட்டிக்கோவை மையமாகக் கொண்டு இரண்டு பக்கமும் ஓடும் அந்த கொரிடோர்களில் நாம் எத்தனை முறை ஸ்ற்றூலையும் கதிரைகளையும் இழுத்துப் போட்டு கடலையும் காற்றையும் இடையில் உள்ள வெள்ளை மணல்வெளியையும் அனுபவித்திருப்போம்! அந்த மேஜர் கூட இப்போது அந்த கொரிடோரில் ஒரு ஈஸி ஸெயோில் அமர்ந்திருக்கக்கூடும்.

கொரிடோரின் கிறாதியினூடாக எவரும் இருப்பது தெரியவில்லை. கொரிடோரை அடுத்துள்ள அறைகளில் ஒன்றில் அவன் இருக்கக்கூடும். ஒவ்வொரு பக்கமும் இரண்டு அறைகளா? மூன்று அறைகளா? எட்டிப் பார்த்தால் இவனுகள் எதையாவது நினைக்கக்கூடும், போட்டிக்கோவில் இருந்து உள்ளே போகின்ற நடு இடைவழிகளில் எல்லாம் எவ்வளவு நடமாடியிருக்கிறோம்! பெரிய தம்பியுடன் பேச்சுமூச்சற்றுப்போன இரவுகள்! இப்போது எல்லாம் இந்தியனுகளின் பிடியில்.

சரிந்து போகின்ற மூன்று மணி வெயிலாயினும் உஷ்ணமாகத்தான் இருக்கிறது. மத்தியானம் சாப்பிட்ட கையோடு வேகாவெயிலில் முருகவேளின் வேண்டுகோளுக்கிணங்கி வந்து சேர்ந்திருக்கும் ஐந்து ஊர்களைச் சேர்ந்த பிரமுகர்கள். இன்னும் எவ்வளவு நேரத்திற்கு இவர்கள் இந்த அரசமரத்தின் கொத்தி குதறப்பட்ட நிழலை அண்டியும், அதில் குந்தியும், குமைந்தும் அலுக்கவேண்டும்? எங்கே அந்த முருகவேள்?

வேட்டிகட்டி சேர்ட்டை வெளியேவிட்ட முருகவேள் இரண்டொரு இழைகள் நரைத்துப்போன தாடியை தடவித்தடவி கூட்டம்கூட்டமாக பிரமுகர்களை சந்தித்து பேசிக்கொண்டிருக்கிறான், நான் பிரமுகர் என்ற அளவில் அல்ல. பிள்ளையார் கோயில் தாக்குதலால், தேடப்படும் ஒரு போராளியின் பிதா என்ற வகையில். எனினும் அவனைப் பார்க்க எனக்கு எரிச்சலாக இருந்தது, நண்பனேயாயினும், அரசியல் தலைமையில் எனக்கு அப்படி ஒரு அலேர்ஜி. என்னையே அவன் தன் அரசியல் குருவாக சொல்லிக்கொண்டு திரிகிறான். எனினும் அரசியல் தலைமையில் எனக்கு எப்படியோ ஒரு அலேர்ஜி.

'அரசியல் குரு' என்ற நினைவில் என் எண்ணங்கள் என்னை எங்கெல்லாமோ கொண்டு செல்கின்றன, அந்த நீண்ட நினைவுகளின் பின்னால் செல்ல எனக்கு முடியாது. சிந்தனையை திசைமாற்றவே விரும்புகிறேன்.

என்னையே சுற்றி வட்டமிடுகிற சிந்தனையை புறங்கையால் தள்ளி எட்டி உதைக்கிறேன், என் சிந்தனையை புறந்தள்ளும் ஒரு பராக்குக்காக வாடிவீட்டு வட்டாரத்தை சுற்றிவரப் பார்க்கிறேன். வாடிவீட்டை சுற்றி முன்னிலை காவலரண்கள் பல. ஒவ்வொரு காவலரணும் என் கன்னி நிலத்தை கற்பழிக்கின்ற ஒரு காமுகனின் குறியாகவே எனக்குத் தெரிகிறது. என் பூமியைக் குத்திக்கிழித்து போடப்பட்டிருக்கும் இந்த செங்கல்கூடுகள் என் வாடிவீட்டு வட்டாரத்தை எவ்வளவு அசிங்கப்படுத்துகின்றன! ஒவ்வொன்றும் சீழ் வடியும் பாரிய சிரங்காக என் மனதில். இடையிடையே பீரங்கிகள் வேறு! எதற்கு இந்தப் பீரங்கிகள்? எவளுடைய சூத்தாம்பிட்டியை நோக்கி இவை வைக்கப்பட்டிருக்கின்றன? இந்தப் பீரங்கிகளைக் கண்டு எங்கள் பிள்ளைகள் பயந்துவிடுவார்கள் என்றா? இந்தப் பீரங்கிகளினால் எங்கள் மக்களை பீதியடையச் செய்துவிடலாம் என்றா?

உன்னை வாழ்த்திப் பாடுகிறேன்

தபாலகம் வரையில் எல்லாம் வெட்டவெளி. முழுவதும் தரைமட்டமாக்கப் பட்டிருக்கிறது. எப்பேர்ப்பட்ட தபாலகம்! இன்னும் மூடிக்கிடக்கிறது. மூதேவி அடைந்துகிடக்கிறது, சித்திரவதை முகாமாக பயங்கரமும் குரூரமும் சேர்ந்து கிடக்கிறது.

தபாலகத்தின் பின் நீதிபதியின் பங்களா எப்படி கிடக்கிறது? நீதித்துறையின் சங்கைக்காக வெறுமனே பூட்டிக்கிடக்கிறது. அதற்குள்ளும் எந்தப் பூதம் உறைகிறதோ?

வாடிவீட்டு வீதியின் முடிவில், கடலலைகள் காலைக் கொஞ்சுகிற கரையின் மேலுள்ள சந்தி மூலையில், நீதிபதியின் பங்களாவுக்கு வாடிவீட்டு வீதியை மேற்பார்த்த எதிர்பக்கத்தில் இருக்கின்ற மிருக வைத்தியசாலையின் மேற்கூரை ஏன் பறந்துபோய் கிடக்கிறது? சித்திரவதைகளுக்கும் கற்பழிப்புகளுக்கும் சேர்ந்த கூடமா அதுவும்? அப்பால் தெரிகிறதே என் அருமை பப்ளிக் சேவிஸ் கிளப்! சிராய்ப்புகளுடனும் சேதங்களுடனும், கறைபடிந்து, கால்நடைகளின் சாணம் ஊனம் எல்லாம் பட்டு மூளியாய் தெரிகிறதே என் மோகனமான கிளப்! பற்றைகள் படர்ந்து காடாய் தெரிகிறது அதன் முன்னுள்ள எங்கள் விம்பிள்ற்றன் டெனிஸ் கோர்ட்! எத்தனை ரம்மியமான ஆட்டங்களைக் கண்டிருக்கிறது அந்த கோர்ட்! பனியில் சறுக்குவதுபோல் அல்லவா அந்த கோர்டில் என் சப்பாத்துக் கால்கள் சறுக்கி விரைந்து ஒரு வொலியை லாவகமாக எடுத்திருக்கும்! எத்தனை வீறுடன் என் பேக்ஹேன்ட் ஷொட்ஸ் ஈயக் குண்டுபோல் போய் விழுந்திருக்கும் எதிராளியின் பக்கம்! என்ன அருமையான வாழ்க்கை! ஒரு தலைமுறையின் வாழ்க்கை சந்தித்த குரூரங்களின் படிமங்களாக அல்லவா இந்த வாடிவீட்டுக் களம் மாறி இருக்கிறது. ஒரு யுத்த மயானம். இந்த யுத்த மயானத்தில் இருந்து கொண்டா முருகவேளின் அரசியலையோ, முருகவேளை அரசியலுக்குள் கொணர்ந்த என் போன்றோரின் சென்ற யுகச் சிந்தனைகளையோ தீனி மீட்டுவது?

கடைசியாக முருகவேள் என்னை நோக்கி வருகிறான். அவனுடைய மலர்ச்சியான சிரிப்புக்கு குறைவில்லை. முன்பல் இடுக்கின் ஒரு மூலை ஒரு குருணல் அளவு ஒடிந்து போனது போன்ற தோற்றம். மேல் உதட்டின் மேல் நீவிவிடப்பட்ட லேசான மீசை, தமிழுக்கு உரிமை கிடைக்கும் வரை ‘சவரம் செய்யமாட்டேன் என் தாடியை’ என்று சபதமெடுத்த சாவகச்சேரி நவரெத்தினத்தின் வாரிசு! எவ்வளவு வைராக்கியம்! ‘தமிழுக்கு உரிமை’ கிடைக்குமென்ற எவ்வளவு நம்பிக்கை! அன்றிருந்து இன்றுவரை! என்னைப் போன்று ஒவ்வொரு கட்டத்திலும் செட்டை கழற்றி புதியபுதிய உருமாற்றத்திற்கு உள்ளாகி, தனது ஆன்மீகப் பார்வையையும், சமூக—பொருளாதார—அரசியல் பார்வைகளையும் விஸ்த்தரித்துக் கொண்டு போனவனல்ல முருகவேள். இளமையில் பூண்ட தேசிய உடையை என் போல் பல்கலைக்கழகத்திற்குப் போய் மாற்றிக் கொண்டவனல்ல முருகவேள். இன்னும் அந்த வேட்டிதான். ஆனால் திறமான வேட்டிதான் தேடி வாங்குவான். மடிப்புகளுக்கிடையில் ஒரு வகையான மினுக்கம் தருமே அரவிந்வேஷ்டி அந்தரகம். சந்தன நிறத்தில் அல்லது செண்பகப் பூ

உன்னை வாழ்த்திப் பாடுகிறேன்

நிறத்தில்தான் எப்போதும் ஷேர்ட் அணிவான். ஷேர்ட்டின் மேல் பொத்தான் எப்போதும் திறந்தே கிடக்கும். அவனுடைய தாய் கொடுத்த தங்கமாலை எந்நேரமும் அந்த ஷேர்ட்டின் ஊடே மின்னும், அந்த தாயின் நினைவாக.

இடை ஒடியத்தான் நடந்து வருகிறான் முருகவேள். சேட்டைக் கழற்றினால் வயிற்றில் மடிப்புகள் தெரியும். விலா எலும்புகள் தெரியும். முள்ளந்தண்டின் முள்ளும் சற்றுத் தெரியும். இந்த ஒல்லியான உடலுக்குள் எவ்வளவு மூச்சு இருக்கிறது! இந்த ஒல்லியான நெடுவலுடன் நான் நடந்துபோவது கிடையாது. அவனுடன் நடந்துபோக முடியாது. கிசுக்கிசுக் என்று கால்களிடை மாறுகின்ற வேட்டியுடன் ஒரு சாதாரண சைக்கிளின் வேகத்தில் நடந்து விடுவான்.

இப்போதும் முழங்கால் உயர ஒரு பாய்ச்சலில்தான் வருகிறான். இரண்டொரு பேர் அவன் பின்னால் இழுபட்டு வருகிறார்கள்.

பேசும்போது அவன் தோளைப் பற்றுவான். தோளைப் பற்றிக்கொண்டே ஒரு லேசான தலையசைப்போடு முகத்தைப் பார்த்து சிரிப்பான். சிரித்துக் கொண்டுதான் பேசுவான், சிரித்துக் கொண்டுதான் இப்போதும் பேச்சைத் தொடங்கினான்.

“என்ன சசி ஒதுங்கிக் கொண்டிருக்கிறீங்க. . .”

“சரி, சரி, நீ விஷயங்களை கவனி. . .”

நான் ஒதுங்கிக் கொள்வதும் ஒடுங்கிக் கொள்வதும் எதனால் என்று முன்பு பலமுறை யோசனைகளில் ஆழ்ந்ததுபோல் இப்போதும் யோசனைகளில் ஆழ்ந்தேன். முருகவேளுக்கும் எனக்கும் உள்ள வேறுபாடு அதில் தான் உள்ளது என்று முன்பு பலமுறை பட்டிருக்கிறது. என்னுடைய பலவீனமும் அவனுடைய பலமும் அதுதான். அதேபோல் என்னுடைய பலமும் அவனுடைய பலகீனமும் அதில்தான் இருக்கிறது.

ஒரேகால கட்டத்தில் வேகமாகச் சுழன்று கொண்டிருப்பவன் அவன், பல கால கட்டங்களை கடந்து வந்து விட்டவன் நான். சமஷ்டி என்ற தீர்வைச் செமித்துக் கொண்டு அதனை முன்னெடுக்கின்ற சக்திகளை ஆதரிப்பதோடுதான் என் அரசியல் தொடங்கியது. அப்போது நான் பத்தாம் தரத்தையும் எட்டாத ஒரு பாடசாலை மாணவன். முருகவேள் அதற்கும் கீழே ஒரு வகுப்பு. எனது தேசிய உடை இயக்கத்தால் ஈர்க்கப்பட்டவன். சாதி அமைப்பை தகர்க்கின்ற எனது சமூகப் புரட்சி நடவடிக்கைகளினால் கவரப்பட்டவன். சமஷ்டிக்கெதிரான சக்திகளை முறியடிக்க நான் பாடுபட்டேனே தவிர சமஷ்டித்தலைவர்களுக்கு மாலைபோடவும் இல்லை, கட்சித்தொண்டனாக மாறவும் இல்லை. தலைவர்களை ஆராதிக்க என்னால் முடியவில்லை. அவர்களோடு நெருங்கிப் போக நான் நினைக்கவில்லை. ஆனால் முருகவேள் அதையே செய்தான்.

சலவைத் தொழிலாளர்களை தலைநிமிரச் செய்ய நான் தொடங்கிய மறுமலர்ச்சிக் கழகம், வாசிகசாலை, விளையாட்டுத்

உன்னை வாழ்த்திப் பாடுகிறேன்

திடல், மற்ற சமூகங்களுடன் இணைந்து சரிநிகர் சமானமாக நிகழ்வுகளில் கலந்து கொள்ளுதல் என்பன போன்ற எனது வேலைத் திட்டங்களை முருகவேளிடம் ஒப்படைத்து விட்டுத்தான் நான் பல்கலைக்கழகம் சென்றேன். பல்கலைக்கழகத்தின் முதல் விடுமுறையில் நான் ஊருக்கு வந்தபோதே நிலைமை மாறி இருந்தது. என்னுடைய சமூக அமைப்பு சீர்திருத்த இயக்கத்தை முருகவேள் தமிழ் உணர்ச்சி இயக்கமாக மாற்றியிருந்தான். முருகவேள் பிரக்ஞை பூர்வமாக அதைச் செய்யவில்லை என்பது எனக்குத் தெரியும். காலத்தின் ஓட்டம் அது என்று சொல்லலாமா? தமிழ் சமூகத்தின் வரலாற்றுப்படி என்று அதனை சொல்லலாமா? தமிழ் மேதைமையின் தரம் அவ்வளவுதான் என்று அதனைச் சொல்லலாமா? இவை எல்லாமேதான் என்று சொல்லலாமா? ஈ.வே.ரா. என் நினைவுக்கு வந்தார். அண்ணாவும் என் நினைவுக்கு வந்தார். ஈ.வே.ரா. ஆட்சி அமைக்கவில்லை. அண்ணா ஆட்சி அமைத்தார். அண்ணாவின் பாதையில்தான் முருகவேளா? முருகவேள் தமிழகம் சென்று அண்ணாவுடனும், கலைஞருடனும் மக்கள் திலகத்துடனும் போட்டோ எடுத்து தன் வீட்டுச்சுவர் நிறைய மாட்டியிருந்தான். நான் தான் சொல்லின் செல்வரின் பாணியில் மேடைப் பேச்சு நிகழ்த்த முருகவேளுக்கு பயிற்சி அளித்தேன், ஆனால் ஒலிபெருக்கி முன் பேசுவது போல் ஸ்ருடியோவில் நான் ஒரு போட்டோவும் எடுத்துக் கொண்டது கிடையாது. முருகவேள் கறுப்பும் சிவப்புமான துண்டு அணிந்து அப்படி படம் எடுத்துக் கொண்டான்.

எனக்கு புரிந்து கொள்ளக் கூடியதாகவிருந்தது. பல்கலைக்கழகத்தில் என்பாதை மாறியது காரணமாக இருந்திருக்கலாம். சோசியலிசப் புரட்சி இதோ கூப்பிடும் தூரத்தில் உள்ளது போல் எனக்குத் தோன்றிய காலம் அது. அதன் ஊதாக் கனவுகளில், நான் முதலாவது மனிதன், இரண்டாவதும் மனிதன், மூன்றாவதும் மனிதன் என அல்லாமா இக்பாலுக்கு அப்பால் சென்று வானுயர மேடைகளில் கூப்பாடு போட்டகாலம் அது. இனத்துவத்தைக் கடந்த பாட்டாளி வர்க்கத்தின் சங்கமத்தில் இனப்பிரச்னை தீரும் என்று வானமும் சூரியனும் உள்ளதுபோல் நம்பிக்கையாக இருந்த காலம் அது, காலம் எல்லோரையுமே ஏமாற்றியது. வரலாறு என்னை மிகவும் வஞ்சித்தது. ‘நீங்கள் உங்கள் சமதர்ம சமுதாயம் காண முன்பு, நாங்கள் எங்கள் தமிழீழம் காண்போம்’ என்று பன்னீர்செல்வம் கொழும்பு காலிமுகத்திடலில் சவால் விட்டபோது நான் திகைத்துப் போனேன்.

வரலாற்று நதி ஒருகால கட்டம் அளவுக்கு முருகவேளின் காலைத் தொட்டுக் கொண்டு சென்றது உண்மைதான். ‘கொண்டு வந்தது வெறும் பனிக்கட்டி, கரைந்து விரல் இடுக்கில் ஓடிற்று’ என்று நான் எழுதியதும் உண்மைதான். எனினும் துப்பாக்கிகள் ஒலிக்கத் தொடங்கின. இது எந்தச் சகாப்தம் என்ற கேள்வி எழுந்தது. ஊதாக் கனவுகள் சகாப்தங்களில் வழுவிற்றோ என்ற சந்தேகம். சகாப்தங்களை இணைத்த மாலைவைப் போல் மாவோக்கள் சாடை காட்டினர். என்ன இருந்தாலும் ஒரு சமூகத் தகர்வு வீறுகொள்ளச் செய்தது. சரியான திசையில் துப்பாக்கிகள் ஒலித்தால் சமூக

உன்னை வாழ்த்திப் பாடுகிறேன்

மாற்றமும் ஏற்படலாம் என்ற நம்பிக்கை துளிர்த்தது. நாம் செய்யாததை நம் பிள்ளைகள் செய்யப் புறப்பட்டு விட்டதுபோல் தோன்றியது. அந்த பாடல்வரிகள் என் நினைவுக்குள் புதைந்துகொண்டன—

"நாலு குஞ்சும் போர்புரிய

நடந்துவிட்டார், என்னசெய்வேன்"

எனவேதான் ஒடுங்கி இருக்கிறேன், ஒதுங்கி இருக்கிறேன். ஒரு கட்டம்வரை காலத்தோடு ஓட்டிய ஓட்டம். ஒரு கட்டம்வரை காலத்துக்கு முந்திய ஓட்டம். இன்றையக் கட்டத்திலோ, காலத்தில் ஒளிந்துகொள்கின்ற ஓட்டம். முருகவேளுக்கு எல்லாம் ஒரே காலம், எல்லாம் ஒரே ஓட்டம்.

முருகவேளின் ஓட்டம் எல்லோருக்கும் புரியும். எல்லோரும் அதை ஏற்றுக்கொள்ளவும் முடியும். அண்ணாவின் பாதையை, அமுதரின் பாதையைவிட வேறென்ன பாதை முருகவேளுக்கு? சொல்லின் செல்வரின் பாதையைவிட துணைமிக்க பாதை எது? காசி போலாவதா? பன்னீர் போலாவதா? காலத்தை யார் கணக்கெடுக்க முடியும்? ஒவ்வொரு சதமாய் சேகரித்த லட்சங்கள்போல ஒவ்வொரு நாளும் பொழுதும் முருகவேள் சேகரித்த மக்கள் ஆதரவு என்னாவது? அது எங்குபோய் முடியும்? எல்லா வழிகளும் ரோமாபுரிக்கே இட்டுச்செல்லும். எல்லா பாதையும் பாராளுமன்றத்துக்கே இட்டுச் செல்லும், இந்தப் பாதை துலக்கமாகத் தெரிந்த பின் முருகவேள் சும்மா இருக்க முடியுமா?

ஐந்து ஊர்ப் பிரமுகர்களையும் ஒன்று திரட்டியிருக்கிறான். அவன் நினைத்தால் இன்னும் ஆயிரம் பேரையும் கூட்டிவருவான், அமைதிப் படையென்ன வேறு எந்தப் படையும் அவனைக் கணித்துக் கொள்ளவே வேண்டும், அரசபடைகளும் அவனுடைய அரசியல் முக்கியத்துவத்தை உணர்ந்தே இருந்தன. ஆயிரம் இயக்கங்கள் இருந்தாலும் அத்தனை இயக்கங்களுக்கும் அவன் 'அண்ணா'தான். அத்தனை இயக்கங்களும் அவனுக்கு தம்பிகள்தான்.

முருகவேளின் இந்தச் சதுராட்டத்தை என்னைப் போன்ற ஒரு மூடன் எப்படி ஏற்றுக்கொள்ள முடியும்? எந்த நிலைமையையும் தனக்கு சாதகமாக மாற்றிக்கொள்ளும் அரசியல் சாணக்கியத்தை அறியாத அப்பாவிபோல நான் அவனுக்கு மாலை சூட்டுவதா? இந்தியனுகளுடைய ரோந்தின் கொடுமை பற்றி நான் தான் முருகவேளிடம் குறிப்பிட்டேன். அதை வைத்து பிரமுகர்களின் மத்தியில் செல்வாக்கு தேடிக்கொள்ள எனக்கு முடியாமல் போயிற்றே! அந்த பிரமுகர்களை இந்த வேகாவெயிலில் அழைத்து வந்து மேஜரிடம் போனஸ் பெறுகின்ற கலை எனக்குத் தெரியாமல் போயிற்றே! முருகவேளின் புதல்வர், என்ன, "கத்தி எடுத்தாரா? கடப்பாரையும் எடுத்தாரா? யுத்தம் எனச் சென்றாரா? யுகம் மாறும் என்று உரைத்தாரா?"

என் சிந்தனைகள் வக்கரித்துப் போவதை உணர்ந்தேன். கடற்புறமாகத் திரும்பி, அரசமரத்தின் வேரில் அமர்ந்து, அதன்

அடியில் சாய்ந்து கண்களை மெல்ல மூடினேன். சற்று கண்ணயர்ந்து போனது போலும் இருந்தது! கண்ணயர்ந்து போகையில், ஊர் முழுதும் என் கண்ணுக்குள் வந்தது. ஊர்முழுதும் கடலாக நிறைந்தது. கடல் மாறிமாறி கரையில் மோதுகின்றது. கடல் அலைகள் ஓய்கின்றன. கடல் முழுதும் பென்குயின் பறவைகள். துருவப் பிரதேசத்தில் இருந்து கடலூடாகவே நடந்து வருகின்றன. மீண்டும் கடல் அலைகள் கரை முழுதும். 'கடல் அலைகள் மடிநோக்கி கரையிருந்து மீளவனவே!' கடலின் மடியிலிருந்த ஆயிரமாயிரம் பென்குயின் பறவைகள். அவை கரை நோக்கி ஓடிவருகின்றன. கரை முழுதும் பெரிய படைபோல ஓடி கடலோர வீதியில் தாவுகின்றன.

வீதியில் பென்குயின்கள், பென்குயின் அளவேயான அனுமார்கள் ஆகிவிடுகின்றன. பென்குயின் அனுமார்கள் பின்னர் ஆள் உயர அனுமார் ஆகின்றன. இப்போது ஆஸ்பத்திரி வீதியில் அனுமார்கள் செல்கின்றன.

அனுமார்களின் நடை பின்னோக்கிய வண்ணம் இருக்கின்றது, ஒவ்வொரு அனுமாரின் முப்பதடி நீண்ட வால்நுனியும் பின்புறத்திலிருந்து அதற்கு முன்னால் பின்னோக்கி கால்வைக்கும் அனுமாரின் வாயில் இருக்கிறது. "வால்களால் தம்மை இணைத்துக் கொண்டு தலைகீழாய் நடக்கும் அனுமார் படை எந்த ராவணனுக்கு எந்தச் சீதையை கூட்டிக்கொடுக்க வந்திருக்கின்றது?" கூரை முகடுகளிலிருந்து பெண்கள் கூக்குரல் இடுகிறார்கள். திடுக்கிட்டுக் கண் விழிக்கிறேன். காற்று அரசமரத்தில் மேலும் மேலும் மோதுகிறது. கடல் அலைகள் கரையில் மோதிமோதி அடிக்கின்ற சத்தங்கள் மேலும் கேட்கின்றன.

மீண்டும் கண்ணயர்கிறேன். கடலலைகள். . . கடலலைகள் அமைதியாகக் கிடக்கும் கடலின் மேனி மினுமினுக்கிறது. தளதளக்கின்ற மினுமினுப்பு. சர்ப்ப நெளிவுகள்போல் நீரின் தள்ளாட்டம். சர்ப்ப நெளிவுகளுக்குள் ஒரு தெப்பம். தெப்பத்தில் ஒரு அனந்த சயனம். தெப்பமே ஒரு அனந்த சயனம். தெப்பம் ஒரு கப்பலாயிற்று. கப்பலே ஒரு அனந்த சயனம். அனந்த சயனத்தில் ஒரு அழகிய முகம். நெற்றியில் நாமம். நாமமுடைய அனந்த சயனம், நாமங்கள் பிளக்கின்றன. ஒரு கோடி நாமங்கள். ஒரு கோடி நாமங்களுடன் ஒரு கோடி அனந்தங்கள். ஒரு கோடி அனந்தங்களின் அணிவகுப்பு. அனந்தங்களின் அணிவகுப்பில் மறைந்துவிடும் அனந்த சயனம், அனந்த சயனத்தில் கிடந்த அழகிய முகம் இப்போது ஓர் ஆலம் இலையில் நாமத்துடன். நாமத்துடனான அனந்தங்கள் நாகங்கள் ஆகின்றன, நாகங்களின் அணி வகுப்பு நாலாபக்கமும். இரவும்பகலும் தெருவோரங்களில், வால்களை முன்வைத்து பின்நோக்கி நகர்கின்றன. ஒரு நாகத்தின் வால் அதற்கு முன்னுள்ள நாகத்தின் உச்சி துவாரத்தின் இரட்டை நாக்கு வாயினுள்!

இரவும்பகலும் என் ஊர்த் தெருக்களில் இந்த நாகங்கள் கோர்வை கோர்வையாக. பொத்தல் பொத்தலான கிடுகுவேலிகளுக்குள், பொத்தல் இல்லாத மதில்களின்மேல், காய்ந்த பனையோலை மறைப்புகளுள், எதையோ தேடித்தேடி, இரட்டை

உன்னை வாழ்த்திப் பாடுகிறேன்

நாக்குகளால் எல்லாவற்றையும் நக்கிநக்கி... இரட்டை நாக்குகள் நக்கியபடியே காற்றில் துடிதுடிக்க தீப் பற்றிப் போகின்றன எங்கள் வேலிகள். தீ பற்றிப் போகின்றன எங்கள் வீடுகள். எங்கள் ஊரே தீப்பற்றுகின்றது... அந்தத் தீயில் பொசுங்கி விடாமல் இன்னுமின்னும் வன்மத்துடன் ஜ்ஜுவலிக்கின்றன இந்த நாகங்கள். . .

நான் திடுக்கிட்டு விழிக்கிறேன். திடும்புடும் என்ற சத்தங்கள். அங்கு வந்திருந்த ஐந்து ஊர்ப் பிரமுகர்களையும் இந்தியச் சிப்பாய்கள் சுற்றி வளைப்பதுபோல் தெரிகிறது. எங்கே வந்துபட்டோம் என நான் திகைத்து எழுகிறேன். மற்றவர்களும் நகர்ந்து ஒருங்கு குவிந்து மிரளமிரள பார்க்கிறார்கள். எனினும் கலவரப்பட்டதாய் தெரியவில்லை. ஓர் இரண்டு நிமிடம் எடுத்தது எனக்கு நிலைமையை விளங்கிக்கொள்ள. மேஜரின் பாதுகாப்புப் பிரிவினர் இவர்கள் கறுத்த பூனைகளா? அல்லது சாம்பல் பூனைகளா? — எந்தப் பூனையாயினும் அவர்கள் எலி பிடிப்பார்கள் — அவர்கள் வந்தவர்களிடமிருந்து மேஜரை பாதுகாப்பதற்கான நிலைகளை எடுத்து நீட்டிய துவக்கோடு நிற்கிறார்கள். எனக்கு விளங்கியது, மேஜர் எழுந்தருளப் போகிறார்.

எந்தப் பக்கமிருந்து மேஜர் வருவாரோ? வாடிவீட்டின் போட்டிக்கோ கூடத்தினூடாக வந்து போச் வழியாகத்தான் வருவார் என நான் எதிர்பார்த்தேன்.

மேஜர்.நேத்தா எப்படி இருப்பார் எனவும் யோசித்தேன். சினிமா நடிகர் மேஜர்.சுந்தரராஜன் நினைவுக்கு வந்தார். அவரைப் போன்ற ஆகிருதி உள்ளவர்களைத் தானே மேஜர் ஆக்குவார்கள்? சிங்கள ராணுவ அதிகாரிகளை தரம்பிரித்து அறியும் வகையில் அவர்களை நெருங்கிப் பார்க்க எனக்குக் கிடைக்கவில்லை. ஆங்கிலச் சினிமாப் படங்களில் சில மேஜர்களை பார்த்திருக்கிறேன். அவர்கள் எல்லோரும் சுந்தரராஜன் பாணிதான். மேஜர்.நேத்தாவும் அப்படித்தானா? நான் முன்னால் நின்ற பிரமுகர்களின் தோள்களுக்கிடையில் எட்டிஎட்டி பார்த்தேன்.

நான் நினைத்ததுபோல் எதுவும் இல்லை. மேஜர் நேத்தா போட்டிக்கோ கூடத்தின் ஊடாகவரவும் இல்லை. மேஜர் சுந்தரராஜனைப் போலும் இல்லை. ஒரு பல்லிக்குஞ்சின் ஞாபகந்தான் வந்தது. ஒரு வெள்ளைக்கையில்லாத பெனியன், ஒல்லியான, வெளிறிய பிட்டுக்குழல் டெனிம்காற்சட்டை. அந்த கும்பல் பிருஷ்ட்டங்களை என் ஒரு கைக்குள் பொத்திக் கொள்ளமுடியும்! லேசான நரை. காற்றில் தாறுமாறாய் கிடக்கும் மாடு சப்பிய கோரைப்புல் மாதிரி தலைமுடி! பாவிப்பயல்— கட்டிலில் தாறுமாறாக புரண்டுபுரண்டு கிடந்தபடியே வந்திருக்கிறான். கையில் ஒரு மஞ்சள்நிறப் புத்தகம். பேப்பர் பைன்ட். மலிவான ஒரு நாவல்போல. நாவலின் பெயரைப் பார்த்துவிட என் காக்காய்கண் கெழிவுகள். பரவாய் இல்லை—THE SPACE ODYSSEY BY ARTHUR C. CLERK ! 'த இன்ரலெஷுவல் ஜெனரல்' என்று எங்கோ படித்த நினைவு. தளபதி எவ்வழி மேஜர்அவ்வழி, இந்திய துரைத் தனக்காரரின் அறிவுஜீவித்தனம் ராணுவ

உன்னை வாழ்த்திப் பாடுகிறேன்

உயர்மட்டங்களிலும் இருக்கிறது போலும். அமைச்சரவை மட்டத்திலாவது இந்த அறிவுஜீவித்தனம் உள்ளவரை இந்தியா தப்பிக் கொள்ளுமா? அதுதான் இந்தியாவுக்கும் பாகிஸ்தானுக்கும் உள்ள வித்தியாசமா? இந்த சிந்தனைகளுக்கிடையில் பிட்டுக்குழல் டெனிம்— அரைக்கை பெனியன் மேஜரின் எழுந்தருளலைத் தவறவிட்டேன். படுத்துக் கிடந்தபடியே, படித்த புத்தகத்துடன் எழுந்து வருவதுதான் ஐந்து ஊர்ப்பிரமுகர்களுக்கு, முருகவேளின் ஆதரவில் ஒரு மேஜர்காட்டும் மரியாதையா?. . . அட, சரிதான் போய்யா, என்ன பிரமுகரும் கிரமுகரும், ஒரு சீனவெடிக்குப் பறக்கும் காக்காய் குஞ்சுகள்.

அந்தத் தொனியில்தான் மேஜரின் உரையும் கேட்டது. உடைந்த பாதையின் ஒரு திடல்பகுதியில் அந்த பாட்டா பாதங்கள் பிரமுகர்களின் இடுவல்களூடு தெரிந்தது. இடைகொடிபோல துவண்டாலும் பல்லியின் வாயிலிருந்து இடிமுழக்கங்கள் கேட்டன. சரியாகப் பல்லியின் நிறம். கெவுளி என்பதும் பல்லிதானே. கெவுளித்தேங்காயின் நிறமும் அதுதானே. இடிமுழக்கங்களுடன் ஷெல் அடிகளும் கேட்டன. பீரங்கிகளும் முழங்கின. மின்னல்கொடி இப்படித்தான் பேசி இருப்பானோ? கடல்காற்று அவனுடைய பேச்சை எங்கெல்லாமோ கொண்டு சென்றது. என் காதிலும் ஒரு சில விழுந்தன. கிறிஸ்த்துவின் மலைப் பிரசங்கமும் இப்படித்தான் நிகழ்ந்திருக்குமோ? ஆர்தர்சி. கிளார்க்கின் ஸ்பேஸ் ஒடிசி நாவலின் உள் மேஜரின் இடதுகை ஆட்காட்டி விரல் இன்னமும் செருகி இருந்தது. அவருடைய வலதுகை வட துருவத்துக்கும் தென் துருவத்துக்குமிடையில், நட்சத்திர மண்டலங்கள் வரை புயலில் சிக்கிய தென்னைபோல துடித்துக் கொண்டிருந்தது.

“. . . நான் எனது பையன்களை அடிப்பேன், புடைப்பேன், உதைப்பேன், எதுவும் செய்வேன். ஆனால் என்னுடைய பையன்களுக்கு வேறு எவராலும் ஒரு சிராய்ப்புக்கூட ஏற்பட நான் அனுமதிக்கமாட்டேன். சொல்லப்பட்டிருக்கிறது, பெரிய நீதிவான்கள் எழுதிய தீர்ப்புகளிலும் நூல்களிலும் சொல்லப்பட்டிருக்கிறது, ஒரு அப்பாவி பாதிக்கப்படாமல் இருப்பதற்காக அவசியமானால் ஆயிரம் ஆயிரம் குற்றவாளிகளைத் தப்பிச் செல்லவிடலாம் என்று. ஆனால் நான் உங்களுக்கு சொல்கிறேன், ஒரு குற்றவாளியை தண்டிப்பதற்காக நான் ஆயிரம் அப்பாவிகளை, ஆயிரம் அல்ல, லட்சக்கணக்கான அப்பாவிகளை கொன்றொழிப்பேன். ஆம், மீண்டும் சொல்கிறேன், ஒரு குற்றவாளியை கண்டுபிடிப்பதற்காக நான் ஆயிரம் அப்பாவிகளையும் பலியிடத் தயங்க மாட்டேன்... உங்களுக்கு தெரியும் அந்த பிள்ளையார் கோயில் தாக்குதல் பற்றி. இந்தப் பகுதியில் முதன்முதலாக எங்களுக்கு எதிராக நடந்த தாக்குதல். எங்களில் எத்தனை பேர் பலி போனார் என்று கேட்கப்படுகிறது. எங்கள் கட்டுப்பாடு எப்படியுமிருக்கும். எப்படியும் போகும். சம்பந்தப்பட்டவர்களின் தகவல் எனக்கு வேண்டும். இல்லாதபட்சத்தில் இங்குள்ள எந்த அப்பாவியும் குற்றவாளிதான். என் பையன்களுக்கு இனியும் ஏதாவது நடந்தால், உங்கள் ஒவ்வொரு ஊரையும் எரிப்பேன். எல்லா ஊரையும் ஒரு இரவுக்குள் எரித்து

உன்னை வாழ்த்திப் பாடுகிறேன்

முடிக்க எனக்கு ஏலும். இதை மனதில் வைத்துக் கொண்டு நீங்கள் போகலாம். . .”

பட்டென்று மேஜர் வாடிவீட்டுப் பக்கம் திரும்பி, இடதுகை ஆட்காட்டிவிரல் செருகி இருந்த ஸ்பேஸ் ஒடிசியின் பக்கத்தைப் புரட்டி வாசித்துக்கொண்டே நடந்தார். நான் திகைத்துப் போய் நின்றேன். ஒரு வாசிப்பின் வரிகளுக்கிடையில்தானா இந்த ஐந்து ஊர் பிரமுகர்களின் சந்திப்பும், இந்த புதிய மலைப்பிரசங்கமும்? முருகவேள் மேஜரை இடைமறித்து கெஞ்சிக் கொண்டிருந்தான். சினம்மூள நானும் அருகில் சென்றேன்.

“. . . சார், சார். . . நான் இவ்வளவு பேரையும் இங்கே கூட்டித்துவந்து காத்துத்துக் கிடந்தது, உங்கட இந்த வீரமான பிரசங்கத்தை கேட்டுத்துப் போறதுக்கு இல்ல சார். . . உங்கட வாசிப்பின் ரெண்டு பந்திக்கிடையில் எங்கட பிரச்சினை முடிஞ்சு போகுமா?. . .”

இரண்டு கைகளையும் விரித்துக்கொண்டு பேசிய முருகவேளை நான் பிரமிப்புடன் பார்த்துக் கொண்டு பழைய தைரித்துடன் மனம் பரபரக்க இன்னும் நெருங்கினேன். . . ஓ! நீ பழைய முருகவேள்தானா?

“உனக்கு என்ன வேணும்?” புத்தகத்திலிருந்து பார்வையை எடுக்காமலே மேஜர் கேட்டான்.

“உங்களுடைய சிப்பாய்களின் ரோந்துகளை நீங்கள் குறைக்க வேணும். பிளீஸ்... பிளீஸ்... பகலில்தான் எப்படியென்றாலும் இரவிலாவது அதை அறவே நிற்பாட்ட வேணும்.”

“ஏன் உங்கள் தம்பிகளின் வசதிக்காகவா? இன்னுமொரு பிள்ளையார் கோயில் தாக்குதலுக்கு இடம் கொடுக்கவா?”

“எங்களுக்குத் தேவை எங்கள் மக்களின் பாதுகாப்பு. நீங்கள் ரோந்து போகும்போது மோதல் நடக்கலாம் என்று மக்கள் பயப்படுகிறார்கள். மோதல் நடந்தால் உங்கள் துப்பாக்கி குண்டுகள் பாயப்போவது எங்கள் அப்பாவி மக்கள்மீதுதான். . .”

“அதைப் பற்றித்தான் நான் சொன்னேன். இது ஒரு கெரில்லா சண்டை. மறைந்திருக்கிற கெரில்லாவை வெளியே இழுப்பதுதான் எங்கள் ரோந்துகளின் நோக்கம். நான் ஒரு தூண்டில்காரன். எனது வீரர்கள் இரைகள் போல் பாசாங்கு செய்வதுதான் ரோந்து. எதிரி இந்த இரைகளைக் கவ்வ முயற்சி செய்வான். அது அவனுக்கு தவிர்க்க முடியாதது. அப்போது தூண்டிலில் படுமே மீன் அதுதான்அவன் நிலை. . .

“எங்கள் மக்களையுமல்லவா நீங்கள் இரையாக்குகிறீர்கள்!” — உதடு வெருவ, உணர்ச்சி ததும்ப முருகவேள்ஆக்ரோஷமானான். நானும் என்னை மறந்து கத்தினேன்.

“மக்களை இரையாக்காதே!”

எல்லோரும் என்னைப் பார்த்தார்கள். மேஜரும் என்னைப் பார்த்துக்கொண்டே முருகவேளிடம் சொன்னான்—

உன்னை வாழ்த்திப் பாடுகிறேன்

“கூட்டம் கூட்டி கலகம் செய்தால் எல்லாரையும் சுட்டுப்போடுவேன்”

“முதலில் என்னைச் சுடுங்கள்”

முருகவேள் ஷேர்ட்டை திறந்து நெஞ்சை நிமிர்த்தி நின்றான். மேஜர் சிரித்துக்கொண்டே மற்றவர்களைப் பார்த்தான். கூட்டம் மெல்ல விலகி நடக்கத் தொடங்கியது. அவர்கள் போவதைப் பார்த்துக்கொண்டே மேஜர் சிறிது நேரம் நின்றான். நானும் இன்னும் இரண்டொருவர் மாத்திரமே முருகவேளுக்குப் பக்கத்தில் நின்றோம்.

மேஜர் எங்களை ஒவ்வொருவராகப் பார்த்தான். முருகவேளையும் ஒருமுறை பார்த்தான். பின் சிரித்துக்கொண்டு, மீண்டும் புத்தகத்தைத் திறந்து வரிகளில் மூழ்கிய படி வாடி வீட்டின் கொரிடோர் முடிவில் உள்ள வாயிலை நோக்கிப் போனான். அவனுடைய பாதுகாப்பு பிரிவினரின் கலைதலுக்கு ஆணை பிறந்தது. அவர்கள் கலைந்து சென்றார்கள். ஒரு சிப்பாய் வந்து எங்களை அனுதாபமாகப் பார்ப்பது போல் எங்களைப் பார்த்தான். ஆனால் அது அனுதாபம் அல்ல என்பது எனக்குத் தெரிந்தது.

முருகவேள் தந்திரோபாய ரீதியில் தவறிவிட்டான் என எனக்கு சட்டெனப் பட்டது. நானும் என்னை இழந்து கத்தியது விசர்த்தனம் என்றே தோன்றியது. எனினும் பரவாய் இல்லை. முருகவேளை சற்றுத் தாங்கிக்கொண்டு நான் நடந்தேன். இடைநொடியவே அவன் நடந்தான். அவனுடைய அகன்ற இடுப்பென்பு இடைக்கிடை என் விலாவைக் குத்தியது.

காற்றும் அரச இலைகளின் கலகலப்பும் ஓய்ந்து கொண்டிருந்தன. செக்கலான அந்தியின் மேற்குவானம் எம் முன் விரிந்து கிடந்தது. முருகவேள் என் தாங்கலிலிருந்து விடுபட்டு சுயமாக நடக்கத் தொடங்கினான். பெட்டிக் கடையின் வானொலியிலிருந்து எங்களுக்கு பின்னால் பாடல் மிதந்தது. . .

“உன்னை வாழ்த்திப் பாடுகிறேன்

நீ வர வேண்டும்

உன் உறவில் மயங்கி ஆடுகிறேன்

நீ வர வேண்டும். . .”

●●●

உன்னை வாழ்த்திப் பாடுகிறேன்

அட்டுத்தோடை

துப்பாக்கிகள் சூழத்தான் நான் நடத்திக் கொண்டுவரப் பட்டேன். அந்தத் துப்பாக்கிகள் என்மீது திரும்புமா என்ற ஒரு ஆழ்மனச் சந்தேகம் எனக்கு இருந்ததோ என்னவோ?

பொழுது இன்னும் புலராத இருட்டு. மங்கலாக இந்தியச் சிப்பாய்களின் காக்கி யூனிஃபோம்களும் ஒரு பக்கம் கெழிந்த ஜவான் தொப்பிகளும் இருளுக்குள் இருளாய் தெரிகின்றன. இருளின் தடிப்பு குறைந்து கொண்டுவரும் மங்கலில் சிப்பாய்களின் துப்பாக்கி முனைகள் தெரிகின்றன. என்னால் தெளிவாகக் காணமுடியாத ஒரு அணிவகுப்பு நடக்கிறது. ஃபையரிங்ஸ்க் குவார்ட்டின் நினைவு எனக்கு வருகிறது. என்னைத் தீர்த்துக்கட்டப் போகிறார்களோ?

கும்ம் இருட்டின் அலம்பலுக்குள் நான் அமர்ந்திருந்த மலசலக்குளிச்சீமேந்துக் கட்டிலிருந்து நூறு அடி தூரத்தில்தான் அந்த அணிவகுப்பு நின்றது. எல்லாம் இன்னமும் மிகவும் கலங்கலாகவும் தெளிவற்றதாகவுமே இருந்தது. துப்பாக்கிகளை உயர்த்தி அகட்டி, கலீர்கலீர் என ஏதோ செய்து ஒரு ஃபயரிங்ஸ்க்குவாட்டுக்குரிய முஸ்த்திப்புகள் செய்யப்படுவது போல் எனக்குப் பட்டது.

எனது மணிக்கட்டுகள் ஒன்றாகச் சேர்த்து விலங்கிடப் பட்டிருந்தது. ட்ளொசருக்கு மேல் நான் ஒரு ரீசேட்தான் அணிந்திருந்தேன். பாட்டாசிலிப்பர் கழற்றாமலே அமர்ந்திருந்தேன். ஒரு ஃபயரிங்ஸ்க்குவாட்டுக்கு முன்னால் குந்திக் கொண்டு ஒருவன் வாளா இருக்கமுடியுமா? நான் அப்படித்தான் இருந்தேன். என் கைகள் விலங்கிடப் பட்டிருந்தது காரணமா? தப்பிஓட முடியாது என்று என் உட்சிந்தை முடிவெடுத்திருந்ததோ? தப்பி ஓடுவது பற்றி நான் சிந்திக்கவே இல்லை. திகில் ஒன்று இருந்தது. சந்தேகங்கள் வளர்ந்து கொண்டே இருந்தன. தலைக்குமேல் வெள்ளம். சாண் போனால் என்ன, முழம் போனால் என்ன என்று நினைத்தேனோ? எல்லாம் கலந்த ஒரு ஸ்த்தம்பிதம்.

நேரம் ஊர்ந்தது. இருளும் ஊர்ந்தது. விடியலுக்கு ஏதோ தடை. அண்ணார்ந்து பார்த்தேன். வானம் கறுப்பாகவே இருந்தது. மினுப்பாக இருந்த நீக்கல்களும் மூடிக்கொண்டது போலிருந்தது.

என் நினைவுகள் தள்ளித்தள்ளிப் போயின. புலரிக்கு முந்திய அந்த குமர் இருட்டில் பாளம்பாளமாக, என்னைச் சூழ்ந்து வந்த, வானுக்கும் மண்ணுக்குமிடையே நீண்டுயர்ந்த நிரல்களாக என்னை மூச்சு திணறவைத்த அந்த ராட்சதங்களின் மூடுகருமைகளை யோசித்தேன். அந்தப் பாதைகளை யோசித்தேன். எனது தெருவின் சந்தி மூலையில் தகரக் கடப்புக்குள் மங்கலாய் தெரிந்த அந்தோனியாவின் முகத்தை யோசித்தேன். கடற்கரை வீதியின் காட்டுப் பாதையை யோசித்தேன். இருளோ, வெயிலோ, காலையோ, மாலையோ எந்நாளும் என் கற்பனையைத் தூண்டுகின்ற பாதை!

நடையோடு நடையாக வானுயர்ந்த என் காஞ்சிரை மரங்கள் வந்து போயின. இருளோடு இருளான கிழவரின் முந்திரிகைத் தோட்டம் என் முன் தோன்றி, உறைந்து பின் மறைந்து போனது. அந்த நாவல் மரங்கள்! புதியகாட்டுப் பாதையின் ஓரமாக நின்ற அந்த நாவல் மரங்கள்! அதன் அருகாமையில் நின்ற வெள்ளைப்பூப் பற்றை! இன்னமும் அவற்றின் நிறத்தை தெளிவாகச் சொல்ல முடியாத என் உள்ளத்தில் உறைந்துபோன அந்த எளிய மலர்கள்! தூய வெள்ளை இதழ்களினுள் உட்பதிந்த மங்கலான கண்ணுக்கு புலப்பட்டும் புலப்படாமலும் தோன்றிய கருங்கோடுகள். கன்னிகாவின் கன்னி உணர்வின் குறியீடு ஆகி பல ஆண்டுகள் கழிந்தொழிந்து போன பெயரில்லாத அந்தக் காட்டுமலர் இப்போது என் முன்தோன்ற காரணம் என்ன? என எண்ணிக் கொண்டே நடந்தேன். எல்லாவற்றையும் கடைசியாக ஒருமுறை நினைத்துக் கொள்ளுகின்ற நினைப்போ?

பழைய காடுகள் திரைப்படம் போல வளையவளைய வந்து போயின. பேய் ஆலைகள், இராட்சத ஆலைகள்... கடலலைகள் வேகமாக அறையும் கடற்கரைப் பாதையில் அவர்களுக்கிடையில் நான் நடந்து கொண்டிருப்பதை நான் உணர்ந்தேன். உருக்குலைந்த தென்னந்தோப்பின் கருமுண்டமும் தோணாவின் வூல்களும் தோன்றிய இடத்தில் அவர்கள் என்னை நிறுத்தினார்கள். சைக்கிளில் மாராப்புகளைக் கட்டிக்கொண்டு வந்த சலவைத் தொழிலாளி

கீழிறங்கிப் போவது பனிமூட்டமாகத் தெரிந்தது. உடைந்த தாம்போதியும் சிதைந்து மண்மேடுமான கடற்கரைவீதியில் அவர்கள் தொடர்ந்து செல்லமாட்டார்கள் என்பது எனக்கு தெரியும். மேற்கு நோக்கி அவர்களும் நானும் நடப்பதை நான் உணர்ந்தேன்.

மேற்கு நோக்கிய பாதையில் அவர்கள் எதையெதைக் கடந்து போவார்கள், எங்கு திரும்புவார்கள் என்பதெல்லாம் எனக்குத் தெரியும். நான் இந்த மண்ணின் மைந்தன் அல்லவா? இது என்னுடைய புலம் அல்லவா? மரியாளின் சிறுவர் இல்லத்தைக் கடந்தபோது நான் கவனித்துக் கொள்ளவில்லை. அவர்கள்தான் வானுக்கும் மண்ணுக்குமிடையில் இருள் முண்டமாய் என்னை மூடிச் சென்றார்களே. எனினும் மரியாளின் சிறுவர் இல்லத்துக்கு முன்னுள்ள ஒழுங்கையை என் கால்கள் புரிந்துகொண்டன. கண் தெரியாத எங்கள் இளைய மாமாவைப்போல நான் அமைதிப்படையின் இராணுவ முகாமிற்கு ஒரு நொடியில் போய்விட்டேன். அவர்களோ அடுத்த சந்தியில் சிக்குப்பட்டுக் கொண்டு நின்றார்கள்.

எதிரே வந்த சந்தியில் எந்தப் பக்கம் திரும்புவது என்பது அவர்களது பிரச்சினை.

நான் சொன்னேன்,

"நீங்கள் கிழக்கே போய் திரும்பினால் தபாலகத்துக்கு முன்னால் விரைவாக உங்கள் முகாமிற்கு போய்விடலாம், மேற்கே போய் ஏறினால் ஏற்ற இறக்கமான ஒரு நீண்டபாதையில் மூச்சு வாங்க நடக்கவேணும். ஏற்ற இறக்கமான பாதை பையன்களின் சைக்கிள் சவாரிக்குத்தான் சரி. உங்களுக்கும் எனக்கும் அல்ல."

நான் தானா பேசுகிறேன் என்பது எனக்கே ஆச்சரியமாக இருந்தது. ஒழுங்கை வேலிகளை நெருக்கி அடித்துக்கொண்டு என்னைச் சூழ்ந்தார்கள். துப்பாக்கிப் புடங்குகள் உயர்ந்தன. இடையிலேயே நான் குளோஸ் ஆகப்போகிறேன் என்றுதான் நினைத்தேன். ஒரு உறுமல் கேட்டது. கண்ணாமூஞ்சி மங்கலில் எல்லோரும் விலகினார்கள். அந்த தடித்தகட்டை பிரிகேடியர் முன்னுக்கு வந்தான் தமிழில்தான் கேட்டான், தெளிவில்லாமல்.

"நீ எந்தப் பக்கம் போக விருப்பம்?"

"எந்தப் பக்கமும் எனக்குச் சரி. கிழக்கே போனால் அந்த முடக்கில் நிற்கும் உயர்ந்த வெண்ணிற சிறுகுழற் பூக்களின் மயக்கும் இந்திரலோக மணம் வீசும். அடுத்துள்ள பொட்டல் காட்டில் காட்டுத் தோடையின் மணமும் இந்நேரம் வீசும்..."

". . .இந்தப் பக்கம்போய் மேற்கே ஏறினால்?. . ."

"மேற்கே போனால் அந்த ஏற்ற இறக்கமான கிறவல் றோட்டில் — அந்தப் பழைய கிறவல் றோட்டில் — என் காலத்து கிறவல் றோட்டில் — பரல்கள் நெருநெருக்க, பவளிக்குப் பின்னாலும், ஈஸ்வரிக்குப் பின்னாலும் நான் சைக்கிள் ஓடித் திரிந்த காலம்

காட்டுத்தோடை

நினைவுவரும். அந்த நினைவுகளும் மலர்களைப் போல் சுகந்தமானவை. . ."

சிப்பாய்களின் சிரிப்புக் கேட்டது. பிரிகேடியரின் சிரிப்பும் கேட்டது. நான் அவனுடைய அழகிய முகத்தை அந்த மங்கலினூடும் உற்றுப் பார்த்தேன். அவன் சொன்னான், ஹிந்தியில்.

"இவன் சித்தசுயாதீனம் இழந்து பேசுகிறான். ரொம்பப் பயந்துவிட்டான். பாவம். இவனுக்கு என்ன நடக்கப் போகிறது என்பது நமக்குத் தெரியும். இவனுக்குத் தெரியாது. . ."

பின்னர் கிழக்கு நோக்கியே அவர்கள் திரும்பினார்கள். எனக்கு சித்தசுயாதீனம் அற்றுப் போய்விட்டதா? அப்படின்டிசைற்றில் ஓப்பரேஷனின்போது எனக்கு இன்ஜக்ஷன் தந்தபோது சிவப்பொளிரும் விளக்கைப் பார்த்தபடியே மிகவும் ஆனந்தமாக சிகப்புச் சூரியனை நோக்கி என் இருசிறகுகளையும் அகலப் பரப்பி பறந்துபோனது — அந்தப் பரவசம் நினைவுக்கு வந்தது. அது போன்றதுதானே இதுவும்?

**They took me eastward. The lane opened to the vaelum woods at the turn. There were mixtures of many odours. Wild oranges and Suhantha trees were prominent among them.*

The Jawans were impressed. They exclaimed, "What heavenly odours!"

The captain came near me and said holding my shoulder, "How do you know that there are such scented flowers at this place at this time if you don't aid and support the terrorists, traversing these spots at night?"

I almost shouted joyfully.

"This is our terrain, our homeland. We just know it!"

The captain was taken aback, but his surprise made him even more cruel.

"You just know it! Do you know where your son is?"

I was terrified. "Have you captured him?"

"Do you know what is going to happen to you?"

"I don't know sir."

"Do you know your son led an attack on us near the Pillaiyar Temple?"

I kept silent. He continued his barrage.

"Do you know several of our soldiers were injured and two died?"

"I don't know sir"

What do you know then? Do you know that when we took cover in the temple he got on to the roof of a house and kept on firing at us for more than one hour until it became dark enough and he couldn't fire any more?

"I don't know sir."

"Then what do you know? Do you know that the death of those two soldiers has to be avenged? Do you know we will avenge those deaths in about a few minutes from now?"

I couldn't reply. My throat parched.

I remembered that attack – a daring attack in the evening twilight- boys crawling through the compounds and firing at patrolling Jawans... first of its kind in the east, even before the Sathrukondan land mine attack....

Now sitting before the firing squad I could ask only one question:

"Why did they take so much of time to avenge those deaths if it was the way they are going to do it now?...."

I had only one answer: They took so much of time, more than six months to trace my house!

The captain came to me and made me stand. I thought I was going to be finished and immediately began to recite 'Our Lord's Prayer.' It was the only prayer I knew and the only prayer I liked. The prayer is very hard on you. It says, "Please forgive our sins as we forgive unto others" I had to forgive the IPKF and even the firing squad that was going to fire at me. But I stressed the last two lines of the prayer every time I recited it."

"Do not lead us into temptation. Deliver us from Evil – Amen"

After some time the captain came and asked me to sit down.

The firing squad seemed to rest now. The captain went to them and was standing there looking at me.

My thoughts again went astray. I thought how the captain came to my house about two hours earlier.

யோஹிம்ஸாவின் பெயரை முதன்முதலில் எனக்கு உச்சரித்தவன் என் எதிர்வீட்டுக்காரன் ஃபோமன் நல்லையாதான்.

"விடிய, சரியா மூண்டுமணிக்கு பிரிகேடியர் யோஹிம்ஸா தன்னுடைய படை பட்டாளத்துடன் கதைவைத் தட்டுவான். நீங்கள் முகாமிற்கு போக ஆயத்தமாக இருக்கவேணும்."

பிள்ளைகளை கன்னிகா தன் வீட்டுக்கு கூட்டிப் போவதைப் பார்த்துவிட்டு நானும் சுவர்ணாவும் வர பத்து மணிக்கு மேலாகிவிட்டது. வெளி லைற்றுகள் ஜெகஜோதியாய் எரிந்து கொண்டிருந்தன. 'இனி என்ன, தலைக்கு மேலே வெள்ளம் போனால் சாண் என்ன முழம் என்ன' என்ற போக்கில் எல்லா விளக்கும் எரியட்டும் என்றே விட்டுவிட்டோம். உள்ளேயும் எந்த அறையிலும் விளக்கை அணைக்க மனம் வரவில்லை. எல்லா அறைகளிலும் கட்டில்கள் புரட்டப்பட்டு மெத்தைகள் கூரிய கத்தியால் கீறிக்கிழித்து பிளக்கப்பட்டிருந்தன. குசினி போர்டுகள்

காட்டுத்தோடை

எல்லாம் தகர்க்கப்பட்டிருந்தன. நடு அறையில்தான் சேதம் அதிகம். அண்டர்ஷீற் முழுமையாகத் தகர்க்கப்பட்டுத் தொங்கின. எந்த விளக்கையும் அணைப்பதில்லை என்பதுடன் எந்த மீள் ஒழுங்கும் உடனே செய்வதில்லை என்றும் தீர்மானித்தோம். என்ன செய்வார்களோ நம்மை என்ற அச்சம்மேலிட்டு இருந்தது. சிறையில் போடலாம் அல்லது சுட்டுக்கொல்லலாம், எப்படியாயினும் நமது பிள்ளையின் பொருட்டு என்ற ஒரு தியாக உணர்வே மேலோங்கி இருந்தது என்னிடமும் சுவர்ணாவிடமும்.

அலங்கோலமாக்கப்பட்டிருந்த சமையற் கட்டிலிருந்து மனமில்லாமல் சோற்றையும் கறியையும் பிசைந்து சாப்பிட முடியாமல் கொட்டியதும் நினைவுக்குவருகிறது. நல்லகாலம் பிள்ளைகளுக்கு சாப்பாடு கொடுத்து தூங்கவைக்க கன்னிகா கூட்டிப்போகிறாள். சாப்பாடு கிடக்கெட்டும், இந்த ரெண்டு பிள்ளைகளையும் ஒரு இராக்கண்ணுக்குக்கூட தங்களுடன் தங்க வைக்க விரும்பாத தன் தங்கைச்சிமாரை சுவர்ணா நொந்து கொண்டாள். சுவர்ணாவின் தங்கச்சிமார்தான் அப்படி என்றால், அவளுகளுக்கு வாய்த்த தடிப்பயல்களுக்குக்கூட கொஞ்சமேனும் ஈவிரக்கம் ஏற்படவில்லையே! பயமாம், பயம், என்ன பயம்? ஆக ஒரு ஏழெட்டு வயது பையன்கள். தமயன்காரனை இந்தியனுகள் தேடினால் இவனுகளை என்ன செய்வார்கள்? இவனுகளைப் பதிலுக்கு கொண்டு போய்விடுவார்களென்றா? அப்படி கொண்டு போனால்கூட உங்களுக்கென்ன? உங்களையும் பயங்கரவாதிகள் என்று கைதுசெய்து விடுவார்களா? கன்னிகா இரண்டு பிள்ளைகளையும் கூட்டிப் போனாள்தானே, அவளுக்கு இல்லாத பயமா உங்களுக்கு? அக்காவின் பிள்ளைகள் என்றால் துடித்துப் போக வேணுமல்லவா? இந்தியனுகளின் கொடுமையைவிட இதுதான் பெரிய கொடுமையாய் சுவர்ணாவிற்கு இருந்ததும் நினைவுக்கு வருகிறது.

மண்டபத்தில் பாய்களை விரித்துப் போட்டுக் கொண்டு கிடந்ததும் மணிக்கூட்டின் ரிக்ரிக் ஒலி சன்னமாக கேட்கத் தொடங்கியதும் நினைவுக்கு வந்தது. தென்னோலைகளின் சலசலப்புக்களுக்கிடையில் தூரத்தில் கடல் இரைந்துகொண்டிருந்ததும், சாமக்கோழிகள் விட்டுவிட்டுக் கூவியதும், இடையிடையே நாய்கள் ஊளையிட்டதும் நினைவுக்கு வந்தது. நாயின் குரைப்புகளில் நாங்கள் உஷாரானோம். ராணுவத்திற்கு நாய் எப்படி குரைக்கும் என்பது சுவர்ணாவுக்குத்தான் நன்கு தெரியும். நாய்கள் குரைத்த போதெல்லாம் நான் அவளுடைய முகத்தைப் பார்த்ததும், அவள் முகக்குறியையும் தலையசைப்பையும் கொண்டு நான் தலையணையில் சாய்ந்ததும் நினைவுக்கு வந்தது. சுவர்ணா மணிக்கூட்டைப் பார்த்துக் கொண்டேயிருந்ததும், இரண்டு மணிக்கே அவள் எழுந்து புறப்படத் தொடங்கியதும், அதைக் கண்டு நானும் புறப்படத் தொடங்கியதும் நினைவுக்குவந்தது. இருவரையும் ஆயத்தமாக இருக்கும்படிதானே யோஹிம்ஸா சொன்னதாக ஃபோமன் நல்லையா சொன்னவன்?

உடையணிந்து நாங்கள் காத்துக்கொண்டிருந்த முறை கண்ணுக்குள் பளிச்சென்று தெரிகிறது. ரீஷேட்டும் ட்ரௌசருமாய் புறங்கைக்கட்டோடு நான் மண்டபத்தின் நீளப்பாட்டில் உலாத்திக் கொண்டிருந்தேன். சுவர்ணா சோபாவில் சாய்ந்தபடி கிடந்தாள். மூன்றுமணி கழிந்து நான்கு மணியும் ஆனது. ஆட்கள் இல்லை. அப்படி நினைக்கும்போதே முன்கதவு தட்டும் சத்தம் கேட்டது. நேராக நடந்துபோய் கதவைத் திறந்தேன். யோஹிம்ஸாதான் நின்றான், கையில் ஒரு ஏ.கே.47 உடனும், அழகிய, ஆனால் கடுமைமிக்க முகத்துடனும்.

எனது புன்னகையை அவன் பொருட்படுத்தாது என்னைக் கடந்து போனது எனக்கு இன்னும் ஆத்திரமாகவே இருக்கிறது. அப்போதே என்னுள் அவர்களைப் பற்றிய ஒரு பரிகசிப்பு உண்டானது. நையாண்டியுடன் அவர்களை நோக்க ஆரம்பித்தேன்.

யோஹிம்சாவுடன் இரண்டு பட்டிதரித்தவர்கள் உள்ளே வந்தார்கள். மற்ற சிப்பாய்கள் எல்லோரும் கதவுக்கு வெளியிலும் கேற்றுக்கு வெளியிலும் நிற்பதுபோல் தோன்றியது. யோஹிம்ஸா ஒவ்வொரு அறையாய் போய்வந்தான் எனக்குப் பொறுக்கவில்லை, கேட்டேன், ஆங்கிலத்தில்.

“அண்டஷீற்றுகளுக்கிடையில் இருந்தும் கட்டில் மெத்தைகளுக்குள்ளிருந்தும் எத்தனை துவக்குகளையும் கைக்குண்டுகளையும் கைப்பற்றினீர்கள்?”

அவன் என்னை ஒரு வினாடி முறைத்துப் பார்த்துக்கொண்டே நின்றான். அவன் கைகள் துடிதுடித்தன போலிருந்தது. அவனுடைய விரல்கள் துப்பாக்கியின் வில்லை நெருடுவதைக் கண்டேன். மற்ற இரண்டு பட்டிக்காரர்களும் என் பக்கத்துக்கு ஓடிவந்தார்கள். சுவர்ணா அந்தரப் பட்டதையும் நான் கவனிக்கத் தவறவில்லை. கடைசியாய் யோஹிம்ஸா சொன்னான் கொச்சைத் தமிழில்.

“அவைகளுக்குள்ளிருந்து எத்தனை துவக்குகளை நான் உனக்கு எடுத்துக்காட்ட?”

ஏனைய அறைகளையும் யோஹிம்ஸா எட்டிப் பார்த்துக் கொண்டே போனான். சுவர்ணாவைப் பார்த்து மண்டபத்தின் பின் கதவையும் திறக்கச் சொன்னான். சுவர்ணா மெதுவாகவே நடந்து போனாள். மண்டபத்தின் பின்கதவுக்கப்பாலும் அறைகள் இருந்தன வென்று யோஹிம்ஸா நினைத்தான் போலும். சுவர்ணா பின்பக்கக் கதவைத் திறந்ததும் ஸ்ஸ்ஸ் என்ற பாம்புச்சீறல் போல் ஏதோ கேட்டது. பின்பு ‘ஸ்த்திரி, ஸ்த்திரி’ என்று சில சப்தங்கள், பின்னர் அதே சொற்களைக் கிண்டலடிப்பதுபோல் மேலும் சில ‘ஸ்த்திரி’ கள்... ஸ்த்திரி, ஸ்த்திரி, ஸ்த்திரி, ஸ்த்திரி... என நகைப்பு பெரிதானது. ஆஹா, ஆஹா, பெண்கள் பால் இந்தியச் சிப்பாய்களுக்கு எவ்வளவு மதிப்பு! எவ்வளவு கண்ணியம்! எவ்வளவு ஒழுக்கக் கட்டுப்பாடு உடையது இந்த ராணுவம்! அதைவிடவும் ஒரு செய்தி என்னுள் உறைத்தது. வளவின் முன்னால் மட்டுமல்ல, பின்னாலும் சிப்பாய்கள் நிறைந்திருக்கிறார்கள். அப்படியென்றால் என்ன அர்த்தம்? முன்னும்

பின்னும் மதில்களுக்கு மேல் சிப்பாய்கள் ஏறிக்குதித்து அவர்கள் என் வீட்டை முற்றுகை இட்ட பின்புதான் யோஹிம்ஸாசிங் என் வீட்டுக் கதவைத் தட்டியிருக்கிறான்! பலே, இந்திய ராணுவம்! ஒரு ஏழை ஆசிரியனின் வீட்டை இவ்வளவு அவதானமாய் முற்றுகையிடத் தெரிந்த நீ நிச்சயம் சீனாவைத் தோற்கடிப்பாய்!

குமுறிக் கொண்டுவந்த என் ஆத்திரத்துள் இன்னொரு கொதிப்பும் சேர்ந்தது. 'என்னை எவ்வளவு ஆபத்தானவனாக அவர்கள் இன்னமும் கருதுகிறார்கள்?'

பின் கதவின் வழியாக, நாற்புறமும் சிப்பாய்கள் சூழ, மாதுளை மரங்களையும் தோடை மரங்களையும் கடந்து கிணற்றுப்புறமாக அழைத்துச் சென்றார்கள். சுவர்ணா எங்கே என நான் திரும்பிப் பாத்தேன். ஒரு யன்னலின் ஊடு என்னைப் பார்த்தவள், அடுத்த யன்னலுக்கு மாறிப் போவதைக் கண்டேன். கிணற்றடி மின்குமிழ் சட்டென்று ஒளிர்ந்தது. சுவிச்சை அவள்தான் போட்டிருக்க வேணும், அவள் தனித்தல்லவா நிற்கிறாள்! உதவியாக பக்கத்து வீட்டு தங்கைச்சிமார் வந்திருக்கலாமே... கணவன்மாரும் சத்தம் கேட்டு வந்ததுபோல் உட்கடவலுக்காவது வந்திருக்கலாமே. சேச்சே, துப்பாக்கிச் சன்னங்கள் எங்கெல்லாம் பாயுமோ? 'நீங்கள் மாட்டிக் கொண்டால் நீங்களே அனுபவியுங்கள்' என்று அவர்கள் இருவரும் என் காதுக்குள் பலமாய் கத்துவது போலிருந்தது. யார் கண்டது, மதிலின் உட்கதவுக்கு இந்நேரம் லோறன்ஸ் கம்பு நட்டு கிடுகும் சார்த்தி இருப்பான்!

கிணற்றடியில் அந்த மடு இருந்தது. ஆழமான மடு. என் மார்பளவுக்கு நானே தோண்டிய மடு. குலை போட்ட பல வாழைக் குற்றிகளையெல்லாம் போட்டுப் புதைப்பதற்கு ஒரு வாரத்துக்கு முதல் நானே தோண்டிய மடு. சற்றுக் கெட்டியான மண்ணில் 5'/5' இல் விளிம்பு குலையாத மடு.

நான் குறுகத்தறித்துப் புதைத்த யானைக்கால் போன்ற கதலித்தண்டுக் குற்றிகளை மேலே எடுத்து போட்டுக் கிடந்தது. பக்கத்துவீட்டுத் தங்கராசாவைக் கொண்டு இதைச் செய்திருந்தார்கள். சில வாழைத்தண்டுக் குற்றிகள் உள்ளேயும் கிடந்தன. தங்கராசா மாட்டுப்பட்டுக் கொண்டாயா?

என்னைக் குழிக்கருகே ஏன் நிறுத்தினாய் என்பது எனக்கு முதலில் விளங்கவில்லையே யோஹிம்ஸா சிங்! உன் போட்டோக்காரனைக் கண்ட பிறகுதானே எனக்குப் புரிந்தது. அப்போதும் கூட எனக்கு முழுதும் புரியவில்லையே. புரிந்த அளவுக்கு எனக்கு பொல்லாத கோபந்தான் வந்தது.

"இதைத்தானே, கருக்கலுக்குள் நீங்க வந்து தங்கராசாவைக் கொண்டு தோண்டி எடுத்துப் பார்த்திற்றியள். துவக்கு கிறனேட் எதுவும் இல்லை என்பதுதான் எல்லோருக்கும் தெரிஞ்சு போயிற்றே... நான் ஆழமான மடுத் தோண்டினத்தையும் வாழைக் குற்றிகளை போட்டு புதைத்ததையும் கவுடு சொல்ல ஒரு உளவாளியை நீங்கள் ஒழுங்கு செய்தமைக்காக நான் உங்களைப் பாராட்டலாம்.

அத்தகைய ஒரு பிறவி இந்த அயலில் இருந்திருக்கிறானே என்பது எனக்கு அதிர்ச்சியாகவும் இருக்கிறது. அதைவிட அதிர்ச்சி இந்த வாழைக் குற்றிகளுடன் என்னை நீங்கள் படம் எடுப்பது. உங்கள் பிரதாபங்களுக்கு ஒரு காட்சியாய், சாட்சியாய் நான்தான் அமையவேண்டும். . .”

பாரிய கை ஒன்று என் கழுத்தை நெருக்கியது. நான் முழிகள் பிதுங்கியதும், மூச்சிழந்து போவதுபோல் திணறியதும் இன்னமும் என்னை நடுங்க வைக்கிறது. என்னை நீங்கள் அப்போதே முடித்திருக்கலாம், அந்த மடுவுக்குள்ளேயே போட்டுப் புதைத்திருக்கலாம், இவ்வளவும் செய்துவிட்டு ‘இவன் சித்தசுயாதீனம் இழந்துவிட்டான்’ என்று சொல்லவும் ஒரு தேவை இருக்கிறதா? கழுத்தை நெரித்த கை விலக, பிடரியில் ஒரு துப்பாக்கி அழுத்த, நான் முடிந்தது கதை என்று சுவர்ணாவையும் பிள்ளைகளையும் நினைத்து முழிகள் பிதுங்க, கமெராவின் ஃளாஷ் என்மீது பாய, அப்போதுதான் ஒரு மின்னலடித்தது என்னுள், மடுவுக்குள் சில துப்பாக்கிளைப் போட்டு இவனுகள் படம் எடுத்திருக்கலாமென. கீழே பார்க்க எனக்கு அவகாசம் தந்தாயா யோஹிம்ஸா? அப்போதுதானே எனக்கு விலங்கிட்டீர்கள் எவ்வளவு குள்ளத்தனமான வஞ்சகம்! எனது கொலைக்கு இப்படியா நீங்கள் பதிலளிக்க வேண்டும். சுட்டுவிட்டுப் போங்கள், ஒரு காகம் குருவிகூடக் கேட்காது.

ஃபயரிங்ஸ்க்குவார்ட் இன்னமும் துப்பாக்கியை நீட்டியபடியேதான் நின்றது. கவுண்ற்டவுன் இன்னும் தொடங்கவில்லையா? அதற்குரிய ஆணை இன்னும் கிடைக்கவில்லையா? ஆணையிடுவது யார்? தலைமை தளபதியா? ஸ்த்தலத்துப் பெரியவர் யார்? முன்பொருமுறை நான் வந்தபோது போத்தா என்றொரு புத்திஜீவி இருந்தாரே. அவர் மாற்றலாம், ஒரு புரமோஷனுடன் என்று கேள்விப்பட்டேனே, புரோமோஷனுக்கல்லாமல் வேறு எதற்காக இப்படி விடியவிடிய பணியாற்றுகிறீர்கள்? யோஹிம்ஸா உன் அடுத்த பதவி என்ன? உனக்கு ஆணையிடும் உயர்அதிகாரி யார்? உன் பெயரோடு இன்னுமொரு பெயரையும் சொன்னானே ஃபோமன் நல்லையா? . . .போஸ். . . நோ, நோ. . . தாஸ், தாஸ், தாஸ்தான். அவரா உன் மேலதிகாரி? அவர் எப்போது இந்த சீனுக்குள் நுழையப் போகிறார்?. . . ஓ, ஓ, ஃபோமன் நல்லையா சொன்னது நினைவிருக்கு.. போமன் நல்லையாவும் தங்கராசாவும் மழை சொட்ட சொட்ட, இரண்டு சிப்பாய்களுடன் நாகேந்திரனின் கடையைக் கடந்து போனதை நான் கண்டதும் நினைவுக்கு வருகிறது. போமன் நல்லையாதான் சொன்னவன் பிறகு, அலுமாரியில் இருந்த தாலிக்கொடியையும், நகைகளையும் காசுகளையும் முருகவேளிடம் ஒப்படைக்கும்படி தாஸ்தான் சொன்னவரென்று. ஓ! ஞாபகம், ஞாபகம், மேஜர்.தாஸ் ஏற்கனவே சீனுக்குள் வந்துவிட்டார்! ஆனால் நான் இன்னும் காணாத மேஜர்.தாஸ். ஓ, உன்னைக் காண்பேனா, மேஜர்.தாஸ் உன்னைக் காண்பேனோ, என் காலம் முடிவதற்குள் இன்னும் சில கணப்பொழுதுகளில். . . எனக்குப் பாடவேணும் போலிருந்தது. பாடவேணும் என்ற எண்ணம் தோன்றவே எனக்கு உண்மையாகவே

சந்தேகம் வந்துவிட்டது யோஹிம்ஸா சொன்னதுபோல் நான் நிஜமாகவே சித்தசுயாதீனத்தை இழந்துவிட்டேனோ என்று. என் சந்தேகத்தை நிவர்த்திசெய்ய, நடந்ததெல்லாம் சரியாக ஞாபகத்துக்கு வருகிறதா என என் நினைவுகளை தடவிப் பார்க்கத் தொடங்கினேன்.

என் நடத்தைகள் எனக்கு நன்கு நினைவிருப்பது போல் தான் பட்டது. மாலையில் வழக்கமான வீடுவரும் நேரந்தான் அது. கருக்கல். மாலைக்கருக்கல் கொஞ்சம் தடித்திருந்தது இன்று... இன்றா? இது விடிந்துவரும் பொழுதல்லவா? இந்த விடியலுக்கான நேற்றைய மாலைக் கருக்கல். மழை முகிலால் சற்றுத்தடித்து முகம்பார்த்து மதிக்க முடியாத ஒரு மாலைப்பொழுதுதான் நான் வந்தநேரம். தங்கராசாவின் பூவரசு மூலையை நெருங்கும்வரை அந்தச் சந்தியில் இந்திய ராணுவம் சோதனையிட்டுக் கொண்டிருந்தது எனக்குத் தெரியவில்லை. உண்மையில் என் வீட்டுக் குறுக்கொழுங்கையில் போவோரை கருதியே அந்தச் சோதனை இடம்பெறுகிறது என்பது எனக்குச் சட்டென்று பட்டது. இதற்கென்ன பெரிய மேதாவித்தனம் வேணுமா? எதிர்பார்த்ததுதான். பிள்ளையார்கோயில் தாக்குதலுக்குப்பின் இந்தியன் என் வீட்டைக் குறிவைத்திருக்கிறான் என்பது எல்லோருக்கும் தெரியும். அந்தச் சந்திக்கருக்கலில், நான் சைக்கிளிலிருந்து இறங்க முதலே வானளாவ உயர்ந்த ஒரு இந்தியக் கருமுண்டம் என்னைச் சைக்கிளில் வைத்தபடியே பளு, வயிறு, தொடை எல்லாவற்றையும் தடவிய பின் சைக்கிள் சீற்றோடு சேர்த்து என் ஆண்குறியையும் தடவிவிட்டு விட்டான். என் குறுக்கொழுங்கையில் நான் திரும்பி அவர்களின் கைகளுக்குள் விழுவது புத்திசாலித்தனமாகுமா? நேரே என் சைக்கிளை விட்டேன், எதுவரையும் இந்தியனுகள் நிற்கக்கூடும் என்பதைக் கணக்கெடுத்துக் கொண்டே. பிள்ளையார் கோயில் வீதியில் அவர்கள் நிற்கக்கூடும். எந்தப் பிள்ளைக்கும் அது தெரியும் அல்லவா? எந்த ரவுண்ட்அப்பிலும் எல்லையாக நிற்பவர்தான் பிள்ளையார்! நேரே போய் பிள்ளையாரில் மாட்டுப்படக் கூடாதென்ற எண்ணம் பளிச்சிட உடனடியாக அடுத்த ஒழுங்கையில் சைக்கிளைத் திருப்பினேன். அது இன்னும் ஒரு பெயர் இல்லாத சிற்றொழுங்கை. இருபக்கமும் உள்ள வேலிகளின் மரவள்ளித் தழைகளால் அடத்தியாய் சவிகை பண்ணப்பட்டது. எனது தெருவுக்கு அடுத்த ஒழுங்கைதான்.

என் ஞாபகம் தெளிவாக இருப்பதையிட்டு சந்தோஷமடைகிறேன். என்னென்ன செய்தேன் என்பவை மாத்திரமல்ல, எப்படி எப்படியெல்லாம் சிந்தித்தேன் என்பதும் நினைவிருக்கு.

ஆபத்து நேரும் வேளைகளில் தடதடப்பது எனது இயல்பல்ல. அதே சமயத்தில் ‘அஞ்சுவது அஞ்சுவதும்’ என் இயல்பு. அதே சமயத்தில் அஞ்சிக்கொண்டிருப்பவனும் இல்லை. அதை மிஞ்சவும் பார்ப்பவன். இப்போதும் நான் அஞ்சவில்லை. எதை எதிர்கொள்ள வேணுமோ, அதை எதிர்கொள்கிறேன், அவ்வளவுதான்.

காட்டுத்தோடை

“வீதிகளில் மாறிமாறி இந்தியனுகளை நான் அன்றிரவு பேய்க்காட்டும் போது நான் முயன்றதெல்லாம் சுவர்ணா அகப்பட்டுக் கொண்டாளா என்பதை அறியத்தான். எங்களுக்குத் தெரிந்த உள்வழிகள் இந்தியனுகளுக்குத் தெரியுமா? கன்னிகா அந்த இருட்டில், எல்லாப் பாதைகளிலும் இந்தியன் வளைத்து நின்றாலும், சொல்லுவார்களே, ‘நீருக்குள் நெருப்பைக்கொண்டு போவதுபோல’ என்று அப்படிபோய் வந்தாள் என் வீட்டுக்கும் அதற்கப்பாலும். இந்தியனுகளுக்கு டிமிக்கிகொடுக்க தெரிந்திருந்தது என் சுவர்ணாவிற்கு. தாயும் பிள்ளைகளும் பத்திரம். வேறென்ன வேணும்!

என் வேளை நெருங்கிவிட்டதுபோல் தோன்றுகிறது. ஆணைக்குப் பதில் ஆளே வந்துவிட்டார். மேஜர்.தாஸ். உயரம். வெளுப்புக் குறைவு. மங்கலிலும் அந்த முகத்தில் வித்தியாசமான ஒரு சகஜத்தன்மை!

ஃபயரிங்ஸ்க்குவார்ட் இன்னமும் ஆயத்தமாகவே நின்றது. பத்திரங்கள் பரிமாறப்பட்டது போலுமிருந்தது. மேஜர்.தாஸ் ஒப்பமிட்டார்.

மேஜர் என்னை நோக்கியே வந்தார். என் கை விலங்கைப் பார்த்தார். எழுந்து நிற்கச் சொன்னார்.

“எனக்கு ஒரே ஒரு விஷயம் நீ சொன்னால் போதும்”

“என்ன ஐயா?”

என்னுடைய ஏற்பாடு லேசான ஏற்பாடல்ல. சுமார் ஆயிரம் சிப்பாய்கள். நான்குநாள் பயிற்சி. மூணுபெரும் அணிகள். கடற்கரைப் பாதையில் ஒன்று, வண்ணார்—தட்டார் வீதியில் ஒன்று. பிள்ளையார் கோயில் வீதியில் ஒன்று. ஒரே நேரத்தில் புறப்பட்டவையும் அல்ல. ஆனால் ஒரே நேரத்தில் உன் வீட்டை ரைமிங். ஐம்பது யார் எல்லைக்குள் உன் வீட்டை நோக்கிய 100 மீட்டர் வேகப்பாச்சல். உளவுத் தகவல்கள் எந்நேரமும் ஊடாடிக் கொண்டிருந்தன. நாங்கள் பாய்ந்து வந்தபோது உன் வீட்டுக்கதவுகள் திறந்தே கிடந்தன. உன் சமயற்கட்டு அடுப்பில் சூடாக்க வைத்த இரவுக்கறி அடுப்பில் தீய்ந்து கொண்டிருந்தது. குசினி வேலை செய்தவாறிருந்த உன் மனைவி வீட்டை விட்டுவிட்டு ஓடியிருக்கிறாள். எனக்கு இரண்டு விஷயந்தான் தேவை. ஒன்று நாங்கள் வருவது பற்றிய தகவல் உன் மனைவிக்கு எப்படிக் கிடைத்தது? இரண்டு, எல்லாப்பக்கமும் நாங்கள் சுற்றி வளைக்கிறபோது எப்படி உன் மனைவி எங்களை மீறி தப்பிப் போனாள்?”

“என் மனைவி செய்த குற்றம் என்ன ஐயா?” நான் பணிவாகவே கேட்டேன்.

“குற்றம் என்றல்ல, ஆனால் இந்த இரண்டும் எனக்குத் தெரிய வேண்டும்”

“மிக எளிதான மறுமொழி சொல்லவா ஐயா?”

காட்டுத்தோடை

“என்ன ?”

“கோபித்துக் கொள்ளக்கூடாது. . .”

“சொல்லு. . .”

“யோஹிம்ஸா ஸேர் என்னை அறஸ்ற் செய்ய சற்றுமுன் வந்தாரே, அவர் என் மனைவிடமே கேட்டிருக்கலாமே?”

“அவருடைய பணி உன்னை அறெஸ்ற் செய்வதும், உன் சம்பந்தமான கேஸை ருஜுப் படுத்துவதுந்தான். இது என்னுடைய பணி. எதிரியை மடக்கி பிடிப்பதற்காக வழிமுறைகளை கண்டறிவது, அவளிடம் கேட்டுச் சொல்கிறேன் என்று சினிமா வசனம் பேசாதே. உனக்கு இதுவரையில் தெரிந்திருக்கும் சொல்”

எனக்கு சிரிப்பு வந்தது. எவ்வளவு சின்ன விஷயம்! நமக்கு சின்ன விஷயம். ஆனால் எதிரிக்கு பெரிய விஷயம்! நம்முடைய சின்ன விஷயந்தான் நம்மைக் காப்பாற்றுகிறது. இதை எதிரிக்குச் சொல்லலாமா?

“என்ன அதிகம் யோசிக்கிறாய்?”

“உங்களிடம் அந்த ரகசியத்தைச் சொல்லலாமா இல்லையா என்று யோசிக்கிறேன்.”

“உன்கைக்கு இன்னமும் விலங்கிடப் பட்டிருக்கிறது. யோசித்துச்சொல். . .”

“யோசிக்கிறேன் மேஜர்.தாஸ் யோசிக்கிறேன். . .”

‘மேஜர்.தாஸ்’ என்னும் போதே யோஹிம்ஸா சொன்ன என் ‘புத்திசுயாதீனம் அற்ற தன்மை’ என்னை ஆட்கொண்டுவிட்டது போன்று தோன்றியது. எனினும் வாழ்வின் ஒருசில கணங்களுக்கெனினும் மனிதன், மாமனிதனாக மாறக்கூடாதா? நான் ஏற்கனவே மாறிக் கொண்டுவிட்டதை என் சொற்கள் எனக்கு உணர்த்தின.

“. . .பார்க்கப் போனால் இன்று நடந்தது உங்களுடைய ஒரு ஓப்பரேஷன். ஓப்பரேஷன் பிரகஸ்பதி என்று பெயர் வைத்தீர்களா, அல்லது ஒப்பரேஷன் பிள்ளையார் ஆலயம் என்று பெயர் வைத்திர்களா? இது ஒரு பாரிய ஓப்பரேஷன்தான். குறிப்பிட்டுச் சொல்லக்கூடிய ஒரு படை நகர்வு! எனக்கு நினைவுக்கு வருகிறது, ராஜஸ்தானத்து பாலைவனங்களில் உங்கள் பிரதம தளபதி சுந்தர்ஜி நடத்திய பாரிய தாக்குதல் பயிற்சிகள் பற்றி நான் படித்தவை. அவரின் அடியொற்றி ஒரு நீண்டகால நோக்கில், என்னென்ன தந்திரோபாயங்கள் என்னென்ன பலன்களைக் கொண்டுவரும் இந்திய அமைதிப்படைக்கு என்ற ஒரு பரிசோதனையாகவே நான் உங்களுடைய இந்த பாரிய முயற்சியை நோக்குகிறேன். ஆனால் பரிதாபம் இந்தச் சிறிய தீவின் சிறிய மாகாணங்களின் புலம் உங்களுக்குத் தெரியாது. எங்களது அடர்ந்த காடுகளை மட்டுமல்ல எங்கள் சிறிய கிராமங்களைக்கூட நீங்கள் அறியமாட்டீர்கள். உங்கள் நடவடிக்கைகள் பற்றி எங்கள் மக்கள் நாளாந்தம் எந்தப் பெரிய

புலன்விசாரணைகளுமின்றி எப்படி அறிந்து கொள்கிறார்கள் என்பதையும் நீங்கள் அறியமாட்டீர்கள். . ."

"என் மனைவிக்கு உங்கள் பாச்சல் பற்றிய தகவல் எப்படி கிடைத்தது. அவள் எப்படி, எதனூடு நகர்ந்தாள் என்பதெல்லாம் சின்ன விஷயங்கள் அவைகளை நான் சொல்வதாயின் உங்கள் அனைத்து முயற்சிகளுமே ஒரு *ANTI-CLIMAX* இல் முடிந்ததாக முடியும். நீங்கள் என்ன செய்தாலும் செய்யுங்கள், நான் அவற்றைச் சொல்லப் போவதில்லை. எங்கள் பலத்தை நான் பாதுகாக்கிறேன் என்பது மட்டுமல்ல, எங்களுக்கு உதவியவர்களை நாங்கள் என்றுமே காட்டிக்கொடுக்க முடியாது. இது உறுதி."

மேஜர்.தாஸ் யோஹிம்ஸாவைப் பார்த்தார். யோஹிம்சாவின் கண்கள் பேசின. பின்னால் நிற்கிற ஃபயரின்ஸ்க்குவாட்டுக்கு வழிவிடுவது போல விலகிப் போனார்கள். தமக்குள் பேசித்தலை அசைத்துக் கொண்டார்கள். சமிக்கை கொடுக்கப்பட்டு விட்டதுபோல் தோன்றியது. விலங்கிட்ட கைகளை கூப்பி கண்களை மூடி நான் பரமண்டல மந்திரம் சொன்னேன். . . திடீரென தாஸ்ஸின் குரல். "ஸ்ரொப், ஸ்ரொப், ஸ்ரொப்". . . நான் கண்களைத் திறந்தேன். பதிந்த குரலில் மேஜர்.தாஸ் சொல்லிக் கேட்டது, "றிலீஸ் ஹிம்"

காட்டுத் தோடைப் பூவின் மணமும், அந்த அதிகாலைப் புலர்வில் எங்கும் 'கம்' என்று எங்கும் கலந்து எனக்கு மணத்தது.

●●●

*இக் கதையின் மூலப்பிரதியில் பக்கமொன்று தொலைந்துவிட்டது. அதனால் ஆசிரியரினால் ஆங்கிலத்திலும் எழுதப்பட்ட இக்கதையிலிருந்து *(Wild Orange)* குறித்த பகுதி சேர்க்கப்பட்ள்ளது.

உட்சுழிகள்

அகால மரணமடைந்த நம்பியின் 31ம்நாள்.

நம்பியின் படம் மண்டபத்தில் மாலைபோட்டு தொங்கியது. அந்தப் படத்தில் அவன் கோட்சூட் அணிந்திருந்தான். ரையின் கோடுகள் தெளிவாகத் தெரிந்தன. முடியை உச்சிவார்த்திருந்தான். அவனுடைய பெரிய காதுகள் துருத்திக்கொண்டிருந்தன. கண்களும் பெரியவைதான். ஒரு திருடனைப்போல முழுசுகிற முகத்தோற்றம். உள் ஆழங்களில் மாத்தன் திட்டங்களை வரைந்து கொண்டிருக்கின்ற ஒரு ரகசிய மனிதனின் சாயல் அவனுடைய படத்தில் தோன்றியது. அந்தப் படம் அவன் தனது இருபத்தியைந்தாவது வயதில் பாஸ்போட்டுக்கு எடுத்த படத்தை பெருப்பித்ததாக இருக்கவேண்டும்.

நம்பியின் மனைவி பூவிழி ஒரு சிலைபோல உட்கார்ந்திருந்தாள். சிலை என்றே அவளை சிலர் அழைத்தார்கள். வாகான உடலும் அதற்கேற்ற முகமுமாக மிகவும் வடிவாக இருந்தாள். ஒரு சாவீட்டின் வாட்டத்திலும் அவளுடைய வடிவு குலையாமலே இருந்தது ஆச்சரியமாகவே இருந்தது. எதற்காக அவள் நம்பியை கட்டினாள் என்று சிலர் கேட்பதும் உண்டு. நம்பிக்கு நிரந்தரத்தொழில் இருக்கவில்லை என்பதுதான் அவர்களுடைய குற்றச்சாட்டு. தொழில் வரும்போது வரட்டும் என்று அவள் சொல்வாள். அவன் விரைவில் வெளிநாடு போய் உழைத்துக் கொட்டுவான் என்றுதான் நம்பி

இருந்தாள். இப்போது போய்விட்டான், இரண்டு குழந்தைகளுடன் அவளை விதவை ஆக்கிவிட்டு.

நம்பியினுடைய மரணத்தைக்கூட அவள் ஒருநாள் கனவு கண்டாள். வெளிநாடு போகும்வரையில் கிடைக்கிற தொழிலைப் பார்த்துக் கொண்டிருந்தால் போதாதா? அவனுடைய தொழில் ஒருவகையானது. அதை வியாபாரம் என்றுதான் சொல்லவேண்டும். வாங்கி விற்பதுதானே வியாபாரம். அவனும் அதையேதான் செய்தான். ஆனால் அவனுக்கு வியாபார நிலையம் என்று ஒன்று இல்லை. வியாபாரப் பொருட்களை அவன் வீட்டுக்கு கொண்டு வருவதுமில்லை. வாங்குபவர்களையும் விற்பவர்களையும் அவரவர் இடத்திலேயே வைத்துக்கொண்டு பொருளை கைமாற்றம் செய்து விடுவான். இதில் வருகின்ற நயத்தை கொமிஷன் என்று சொல்லிக் கொள்வான். இத்தகைய கொமிஷன் வியாபாரத்துக்கு அவனுடைய தூரத்து குக்கிராமத்தைவிட நகரத்தை அண்டிய கிராமங்களே அவனுக்கு வசதியாக இருந்தது. அதனாலேயே பாண்டவர்புரத்தில் ஒரு வாடகை வீட்டுக்கு குடிபோனார்கள். பாண்டவர்புரத்துக்கு குடிபோகாதிருந்தால் அவனுக்கு இந்தக் கதி வந்திருக்காது. பாண்டவர்புரத்தில் சொந்தக்காரர் இருந்ததும் அங்கு நம்பியின் தங்கை பஞ்சாமிர்தம் படித்துக் கொண்டிருந்ததும் அவனுக்கு கேடாகத்தான் முடிந்தது.

நம்பி தன் தொழிலைப் பார்த்துக் கொண்டிருந்தால் ஒன்றும் நடந்திருக்காது என்பதுதான் பூவிழியின் எண்ணம். கலியாணம் முடிந்து இரண்டுபிள்ளைகளும் பெற்றவனுக்கு இயக்கத் தொடர்வு எதற்கு என்று அவள் அவனை நேரடியாகவே கேட்டிருக்கிறாள். 'துவக்குத் தூக்கி நீ பழகினால், துவக்குக்குத்தான் நீ பலியாவாய்' என்றும் அவள் அவனை எச்சரித்திருந்தாள்.

"எல்லாம் காரியமாகத்தான் பூவிழி" என்று அவன் அவளை தாஜா செய்வான்.

"இதால எந்தக் காரியமும் ஆகாது. வெளிநாட்டுக்கு போய் ஏதும் சம்பாதிக்க முடியுமா என்று பாருங்களே" என்பாள் அவள். அதை அவன் ஆமோதிக்க அந்தப் பாட்டைப் பாடுவான்

"போகபோக தெரியும் — இந்த

பூவின் வாசனை புரியும்"

இப்போது எல்லாம் புரிந்துவிட்டது. பூவிழி எழுந்து, முப்பத்தியோராம் நாள் செலவுக்கு வந்தவர்களின் பொருட்களை ஏற்கப் போனாள்.

"வாங்க கண்மணி அக்கா," பூவிழி கண்மணியை வரவேற்றாள். பட்டினப்பக்கம் குடியிருக்கப் போனதால் அவள் பெற்ற ஒரே ஒரு பலன் கண்மணி அக்காவின் நட்புத்தான்.

பூவிழியிடம் அளவற்ற பாசத்தை உடையவள் கண்மணி. பூவிழியை மட்டுமல்ல, எவரையும் தன் பாசத்தால் பிணைத்துக் கொள்ளக்கூடியவள் கண்மணி. கண்மணியின் கணவன் எப்போதோ

உட்சுழிகள்

அவளை விட்டுப் போய்விட்டான். அவளுடைய மூத்தவன் இயக்கத்துக்கு போனபின் இயக்கமே அவளுடைய வாழ்வாகவும் போய்விட்டது. இயக்கத்துக்காக அவள் ஆற்றிய பணிகள் எந்தப் பதிவுமற்றது. இத்தகைய ஆயிரக்கணக்கான அன்னையருக்கு இயக்கமும் இயக்கத்தின் தோற்றுவாயாகிய மக்கள் சமூகமும் கடமைப்பட்டவர்கள் என்பது பூவிழியின் கருத்து. தன்னை இயக்கத்தின் பங்காளியாக்கிய தன்னுடைய மூத்த மகன் வீர மரணம் அடைந்த போதும் இயக்கத்தை வெறுத்துப் போனவள் அல்ல கண்மணி. மகனின் வீரமரணத்துக்கு பிறகு இயக்கம் அவள் தனிமையைப் போக்கக்கூடிய நினைவூற்றாக மாறிப் போய்விட்டது.

நம்பியின் விஷயத்தால் அவள் மிகவும் பாதிக்கப்பட்டாள். சாவுக்கு வந்தவள் எட்டு முடியத்தான் தன் வீட்டுப் பக்கம் போனவள்.

கண்மணி மண்டபத்தின் ஒரு மூலையில் உட்கார்ந்து நம்பியின் மாலைபோட்ட படத்தையே பார்த்துக் கொண்டிருந்தாள். இடையிடையே கதவினூடு வெளியில் எட்டிப் பார்த்தாள். நம்பியின் தமையன்மார் தெரிந்தார்கள். புள்ளியனும் சிதம்பரமும். பாலனின் தாயும் தகப்பனும் மாமர நிழலில் அமர்ந்திருந்தார்கள். பாலனின் தகப்பன் காற்சட்டையோடேயே சம்மாளம் போட்டு இருந்தார். நம்பியின் தங்கை பஞ்சாமிர்தமே ஓடி ஓடி காரியங்கள் செய்துகொண்டிருப்பதும் தெரிந்தது.

கண்மணியின் நினைவு பாண்டவர்புரத்தில் உள்ள அவளுடைய குடிசைக்கு ஓடியது. அவளுடைய குடிசைக்கு சுற்றிலும் வேலியோடு வேலியாக கிளை சவண்டு தொங்கும் காட்டாமணக்குச் செடிகள். காட்டாமணக்கு செடிகள் தான் அவளுடைய மறைப்பு. அதே காட்டாமணக்குகள் தான் அவளுடைய காவல் அரணும். உள்ளே இருந்து வெளியில் பார்க்கலாம், ஆனால் வெளியிலிருந்து அவ்வளவு சுலபமாக உள்ளே பார்க்க முடியாது. மேற்கிலும் வடக்கிலும் முருங்கைகள். தெற்கில் மரமடர்ந்த ஒரு புதர். கிழக்கில் ஓவென்ற வெட்டவெளி. தூரத்தில் கடலில் அலை ஓசை கேட்கும். பாரிய அலைகள் கரையில் மோதுவதுகூட கேட்கும். கடலுக்கும் அவளுடைய குடிசைக்கும் இடைப்பட்ட அந்த மணல்வெளியில் ஈச்சம் புதர்களும், காரைப் பற்றைகளும், உயர்ந்தோங்கிய காஞ்சிரை மரங்களும் தெரியும். எப்படியும் அந்த மணல்வெளி ஒரு மூடிய பிரதேசமே. வடக்குப்புறமாக பல வீடுகளுக்குப்பால் ஒரு கிறவல் ரோட்டுப் போகிறது. அதேபோல் வடக்கு ஒழுங்கைக்கு அப்பால் சில வீடுகள் கழிய கடற்கரை வீதி போகிறது. ரோந்து செல்லும் படையணிகள் நேரடியாக அவளுடைய குடிசைப் பக்கம் வந்துவிட முடியாது.

இந்த மூடிய பிரதேசத்தின் திறந்த மணல்வெளியில் தான் பாலனின் ஆட்கள் சந்திப்பார்கள். இரவில் கரிய இருளில் அவர்கள் சந்திப்பார்கள். நிலவிலும் அவர்கள் சந்திப்பார்கள், சிலவேளை பகலிலும் சந்திப்பார்கள். அவர்கள் எது செய்தாலும் கண்மணிக்கு அது தெரியும். கலப்பற்ற நம்பிக்கை, இயக்கத்தவர்களையும் இயக்கத்தைச் சார்ந்தவர்களையும் பாலன் முழுமையாக நம்பினான்.

உட்சுழிகள்

பாலனின் இந்த கலப்பற்ற நம்பிக்கைதான் பல தவறுகளுக்கு காரணமாக இருந்திருக்குமோ? இப்போதுதான் கண்மணிக்கு அந்த எண்ணம் ஏற்படுகிறது.

கண்மணிக்கு இப்போதெல்லாம் ஒரு பயமும் ஏற்பட்டிருக்கிறது. தானும் இதற்கெல்லாம் உடந்தையாக இருந்திருக்கிறாளோ என்று பாலன் சந்தேகிப்பானோ என்ற பயந்தான் அது. பாலனுக்கு அந்தச் சந்தேகம் இல்லாமல் இருந்தாலும் இயக்கத்தில் உள்ள ஏனையோருக்கு அந்தச் சந்தேகம் வராமல் இருக்குமோ? மாவீரன் ஒருவனின் தாய் அவள் என்பது வேறு விஷயம், எப்படியும் அவர்கள் அவளை விசாரணைக்கு அழைப்பார்கள் என்றே அவள் எதிர்பார்த்திருந்தாள். எனினும் இன்னும் அவள் விசாரணைக்கு அழைக்கப்படவில்லை.

கண்மணிதான் அவர்களுக்கு உத்தியோகப் பற்றற்ற ஒரு காவலாளி. அவளே அதைச் சுயமாக உணர்ந்துகொண்டவள். அவளை நம்பித்தானே அவர்கள் அங்கு வருகிறார்கள். அவர்கள் வந்தால் அவளுடைய கண்கள் ஆமணக்கம் பற்றைகளுக்குள்தான் இருக்கும். அவர்கள் வருவதற்கு ஒரு நேரம் காலம் இல்லை. நள்ளிரவிலும் வருவார்கள். நடு மதியத்திலும் வருவார்கள். பின்னிரவுகளில் அவர்களுடைய பிரதான வேலை ஆயுதங்கள் துடைத்து மினுக்கி, கழற்றிப் பூட்டி செப்பம் செய்வதாகவே இருக்கும். ஆயுதங்கள் அவர்களுக்கு உயிராக இருந்தது. கண்ணின் மணியாகவும் மணியின் ஒளியாகவும் அவைகளைக் கருதினார்கள். ஒரு துப்பாக்கிக்காக அவர்கள் எதையும் இழக்கத் தயாராய் இருந்தார்கள். உயிர் பெரிதல்ல துப்பாக்கி பெரிது என்பார்கள். ஆயுதங்களை எதிரிக்கு இழக்காமல் இருப்பதுதான் உயர்ந்த வீரம் என்பார்கள். துப்பாக்கியை கையில் எடுத்ததும் அதைக் கொஞ்சுவார்கள். எல்லாம் முடிந்து துப்பாக்கியை கீழே வைக்கும்போதும் கொஞ்சுவார்கள். அவர்கள் துப்பாக்கிக்கு பூபோட்டுக் கும்பிடாதது ஒன்றுதான் குறை.

அவர்களுடைய ஆயுதக் கிடங்கை அவள் அறிந்ததில்லை. ஆனால் ஆயுதக் கிடங்குகள் அவைகளை வைக்கப் போவதற்கு முன்பாக அவர்கள் அவைகளுக்கு செய்யும் காப்புறைகளைக் கண்டிருக்கிறாள். ஒரு தாய்கூட தன் குழந்தையை அந்த மாதிரி பராமரிக்கமாட்டாள்.

ஒருநாள் அவர்கள் எல்லோருடைய முகங்களும் கவலையில் உறைந்து போயிற்று. தொடர்ந்து பல நாட்கள். பேச்சு மூச்சு அற்றுப் போனார்கள். அவர்களுடைய கலகலப்புகள் பறந்துவிட்டன. அவர்களுடைய தைரியங்களைத் தொலைத்திருந்தார்கள். பாலன் ஒரு நாள் காலையில் அந்தப் பரந்த மணல்வெளி முழுவதையும் கீலங்களாகப் பிரித்து, கூனி அடித்து கயிறுகளைத் தொடுத்தான். பிறகு சில நாட்கள் இரவிரவாக அதற்குள் என்னவோ செய்தார்கள். கண்ணி வெடி புதைக்கிறார்களோ என்று அவளுக்குச் சந்தேகமாய் இருந்தது. ஒருநாள் பாலனிடம் கேட்டாள்,

"ஏதும் வெடியை கிடியை புதைக்கிறீங்களாடா மக்காள்"

“வெடியைத்தான் புதைக்கவேணும் தலையில். ஆனால் ஆளைத்தான் தெரியல்ல. . .”

கோபமாகச் சொல்லிப் போட்டு போனவன்தான் பாலன். பிறகு ஆளையே காணல்ல. சொல்லாமலே போயிற்றானே என்று கவலைப்பட்டாள் கண்மணி. சொல்லமுடியாத நிலையில்தான் அவன் அப்படி போனான் என்பதை கண்மணி மெல்லமெல்ல கேள்விப்பட்டாள். பாலனின் தாய்தகப்பனை தேடிப்போனாள். அவர்கள் ஊரிலேயே இல்லை. இந்திய ராணுவத்தின் கெடுபிடிகளுக்கு பயந்து அவர்கள் தலைமறைவாகிவிட்டனர்.

அதன் பிறகு அந்தக் கூட்டம் அப்படியே கலைந்து போயிற்று. நம்பியும் வருவதில்லை. தர்சனும் வருவதில்லை. பூவிழியைப் பார்க்கப் போயிருந்தாள் கண்மணி. பூவிழியும் பஞ்சாமிர்தமும் ஊருக்கு போய்விட்டதாகக் கேள்விப்பட்டாள். இவைகள் நடந்து ஒரு மாதத்துக்குப் பிறகுதான் நம்பியின் அகால மரணம் பற்றி அறிந்து அவள் துடிதுடித்துப் போனாள். அதோடு பஞ்சாமிர்தத்தின் படிப்புக் குலைந்துபோயிற்று. சோதனை எழுதவேண்டிய வருடம். எவ்வளவு துயரங்கள்.

பஞ்சாமிர்தத்தைக் கூப்பிட்டு ஏதேனும் ஆதரவு சொல்லவேணும் போல் தோன்றியது கண்மணிக்கு.

“பஞ்சு. . .”

வெற்றிலை வட்டாவை எடுத்துக்கொண்டு வந்தாள் பஞ்சு. பஞ்சு மெத்தென்றுதான் இருந்தாள். கொழுமை கொஞ்சம் வற்றியிருந்தாலும், வெள்ளை அல்வாவைப் போன்ற அவளுடைய தோற்றம் மாறவில்லை. அதற்கேற்றாற்போல் வெளிர் நீலம் இழையோடிய பூப் போன்ற பஞ்சு பொதிந்த அவளுடைய சட்டையும் வெள்ளை அல்வாவையே நினைவூட்டியது. வெற்றிலைத் தட்டத்துடன் பஞ்சு கண்மணிக்கு பக்கத்திலேயே அமர்ந்தாள். கண்மணி பஞ்சுவின் இரட்டைப் பின்னல் தலையை வருடிக் கொடுத்தாள்.

பஞ்சு கண்மணியின் கையை எடுத்து தன் கையினுள் வைத்துக்கொண்டாள். அவள் கண்மணியின் அன்பில் திளைப்பது இதுதான் முதல் தடவையல்ல. எல்லோரையும் நேசித்த இந்த மனுஷி தன்னையும் நம்பியையும் பாலனையும் கொஞ்சம் கூடுதலாகவே நேசித்தாள். வீர மரணமடைந்த தன் மகனை பாலனின் உருவில் கண்ட கண்மணி, பாலனுடன் இணைந்தவர்களையும் அவ்வாறே நேசித்தாள். இதேபோல பாலனுடன் இணைந்திருந்த தர்சனையும் மனுஷி நேசித்தாள் என்பதும் பஞ்சுவுக்குத் தெரியும். நம்பியண்ணாவின் மரணம் எல்லோரையும் உலுக்கிப் போட்டது.

பஞ்சு, ஒருவேளை தான்தான் இது எல்லாவற்றுக்கும் காரணமோ என்றும் நினைப்பதுண்டு. தர்சனிடம் அவள் அப்படி மனம் நெகிழ்ந்து போனதற்கு என்ன காரணம்? அப்படி அவளுக்கு மனம் மாறியது அவளுக்கே ஆச்சரியம். போராடப் புறப்பட்டவன் தர்சன். அவனுக்கு ஆபத்து இருந்தது. ஆபத்தை அரவணைத்துத்தான்

உட்சுழிகள்

அவர்கள் வாழ்ந்தார்கள். துப்பாக்கியும் கையுமாய் திரிந்தவனை பஞ்சு காதலிக்கத் தொடங்கியது எவ்வாறு? அவனே தன்னை அவளிடம் இழந்ததாலா? உண்மையில் அவள் அவனிடம் தன்னை இழந்தே இருந்தாள். ஆள் கறுப்பு என்றாலும் எவ்வளவு கட்டுமட்டான உடல். அவனுடைய கறுப்பும் கறுப்பு அல்ல. அது ஒருவகையான கருங்குங்கும நிறம். சுறுசுறுப்பான அவன் முகமும், கலகலப்பான அவனுடைய பேச்சும் யாரையும் மயக்கத்தான் செய்யும். அவனுடைய வாழ்வில் அவள் குறுக்கிட்டிருக்கக்கூடாது. அவளால்தானே அவன் திசை மாறினான்?

அவன் அவளிடம் தன் விருப்பத்தை தெரிவித்தபோது அவனுடைய நிலைமையை உத்தேசித்தாவது அவள் மறுப்புக்கூறி இருக்கலாம். துறவியை காதலித்தாலும் காதலிக்கலாம், துப்பாக்கி தூக்கியவனைக் காதலிக்கக் கூடாது என்பதை அவள் சிந்திக்கவே இல்லை. உள்ளம் உறவாடத் தொடங்கியபிறகு அவள் தான் என்ன செய்யமுடியும்?

பஞ்சுவைப் போன்ற ஒரு பரிசை அவனும் இழக்கத் தயாராக இல்லை. அவளை அடைய வேண்டும் என்ற அவனுடைய ஆவலை அவள் அறிவாள். அதற்காக அவன் எதுவும் செய்ய ஆயத்தமாக இருந்தான். இயக்கம் விலகிப்போகிறவர்களை தடுக்கவும் இல்லை. இயக்கத்தை விட்டு விலகி இவளுடனான வாழ்வில் முற்றாக இணைந்து கொள்ளவே விரும்பினான். இயக்கத்தில் இருந்து கொண்டே அவளை மணந்து கொள்ள அவன் அனுமதி கோரிப் பெற்றிருக்கலாம். அது ஒரு அர்ப்பணிப்புடன் கூடியதென்றாலும் அதில் உள்ள நிச்சயமின்மை அவனைப் பயமுறுத்தியது.

தர்சன் ஒரு நாள் வந்தான். பேசிக் கொண்டிருந்தவன் இடையில் திடீர் எனச் சொன்னான்,

"பஞ்சு, நான் இயக்கத்திலிருந்து விலகப் போகிறேன்"

"ஏன்?"

"ஏனா?... அவன் சிரித்தான்... "இயக்கத்து வாழ்க்கை என்ன பொலிஸ்காரன் வாழ்க்கை என்று நினைச்சியா?.. கடமை முடிந்ததும் வீட்டுக்குவந்து குடும்பத்துடன் உட்கார்ந்து சாப்பிடுவதற்கு?"

அவள் ஒன்றும் பேசவில்லை. ஆனால் அவள் திடுக்கிட்டாள். தர்சனில் அவளுக்கு உள்ள வசீகரமே அவனை ஒரு போராளியாகப் பார்ப்பதினால்தான் என்பதை அவள் சட்டென்று உணர்ந்தாள். போராளியாக இல்லாத தர்சனை அவளால் நினைத்துப் பார்க்கவே முடியவில்லை. அவளுடைய மனம் அவளுக்கே புரியாமல் இருந்தது. எத்தனையோ பெண்களுக்கு உள்ளதுபோல ஒரு ஹீரோவிடம் உண்டாகிற பிரியந்தானா தர்சனிடம் அவளுக்கிருந்த காதல்?

இரண்டு நாள் கழித்துவந்து சொன்னான்,

"இயக்கத்திலிருந்து விலகுவதாக நான் எழுதிக்கொடுத்து என் துவக்கையும் ஒப்படைத்துவிட்டேன்"

உட்சுழிகள்

இன்னும் இரண்டொரு நாட்களுக்குப் பிறகு சோர்வோடு வந்தான்.

“கையில துவக்கு இல்லாதது எனக்கு எல்லாமே போய்விட்டது போல் இருக்கிறது. எப்படியும் ஒரு துவக்கு எடுக்கத்தான் வேணும்...”

“துவக்கு எடுத்து என்ன செய்யப் போகிறீர்கள்?”

“எவ்வளவோ செய்யலாம். வெளிநாட்டுக்கு போறதுக்கும் பணம் வேணுமே. . .”

அவனுடைய சொற்களைக் கேட்டு பஞ்சு பயந்தாள்.

நம்பியண்ணன், மச்சாள் சொல்வது போல இல்லை. வாங்கி விற்கிறதுதான் அவருடைய தொழில். இந்தத் தொழிலைத் தவிர அவருக்கு வேறொன்றும் தெரியா. துவக்குத்தூக்கினது எல்லாம் சும்மா ஒரு உசார்லதான். சீனியப்பாவின் மகன் பாலனுடன் அவனுக்குள்ள பெருமையின் காரணமாக அவனுக்குச் சப்போட்டாகத்தான் நம்பியண்ணன் அவனுகளுடன் போனார். தர்சனுடனும் அவருக்கு விருப்பம். தர்சன் பஞ்சுவை காதலித்தான் என்பதும் நம்பியண்ணனுக்குச் சந்தோஷம்.

“துவக்கு இருந்தால் வாங்கவும் தேவை இல்லை, விற்கவும் தேவை இல்லைப் பஞ்சு”

“மான்மரை சுடப் போறிங்களா?”

“எதையும் சுடத் தேவையில்லை. யாரையும் சுடத் தேவை இல்லை. அதுக்கு அப்படி ஒரு மதிப்பு இருக்கு. வேண்டுமானால் நீ உன் நம்பியண்ணனைக் கேட்டுப்பார்”

அதற்குப் பிறகு பஞ்சு நம்பியண்ணனைக் கண்டது பிணமாகத்தான். நம்பி பிணமானதுக்கும் தர்சனுக்கும் சம்பந்தம் இருக்குமா? அப்படியானால் அது தன்னால்தானே. அதன் பிறகு அவள் தர்சனைக் காணக்கூட இல்லையே. . .

பஞ்சு தனக்குள் கேவினாள். கண்களில் நீர் துளிர்க்க கைகளால் துடைத்துக்கொண்டாள்.

“பஞ்சு. . .”

சீனியம்மாவின் குரல்

“பஞ்சு இங்கே வா. . . இதை சீனியப்பாவிடம் கொடு. . .”

இளநீரும் வழுக்கலும் சேர்ந்த ஒரு பெரிய கிளாஸ். எலுமிச்சம் பிழிவிட்டு சீனியும் கலந்திருந்தது.

சீனியப்பா இன்னும் காற்சட்டையுடனேயே மாமரத்தின் கீழ் இருந்தார். பஞ்சு கொடுத்த இளநீரை பெற்றுக்கொண்டு அவளைக் கூர்மையாகப் பார்த்தார். அந்தக் கூர்மையில் ஒரு வெறுப்புக் கலந்திருந்ததை பஞ்சு கவனித்து திடுக்கிட்டாள்.

உட்சுழிகள்

சீனியப்பாவின் முகம் கடுமையாகவே இருந்தது. சுருட்டைமயிர், சீப்புக்கு அடங்காது. ஆனால் முடி எப்போதும் சீவினதுபோலவே இருக்கும், சற்றுக் கறுப்பு என்றாலும் செம்மையான உதடுகள். ட்ரௌசரோடு புள்ளி ரீசேட்டும் அணிந்திருந்தார். நல்ல அகலமான வாளிப்பான முகம், தடித்த கட்டைமீசை. அவருக்குப் பக்கத்தில் ஒரு தோல் பையும் சாரனும் கிடந்தது.

சீனியப்பா அந்த வளவு முழுவதையும் நோட்டம் விட்டார். முழுதும் ஒரு தென்னந்தோப்பு. தென்னந்தோப்புக்குள் வீடு கட்டியவர்களும் உண்டு. வீடு கட்டிய வளவை தென்னந்தோப்பாக்கியவர்களும் உண்டு. இரண்டாவது வகைதான் இதை உண்டாக்கிய கற்பகத்தார். இன்றும் உரமேறிய கையும் காலும். எனினும் பேசாமல் அதோ ஒரு பக்கம் கிடக்கிறார். பேசக்கூடிய காரியங்களா நடக்கின்றன? மற்றவனுக்கு என்ன நேரும் என்று அறியாத செய்கைப் பிழைகளும் தெப்பிராட்டியங்களும் அநியாயக் கொலைகளும். அப்படித்தான் கற்பகத்தார் இவரிடம் சொல்லிவிட்டு ஒருபக்கமாகப் போய் கிடக்கிறார்.

சீனியப்பாவுக்கு கற்பகத்தாரிடம் போய் பேசத்தான் எண்ணம். ஒரு மகனை இழந்த தகப்பனுடைய மனதில் எவ்வளவு இருக்கும். ஆனால் சீனியப்பாவின் மனதிலும் எவ்வளவோ இருக்கிறது. யாரிடம் யார் என்ன சொல்லி அழுவது?

சீனியப்பாவுக்கு பல விஷயங்கள் நினைவுக்கு வந்தன. ஒன்றா இரண்டா தன்னுடைய மைத்துனன் வொணோவையும் கூட்டிக்கொண்டு அவர் கோபியைக் காணச் சென்ற நினைவுகள்...

சைக்கிளில்தான் போனார்கள். அந்த உடைந்த தார்ரோட்டு இன்னும் கண்ணுக்குள் இருக்கிறது. உடைந்த தார்ரோட்டின் இருபக்கமும் மிக உயர்ந்து வளர்ந்திருந்த பெரும்பற்றைகளும் அவற்றைச் சுற்றிப் படர்ந்து கூடாரமடித்திருந்த கொடிகளும்—பற்றைகளுக்கு அப்பால் பெருந்தென்னந்தோட்டங்களை அணி செய்த நெடுமரங்களும்— ஒரு இயக்கத்தின் பிராந்தியப் பொறுப்பாளரை முதல் முறையாகக் காணப் போகின்ற பரபரப்பும் அதில் சிக்குப்பட்டிருந்த திகிலும் பயமும்!. . .

கோபி வசீகரமானவன். பொது நிறம். சுருண்டமுடி. அகன்ற நெற்றி. அகலமான கட்டம் போட்ட பழுப்புநீல இருவர்ணச்சாரன். திடகாத்திரமான உடல். சற்று உயரம். கையில் ஒரு ஏகே 47.

"பாலனை உங்களுக்குத் தெரியும் என்று நம்புகிறேன்"

"தெரியுமாவது? எனக்கு மிகவும் நெருக்கமான சகா. . ."

"நான் அவருடைய தகப்பன்"

"உங்களைக் கண்டிருக்கிறேன்"

"இவர் எனது மைத்துனன், வொணோ. . ."

"உங்களுக்கு முதலே எனக்கு அவரைத் தெரியும். . ."

உட்சுழிகள்

"பாலனுக்கு ஏதோ பிரச்சினை என்று. . ."

"பிரச்சினைதான். ஆனால் பெரிதாக இல்லை"

"இப்போது ஆள் எங்கே?"

"தளத்தில். . . விசாரணை நடக்குது. . ."

"விசாரணையா ?"

"முன்பு பங்கரில் சங்கிலியில் போடப்பட்டிருந்தார். இப்போ தளர்த்தப்பட்டு சமையற்கட்டுக்கு மாற்றப்பட்டிருக்கிறார்"

"தண்டனையா ?"

"மூன்று துவக்குகளை தொலைப்பது சாமான்யமா? பாலன் என்றபடியால் இன்னும் உயிரோடு இருக்கிறார். இன்னொருவர் என்றால் இந்நேரம் மண்டையில் போடப்பட்டிருப்பார்."

சீனியப்பா வாய் ஒடுங்கி மனம் ஒடுங்கிப்போனார். வொணோதான் அதன் பிறகு பேசினான்.

"விசாரணை இப்போது எந்த அளவில் இருக்கு ?"

"அது எனக்குத் தெரியாது. தெரியவும் வராது. ஆனால் பிராந்தியப் பொறுப்பாளர் என்ற வகையில் நான் ஒரு அறிக்கை கொடுத்திருக்கிறேன். அந்த அறிக்கையும் அந்தரங்கமானதுதான். ஆனால் பாலனைப் பற்றி பொதுவாக எல்லோருக்கும் தெரியும். வீரம், தீரம், இயக்கத்துக்கான அர்ப்பணிப்பு. உண்மை, நேர்மை இவை எல்லோருக்கும் தெரியும். ஆனால் களவுகொடுக்கப்பட்ட துப்பாக்கிகள் மீட்கப்பட வேண்டும். களவு நிரூபிக்கப்பட வேண்டும். களவு செய்தவன் கண்டுபிடிக்கப்பட வேண்டும். அதுவரையில் பாலனை தளத்திலேயே வைத்திருப்பார்கள். . ."

சீனியப்பாவின் நாக்கு தளதளத்தது.

"உயிருக்கு ஆபத்து இல்லையே ?. . ."

"எவருடைய உயிருக்கு உத்தரவாதம் இருக்கிறது ? நான்கூட நாளையோ அல்லது இன்னும் சில நிமிஷங்களிலோ ஒரு இந்தியனுடைய துப்பாக்கி சன்னத்துக்குப் பலியாகலாம். மரணத்துள் வாழ்பவர்கள் நாங்கள். நீங்களுந்தான், ஆனால் ஒரு போராளிக்கு மரணத்தின் அர்த்தம் வேறு. . ."

போராளிக்கு மரணத்தின் அர்த்தம் எப்படி இருக்கும் ? சீனியப்பாவுக்கு பாலனைப் பற்றிய ஒரு கதை நினைவுக்கு வந்தது. வெங்கட் சொன்ன கதை —

பாலன் பங்கரில் சங்கிலியில் போடப்பட்டிருக்கிறான். விசாரணையாளர்களிடம் அவன் ஒரே வார்த்தையாய் சொல்கிறான் — "துவக்கு களவு போயிற்று. இதுதான் உண்மை. களவுபோனது என்னுடைய கவலையீனம் என்று நீங்கள் கருதினால், ஆயுதங்களை இழந்த கவலையீனத்துக்கு சுட்டுக் கொல்வதுதான் தண்டனை

உட்சுழிகள்

என்றால் அதை நிறைவேற்றுங்கள். என்னைச் சுட்டுக் கொல்லுங்கள். இயக்கம் வாழ்க. இயக்கத்தின் இலட்சியம் வெல்க. . ."

இதுதான் ஒரு போராளிக்கு உள்ள மரணத்தின் அர்த்தமா? தன் மகன் ஒரு போராளியின் அர்த்தத்தைக் கொண்டிருக்கிறானா?

இந்த விதமான எந்தச் சிந்தனையும் சீனியப்பாவுக்கு நிம்மதியைத் தரவில்லை. கள்வனைப் பிடித்தே தீர வேண்டும்.

அவருடைய நடமாட்டங்கள் மட்டுப்படுத்தப்பட்டிருந்தன. இரவில் நீண்ட தூரங்கள் அவர் செல்லவேண்டி இருந்தது. கண்மணியைச் சந்தித்தார். அயலவர்களைச் சந்தித்தார். அந்த இடத்தை தானே போய்ப்பார்த்தார். தன்னுடைய நண்பர்களைச் சேர்த்து இரவிரவாக அந்தப் பக்கமெல்லாம் தோண்டினார். புண்ணியனையும் அழைத்தார். நம்பியையும் அழைத்தார். தர்சனும் வந்து நீண்டநேரம் தோண்டினான். எவருக்கும் எவர் மீதும் சந்தேகம் இல்லை. பின்னே யார் இந்தக் களவைச் செய்தார்கள்?

செய்தி வெளியானபோது அவரால் நம்பமுடியவில்லை. நம்பியின் தமையன் புண்ணியனிடம் போனார். ஏதோ நாக்குளற கத்தி புலம்பிவிட்டு வந்தார். அதன்பிறகு புண்ணியனை இன்று பஸ்ஸில்தான் சந்தித்தார். புண்ணியன் சரியாக முகம் கொடுக்கவில்லை. அந்தக் கவலையும் இப்போது சேர்ந்துகொண்டது.

புண்ணியன் இருப்பது சீனியப்பாவுக்கு தெரிந்தது. கொய்யா மரத்துக்குக் கீழே குந்தி கோடுகள் கீறிக்கொண்டிருந்தான். அவனும் பாவம். அவனுக்கு ஒரு ஆறுதல் வார்த்தைகூட சீனியப்பா சொல்லவில்லை.

"புண்ணியன்" சீனியப்பா கூப்பிட்டார்.

புண்ணியன் திரும்பிப் பார்த்தான். நல்ல செவலை, தாயைப்போல. காற்சட்டை மாற்றி, சாரன்கட்டி, வெறும் மேலுடன் இருந்தான். உயர்ந்தோங்கிய உடல். முதுகு பரந்து தோட்பட்டைகள் விரிந்து தெரிந்தன.

புண்ணியன் எழுந்து சீனியப்பாவிடம் போனான்.

"என்ன புண்ணியன், ஏன் பேசுறாய் இல்லை?"

புண்ணியன் வழமைபோல சிரித்தான், அப்பாவித் தனமான சிரிப்பு, யாரிடமும் நெருக்கத்தை உண்டாக்கக்கூடிய சிரிப்பு. அது அவன் தன் தாயிடம் இருந்து பெற்ற கொடை.

சிரிப்புத்தான் புண்ணியனின் பதில். அதற்கு சீனியப்பா என்ன அர்த்தத்தையும் எடுக்கக்கூடும். சீனியப்பா என்ன அர்த்தத்தை எடுத்தாரோ, அவர் தொடர்ந்து பேசாமல் சிந்தனையில் ஆழ்ந்தார். சீனியப்பாவைப் பொறுத்தவரை புண்ணியன் அவர் கேட்பதற்கே இடைக்கிடை பதில் சொல்வான். சீனியப்பா மேற்கொண்டு ஏதும் பேசாததினால் புண்ணியன் மீண்டும் கொய்யாமரத்துக்குக் கீழே வந்து கோடுகள் கீறத் தொடங்கினான்.

உட்சுழிகள்

புண்ணியன் சீனியப்பாவை குறையாய் நினைக்கவில்லை. பாலனுக்கு நேரக்கூடிய ஆபத்தை அவர் பொறுக்கமாட்டார் தானே? அறிந்தோ அறியாமலோ பாலனை ஆபத்துக்குள் தள்ளியவர்களை அவர் வெறுப்பதும் இயல்புதான். புண்ணியனும் இந்த விஷயங்களில் சற்று விலகித்தான் நின்றவன். எல்லாம் இயல்பே. எனினும் தண்டனைக்கும் கொலைக்கும் இடையே உள்ள வேறுபாட்டை சீனியப்பா தெரிந்து கொள்ளவில்லையே. புண்ணியன் தம்பியான நம்பி துப்பாக்கிக் களவில் சம்பந்தப்பட்டிருந்தால், விசாரணை செய்யவேண்டியவர்கள் மேலிடத்தில் உள்ளவர்கள். பாலன் பங்கருக்குள் அழைக்கப்பட்டபின், அவனுடைய பகுதியையும் கவனிக்க அடுத்த பிரதேசப் பொறுப்பாளர் குமணனுக்கு ஏது அதிகாரம்?

குமணன் அன்று புண்ணியனிடம் வசதியாக மாட்டுபட்டுக் கொண்டான். ஒரே அடியில் குமணனை நொறுக்கிக் கொன்றிருக்க முடியும் புண்ணியனால். ஆனால் புண்ணியன் அவனைப்போல் கொலைகாரனாக விரும்பவில்லை.

குமணன் பெரிய ஆளா? துவக்கும் கிரனேட்டும் உள்ள வரையிலுந்தான் அவன் பெரிய ஆள். அதுகள் இல்லாமல் அவன் வெறும் சருகு. ஊதினால் பறந்துவிடக் கூடிய சருகு. துவக்கும் கிரனேட்டும் அவனிடமிருந்து களையப்பட்ட பிறகு அவன் பல்லுக்கழன்ற சருகுப்புலி. ஆனால் அது கூட என்ன நியாயம்? அவன் கொலைகாரன் அல்லவா? கொலைகாரனிடமிருந்து ஆயுதத்தைக் களைந்தால் மட்டும் போதுமா? அந்தக் கொலைகாரனை விசாரித்து மரண தண்டனை அல்லவா வழங்க வேண்டும்?

“அடே, நீ கொலைகாரன்டா” என்றான் புண்ணியன் குமணனைப் பார்த்து.

“இயக்கத்தின் விதியின்படி அவனுக்குரிய தண்டனையைக் கொடுத்தேன், அது கொலையா?”

“இயக்கத்தின் விதி எது? பிராந்தியப் பொறுப்பாளரின் ஆணையை மீறி பிரதேசப் பொறுப்பாளர் மரணதண்டனை வழங்குவதா?”

“பிரதேசப் பொறுப்பாளர் என்ற முறையில் எனக்கு அதிகாரம் உண்டு... இயக்கத்தின் துவக்குகளை களவெடுத்தவனுக்கு அதுதான் தண்டனை, யார் கொடுத்தாலும் சரிதான். . .”

“குற்றவாளியை உனக்கு நிச்சயம் தெரியுமாடா? குற்றத்தில் யார் யாருக்கு என்ன பங்கு என்பது உனக்கு தெரியுமாடா?”

“இந்த அப்புக்காத்து முறை எல்லாம் எனக்கு தேவை இல்லை. இயக்கத்தின் ஆயுதக் களவுக்கு அவன் உடந்தையாக இருந்தானா இல்லையா? அவனுக்கு மரணதண்டனைதான்...”

“சரி, இப்போ எங்கே உன் ஆயுதங்கள்?”

உட்சுழிகள்

"என்னுடைய ஆயுதங்களைக் களைந்திருக்கிறார்கள். விசாரணை முடிந்ததும் திருப்பித் தருவார்கள்"

"அதுவரையில் நீ உயிரோடு இருப்பாயா? இப்போதே நான் பழிக்குப்பழி தீர்க்க உன்னைக் கொல்லட்டா?" புண்ணியன் பக்கத்தில் இருந்த கோடரியைத் தூக்கினான்.

குமணன் ஓடினான். பாட்டா சிலிப்பர்களையும் தவறவிட்டு. புண்ணியன் கடைசியாகக் கத்தியதும் நினைவிருக்கு. . . "பல்லிழந்த பாம்பு!"

உரமேறிய உணர்வோடு புண்ணியன் தான் கோடுகள் கீறிக்கொண்டிருந்த கம்பை மண்ணுக்குள் குத்தினான். வைரமான அந்தக் கம்பு நொறநொற என்று முறிந்தது. அப்போதே வீட்டில் குழுமி இருந்தவர்களின் மத்தியில் பெரும் பரபரப்பு ஏற்பட்டது.

நிமிர்ந்தான் புண்ணியன். நெஞ்சு நிமிர்த்திய நடையோடும் ஏகே 47 உடனும் வந்துகொண்டிருந்தான் பாலன். புண்ணியனின் அத்தனை வக்கிரமான மனவோட்டத்துக்கு மத்தியிலும் அவனுடைய முகம் மலர்ந்தது. பாலன் அவனிடமே முதலில் வந்தான். வலது கைத் துவக்கை இடதுகைக்கு மாற்றிய படியே புண்ணியனின் கையைப் பற்றிக் கொஞ்சினான். புண்ணியனுடைய கையில் இரண்டு நீர்த்துளிகள் தெறித்தன.

பஞ்சு ஓடிவந்தாள். கண்மணியும் ஓடிவந்தாள். கலங்கிய கண்களைத் துடைத்தபடி, பாலன் கேட்டான்,

"அம்மா, அப்பா வரல்லியா?"

அம்மா எதிர்கொண்டு வந்தாள். அம்மாவை ஒட்டி உரித்திருந்தான் பாலன். அம்மாவின் மூக்கும் முழியும் அவனிடம் அப்படியே இருந்தது. அப்பா எழுந்து வந்தபோது அப்பாவின் சாயல்களும் அவனில் தெரிந்தது.

ஆரவாரம் முடிய பாலன் அமைதியாக நோட்டமிட்டான்.

நீண்டுபோன ஒழுங்கையில் அவனுடைய சென்றிகள் நின்றார்கள். பிரதான வீதியின் மறுபக்கம் சிறிய தேனீக்கடை ஓரமாக மற்றவர்கள் நின்றதையும் கவனித்துக்கொண்டான். அப்பா எழுந்து கடப்புப்பக்கம் போனார்.

"அப்பா எங்க போறிங்க?"

அப்பா அருகே வந்தார். மெல்ல ரகசியமாய் சொன்னார்,

"ஆமியின்கேம்ப் அந்தா நூறுயார் தூரத்துக்குள்ளதான் இருக்கு. இப்படி நீ வந்து நின்றால் கணக்கென்ன?" நான் போய் அதில பார்த்திற்று நிற்கிறன்.

பாலன் சிரித்தான். உறுதியான அவனுடைய பற்கள் அழகாகவும் தெரிந்தன.

உட்சுழிகள்

“அப்பா, அதெல்லாம் கணக்கோடதான் வந்திருக்கும். பிரச்சினை இல்லை. நீங்கள் கவலைப்படாம இருங்க.”

பாலன் பெரிய சாம்பல் நிறச் சேட்டும் சின்னக்கட்டம் போட்ட கிப்ஸ் சாரனும் உடுத்தியிருந்தான். சேட்டின் கைகளை புயம்வரை சுருட்டிவிட்டிருந்தான். பாளம்பாளமாக அவனுடைய புயத்தசைகள் தெரிந்தன. விம்மிய நெஞ்சில் வரவொணிக்கமுடன் ஒரு நிக்கல் மாலையும் கூடுடன் கூடிய கறுத்த நாடாவும் தெரிந்தன. முகம் கொழுமி இருந்தது. கடைவாய்வரை அரும்பிய மீசை சற்றுக் கறுத்திருந்தது.

பாலன் மண்டபத்துக்குள் போய் மாலைபோட்ட நம்பியின் படத்தைப் பார்த்தான். சிறிது நேரம் தலை குனிந்து நின்றுவிட்டு தனக்குத்தானே சொல்லிக் கொள்வது போலச் சொன்னான்.

“இது எல்லாம் என்னால் வந்தது. நான் தர்சனை வீடுகளுக்குள் எடுத்ததுதான் வந்த வினை. அவனை வீட்டுக் கேற்றோடு வைத்திருந்தால் இதொன்றும் நடந்திருக்காது.”

பஞ்சு வெளியேறுவது தெரிந்தது.

புண்ணியன் சொன்னான்.

“அவ்வளவுக்கு போகத் தேவையில்லை தம்பி. உங்கள் பிரதேசப் பொறுப்பாளர் குமணனுக்கு உரிய வேளையில் ஒரு குண்டு பாவித்திருந்தால் போதும்...”

“இப்போ மட்டுமென்ன அண்ணன், இப்போதான் செய்தி கிடைத்தது. குமணன் குளோஸ்”

“எப்படி ?”

“அவனுடைய ஆயுதம் களையப்பட்டது தானே... ஆயுதம் இல்லாமல் ஆள் கொட்டியாபுரத்தில ஸ்ப்போட்மீற் பார்க்கப் போயிருக்கார். இவன் உலகம் அறிந்த போராளி. கொட்டியாபுரத்துக்கு ஆயுதம் இல்லாம தனி ஒரு ஆளாக போகமுடியுமா ? எதிர் இயக்கங்கள் ஆளை மண்டையில போட்டுத்து.”

“இன்றைக்கு நம்பியின் முப்பத்தியோராம் நாள்...”

“ஓமோம் ஒரு நாள் முந்தி”

ஏதோ ஒரு சுமை இறங்கியதுபோல் எல்லோருடைய முகத்திலும் ஒரு மாற்றம் தெரிந்தது.

●●●

போருக்குப் போனவர்கள்

இரண்டொரு நாட்களாக நான் சுவர்ணாவிடமிருந்து மறைத்து மறைத்து வைத்துப் படித்த கடிதத்தை மீண்டும் ஒருமுறை படித்தேன்.

“அன்புள்ள அப்பா, அம்மா,

இந்திய ராணுவம் அப்பாவைக் கைது செய்தது பற்றிக் கேள்விப் பட்டேன். அவர் அடுத்த நாள் காலையில் விடுவிக்கப்பட்டது பற்றியும் கேள்விப்பட்டேன். அதற்கடுத்தடுத்த நாட்களில் நீங்கள் குடும்பமாகப் போய் மேஜர் காலிங்கதாசை சந்தித்து சுமார் இரண்டு மணிநேரம் சந்தோஷமாகப் பேசிவிட்டு வந்ததைப் பற்றியும் கேள்விப்பட்டேன். சந்தர்ப்பம் கிடைத்தால் எனக்கும் தாசுக்குமிடையில் நீங்கள் ஒரு சந்திப்பை ஏற்படுத்தித்தர சம்மதித்தது பற்றியும் செய்தி வந்திருக்கிறது.

அது மாத்திரமல்ல. உங்கள் மகனை ஒரு இயக்கத்தின் இலட்சியத்துக்காக மடியவிடாமல், நீங்கள் அவனை வெளிநாட்டுக்கு அனுப்புவது நல்லதென்றும், அதற்கு மேஜர் உதவி செய்வதாகவும் கூறியதை நீங்கள் ஏற்றுக்கொண்டு வந்ததாகவும் ஊரில் கதை அடிபடுவதாகவும் செய்திகள் வருகின்றன.

மேஜர் காலிங்கதாசுடன் அப்பாவுக்கு தனிப்பட்ட தொடர்புகள் ஏற்பட்டிருக்கிறது என்று மற்றுமோர் செய்தி கூறுகிறது. காலிங்கதாசுடன் அப்பா நிகழ்த்திய மூன்று சந்திப்புகளின் விபரங்கள் சேகரிக்கப்படுகின்றன. இயக்கத்தின் உத்தரவின் பேரிலேயே நான் இவைகளை எழுதுகிறேன்.

மேலும் அப்பா மாமாவுடன். . ."

சுவர்ணா வருவது போலிருந்தது. நான் அவசரவசரமாக கடிதத்தை புத்தகத்துக்குள் மறைத்து வைத்துவிட்டு தெருவுக்கு வந்தேன்.

எனது தெரு நீண்டு கிடந்தது. தங்கராசா, கணபதியார் வீட்டு மூலைச் சந்திக்கும் கோயில் வெளி மூலைச் சந்திக்கும் இடையில், என் வீட்டுக்கு எதிரேதான் இருந்தது போமன் நல்லையாவின் வீடு.

போமன் நல்லையாவை பிடித்துத் தின்னவேணும் போலிருந்தது. அவனில் ஏற்கனவே முந்தி ஒரு விஷயத்தில் சந்தேகம். மூன்று சந்திப்புகள்! கணக்காகச் சொல்கிறானே மகன். மூன்று சந்திப்புகளையும் போமன் நல்லையாதான் கண்டவன். அவர் பெரிய போமன்! பெரிய இடங்களில் அவர்தானே மின்னிணைப்புச் செய்யப் போவார்! காலிங்கதாஸ் போகுமிடமெல்லாம் அவர்தான் மின்ணிணைப்புச் செய்கிறார். வாடிவீட்டு முகாமுக்கும் அவர்தான் மின்னிணைப்பு, நூல் நிலையத்துக்கும் அவர்தான் மின்ணினைப்பு. அந்தக் கல்லூரிக்கும் அவர்தான் மின்ணிணைப்பு! மூன்று இடங்களிலும் அவன்தானே நின்றான்! அமைதிப்படையை வேவு பார்க்கிறானோ? இயக்கத்தின் கையாளா இவன்? நினைக்கவே எவ்வளவு பயமாக இருக்கிறது! பயமில்லாமல்தானே அவன் இதெல்லாம் செய்கிறான்! அவன்தான் செய்கிறான் என்பது என்ன நிச்சயம்? நிச்சயமாகித்தான் நமக்கு என்ன வரப்போகிறது?

மனம் பதைத்தது. தெருவில் கோயில் மூலைச் சந்தி வரையும் போனேன். எதேச்சையான இந்த நடையால் என்ன பயன்? வேறென்ன செய்வது? பாதையோரத் தகரச் செடிகளின் மஞ்சள் பூக்களில் குந்திக்குந்தி எழும் வண்ணத்துப்பூச்சிகளை வழமை போல் பார்த்துக்கொண்டு நிற்கவா? அந்தத் தகரச் செடிகளில்தான் எவ்வளவு வாத்சல்யம் இந்த மனதுக்கு. அந்த அமைதியெல்லாம் பறிபோகிறதே. அந்தக் காவிளாப் பற்றைகளை வெட்டி நாற்றுமேடைக்கு போட வேணுமென்றிருந்தேன். இந்த மனநிலையில் எப்படி?

கோயில் வெளிச்சந்திக்குப் போய் திரும்பினேன். கோயில் வெளியின் ஆலமரங்களுக்கிடையில் நானும் போய் குந்தலாம். வழக்கமான சனிஞாயிறுப் பொழுதுபோக்கு. குந்தினால்கூட தவிப்பு நீங்குமா?

அடையாள அட்டையை சேட் பையில் தடவிப் பார்த்தேன்... அங்கே அது இல்லை. அடையாள அட்டை இல்லாமல் தெருவில் நிற்பது கூட ஆபத்து. தாஸை தெரியும். ஆனால் அமைதிப்படையை தெரியாது. தெரிந்தவனும் என்மீது கோபமாகத்தான் இருப்பான்.

போருக்குப் போனவர்கள்

கோயில் வெளியில் குந்தியும் பயன் இல்லை. யாராவது ஒருவன் அறுப்பதற்கு வருவான். நானோ அவதானமாக சிந்திக்க வேணும். மேஜர்.காலிங்கதாசை சந்தித்த இந்தச் சந்திப்புகளில் இயக்கத்துக்கு விரோதமான முறையில் ஏதும் ஒத்து ஊதினேனோ? ஒத்தூதுவது எனது இயல்பு இல்லையே. எதையும் வெட்டித்தான் பேசுவேன். தாசிடம் கூட தேவையில்லாமல் கூட முரண்பட்டுக் கொண்டதாகத்தான் நினைவு. அப்படி இருக்க இப்படி ஏன்? வீட்டுக்கு முன் வீதியிலேயே நின்றும் குந்தியும், நடந்தும் மனம்பதற்றத்துடன் அசைபோட்டது.

○

தாசுடனான அந்த முதலாவது சந்திப்பு என்னுள் விரிகிறது.

முருகவேள்தானே செய்தி கொணர்ந்தவன்? அவனும் கூடவே வந்திருந்தவன்தானே. சுவர்ணா எனக்குப் பக்கத்திலேதான் இருந்தாள். சிப்பாய்களைக் கண்டு பயந்துபயந்து வந்த ஜனனும் ஜிகானும் பயத்தை மறந்து எங்களிடமிருந்து நழுவிப்போய் வாடிவீட்டுக் கொரிடோரில் நின்று சிப்பாய்களைப் பார்க்கத் தொடங்கியது நினைவிருக்கு.

தாசுடனான என்னுடைய முதலாவது சந்திப்பு!

பல காவல் அரண்கள் சூழ்ந்த வாடிவீட்டின் முன் அரங்கம். பழைய போட்டிகோ வகை. கொரிடோர்களுடன் இணைந்ததான அதன் முன்னிடம். பெரிய வட்டமேசை. மேஜர். போத்தன் ஒரு கதிரையில், மேஜர்.தாஸ் இன்னொரு கதிரையில், மேஜர்.தாஸ் அமர்ந்த பக்கமாக கோரிடோர் வரிசையில் அமர்ந்தோமோ, சாப்பாட்டு மேசைசார அமர்ந்தோமோ என்று தீர்க்கமாகச் சொல்ல முடியாத ஒரு நிலையில் சுவர்ணாவும் நானும் பிள்ளைகளும், மேஜர்.போத்தன் அமர்ந்த பக்கமாக, போத்தனுக்கு அருகில் என்று சொல்லும்படியாக எங்களுக்கு எதிர்ப் பக்கமான கொரிடோரின் மூலையில் முருகவேள், தாடிமீசைக்கிடையில் என்றும் மாறாத புன்னைகையுடன்.

ஏதேதோ சம்பந்தா சம்பந்தமில்லாத பேச்சுகள். மேஜர்.தாஸ், நான், முருகவேள் என்ற முக்கோணத்தில். போத்தன் புத்தகத்தில் மூழ்கியபடி. சுவர்ணா பேசும் முகங்களை திரும்பித்திரும்பி பார்த்து பேசப்படுகின்றவற்றை கிரகிக்கும் பாவணையில். பிள்ளைகள்மெல்ல எழுந்து கொரிடோரின் கிறாதியினூடாக காவலரன்களையும் துப்பாக்கிகளையும் மிரளமிரள பார்த்தபடி. . .

கடைசியில் மேஜர்.தாஸ் கொலர்களை உயர்த்தி எதற்கோ ஆயத்தப்படுவதுபோல். நிமிர்ந்திருந்து தொனியைச் சற்று மாற்றுகிற பாவனை. . .

“சரி, தீபன், உன் மகன் எப்படி இயக்கத்திற்கு போனான்?”

எதிர்பார்த்த கேள்வியும் ஆயத்தமாக வைத்திருந்த பதிலும்

போருக்குப் போனவர்கள்

"என் மகனை நான் அனுப்பி வைக்கவில்லையே. அவன் என்னிடம் சொல்லிவிட்டும் போகவில்லை. ஏன் போனான் என்று என்னால் எப்படி சொல்லமுடியும்? அவன் மட்டுமல்ல அவனுடைய நண்பர்களும் போய் இருக்கிறார்கள்..."

"உன் மகன் ஏன் போனான் என்று நீ நினைக்கிறாய்?"

"அவனுடைய நண்பர்கள் எதற்காகப் போனார்களோ, அதற்காகத்தான் அவனும் போய் இருப்பான் என்று நினைக்கிறேன்."

"நண்பர்களுக்காக, நண்பர்களின் தூண்டுதலினால் தான் அவன் போனான் என்கிறாயா?"

"நண்பர்களுக்கும் அவனுக்கும் ஒரு பொதுவான கருத்து — ஒரு இலட்சியம் இருந்திருக்கும் என நான் எண்ணுகிறேன்."

"என்ன இலட்சியம்?"

"எதுவோ,"

"என்ன என்று ஊகிக்கிறாய்?"

"ஊகிக்க விரும்பவில்லை"

"நண்பர்கள் இல்லாதிருந்தால் அவன் போயிருக்க மாட்டான் என்று கருதலாமா?"

"எப்படி அவனுக்கு நண்பர்கள் இல்லாது இருந்திருக்க முடியும்? இல்லாததாய் இருந்த ஒன்றை இல்லாததாக எடுகோள் வகுத்து பேசுவது எப்படி?"

"எப்படி எப்படி... எனக்கு விளங்கவில்லையே உனது தத்துவம்..."

"இதிலே தத்துவம் ஒன்றுமில்லை. எடுகோள்களின் அடிப்படையில் பேசுவதற்கு முடியவில்லை. நண்பர்களின் கருத்தாடலில்தான் அவன் போயிருக்கிறான். நண்பர்களின் கருத்தாடல் என்பது ஒரு சமூகக் கருத்தாடல். அவனுடைய நண்பர்களிடமிருந்து— அவனுடைய சமூகத்தில் இருந்து அவனைப் பிரித்தெடுக்கும் எடுகோள்களைப் பின்னி பேசுவதில் அர்த்தம் இல்லை"

"ஒரு சமூக உந்துதல் என்கிறாய்"

"அப்படித்தான்..."

"தனிப்பட்ட உந்துதல்கள், தேவைகள், உதாரணமாக வீரசாகஸங்களில் உள்ள பிரியம், புகழ்பெற வேண்டும் என்ற தேவை, அரிதாக ஏதாவது செய்யவேண்டும் என்ற துடிப்பு..."

"திரும்பவும் ஊகத்துக்கு போகிறீர்கள். நான் தெரியாது என்று சொன்ன விஷயங்களையே திரும்பவும் கேட்கிறீர்கள்..."

இப்படி போருக்கு போனவர்களின் மனநிலைகளை அலசுவதாகத்தான் அன்றைய சந்திப்பு அமைந்தது.

போருக்குப் போனவர்கள்

என்னுடைய கருத்துகளைக் கேட்டு அலசுவதில் தாஸ்க்கு என்ன லாபம் என நான் யோசியாமலும் இல்லை. என்னை எப்படியோ வளைத்து பிடித்து எதையோ சாதிக்கப் பார்க்கிறானோ என்ற பயமும் ஏற்படாமலும் இல்லை. இப்போது தலைக்கு மேல் வெள்ளம் வந்துவிட்டது போலல்லவா தோன்றுகிறது!

❍

அந்தக் கடிதத்தை தொடர்ந்து படிக்க வேண்டும் போல் இருந்தது. சுவர்ணாவுக்கு தெரியாமல் அதை வைத்துக்கொள்வதும் பொருத்தமாகப்படவில்லை.

தெருவில் நின்ற நான் திடுப்பென்று கேற்றைத் திறந்து கொண்டுபோய், மண்டபத்தை ஊடறுத்து எனது அறைக்குள் போனேன்.

நேரம் 10.30 ஆகியிருந்தது. இனி எந்த நேரத்திலும் சுவர்ணா உள்ளே தேனீர் கொண்டுவரலாம். அந்தக் கடிதத்தில் இயக்கத்தின் இலைச்சினையும் தாரகமந்திரமும் இருந்தது. வெளியில் கொண்டு போவது ஆபத்து. இந்தியச் சிப்பாய்கள் குறுக்கும் மறுக்குமாக உலவுகிறார்கள். எந்த நேரத்திலும் எந்த இடத்திலும் அவர்களைக் காணமுடியும். காட்டிலும் மேட்டிலும் கல்லிலும் முள்ளிலும் அவர்கள் திரிகிறார்கள். கோயில் வெளியில் அவர்களுடைய கண் எப்போதும் இருந்து கொண்டிருக்கிறது.

சட்டென்று குளியல் அறையின் நினைவுதான் வந்தது. சில நிமிடங்கள்தானே, குளியல் அறை பரவாய் இல்லை.

ஏகாந்தமான குளியலறை காய்ந்துதான் இருந்தது. விட்ட இடத்தில் இருந்து கடிதத்தைப் படிக்கத் தொடங்கினேன்.

“. . . மேலும் அப்பா, மாமாவுடன் கச்சேரிக்குப் போய் எனது பிறப்புச் சாட்சிப் பத்திரத்தை எடுத்து வந்ததும், எனது தபால் அட்டையில் இருந்த என் படத்தை ஸ்ரூடியோவில் கொடுத்து பிரதிகள் எடுத்ததும் செய்திகளாகி இருக்கின்றன. கொழும்பில் இருந்து அண்ணாச்சி பாஸ்போர்ட் விண்ணப்பப் படிவம் எடுத்து அனுப்பியதும் தெரிய வந்திருக்கிறது. பின் கதவால் பாஸ்போர்ட் எடுக்க முனைவீர்கள் போலும். எப்படியும் என்னைச் சமாளித்து வெளியே பார்சல் பண்ணி அனுப்பி விடலாம் என்ற நம்பிக்கை உங்களுக்கு இருக்கிறதே... கன்னப்பொட்டில் துப்பாக்கியை வைத்து என்னையே நான் சுட்டுக் கொள்ளலாம் போலிருக்கிறது. . .”

என் நெஞ்சு தீய்ந்தது. முகம் வெயர்த்தது. உடம்பு கசிந்தது. ஒவ்வொருமுறையும் அந்த இடத்தைப் படிக்கும்போது மனம் தாக்குப்பிடிக்க முடிவதில்லை. பெரும்பாலும் அந்த இடத்தில் நிறுத்திக்கொள்கிறேன். சற்றுநேரம் அப்படியே நின்றேன்.

குளியலறையின் சாளர நீக்கங்களை ஒழுங்கு படுத்தினால் சற்று காற்றுவரக் கூடும் என்று நினைத்தேன். எதுவும் செய்ய முடியவில்லை. சுவிச்சை போட்டால் வெளிச்சம் கிடைக்கும் என்ற எண்ணமும் வந்தது. எண்ணங்கள் வந்து போனதுதான். அப்படியே

போருக்குப் போனவர்கள்

திகைத்தவாறு நின்றேன். குளியலறையை விட்டு வெளியே போகவும் விரும்பவில்லை. திரும்பவும் கண் கடிதத்தை மேய்ந்தது.

“. . . மேலும், அப்பா, நீங்கள் படித்தவர்தான் .ஆனால் ராணுவத் தந்திரோபாயம் உங்களுக்கு ஒரு பாடமாக இருந்திராது. சாம, பேத, தான தண்டம் எனப் பழைய ராணுவ மரவு பேசும். புதிய ராணுவ மரபிலும் அவை உண்டு. எதிரியைக் கொல்வது மட்டுமல்ல, அவனைப் பிரிப்பதும், திசை மாற்றுவதும் அந்த ராணுவ உத்திகளில் ஒன்று. இவைகளை நான் சொல்லித்தான் நீங்கள் அறியவேண்டும் என்பதல்ல. ஆனால் நீங்கள் அந்த மேஜரின் பசப்பு மொழிகளில் மயங்கிவிட்டீர்கள்.

யானை தனக்கு தீமை செய்தவர்களை ஒருபோதும் மறப்பதில்லை என்று சொல்லுவார்கள். ராணுவமும் அப்படித்தான். அல்லது அது ராணுவம் இல்லை. இந்திய அமைதிப்படையின் குறிப்பில், “பிரகாஷ்தன் பழி தீர்க்கப்பட வேண்டியவன் என்று எழுதப்பட்டே இருக்கும். இந்திய அமைதிப்படை விலகினாலும் அந்தக் குறிப்பு விலகாது. அப்படி இருக்க, மேஜர் தாஸின் சொற்களை நீங்கள் நம்புகிறீர்களே. . .”

அந்த வரிகள் என்னை திரும்பத்திரும்ப குற்றம்சாட்டுகின்றன. என் மனதைக் கல்லிப் பார்க்கவேண்டும் என்ற நினைவில் மேலே அண்ணார்ந்தேன். மேல்மூலையில் ஒரு சிலந்தி பின்னிய வலையில் ஒரு ஈ அகப்பட்டிருந்தது. பெரிய சிலந்தி தூரத்தில் பார்த்துக்கொண்டிருந்தது.

சுவர்ணா என்னைத் தேடுகிற ஆராம்புகள் கேட்டன. கடிதத்தை மடித்து சேட்பையினுள் போட்டுக்கொண்டு குளியலறைக் கதவைத் திறந்துகொண்டு வெளியிலே வந்தேன். சுவர்ணா தேனீர்க்கோப்பையுடன் நின்றாள்.

தேனீரைப் பெற்றுக்கொண்ட கையோடு கடிதம் பற்றியும் அவளிடம் சொல்லலாமா என்று எண்ணினேன். கடிதம் நிச்சயமாய் அவளைப் பாதிக்கும். மதியச் சமையலைப் பாதிக்கும், பின்னேரப் பொழுதைப் பாதிக்கும். இரவோடு இரவாக அவளை அழுது தீர்க்க விடுவதுதான் சரி. என்னுடைய சமாதானங்களினால் அவள் மனம் ஆறிவிடப் போவதில்லை.

மகனுடைய எண்ணங்களையும் உணர்வுகளையும் சுவர்ணா செரித்துக் கொள்வாளோ என்பது ஒரு விஷயம், எனக்கு நேரக்கூடிய ஆபத்தைப் பற்றிய அவளுடைய அச்சம் இன்னொரு விஷயம். எனக்கு ஏற்பட்டுள்ள பீதி அவளுக்கும் ஏற்பட்டால் நிலைமை இன்னும் மோசமாகும். மனத்தளவில் அவளைச் சில உணர்வுநிலைக்கு ஆயத்தம் செய்த பின்புதான் அவளிடம் கடிதத்தைக் காட்டமுடியும். இரண்டு நாளாக இதே தத்தளிப்பு. நான் அந்தக் கடிதத்தை திரும்பத் திரும்ப படிப்பதெல்லாம் என்னைத் தயார் செய்யும் எத்தனம் தானோ. மதியச் சாப்பாட்டுக்கு பிறகுதான் விஷயத்தை ஆரம்பிக்க வேணும்.

போருக்குப் போனவர்கள்

கடிதம் இன்னும் சேட் பையிலேயே இருந்தது. அதை உள்ளே வைக்க மறந்தாயிற்று. கேற்றடிக்கு வந்துவிட்டேன். திரும்ப வீட்டுக்குள் போகவும் விரும்பவில்லை. வீதியில் ராணுவம் வந்தால் வீட்டுக்குத் திரும்பலாம் என்ற எண்ணம். கோயில் மூலைச் சந்தி வரையும் நடந்து விட்டேன். கோயில் வெளி ஆலைகளின் குளிர்நிழல் அழைத்தது. கொஞ்ச நேரம் பயத்தை மறந்து இருக்க முடியாதா என்ற எண்ணத்துடன் போனேன்.

ஒவ்வொரு முறையும் கடிதத்தின் ஒவ்வொரு வாசகம் என்னைச் சங்கடப்படுத்தியது. இப்போது 'மேஜரின் பசப்பு மொழிகளில் மயங்கிவிட்டீர்களே' என்ற வாசகம் இதயத் துடிப்போடு கலந்து வந்தது. மேஜரின் பசப்புமொழியில் நான் எப்போது மயங்கினேன்? அந்த இரண்டாவது சந்திப்பிலா?

❍

இரண்டாவது சந்திப்பு என்னுள் விரிகிறது. இதைப் போன்ற ஒரு சூழல்தான் அது. இந்தக் கோயில் ஆலமரங்களின் குளிர்மை போன்றதுதான் அதுவும். ஆனால் இவ்வளவு பாரிய பரப்பு இல்லை. சின்னச்சின்ன மரங்கள்தான். ஆனால் செறிவான நிழல். என்ன மரங்கள் அவை என்பதும் இப்போது மறந்து போகிறது. நகர் நூல் நிலையத்தின் மதில் ஓரமாய் உள்ள மரங்கள். மரங்களின் குளிர்மை மட்டும்தான் என்றும் சொல்லமுடியாது. மனதின் குளிர்மைதான் அதிகம் என்று சொல்லவேண்டும். அந்த மரங்களின் குளிர்மையில்தான் மேஜர் தாஸ் அந்த 'பசப்பு' மொழிகளை முதலில் உச்சரித்து இருக்கவேணும். ஆனால் மனதின் குளிர்மை அதற்கு முந்தி நூல் நிலையத்திலேயே உருவாகிவிட்டது.

நேராகச் சொன்னால் மேஜர்.தாஸ் பற்றிய ஒரு பரவச உணர்வோட்டத்திலேயே அப்போது நான் இருந்தேன். . .

நூல் நிலையத்தின் மேல்மாடி. கேட்போர் கூடம். நல்ல நீள அகலமான மண்டபம். வளைத்துவர வெள்ளை முகில் போன்ற பெரிய திரைச் சீலைகள். இரண்டொரு நீக்கல்கள். வெளியில் தூரத்தில் ஊதாபூத்த குளமும், அதற்கப்பால் பசிய வயலும்.

நான் வசதியாகத் தான் தெற்கு மூலையின் கடைசி ஆசனத்தில் அமர்ந்தேன். ஒரு ராணுவ அதிகாரியின் கூச்சல்களுக்கு ஏன் காதைக் கொடுத்து எரிச்சலை கைமாற்றிக் கொள்ள? கலைஞர்களையும் கல்விமான்களையுந்தானே மேஜர்.தாஸ் சந்திக்கப் போகிறார்? முருகவேள் என்ன அடிப்படையில் என்னை இந்தச் சந்திப்புக்கு அழைத்தான்? கலைஞன் என்ற அடிப்படையில் என நானே பிரேரித்துக் கொண்டு, அந்த ஊதாக் கனவுகளையும், காற்று மெல்லமெல்ல புரண்டு உருளும் பச்சைக் கம்பளங்களையும் பார்த்துவிட்டுப் போகிறேன். இத்தனை தலைகளுக்கிடையில் தாஸ் என்னை எப்படி கவனிக்கப்போகிறான்? வந்தவர்களின் பட்டியலில் பெயர் இருந்தால் போதும்தானே!

"தீபனே. . ."

போருக்குப் போனவர்கள்

திரைச் சீலையை என்னை மூடவிட்டு அந்த ஊதாக் கனவுகளில் மூழ்கி இருந்த நான் திடுக்கிட்டுத் திரும்பினேன்.

"தீபனே, எந்தோ தான் அவ்விட அற்றத்தில இருக்குன்னது? இவ்விட முன்னவராம். . ."

எனக்கு ஏற்பட்ட அதிர்ச்சியை சொல்லி முடியாது. ஒரு மொழி மூலமாக என்னிடம் உனக்குப் பெரிய ஐக்கியம் உள்ளது எனக் காட்டுவதில் உனக்கு என்ன லாபம் மேஜர்? நான் வெறுப்போடுதான் மீராலெவ்வை ஆங்கிலக் கல்வி அதிகாரிக்குப் பக்கத்தில் போய் அமர்ந்தேன்.

வெறுப்புத்தான் மனம் நிறைய. நிர்ப்பந்தத்தால் வேண்டா வெறுப்புடன் வரும் என்னைப் போன்றவர்களை வெளிச்சம் போட்டுக் காட்டுவது எதற்காக? எனினும் விரைவில் காலிங்கதாஸின் பேச்சு அங்கு வசிகரிக்கத் தொடங்கியதைக் கவனித்தேன். என் வெறுப்பு தனிமைப்பட்டு விட்டது. எல்லோருடைய முகங்களிலும் மகிழ்ச்சியும் புன்னகையும் மலரும்போது நான் மட்டும் உம் என்று இருப்பது எப்படி? சற்று உற்றுக் கேட்டேன். என் காதுகளை என்னால் நம்ப முடியவில்லை. ஒரு கனவுக்குள் நான் இழுபடுவதை உணர்ந்தேன். அவ்வளவுதான் தெரியும். பின்பு எங்கெல்லாமோ இழுபட்டுப் போனேன்!

ஒரு வெள்ளம் கரைபுரண்டு ஓடிற்று. கவிதை வெள்ளம். ஆங்கிலக் கவிதை வெள்ளம். ஆங்கிலத்தின் ஊடாக இன்னும் பல்வேறு மொழிகளின் கவிதை வெள்ளம். கம்பனும் வால்மீகியும் தாந்தேயும் கோதேயும், ஷெல்லியும் கீற்ஸும், நெசன்ஸ்கியும் விற்மனும், புஷிகினும் ஃபொறஸ்ற்றும். ஷேக்ஸ்பியரும் மில்டனும் பனிச்சிகரங்களில் உலவினோம், மேகங்களின் படலங்களில் மிதந்தோம், நட்சத்திர மண்டலங்களில் நடந்து திரிந்தோம், பால் வீதிகளில் பயணித்தோம். . . எங்கும் பூந்தோட்டம், மலர்க்காடு. . .

என்ன கண்கட்டி வித்தை அது! தாஸ் என்ற ராணுவ வீரர் எங்கே? அவர் எப்படி மாயமாய் மறைந்தார்? என் முன்னே தெரிவது யார்? வியாசனா? வால்மீகியா? பச்சைக் காக்கி உடையில் ஒரு ராணுவப் பேர்வழி நின்றானே, அவன் எங்கே? எல்லாம் மறைந்த ஒரு வெள்ளைத் துகிலா இது? காற்று வருடும் மென்துகில், காற்றை வருடும் வெண்துகில் அசைந்தசைந்து போகும் வெண்துகில், மண்டபத்தைக் கடந்து யன்னல் திரைகளைக் கடந்து வயல்களின் மேல் மலைகளின் மேல் வெண்முகில்களிடையில், பால்வீதிகளில் பறக்கின்ற வெண்துகில். . .

நான் அசந்து போயிருந்தேன். நான் மாத்திரமா இப்படி? அரைகுறைச் சுயநினைவில் கண்கள் வண்டுகளாகின்றன. ஒவ்வொரு முகத்திலும் மொய்க்கிறேன். எல்லா முகமும் ஒரு முகந்தான். எனது முகந்தான்!

இப்போது எண்ணிப் பாத்தாலும் அதே திகைப்புத்தான். ஆங்கிலக் கவிதை வரிகளை இப்படி அனாயாசமாக அள்ளி வீசக்கூடிய இந்த இலக்கியமேதை தன்னை ஒரு காக்கி உடைக்குள்

போருக்குப் போனவர்கள்

கசங்கிக் கொண்டிருப்பது எவ்வாறு? மேஜர்.போத்தன் பெரிய வாசகன் என்றல்லவா அவனில் மதிப்புக் கொண்டிருந்தேன், அவனுடைய வக்கிரமான ராணுவ உரைகளை மனதுக்குள் ஒதுக்கியபடி. ஆனால் தாஸ் நீ அல்லவோ படிப்பாளி! உன் படிப்பும், பல்கலைக்கழக பட்டமும், பரந்த வாசிப்பும் இந்த ராணுவப் பதவிகளுக்கா மண்டியிட வேண்டும்? என் மகனை இயக்கத்திலிருந்து விடுவிக்க ஆலோசனை கூறினாயே, உன்னை இந்திய ராணுவத்திலிருந்து விடுவிக்க நான் என்ன செய்வேன்?

இந்தப் பரவச நிலையில்தான் நான் இருந்தேன், சந்திப்புகள் முடிந்து, நூலகத்தின் மாடிப்படிகளில் இறங்கி, கீழே முற்றத்துக்கு அப்பால், மதிலோரமாய் உள்ள மரங்களுக்குக் கீழே மேஜர் என்னை அழைத்துச் சென்றபோதும், தாஸின் இலக்கிய விஸ்த்தாரம் பற்றியே நான் மீண்டும் மீண்டும் ஏதோ சொல்ல முயன்றேன். ஆனால் தாஸோ என் மகன் "பிரகாஷ்தனுடைய விஷயத்துக்கே மீண்டும் மீண்டும் வந்தார்.

"தீபன், ரொம்பத் தனிப்பட்ட முறையில்தான் இதைப் பற்றி திரும்பத்திரும்ப உன்னிடம் பேசுகிறேன். துப்பாக்கியும் கையுமாய் நிற்கும் உன் மகனுடைய போட்டோக்கள் என்னிடம் சிக்கியுள்ளன. உன்னைப்போலவே அவனும் ஒரு அப்பாவிதான். அறியாத வயதின் புரியாத இலட்சியங்கள்! அவனுடைய படத்தைப் பார்த்ததிலிருந்து அவன்மீது இன்னும் இரக்கமாய் இருக்கிறது. சாவுடன் வாழ்கின்ற என் போன்றவனுக்கு அவன் மீது உள்ள இரக்கம், வாழ்வுக்காகப் பிரார்த்திக்கின்ற அவனுடைய தகப்பனாகிய உனக்கு ஏற்படவில்லையே. அவனுடைய பாஸ்போட் சைஸ் படம் ஒன்று இருந்தால் போதும். பாஸ்போர்ட்டை எடுத்துக் கொள்ளலாம். ஆனால் ரொம்ப ரகசியமாய் இருக்கவேணும். அப்புறம் உன் பிள்ளை உனக்கில்லை."

நான் மிகவும் நெகிழ்ந்து போயிருந்த கணம் அது. மிகவும் பலகீனமான ஒருவேளை. ஒரு வீர வழிபாட்டில் மயங்கியிருந்த நேரம். பார்க்கலாம் என்று சொன்னது என் பலகீனமாய் இருக்கலாம். ஆனால் முடியாது என்று சொல்லி இருக்க முடியுமா? நான் மேஜரின் பசப்பு மொழியில் மயங்கவில்லை. அவருடைய இலக்கிய ஆளுமையில் மயங்கினேன். அதன் காரணமாக ஒரு நெருக்கம். அதற்காகவா என்னை விசாரிக்கப்போகிறீர்கள்? அதற்காகவா எனக்கு தண்டனை தரப் போகிறீர்கள்?

தூரத்தில் ஒரு துவக்கு மின்னியது போலிருந்தது. பச்சைக்காக்கி உடைகள், நூல் இழுத்தது போல் ஒன்றன்பின் ஒன்றாக, கடற்கரைப் பக்கமிருந்து. சேட் பையைத் தொட்டுப் பார்த்தபடி மெல்ல எழுந்து போய் பூசாரியாரின் வேலி மூலைக்குள் புகுந்து அடுத்த பக்கம் வெளியேறி என் கேற்றடியில் நின்று திரும்பிப்பார்த்தேன். அமைதிப்படை அண்ணா மன்ற வீதியை நோக்கிப்போய் கொண்டிருந்தது. கரணம் தப்பினால் மரணம்.

○

போருக்குப் போனவர்கள்

கடிதத்தை என்ன செய்வதென்று தெரியவில்லை. இலைச்சினைப் பகுதி துருத்திக் கொண்டு நின்றது அதைக் கிழித்து விடலாம் என்றால் பின்னால் உள்ள எழுத்துக்களும் கிழிந்து போகும். கீழுக்கு தாரக மந்திரம் வேறு. இரண்டையும் கிழித்து விட்டாலும் கிழித்த தடயத்தைக் கொண்டே என்னுடைய கடிதம் என்பதும் தெரிந்துவிடக்கூடும். “இவ்வளவு பயமா?” பின்னர் சுவர்ணாவே நக்கலடிப்பதுடன் மற்றவர்களுக்கும் சொல்லிக் காட்டுவாள். புத்தகத்துள் மறைத்து வைத்தால் இந்தியன் அதை லேசில் கண்டுகொள்ளப் போவதில்லை. ஆனால் நமது கெட்ட காலம் அந்தப் புத்தகத்தையே ஒரு சிப்பாய் புரட்டிக் கொண்டான் என்றால்?. . . வேறு என்ன வழி?

கடிதத்தை புத்தகம் ஒன்றினுள்ளேயே மறைத்து வைத்துவிட்டு ஒன்றுமறியாதவனைப் போல வந்து வெளியிலே நின்றேன்.

ஒன்றிரண்டாய் குரைத்த நாய்கள் சற்றுப் பலமாகக் குரைக்கத் தொடங்கின. சிப்பாய்கள் நெருங்கிவிட்டார்கள். எனக்கு நெஞ்சு திக்திக் என்றது. சுவர்ணா முன்மதிலுக்கு மேல் எட்டிப் பார்த்தாள். எரிச்சலுடன் சொன்னேன்,

ஏன் மதிலுக்குமேல் எட்டிஎட்டிப் பார்க்கிறாய்?”

“ஏன் பயப்பிடுறீங்க? பயப்படுறதுக்கு ஒன்றுமில்லை. . .”

நான் எதைப் பேசுவது?

கணங்கள் யுகங்களாக ஊர்ந்தன. கடைசியில் அவர்கள் வந்தார்கள். மூன்று சிப்பாய்கள். ஒருவன் பொறுப்பதிகாரி போல சிடுசிடுப்பான முகம். மற்ற இரண்டு பேரும் கோளயாக்கள். சிரித்த முகம். ஒரு கோளயா என்னைக் கண்டவுடனேயே கலசமறச் சிரித்தான். சிரித்தபடியே சொன்னான்,

“உங்க மேஜர் பிரண்ட் போயிட்டாரு. . .”

எனக்கு திகைப்பே ஏற்பட்டது, “எல்லோரும் இதையே சொல்கிறார்கள். அப்போ, என்னை மேஜர்.தாஸ்ஸின் ஃபிரண்ட் என்றுதான் எல்லாரும் நினைக்கிறார்களா?

இயக்கம் என்னை என்ன செய்யப் போகிறதோ?” என்ற எண்ணம் ஒரு புறம், அந்தப் புத்தகத்தைத் தடவி கடிதத்தைக் கண்டு கொள்வானுகளோ என்ற பயம் மறுபுறம். சிரித்த மூஞ்சுகள் என் பக்கத்திலேயே வந்துவிட்டன. சிடுமூஞ்சி உள்ளே போனான்.

சிரித்த மூஞ்சிகள் என்னிடம் பேச முற்பட்டன. என்னால் பேச முடியவில்லை. எனது எண்ணம் முழுவதும் என் அறையில் இருந்தது. — எனது புத்தகராக்கையில் — டொஸ்ற்றோவெஸ்கியின் ‘கிரைம் அண்டு பணிஷ்மன்ற்’றினுள். ‘குற்றமும் தண்டனையும்’. எனக்குள்ளேயே சொல்லிப் பார்த்துக் கொண்டேன். நான் செய்த குற்றம் என்ன? எனக்கு ஏன் இந்தத் தண்டனை?

சிரித்த மூஞ்சிகள் என்னை விட்டு விலகி சுவர்ணாவிடம் நெருப்புப் பெட்டி கேட்டு வாங்கி பீடிபற்ற வைப்பது போல

போருக்குப் போனவர்கள்

தோன்றியது. நான் கொய்யா மரத்துக்குக் கீழ், அதன் அடிக்கும் வந்து விட்ட நிழலில் கண்களை மூடியபடியே நின்றேன். அது ஒரு பிரார்த்தனைதான். சொற்கள் உதிராத, எண்ணம் பாவாத நிர்உச்சாடனமான ஒரு தியானம். ஒரு கணம் எதுவுமற்றுப் போனநிலை. மறுகணமே என்னில் எனக்கே வெறுப்புச் சூழ்ந்தது. இதற்கா இவ்வளவு விசாரம்? இந்தச் சுயசிந்தனை கூட என்னைத் துன்புறுத்தியது. கண் விழித்தேன். சிப்பாய்கள் முன் கேற்றினூடாக வெளியேறிக் கொண்டிருந்தார்கள். நான் ஓட்ட ஓட்டமாக என் அறையினுள் ஓடினேன். எங்கே டொஸ்ரோவிஸ்க்கி? தேடினேன். என் ‘குற்றமும் தண்டனையும்’ அதற்குள் கிடந்தது.

ஆறுதல் மூச்சு ஒன்று என்னிடமிருந்து வெளிப்பட்ட அடுத்த கணமே என்னில் எனக்கு வெறுப்பு உண்டானது. எவ்வளவு பயந்தவனாய் இருக்கிறேன்? இந்தப் பயத்தைக் களைவது எப்படி?

கடைசியாக நான் என்னை மீட்டெடுத்துக் கடிதத்தையும் சேட் பையில் திரும்பவும் போட்டுக்கொண்டு வெளியில் வந்தபோது சுவர்ணா ரி.வி. பார்த்துக்கொண்டு இருந்தாள். சுவர்ணா ரி.வி.யில் குந்தினால் லேசில் எழும்பமாட்டாள். சமையல் முடிந்த ஆறுதலும் இந்தியனுகள் வந்துபோன ஆறுதலும். அவள் ரி.வி. பார்ப்பது எனக்கும் ஒரு ஆறுதல். நான் மீண்டும் அறைக்குள் போய் என் குற்றமும் தண்டனையுமாகிய குற்றப் பத்திரிகையை விட்ட இடத்திலிருந்து மேயத் தொடங்கினேன்.

“. . . முன்கூட்டியே நான் உங்களுக்கு ஒரு எச்சரிக்கை செய்ய விரும்புகிறேன். குமாரின் வீர மரணம் உங்களுக்குத் தெரியும். குமாருக்கு முன்பு நான் தான் பிரிவுத் தலைவனாக ‘ஏரியா’ செய்துகொண்டிருந்தேன். அப்போது துப்பாக்கி களவுப் பிரச்சினை வந்தது. நான் விசாரணைக்காக தளத்திற்கு அழைக்கப் பட்டேன். எனக்கு பதிலாகத்தான் குமார் நியமிக்கப்பட்டார். இப்போது மீண்டும் அந்த இடம் காலி. உள்ளவர்களில் நம்ம ‘ஏரியாவை’ தெரிந்தவன் நான்தான். என்னைப் போட்டிருக்கிறார்கள். நான் இந்தியப் படையினால் ஏற்கனவே குறி வைக்கப்பட்டவன் என்பதால் ஒரு சவாலாகவே இந்த பொறுப்பு எனக்குத் தரப்பட்டுள்ளது. தவிர, துவக்குக் களவுச் சந்தேகத்துக்குப் பிறகு நான் தரம் குறைக்கப் பட்டேன் என்ற ஒரு வதந்தியும் நமது பகுதியில் நிலவுவதாக அறிகிறேன். அதைப் பொய்யாக்கவும் நான் இந்த நியமனத்தை விரும்பி ஆவலாய் கேட்டுப் பெற்றுள்ளேன்...”

சுவர்ணாவின் காலடிச் சத்தம் கேட்டது. கடிதத்தை மறைத்துவிட்டுத் திரும்பினேன்.

“என்ன அது? என்னைக் கண்டதும் எதையோ ஒளிக்கிறீர்கள்?”

“ஒளிக்கிறேனா? இல்லையே. என்ன இருக்கிறது உன்னிடமிருந்து ஒளிக்க?”

“ஓ, நீங்க ஒளியாத ஆள்தான். வாங்க சாப்பிட...”

“கொஞ்சம் பொறு, இன்னும் கொஞ்சம் இருக்கு”

"என்ன இருக்கு கொஞ்சம்?"

நான் தடுமாறிவிட்டேன். வாய் தடக்குதல் இதுதானா?

"ஒரு யோசனை. ஒரு கதையின் முடிவு பற்றிய யோசனை. கொஞ்சம்பொறு."

சுவர்ணா போனபின் கடிதத்தை எடுத்து சேட் பையுள் வைத்துக்கொண்டு வெளியேறினேன்.

○

எங்கு போவது? மதியம் கடந்துவிட்டது. இப்படி ஒரு மதியம் கடந்தவேளையில் தான் மேஜர்.தாஸின் மூன்றாவது சந்திப்பு நிகழ்ந்தது.

சுவர்ணா மீண்டும் ரி.வி,க்கு முன்னால் அமர்ந்தாள். நான் குசினி விறாந்தையில் கிடந்த கதிரையில் அமர்ந்தேன்.

வாசல் முழுக்க நிறை மதியவெயில், இதே வெயில்தான் அன்றும் அந்த மையத்துப்பிட்டியில். கடலோரமுள்ள யூக்கலிப்ரஸ் கல்லூரியின் பின்னால் கரையோரத்தைச் சார்ந்துள்ள மையத்துப்பிட்டி.

இவர்கள் வந்தது எனக்கு என்ன தெரியும்? மைதானத்தில் இருந்து மத்திய வீதியைக் கடந்து கொண்டிருந்தவன் நான். கடல்பக்கம் பார்ப்பது வாடிக்கை. அப்படித்தான் பார்த்தேன். உடைபட்டுக் கிடந்த ட்ரான்ஸ்போமரும் தெரியும். ட்ரான்ஸ்போமருக்குப் பக்கத்தில் ஒரு நெடிய உருவம் உடைபட்ட ட்ரான்ஸ்போமரை அண்ணார்ந்து பார்த்தது. நான் என் பாட்டுக்கு ரோட்டைக் கடந்து கல்லூரிக் கதவையும் நெருங்கி விட்டேன். ஒரு குரல்

"தீபனே!"

நான் சற்றுத் திரும்பினேன்.

"தீபனே, இங்கோட்டு வராம்"

நான் போனேன்.

"நோக்கியோ, நிங்களின்ர புள்ளிக இட்ரான்ஸ்போமரோக்க தகர்த்தில்லோ!"

நான் அப்போதுதான் கவனித்தேன் கடலோரத் தெரு முழுதும் சிப்பாய்கள் நிறைந்திருந்தார்கள். சில சிப்பாய்கள் மையத்துப்பிட்டியை அளவு நாடாவினால் அளந்து கணக்கெடுத்துக் கொண்டிருந்தார்கள். மையத்துப்பிட்டியின் பல சிறிய ஆலமரங்களின் கீழும் சிப்பாய்கள் நின்றார்கள். முதலில் வாகைமரத்தின் கீழ் மேஜர் என்னை அழைத்துப் போனார். பின்னர் அந்த இடம் திருப்திப்படாதவர் போல மதிய வெயிலையும் பாராமல் மணலில் கால் புதைய புதைய மையத்துப்பிட்டியின் அடுத்த கரைக்கு அழைத்துப் போனார். கல்லூரி மதிலுக்கு மேல்

போருக்குப் போனவர்கள்

மாணவர்களும் ஆசிரியர்களும் எங்களை புதினம் பார்த்தார்கள். கடைசியில் கள்ளிச் செடிகளின் மத்தியில் என் தோளைப் பற்றியபடி வாஞ்சையுடன் சொன்னார். . .

"தீபனே, உன்னைச் சந்திக்க வேண்டும் என்றுதான் இருந்தேன், நான் விரைவில் மாற்றலாகிப் போகிறேன். கடைசியாக உங்களது இந்தப் புலம் பற்றிய ஒரு விரிவான வரைபடம் ஒன்றைத் தயாரித்துக் கொடுத்துவிட்டுப் போக உள்ளேன். . . ஆனால் நான் சொன்ன விஷயத்தை நீ கவனிக்கவில்லை. நான் மாற்றலாகிப் போகலாம், போத்தன் மாற்றலாகிப் போகலாம். ஆனால் செய்யப்பட வேண்டியவற்றையும், தீர்க்கப்பட வேண்டியவற்றையும் எழுத்தில் எழுதி விட்டுத்தான் போவோம். . . உன் மகன் விஷயத்தில் எல்லோரும் தீவிரமாக இருக்கிறார்கள். காயப்பட்ட சிப்பாய்களும், மரணமடைந்த சிப்பாய்களின் இரண்டு மைத்துனர்களும் இன்னும் உயிரோடு இந்த முகாமிலேதான் இருக்கிறார்கள். . . இது என் கடைசி வார்த்தை. ஆளை உடனே வெளியே அனுப்பு. அல்லது உன் மகன் பழிவாங்கப்படப் போவது நிச்சயம். . ."

சப்பாத்துக் கால்கள் புதையப் புதைய மணலில் நடந்து நான் அந்த மையத்துப்பிட்டியை எப்படி கடந்து வந்தேன் என்பது நினைவில்லை. தாஸின் கொடிய வார்த்தைகள் அந்த வெயிலை விடவும் சுட்டன. அந்த வெயில் ஒன்றுதான் அடையாளம். அந்த வெயில் ஒன்றுதான் நினைவு. என் அதிர்ச்சியோடு அதிர்ச்சியாக வாரி இறைத்த வெயில். இதே வாசல் நிறைந்த மதியவெயில். . .

தாஸின் கொடிய வார்த்தைகள் அன்றும் உறைத்து, இன்றும் உறைக்கிறது. துப்பாக்கிக் குழாய்களில் இருந்தே அதிகாரம் பிறக்கிறது என்பதை மேடைகளில் சுவைபடச் சொன்னவர்கள் நாங்கள். இப்போது துப்பாக்கிக் குழாயை சுவைக்கிற தருணம் வந்திருக்கிறது. துப்பாக்கிகளுக்கும் எங்களுக்கும் இப்போ அதிக தூரம் இல்லை. இந்த இடுக்கண் நிலையில் நான் என்ன செய்வது?

ஒரு நினைவுத் தொடரின் உச்சத்துக்கு நான் வந்து விட்டதைப் போன்றிருந்தது. நான் என்ன செய்ய வேண்டும், நான் என்ன செய்ய வேண்டும். . .

எனக்கு இருப்புக் கொள்ளவில்லை. வெயிலையும் பாராமல் தெருவில் இறங்கினேன்.

தங்கராசாவின் பூவரசு மூலைக்குப் போய் ஐயர் வீதியின் இரண்டு பக்கங்களையும் பார்த்தேன்.

பின் வீட்டுப் பக்கம் நடந்தேன். அதனையும் கடந்து கோயில் வெளி மூலைச் சந்தி வரை போனேன். அண்ணா மன்ற வீதியைப் பார்த்துவிட்டு கோயில் வெளிக்குத் திரும்பினேன்.

ஆலமரங்களின் கீழ் நடந்தேன். அரச மரத்தை வலம் வந்தேன்.

என்னால் சகிக்கவே முடியவில்லை. எப்படியோ இப்போதே ஒரு முடிவெடுக்க வேணும் போலிருந்தது. எனது ஆவேசம் எனக்கே

போருக்குப் போனவர்கள்

அதிர்ச்சியைக் கொடுத்தது. பைத்தியம் பிடிக்கும் விளிம்பு நிலைக்குப் பக்கத்தில் நான் போய்விட்டேனோ என்று கூடப் பயந்தேன்.

கடிதத்தின் இறுதிப் பகுதி நினைக்க முடியாதது. நான் என்ன செய்யவேண்டும் என்று என் மனதின் அடி ஆழத்திற்கும் போய் சிந்திக்கையில், நான் என்ன செய்ய வேணும் என என் மகன் கடிதத்தின் இறுதிப் பகுதியில் சொன்னது நினைவுக்கு வந்தது.

அப்படியும் நடப்பது உண்டுதான். ஆனால் அதுவல்ல என்னுடைய பிரச்சினை. என்னுடைய பிரச்சினை, தாஸ் போன்றவர்களின் பயமுறுத்தல்களுக்கு நான் அஞ்சிப்போவதா? அவர்கள் எம் முன்வைக்கும் மரணம் என்னும் சூன்யத்துக்கு மசிந்து விடுவதா? இந்த மகா பயத்தை வெல்வது எப்படி?

எனக்கு சட்டென்று மனதுக்குள் மின்னியது. கண்டுபிடித்து விட்டேன்! யுரேக்கா, யுரேக்கா எனக் கூவிக் கொண்டோடிய ஆக்கி மீடிஸை விடவும் அதிகமான நிர்வாணத் தனமாக நான் வீட்டை நோக்கி ஓடினேன். இப்போது நான் சுவர்ணாவையும் பொருட்படுத்தவில்லை. கடிதத்தை வெளிப்படையாகவே எடுத்துக் கொண்டு வந்து குசினி விறாந்தையில் அமர்ந்து அதன் இறுதிப் பகுதியை வாசித்தேன். . .

“. . .அப்பா, அம்மாவுக்கும் சொல்லுங்கள். நான் ‘ஏரியா’ செய்வது உங்களுக்கு சந்தோஷமாக இராது என்றுதான் நினைக்கிறேன். என்னால் உங்களுக்கு ஆபத்துகள் நேர்ந்த வண்ணமே இருக்கின்றன. நான் ‘ஏரியா’ செய்ய வரும்போது மேலும் உங்களுக்கு சிக்கல்கள் ஏற்படலாம். நீங்கள் குடும்பமாகவே என்னுடைய ‘ஏரியா’வுக்கு அப்பால் வேறொரு மாவட்டத்தில் குடிபெயர்ந்தால் என்ன? அப்பா பாடசாலைக்கு இடமாற்றம் பெற்றுக் கொண்டால் சரி. யோசியுங்கள். . .

ஆகவே என்னை வெளிநாட்டிற்கு அனுப்பி என்னைக் காப்பாற்ற முனைவதைவிட நீங்கள் உங்களைக் காப்பாற்ற முயற்சி எடுங்கள். உங்களுக்கு ஒரு விஷயம் தெரியவேணும் — ‘போருக்கு போனவர்கள் தோற்பதும் இல்லை. அவர்கள் வீடு திரும்புவதும் இல்லை’

என்னுடைய அதிரடி நடவடிக்கைகள் சுவர்ணாவை எழுந்து வந்து பார்க்கச் செய்தது. நான் பதற்றமடையவில்லை. மரணத்தை வெல்வது மரணத்துள் வாழத் தீர்மானிப்பதுதான்.

சுவர்ணா என் பக்கத்தில் வந்தாள். நான் எந்தப் பரபரப்பும் இல்லாமல் மகனின் கடிதத்தை அவளிடம் கொடுத்தேன்.

●●●

வாலி வதையும் வானரச் சேனையும்

மூன்று துப்பாக்கி வேட்டுகள் கேட்டன. அவை அதுதானா? அதேதானா? சரிந்த தென்னை மரத்தைப் பற்றியபடி மதில் மேல் பார்த்த நான், தென்னையின் ஓரமாகவே சாய்ந்தேன்.

அன்று சற்றுப் பிந்திவிட்டேன். மேஜர்.காலிங்கதாஸ் சொன்ன செய்தி காதுக்குள் குபீர்குபீர் என்றது. உடை மாற்றியதும் மாற்றாததுமாக பாட்டாவை மாட்டியும் மாட்டாமலும் பாதையில் இறங்கி முருகவேளின் வீட்டுப் பக்கம் ஓடினேன்.

வீதியில் சனம் அதிகம். கோயில் வெளியிலும் சனம் அதிகம். தடங்கல்பட்டு தடங்கல்பட்டு முட்டிமோதி ஓடுகையில் ஒரு கை என்னைப் பிடித்து இழுத்தது. மாமாவின் கை.

“எங்கே ஓடுகிறாய்?”

“முருகவேளிடம்”

“உஸ், அவன்ர வீட்டை ஒரு ஆயுதப்படை சூழ்ந்து நிக்குது, காஜித் படையாம். . .”

நான் மாமாவை விலக்கிக்கொண்டு இன்னும் வேகமாக முருகவேளின் வீட்டை நோக்கி ஓடத் தொடங்கியபோது, இன்னுமொரு கை என் ஷேட்டைக் கொழுவி இழுத்தது. சித்தப்பாவின் கை.

"வீணாக நீயும் மாட்டுப்படுவாய். நீ போ வீட்டுக்கு. நான் பார்த்து வருகிறேன். என்ன அவசரம்?"

"ஒரு சேதி சொல்லவேணும்"

"சேதிதானே, பிறகு சொல்லலாம். . ."

"முக்கியமான செய்தி. . ."

"எந்த முக்கியமான செய்திக்கும் அங்கு இடமில்லை. பளீச்பளீச் என்று மின்னுது ஆயுதங்கள். . ."

நான் பிந்திப்போனேன் என்பது எனக்கு புரிந்தது. டெலிபோனின் நினைவு வந்தது. இந்திய ராணுவ முகாமிற்கு ஃபோன் செய்யலாமே என்ற எண்ணம் தோன்றவே வீட்டுப்பக்கம் ஓடினேன்.

ஒன்றும் பலனில்லை. . .

புறவழியாக மாடிக் கொரிடோரில் ஏறி, நான் ரி.வி. திருத்தும் கண்ணாடி அறைக்குள் சென்று, விளக்கை ஒளிரச் செய்து, ஃபேனையும் சுழலவிட்டு கதவை அடைத்துக் கொண்டு விண்வெளித் தகவல் நிலையத்தில் துஷ்றிகியுடன் தொடர்பு கொண்டேன்.

". . .ஹலோ, ஹலோ, திஸ் இஸ் 1000001 பூமி, லொக்கேஷன், ஸ்தெபான் ஸ்தெபனோவிக். . . முருகவேளின் வீட்டைச் சூழ்ந்து ஒரு ஆயுதப்படை. . . ஓ! முந்தியே இந்தச் செய்தி கிடைத்ததா? ஃபாலோ பண்ணுகிறீர்களா?. . . சற்றலைட் கமெராக்களா? ஆனால் எல்லாம் முடிந்தபின் படங்கள் எதற்கு? நோ. . . நோ. . . இன்வெஸ்ரிக்கேஷன், ஸ்ப்பொட்லைற்றிங், எதிர்வு கூறல் எல்லாம் பிறகு, இப்போ ஆளைக் காப்பாற்ற வழிபண்ணுங்கோ. . . பயப்படத் தேவையில்லை என்றால்?. . . கடத்தல் மட்டுந்தானா? கோரிக்கை மட்டுமீறிப் போனால் என்ன செய்வது, எங்கு யாரால் என்று அறிந்து கொண்டால் ஏதாவது செய்யலாமே. . . இங்கு இருள்... இரவு. மின்சாரம் வெட்டப்பட்டுள்ளது. . . ஒரே மரங்கள். . . தெளிவில்லாமல் தான் இருக்கும். . . சனங்கள். . . சனங்கள் எங்கும் சனங்கள். . . அண்டவெளி மனிதரின் உண்ணாவிரதம். . . அதை படமாக்குவதென்றால், முருகவேளின் வீட்டினது முற்றுகை பற்றி... இரண்டு காமெராக்கள் போதாது. மூன்றாவது ஒன்றும் உங்களுக்குத் தேவைப்படும். ஓ! முருகவேளை கைப்பற்றிக் கொண்டார்களா? வேன் என்ன நிறம். . . வெள்ளையைத்தான் இவைகளுக்கு பயன்படுத்துகிறார்கள். வெள்ளை எளிதாக இனம் கண்டுகொள்ளப்படுமே. . . திகில்? இதெல்லாம் மொத்தத்தில் ஒரு திகில் நாடகந்தானோ?. . . காலிங்கதாஸ் சொன்னவர். . . அவருக்கு எப்படித் தெரிந்ததோ தெரியல்ல. . . அவசரம் அவருக்கு. . .

வாலி வதையும் வானரச் சேனையும்

ஹெலியில் ஏறப் போகையில். . . அவர் மாற்றலாகிப் போகிறார் போலும்… முதலில் தெரியாது. . . இன்னும் நிச்சயமாகத் தெரியாது. என்னுடைய ஊகந்தான். . . ஹெலி இறங்கிய மைதானத்துக்குப் பக்கத்தில் பாடசாலை மண்டபத்தில் ஒரு இராப்போசன விருந்துபசாரம் நடைபெற்றுக் கொண்டிருந்தது. தற்செயல்தான், நான் பாடசாலை கொம்பியுட்டர் ரூமில் வேலையாய் இருந்தேன். அவர்தான் கண்டு கூப்பிட்டுச் சொன்னவர். . . ஓ, என்ன, உண்மையாகவா. . . ஹலோ, ஹலோ, ஹலோ. . ."

தொடர் பறுந்து போனது, நான் விட்டுவிட்டு மாடியினின்று கீழிறங்கி முருகவேளின் வீட்டுப் பக்கம் என்ன நடக்கிறது என்பதைப் பார்க்கப் பின்மதில் பக்கம் போனேன். மதில் மேலாக தெரியும் சனநெரிசலையும் வீரிட்டெழும் கதறல்களையும் சகிக்க முடியாமல் திணறும் போதுதான் அந்த மூன்று துப்பாக்கி வேட்டுகள் கேட்டன. . .

தென்னை மரத்து ஓரமாக தெளிவற்ற நிலையில் கிடந்த நான் எழும்போதுகூட சத்தங்கள் ஓயவில்லை. கோயில் உற்சவத்தின் மேளதாளங்களும், உண்ணாவிரதத்தின் ஒலிபெருக்கி அலைகளும்! காதைப் பொத்திக்கொண்டு பைத்தியக்காரன் போல வீரிட்டுக் கத்தினேன்.

"ஓ. . . ஸ்ரோப் இட், ஸ்ரோப் இட். . ."

என்னுடைய கூச்சல் யாருக்கும் கேட்டிராது. ஆனால் திடீரென எல்லா ஓசையும் அடங்கியது. ஆதிவாசியின் கடைக்குட்டி முருகவேளின் வீட்டில் ஒப்பாரி கேட்டது. கோயில் மேளதாளம், உண்ணாவிரதிகளின் ஆதரவாளர்களினதும் புதினம் பார்ப்பவர்களினதும் குரல்கள், கோஷம் எல்லாம் சில்லென்று உறைந்துவிட்ட நிலையில் ஆதிவாசிகளின் கடைக்குட்டி முருகவேளின் இல்லத்தில் கேட்ட ஒப்பாரி நெஞ்சை நெக்குருக்கியது. இந்த ஒப்பாரி ஒன்றின் அரங்கேற்றத்திற்காகத்தானா தறி கெட்டுப்போன அத்தனை சத்தமும் சந்தடியும் கூச்சலும் கூக்குரலும்! ஒரு உயிரைப் பலி கேட்டுத்தானா அத்தனை ஓசைப் பிரளயங்களும்?. . .

ஆதிவாசிகளின் கடைக்குட்டி முருகவேள் எல்லோருக்கும் அண்ணனாய், எல்லாப் போக்குகளுக்கும் கண்ணனாய் இருந்ததினால்தானா இந்தக் கொடூரம்? "அண்ணே" என்று ஒருவன் தெருவில் நின்று கூப்பிட்டானாம். "ஓம்" எனச் சொல்லிக் கொண்டு உதட்டில் என்றும் மறையாத புன்னைகையுடன் ஓடி வந்தானாம் முருகவேள். வந்தவனுக்கு முருகவேளை தெரிந்தது போலும் இல்லை. முருகவேளின் நீரா சொன்னாள். வந்தவன் முருகவேள் இவ்வளவு எளிதாய் வந்துவிடுவான் என்று எதிர்பார்க்கவும் இல்லைப் போலும். "முருகவேள் எங்கே?" என்று கேட்டானாம். "நான்தான் தம்பி முருகவேள். ஏன், என்ன விஷயம்?" என்றபடி கேற்றைத் திறந்தானாம் முருகவேள். ஆபத்தில உதவி கேட்டு வருகிறவர்களுக்கு ஓடிப்போய் உதவுகிற வழமையான நடைமுறை.

வாலி வதையும் வானரச் சேனையும்

“கொஞ்சம் வெளியே வருகிறீர்களா, உங்களுடன் கொஞ்சம் பேச வேண்டும்.”

பேச்சைக் காதில் தன்பாட்டுக்கு பட விட்டுக்கொண்டு முருகவேளுக்கு பழச்சாறு கொண்டு வர ஆயத்தப்பட்டுக் கொண்டிருந்த நீரா திடுக்கெட்டுப் பார்ப்பதற்கிடையில், “ஓம், அதற்கென்ன” என்றபடி கேற்றைத் திறந்து கொண்டு போனதுதான் தாமதம், பருந்து கோழிக்குஞ்சைப் பற்றிக் கொண்டது. மிக எளிதாக பற்றிக் கொண்டது. எல்லாவிதமான ஏற்பாடுகளுடனும் அவர்கள் வந்திருப்பார்கள். ஆளையும் குரலையும் ஐயுற்று முருகவேள் வீட்டுக்குள்ளேயே ஒளிந்திருக்கலாம். வீட்டில் உள்ளோர் ஓலமிட்டிருக்கலாம். அல்லது முருகவேள் வேலி தாண்டி அடுத்த வளவுக்குள் அல்லது கோயில் வளவுக்குள் பாய்ந்திருக்கலாம். எவ்வளவு சனம் நின்ற இடம் அது! எல்லாவற்றுக்கும் பருந்துகள் திட்டங்கள் வைத்திருந்திருக்கும். முகம் தெரியாதபடிக்கு மின்சாரத்தை துண்டித்தவர்களுக்கு சனங்களின் சத்தமும் சந்தடியும் தமக்கு சாதகமான சூழல் என்றே அந்த சந்தர்ப்பத்தை தெரிவு செய்திருக்க வேணும் என்று அழுதபடி பின்பு சொன்னவள் நீரா.

ஸ்க்கூட்டரில் எங்கும் திரிந்து எல்லாவற்றையும் பார்த்து எல்லாத் தகவல்களையும், அப்போது கிடைக்கக்கூடிய அளவில் பெற்றுக்கொண்டேன். எனினும் ஆதிவாசிகளின் கடைக்குட்டி முருகவேளை மட்டும் ஆஸ்பத்திரியில் என்னால் முழுமையாகப் பார்க்க முடியவில்லை. ஓரக்கண்ணால் பட்டதும் படாததும்போல்தான் பார்க்க முடிந்தது. அந்த மூன்று சூடுகளும்தான். நெற்றியில், கன்னத்தில், நெஞ்சில். . .

ஆஸ்பத்திரி கொரிடோர்களில் அலைமோதியது கூட்டம். எல்லோரும் எதிர்பார்த்த இந்திய ராணுவம் உடனேயே வந்தது. அவர்கள் விரைவில் இந்தக் கொலையாளிகளைக் கண்டுபிடித்து விடுவார்கள் என்பதுதான் ஒரே ஒரு விசுவாச மந்திரமாய் இருந்தது.

புதிய மேஜர், ஒரே பார்வையில் எல்லோரையும் வசீகரிக்கக் கூடியவன். எடுப்பான தோற்றம், “ஆனால் அழகு மன்னன் அர்ஜ்ஜுன ராஜனிவன்” என்று நான் “பொன்னுருவி மசக்கையின்” ஏட்டுப்பிரதியில் படித்ததை புதுடில்லி ரயில் நிலையத்தில் நினைவூட்டிய பஞ்சாபிகளின் தேஜஸ், போத்தா போன்ற மெல்லீசுகளோ, காலிங்கதாஸ் போன்ற வல்லீசுகளோ போன்றில்லாமல் அர்ஜுனன் அழகும் ஆண்மையும் பொலிகின்ற ஜஸ்வந் சிங் போன்ற ராணுவத் தலைவர்களும் இருக்கிறார்களே என வியந்தேன். ஜஸ்வந் சிங்கின் அழகும் ஆண்மையும் மட்டுமல்ல அவனுடைய கண்களில் தொங்கிய காதலும் கசிவும், ஈகையும் இரக்கமும் என்னைக் கவர்ந்தன. சிதைபட்டு சின்னாபின்னப்பட்டுக் கிடக்கும் ஆதிவாசிகளின் கடைக்குட்டி முருகவேளைப் பார்த்துக் கண்கலங்கி அவன் உதிர்த்த வார்த்தைகள்தான் என்ன! “அப்பழுக்கற்ற கன்யவான்!” எவ்வளவு காலமாக மேஜர்.ஜஸ்வந் சிங்கிற்கு ஆதிவாசிகளின் கடைக்குட்டி முருகவேளைத் தெரியுமோ? எவ்வளவு காலமாக அவன் வாடிவீட்டு முகாமிற்கு

வாலி வதையும் வானரச் சேனையும்

வந்திருக்கிறானோ? மேஜர்.காலிங்கதாஸ் நேற்றுத்தானே பிரியாவிடை பெற்றார்? மேஜர்.காலிங்கதாசரின் பயணம் காலம் கடந்ததாக இருந்ததா? மேஜர்.ஜஸ்வந் சிங் வந்தபின்பு எவ்வளவு காலம் மேஜர்.காலிங்கதாஸ் இங்கிருந்தார்? மேஜர்.காலிங்கதாஸ், ஆதிவாசிகளின் கடைக்குட்டி முருகவேளுக்கு உள்ள ஆபத்தை மேஜர்.ஜஸ்வந் சிங்கிடமும் சொல்லியிருக்கலாமே... பிந்திக் கிடைத்த செய்தியெனினும் கூட ஒரு வினாடியில் வாக்கிரோக்கியில் சொல்லியிருக்கலாமே? மறந்திருந்தாலும் கூட என்னிடம் சொல்லிய அடுத்த வினாடியே ஜஸ்வந் சிங்கிடமும் சொல்லியிருக்கலாமே. இவற்றின் எதிர்மறைகளை யோசித்த போது நானும் எவ்வளவு விழிப்பாக இருக்க வேணும் என்று எனக்கும் பட்டது.

எல்லா விழிப்புகளும் ஆபத்துக்கே வழி வகுக்கின்றன. எல்லாத் தெளிவுகளும் மேலும் மயக்கத்திற்கே வழி வகுக்கின்றன. இந்தச் சிந்தனையோட்டங்கள் எனக்கு தாங்கிக் கொள்வதற்கு சற்று கஷ்டமாகவே தோன்றின. விடியும்போது இவை தொடரக் கூடாது. விடிவதற்கிடையில் இவைகளை மறந்தேயாக வேண்டும். தூக்க மாத்திரைகளை நாடலாமா? அல்லது ஃபிரிட்ஜில் சிலிதேசத்து உணவினை நாடலாமா? தனியே புழுங்கிச் சாவதைவிட ஒரு நண்பனுடன் இந்த இரத்தம் உறையச் செய்யும் அவலங்களை மறந்து பழைய அனுபவங்களைப் பகிர்ந்துகொண்டால் என்ன?... சிலிதேசத்து உணவின், ஓ! பப்லோ நெருடா, உன் அனுபவங்களை விடாவா?... வைச்சுக்கள் என்று என் அப்பா அடித்தது போல உன் *Third Wine – a topaz, a poppy and a fire* அந்த fireதான் இந்தத் துயரைத்தாங்க முடியும்.

❍

இருள் தூங்கிய வானம் மெல்ல மெல்ல மினுமினுப்புற்றது. பின் நிலாவின் கீற்றுப் பிறை நெய்யைத் தடவிய பட்டு மேகங்களிடை மங்கலாகத் தெரிந்தது. “பிதா, பிறை சூடிய பெருமானே” எனப் பாடத் தொடங்கினேன். “எதைத்தான் மறவேனே இனி நாளும்” என இழுக்கத் தொடங்கினான் துஷ்றிகி, எங்கோ செவ்வாய் கிரகத்தில் இருந்தபடி.

“வெட்டி எறிந்த விரல் நகமே, தோடம் பழச்சுளையே, நெய்க்குடமே, உனக்கு நினைவில்லையா” நீ இன்னும் பழைய மனுஷந்தான். பிறையைக் கண்டதும் பிறை சூடிய பெருமானின் நினைவுதானே வருகிறது உனக்கு?”

“நான் பழைய மனுஷன்தான், துஷ்றிகி. என் காதைப்பார். செவ்வாயில் இருந்து நீ பார்த்தாலும் என் காதுத் துவாரம் தெரியும். காது குத்தின காலம் தொடக்கம், செவ்வாயில் இருந்தபடியே என்னுடன் நீ சேர்ந்து குடிக்கின்ற இந்த நவீனத்தின் நவீனம் வரையும் நான் வாழ்கிறேன். உண்மையில் எது நவீனம் எது பழமை என்பதும் அடையாளமற்றுப் போகிறது. நீ கூட ரொம்ப அனாதியானவன். பிதாவின் வலதுபக்கத்தில் இருப்பவன். பிறை சூடிய பித்தன்தான் பிதா என்று சர்வமதவாதிகள் சாற்றக் கூடும். அதுவல்ல விஷயம். பிறை சூடிய பெருமான் என்பதே இந்தப்

வாலி வதையும் வானரச் சேனையும்

பிரபஞ்சம் அல்லவா? எது பழையது? எது நவீனம்? பிரபஞ்சத்துக்கப்பால் பிரயாணம் செய்து கொண்டிருக்கும் நமக்கு ஏது பழமை, ஏது நவீனம்? காலாகாலங்களில் கலக்கின்றோம். அன்றில் இருந்தது போல் இன்றும், என்றும் இருப்பதாக உலகம் என்றுதானே எங்கள் பிரார்த்தனை தொடர்கிறது. காலத்தில் தோன்றி, காலத்தில் வளர்ந்து, காலத்தில் மறைந்து, மறைவது போல் உயிர்த்து, உயிர்ப்பின் வடிவங்களில் உள்ள சித்து, என்றென்றும் அநாதியாய், மாற்றங்களினால் மாற்றமில்லாத. . .”

செவ்வாயில் இருந்து துஷ்கிறி சிரிப்பது எனக்குக் கேட்க எத்தனை யுகம் எடுக்கும்? எத்தனை யுகங்களாக இது போன்ற பேச்சுகளும் சிரிப்புகளும்... இதே போன்று அல்ல. இதே பேச்சுகளும் சிரிப்புகளும் கேட்டுக் கொண்டிருக்கின்றன. . .”

“கொஞ்சம் ஓவராய்தான் போச்சு. . .”

“நோ, நோ, மழை இருட்டு என்றாலும் மந்தி கொப்பிழக்கப் பாயாது. ஆதிவாசிகளின் கடைக்குட்டி முருகவேள் கொலை பற்றியும் அவனுடையதாக மாத்திரமல்லாத அவனுடைய காலம் பற்றியும் நாம் இப்போது பேசிக் கொண்டிருக்கிறோம் துஷ்றிகி. தெரியாதது எதுவுமில்லை எவருக்கும், தெரிந்ததைத்தான் மீண்டும் மீண்டும் புரட்டுகிறோம். இது தெரியாதவனும் நீ அல்ல. . .”

“காது குத்திய கதைதான், பரமண்டலங்களில் இருக்கிற பிதாவும் பிறை சூடிய பித்தனும் பிரபஞ்சமான கதைதான்...”

“சரியாய் சொன்னாய் துஷ்றிகி, நெய் பூசிய மேகங்கள் இப்போது பால் வீதிக்கு பாதை விட்டிருக்கின்றன. பிறை நிலவின் தொடு கோடுகள் ஒன்றை ஒன்று முட்டப் போகின்றன. வானமெங்குமே நிறைந்து வாழும் வெண்ணிலா! செவ்வாய் கிரகத்திலும் இது தெரிகிறதா?. . .”

“உன் பூமிதான் செவ்வாயில் போட்டிருக்கிறது பிறையை, உன் பாட்டிக்கதைக்கு இன்னும் பரிபக்குவம் ஏற்படவில்லையா?. . .”

“பொறு. இந்த ஒரு ட்ரிங்குடன், என் நினைவுப் படலம் எல்லாம் மினுங்கும். . .”

“வானரச் சேனையுடன்தானே தொடங்குவாய்?. . .”

“ . . . இங்கே வானரச் சேனைகள் கீழே வந்திறங்கியபோது, அது தொலைந்துபோன கிரகவாசிகளின் காலமாய் இருந்தது.”

எனினும் அண்டவெளி மனிதர்கள் விண்சால்களில் பதுங்கிக் கொள்ளவில்லை.

வானரச் சேனைகளுக்கும் ஆதிவாசி மக்கள் மத்தியில் வரவேற்பிருந்ததை அண்டவெளி மனிதர்கள் அறிந்தே இருந்தார்கள். மக்களின் மகிழ்ச்சியில் மயக்கமிருந்தாலும் அந்த மகிழ்ச்சியை அண்டவெளி மனிதர்கள் வயப்படுத்தாமல் இருக்கவும் விரும்பவில்லை. மக்கள் இல்லாமல் எதுவுமே இல்லை அல்லவா? தொலைந்துபோன கிரகவாசிகளைப் போலவே அண்டவெளி

வாலி வதையும் வானரச் சேனையும்

மனிதர்களும் வாகனங்களிலிருந்து பட்டாசுகளை கொழுத்துவதைப் போல துப்பாக்கி வெடிக்கச் செய்தனர். வேகமாகப் பாய்ந்து செல்கின்ற கார்களின் பொனற்றுகளிலிருந்து அண்டவெளி மனிதரின் கண் விடுக்காத குட்டிகள் கூட ஈஸ்றவுட்டையும் சீன்கொனறியையும் வெல்லும் வகையில் துப்பாக்கி அக்ஷன்களைத் தொடுத்தார்கள். இந்தச் சினிமாச் சமரில் கூட தொலைந்துபோன கிரகவாசிகளை அண்டவெளி மனிதர் மங்கச் செய்ததாகவே மக்கள் பேசிக்கொண்டனர்.

விண்வெளியின் தூரத்து மின்னல்களினூடாக துஷ்றிகியின் மெல்லிய சிரிப்பு அருட்டியது.

“ஆதியரசு கட்சியினர் வானரச் சேனைக்கு நிலபாவாடை விரித்து பொன்னாடை போர்த்தி இருப்பார்களே!”

“அதில்கூட அவர்களுக்கு ஏகபோகம் இருக்கவில்லை. தொலைந்துபோன கிரகவாசிகள் தாம் தான் வானரங்களைக் கொணர்ந்ததாகப் பதாகை எழுதினார்கள்.”

ஆதியரசுக் கட்சியினர் ஆரம்பம் முதலே கேட்டுக் கொண்டிருந்தவர்கள். ஊர் தராவிட்டால் நாடு கேட்போம் என்று பூச்சாண்டி காட்டிக் கொண்டிருந்தவர்கள். நாடு கேட்டவர்கள் பின்னர் வீடு தந்தாலே போதும் என்று விருப்பம் தெரிவித்தவர்கள். வீடும் சரிவராத போது வீட்டு, தாழ்வாரமாவது தாருங்கள் என்று சாஷ்டாங்கமிட்டவர்கள். இப்போது வானரச்சேனை வந்ததும் பழையபடி ஊர் பற்றிய உணர்வலைகளில் மிதக்கத் தொடங்கினார்கள்.

ஆதிவாசி மக்களில், சேது அணை கடந்துவந்த பலருடைய வாரிசுகளும் இருந்தார்கள். நவராயின் சேரன் தீவை எரித்து துவம்சம் செய்த அனுமனின் வாரிசுகளும், தோழமை செய்த விபீயின் விருப்புக்குரியவனாக மாறிய சுக்கிரிவனின் வாரிசுகளும், வெட்டுண்ட சடாயுவின் பழி தீர்க்கக்களம் புகுந்தோர் வாரிசுகளும் நட்பின் இலக்கணம் என நயக்கப்பட்ட குகனின் வாரிசுகளும் ஆதிவாசி மக்களிடையே கலந்திருந்தார்கள். தந்தையைக் கொன்றவனை எதிர்த்துப் போராடவென கடல் கிழித்து வந்த வாலியின் வாரிசுகளது சந்ததியினரும் அங்கிருந்தனர். வாலியின் சந்ததியினர் சேரன் தீவின் கீழ்க்கரை வரை பரவியிருந்தார்கள். வாலி வழி வந்த இந்த ஆதிவாசிகள் சற்று வித்தியாசமானவர்கள். அந்த ஆதிவாசிகளின் கடைக்குட்டியே முருகவேள்.

ஆதிவாசிகளின் ஞான குருவாக மாறிய தந்தையிலிருந்து தளபதி தோன்றினார். தளபதியுடன் சமகாலத்தவனாய் சொல்லின் செல்வனும் தோன்றினான். ஆதிவாசிகளின் கடைக்குட்டியான முருகவேள் தந்தைக்கும் தளபதிக்கும் சொல்லின் செல்வனுக்கும் கோயில் கட்டினான். தண்டகாரண்யத்தில் தோன்றிய அறிஞனுக்கும் கலைஞனுக்கும் நாவலனுக்கும் இடையே ஒரு தொடர்பை முதன் முதலில் கண்டவன் ஆதிவாசிகளின் கடைக்குட்டி முருகவேள்தான். தண்டகாரண்யத்துக்குப் போய் அவர்களுடைய ஆசியையும் பெற்று

வாலி வதையும் வானரச் சேனையும்

வந்தான். ஓம் அறிஞன், கலைஞன், நாவலன் — இந்த மூன்று ஆளுமைகளும்தான் தன் யுகத்தின் முகம் என்று முழுமையாக நம்பினான் இந்தக் கடைக்குட்டி, முருகவேள்.

ஆதிவாசிகளின் ஆரண்யத்தில்தான் இந்த ஸ்தெபான் ஸ்தெபானோவிக்கும் அவதரித்தான். அம்மன் கோயிலில் சிலம்பு குலுக்கி கலையின் பிறைக் கோட்டைக் கண்டவன்தான் இந்த ஸ்தெபான். அம்மனின் ஊர்வலத்தில் சூலங்களில் சுற்றிய தீப்பந்தங்களுக்கு எண்ணெய் வார்த்தவன்தான் ஸ்தெபான். ஆதிவாசிகளின் அம்மன் சிலம்புகளைக் குலுக்கவும், தீப்பந்தங்களுக்கு எண்ணெய் வார்க்கவும் ஆதிவாசிகளின் கடைக்குட்டி முருகவேளை அழைத்து வந்தவனும் இந்த ஸ்தெபான்தான். இவனைப் பின்பற்றித்தான் கடைக்குட்டி இருபது அடித் தீக்குழியில் இறங்கியவன். இவனைப் பார்த்துத்தான் கடைக்குட்டியும் ஏனைய ஆதிவாசிகளைப் போல் ‘உறாய்’ என்ற மூலமந்திரத்தில் பிரபஞ்ச முழுமையையும் குடித்து ஒற்றைச் சவுக்குக்கு கையை உயர்த்தியவன். ஒற்றைச் சாட்டையுடன் உருவடங்கிப் போகும் மற்றைய ஆதிவாசிகளைப் போல கடைக்குட்டி மாறுகிற வேளையில், இந்த ஸ்தெபான் ஆயிரம் சாட்டைகளிலும் அடங்காமலிருந்தான். மீண்டும் மீண்டும் ‘உறாய்’ என்னும் இவனது மூலமந்திரத்தில் பிரபஞ்சத்தை மூடிய பிரபஞ்சங்கள் விரிந்தன. இவனுடைய ஒரு கை நீட்டலில் மார்க்சீயம், மறுகை நீட்டலில் மாஓயிசம். இவனுடைய பாதங்களில் லெனினும் ச்சேயும் தேர் பூட்டினார்கள். இதனால் ஆதிவாசிகளுடன் இந்த ஸ்தெபான் அந்நியப்பட்டான். எனினும் அடுத்த வீட்டுக்காரன் ஆதிவாசிகளின் கடைக்குட்டி முருகவேளுக்கும் இந்த ஸ்தெபானுக்கும் இடையில் இருந்தது அந்தக் கோயில் வெளி.

கோயில் வெளி ஆதியரசரின் பழைய பாசறைதான். இதே கோயில் வெளியில்தான் ஆதியரசார் மக்கள் நெஞ்சங்களை ஒருகாலம் வருடினார்கள். இதே கோயில் வெளியில்தான் ஆதிவாசிகளுடன் இந்த ஸ்தெபானும் சேரன் தீவின் சிம்மவாசிகளின் வாகனங்களை கொளுத்த பெற்றோல் கலன்களையும் தீக்குச்சிகளையும் எடுத்துச் சென்றான். இதே கோயில் வெளியில்தான் அண்டவெளி மனிதர்கள் ஆயுதங்களை ஒளித்து வைத்திருந்தார்கள். இதே கோயில் வெளியில்தான் இன்று ஆயுதங்களை முதுகுக்கு பின்னால் வைத்துக் கொண்டு அண்டவெளி மனிதர்கள் உண்ணாவிரதம் இருக்கிறார்கள்.

ஓ, துஷ்றிகி, நித்திரையா நீ நிலவில்? இன்னுமொரு ட்ரிங் எடுப்போம். . .

என்ன, ஆயுதங்களை பின்னுக்கு வைத்துக் கொண்டுதான் அண்டவெளி மனிதர்கள் உண்ணாவிரதம் இருக்கிறார்கள் என்பதை நீ ஒப்புக் கொள்ளவில்லையா? இந்த உளறல்கள் தந்திரோபாயமாக தவிர்க்க வேண்டும் என்கிறாயா? இல்லை, வெறும் உண்ணாவிரதத்திலும் பார்க்க ஆயுதங்களுடன் உண்ணாவிரதமிருப்பது, அதிகமாக மக்களை கவர்கிறது என்பது மாத்திரமல்ல, எதிரியையும் அது இன்னுமின்னும் உலுப்புகிறது.

வாலி வதையும் வானரச் சேனையும்

ஆயுதங்களுடன் உண்ணாவிரதம்! அதுதான் இன்றையத் தரிசனம் துஷ்கிறி. உன் காலாதி காலமான வலது கன்னம் இடது கன்னம் இதற்குள் வருகிறதா? தீமையை எதிர்த்து நில்லாத நீ சிலுவையிலல்லவா தொங்கினாய்? வாள் கொண்டு மோதிய நபி இன்று வரையும் வாழவில்லையா? ஆயுதத்தையும் அகிம்சையையும் ஒன்றிலிருந்து மற்றதைப் பிரிக்காமல் அண்டவெளி மனிதர் காரியமாற்றுவதை சரித்திரம் எப்படி மதிப்பிடப் போகிறது?

அண்டவெளி மனிதரின் முதுகுக்கு பின்னால் ஆயுதம் தொங்குவதை வானரச் சேனைகள் கண்டும் காணாமலும் இருக்க வேண்டியிருக்கிறது. தொலைந்துபோன கிரகவாசிகளின் கையில் ஆயுதம் இருக்கும் வரையில் அண்டவெளி மனிதரின் ஆயுதங்களைக் களைவது எப்படி? அண்டவெளி மனிதர்களின் கையில் ஆயுதம் இருக்கும்வரை தொலைந்துபோன கிரகவாசிகளின் கையில் ஆயுதம் இல்லாமல் அவர்கள் இருப்பது எப்படி? இதில் மாட்டுப்பட்டவர்கள் ஆதியரசு கட்சியினர்தான். அவர்களுடைய கையில் ஒரு புல்லுக்கூட இல்லை. வெறும் கையோடு நாட்டை மீட்பதற்கு புறப்பட்ட கிழவனின் கையில் கூட ஒரு ஊன்றுகோல் இருந்தது. ஆதிவாசிகளின் தந்தையின் நடுங்கும் கரங்களில் நடுக்கத்தைத் தவிர வேறொன்றும் இருக்கவில்லை. இவர்கள் விடுதலை தேடிப் புறப்பட்டவர்கள்தானா என்ற ஐயம் இதுவரை ஆதிவாசிகளிடையே உண்டாகாததுதான் ஆச்சரியம். ஆதியரசினரின் கடைக்குட்டி முருகவேளுக்குக்கூட இந்த ஆச்சரியம் உண்டாகவில்லை. அவன் கூட தான் விடுதலை தேடித்தான் புறப்பட்டவனா என்பதை ஒருநாள் ஒரு கணமேனும் எண்ணிப் பார்த்ததாகவும் தெரியவில்லை. விடுதலையின் விலையை அச்சத்தோடு எனினும் உணர்ந்து கொண்டவனைப் போல அவன் ஒரு போதும் தோன்றவில்லை.

ஆதிவாசிகளின் தந்தையும், தளபதியும், அவர்களைப் போன்றே சொல்லின் செல்வனும் விடுதலையைத் தேடிப் போகவில்லை. விடுதலைதான் அவர்களைத் தேடியது. தந்தையின் பெருமை விடுதலையின் குரலை தன் பலவீனமான காதினால் உற்றுணர்ந்து கொண்டதுதான். தந்தையின் மெல்லிய சொற்களை ஒலிவாங்கியில் தன் ஞானத்துக்கும் தேவைக்கும் ஏற்றபடி போகடி போக்காய் இட்டு நிரப்பி உரக்கச் சொன்ன தளபதிக்கு தந்தையின் தளர்ந்துபோன செவிப்பறைகளில் பட்டுதிர்ந்த விடுதலைத் தேவியின் ஆணைகள் எப்படிப் புரிந்திருக்க முடியும்?

ஒரு தேசிய விடுதலைக்கான உந்து சக்திக்குரிய புறவயப் பரிணாமம் சேரன் தீவில் என்றுமே ஏற்பட்டதில்லை. புறவயப் பரிணாமம் முகிழ்ந்து மூர்க்கம் கொள்ளும்போது தான் அரசியல் குதிரை கனைக்கும். புறவயப் பூதம் உருக்கொள்ளும்போது அரசியல் குதிரை அந்நிய அரக்கனின் சித்திரவதையினால் சீற்றம் கொண்டும் நுரைவழியச் சீறி முன்னங்காலை உயர்த்தி விண்ணில் கடாவக்கூடும். அப்போதுதான் தேசத்தின் இனக்குழுக்களை தழுவும் தேசியம் மலரும். சேரன் தீவுக் குதிரையோ வெறும் புண்ணாக்குக் குதிரை. காலையில் சோம்பிக் கிடந்து துயில் நீத்து மாலையில் ஒரு தொங்கோட்டம் ஓடிக் களைத்து கனவுகளுடனும்

வாலி வதையும் வானரச் சேனையும்

கற்பனைகளுடனும் இரவைக் கழித்த குதிரை. பாக்குநீரிணைக்கு அப்பால் இந்திரலோகத்தின் ஊன்றுகோல் கிழவனின் மிரட்டலில், திருட்டுக் கல்லியாணி சற்றுச் சோர்ந்து விட்டுக்கொடுத்தபோது, இந்த கொட்டப்பாக்கையும் உமறுக்குள் தூக்கிபோட்டு அனுப்பியது. மறுநாள் கண்விழித்தபோது கொட்டப்பாக்கினுள் ஆயிரம் குமுறல்கள். இன்று வரையும் கொட்டப்பாக்கினுள் எரிமலைகள் குமுறிக் கொண்டுதானிருக்கின்றன.

இந்தக் குமுறல்களினால் ஆதிவாசிகளின் தந்தை கடைசியில் களைத்தே போனார். சேரன் தீவில் சிம்மக்குலத் தலைவர்களான நாயக்க வம்சாவளிகளுடன் அஹிம்சாமூர்த்தியாக, ஆதிவாசி மக்களின் தலைவராக அவர் பேசிய பேச்சுகள் எல்லாம் தோற்றுப் போயின. சிம்மவாசிகளின் அவையில் குரல் தளதளக்க அவர்தன் யுகத்தின் முற்றும் முழுதான ஞானத்தின் வார்த்தை ஒன்றைக் கூறினார் — “சேரன் தீவின் ஆதிவாசி மக்களை இனிக் கடவுள்தான் காப்பாற்ற வேணும்.”

அந்த வார்த்தைகளின் தீர்க்கதரிசனத்தை ஆதிவாசிகள், ஆதிவாசிகளின் தந்தை மறைந்து பலவருடங்களாகப் பேசி வருகின்றனர். அந்த நிர்க்கதி உணர்வு மிக்க வார்த்தைகளை ஆதிவாசிகள் தங்கள் பலமாக உபயோகிக்கத் தொடங்கினார்கள். சிலுவை ஈசானியருக்கு பலமும் உறுதியும் பற்றுக் கோடுமானது போல. ஒரு ஆதிவாசியின் அரசவை வார்த்தைகள்தான் அவை. அரசவையினூடாகவே ஆதிவாசி மக்களை சிம்மாசனமோ, அரியாசனமோ, சரியாசனமோ ஏறச் செய்யலாம் என்று இன்றும் நம்புகிறவர்கள்தான் ஆதியரசுக் கட்சியினர். அரசவையில் ஒரு ஆசனந்தானும் இன்றி தன் வால்மீதே குந்தியிருந்து விட்டுவந்த குரங்கு மூஞ்சிகளையும், மூன்று கோரிக்கைகளைக் கொண்டுபோய் ஒரு கோரிக்கைக்குத் தானும் சம்மதம் பெறமுடியாது வெறும் கையோடு திரும்பிய இடைச்சேரிகளையும் அவதாரங்களாக வழிபடும் இந்த ஆதியரசுகள் சரித்திரங்களை புரட்டிப் பார்க்க சக்தியற்றவர்களாயினும், இந்தப் பஜனைக் கதைகளிலிருந்தேனும் பயன்பெற முடியாதவர்களாகவே இருந்தார்கள். வாலில் குந்தியதோடு நிற்கவில்லையே குரங்கு மூஞ்சி! வாலில் கொழுத்திய நெருப்பை அணைப்பதற்கு அவன் பட்டபாட்டில் ஓலை வீட்டுக் கூரைகளும் அல்லவா கொழுத்தப்படும் படியாயிற்று! இந்த அரசவைத் தூதர்கள் மேலும் மேலும் ஐந்து வருஷங்களுக்கு ஒருமுறை தூது போய்க்கொண்டிருந்தார்கள். அரசவைத் தூதுகளால் ஒன்றும் ஆகாதபோது குருசேத்திரத்தில் அல்லவா அம்புகளும் அஸ்த்திரங்களும் பறந்தன! எங்கே இவர்களுடைய குருஷேத்திரம்?

ஆனால் தந்தையினதும் தளபதியினதும் சொல்லின் செல்வனினதும் பாதையில் செல்வதையே தவப்பயனாகக் கொண்ட ஆதிவாசிகளின் கடைக்குட்டி முருகவேள், அறிஞனதும் கலைஞனதும் நாவலனதும் பாதச்சுவடுகளை சிரமேற் தாங்கிய ஆதிவாசிகளின் கடைக்குட்டி முருகவேள், அனுமனுக்கும் அனுமனின் தலைவனுக்கும் கிட்டாத அரசவைக் கதிரையின் மந்திரம் அறிந்தவன். அது ஒரு மாயக்கதிரை. வானத்து வெண்பஞ்சு

வாலி வதையும் வானரச் சேனையும்

மேகங்களுக்கிடையில், கற்பனையில் உயரும் அற்புதக் கதிரை. இந்த சிறுவயதுக் கற்பனையை உதறிவிட ஆனானப்பட்ட மார்க்சீய மகாரிஷிகளுக்கே முடியாதபோது, பாவம் ஆதியரசின் கடைக்குட்டிக்கு மாத்திரம் எப்படி ஆகும்?

ஆனால் ஆதியரசுக் கட்சியின் கடைக்குட்டி சற்று வித்தியாசமானவன். இந்த ஸ்தெபான் ஸ்தெபானோவிக், மீசை முளைத்த பாடசாலை நாட்களிலேயே ஆதியரசுப் பக்கம் திரும்பிய போது, ஆதிவாசிகளின் தந்தை முன்வைத்த அரசியல் தீர்வுதான் அதற்குக் காரணமாய் இருந்தது. சேரன் தீவில் செம்மையாக ஆதிவாசிகள் வாழத்தக்கதான வடகீழ்கரை மாநிலமொன்றை அவன் அவாவினான் என்ற வகையில் கூட அவனிடம் ஒரு இனக்குழுத் தேசியவாதம் அந்தக் காலகட்டத்தில் அரும்புவிட்டிருந்தது என்றுகூட அவனால் இப்போதும் சொல்ல முடியாது. வடகீழ் கரையின் காடுகளையும் கடலையும் கரையோரங்களையும் கடலேரிகளையும் அவன் லயித்தது போலவே தென்மேற் கரையினது கடலையும் கரையோரங்களையும் லயித்து மத்திய மலைமுகடுகளிலும் பள்ளத்தாக்குகளிலும் ரப்பர் காடுகளிலும், தேயிலைப் பசுமைகளிலும் அவன் தீராக் காதல் கொண்டிருந்தான். சேரன் தீவு எனது தேசம். வடகீழ்க்கரை எனது மாநிலம் என்ற உறவுமுறையே அவனுடைய நெஞ்சத்தில் ஊறியிருந்தது. எனினும் சேரன் தீவின் எல்லைகளை மீறிய, மதுரையை மையமாகக் கொண்ட, தமிழ் கூறும் நல்லுலகத்தையே அவன் இதயமாகக் கொண்டிருந்தான். அது அவனுடைய நாட்டெல்லைகளை மீறிய உலகத்தமிழ் பண்பாட்டு தேசியம். பின்னாட்களில் இலக்கியத்திலும், சினிமாவிலும் பிற கலைகளிலும் வடகீழ்கரை தமிழ் தேசியத்தை அவாவினான் எனினும், வரலாற்று தமிழ் பொதுத் தேசியம் அவனுள் ஓடிக் கொண்டேயிருந்தது. இந்த வரலாற்றுப் பொது தமிழ் தேசிய உணர்வில் பரந்துபட்ட இந்திரலோக பண்பாட்டுத் தன்மைகளும் கலந்தேயிருந்தன. இப்போது எண்ணிப் பார்க்கையில் இந்த ஸ்த்தெபான் ஸ்தெபனோவிக் சேரன் தீவு உட்பட்ட இந்திரலோகப் பிராந்தியத்தின் பொது உணர்வோடும், பரந்துபட்ட தமிழ் தேசியத்தின் இதயத்தோடும், சேரன் தீவு என்ற சொந்தத்தோடும், வடகீழ்கரை என்ற பந்தத்தோடும்தான் வாழ்ந்தான் என்று சொல்லத் தோன்றுகிறது. உலகக்கலை இலக்கியங்களையும் தத்துவங்களையும் சித்தாத்தங்களையும் அவன் அறிந்து ஈடுபாடு கொண்டபோது இவைகளை உள்ளடக்கிய உலகப் பொது மனிதனாக அவன் தன்னை உணர்ந்திருக்கிறான். நீல் ஆம்ஸ்ரோங்குடன், அவன் மனிதகுலத்துக்கான பெரும்பாய்ச்சலுடன் நீ இப்போதிருக்கின்ற சந்திரத் தரையில் அவன் இறங்கியபோதும், செவ்வாய் பயணங்களிலும் விண்வெளி ஆராய்ச்சி நிலையங்களிலும் அவன் உணர்வுபூர்வமாக ஒன்றித்தபோதும் தன்னை ஒரு பிரபஞ்சவாசியாகவே பிரகடனம் செய்திருக்கிறான். இவ்வாறு ஒருருக்கொரு நாட்டுக்குரியதான ஒற்றைச்சான் நினைப்புகள் இல்லாமல் இருந்த அவனிடம் வடகீழ்க்கரை மண்ணுடன் இருந்த ஒன்றிப்பு உலகத் தமிழ் தேசிய உணர்வினால் மூடுண்டு போகவில்லை. ஒரு பண்பாட்டு தேசியத்தை ஒரு ஆட்புலத்

வாலி வதையும் வானரச் சேனையும்

தேசியத்தோடு கலக்கவிட அவன் விரும்பவில்லை. அதேபோல ஒரு சமூக மறுமலர்ச்சி இயக்கத்தை ஒரு பண்பாட்டு தேசிய எழுச்சியோடு குழப்பவும் அவன் விரும்பவில்லை.

ஆதிவாசிகளின் கடைக்குட்டி முருகவேளுக்கு இதெல்லாம் ஒன்றாகவே இருந்தது. அதனால்தான் தண்டகாரன்யத்துக்குப் போய் தந்தை, தளபதி, சொல்லின் செல்வன் என்ற மும்மணிகளுடன், அறிஞர், கலைஞன், நாவலன் என்ற மும்மணிகளையும் இணைத்துக் கொண்டான் ஆதிவாசிகளின் கடைக்குட்டி. தந்தையோ, தளபதியோ செய்யாத காரியம் இது. சொல்லின் செல்வன் கூட தமிழ் தேசியத்தின் பரிணமிப்பாக அறிஞனையும் கலைஞனையும் காணவில்லை. கடைக்குட்டியின் காலத்தில் அந்தப் பரிணமிப்பு நிகழ்ந்திருந்தது.

தண்டகாரண்ணியத்தின் அறிஞனும், கலைஞனும், நாவலனும் தண்டைப் பெரியாணின் சுயமரியாதை — பார்ப்பணிய எதிர்ப்பு — சமூகசமத்துவ பார்வையிலிருந்து விலகி இந்தி எதிர்ப்பின் வழியாக தமிழ்பண்பாட்டு ஓடைக்குள் சறுக்கி, பின்பு அதன் வாரியுள் நீந்திக்கொண்டு வந்தது கடைக்குட்டிக்கு ஏற்றதாய் இருந்தது... ஸ்த்தெபானோ ஸ்த்தெபானோவிக்கிலிருந்து கடைக்குட்டி வழுவி தமிழ் பண்பாட்டருவித் தேசியவாதத்தில் கால் நனைத்து அடி நிலை மக்களுக்கு அவர்களின் சில்லறைக் காரியங்களையும் பார்த்துக் கொடுக்கின்ற சமூகநலவாதியாகவும் மக்கள் தொண்டனாகவும் மாறினான். கீழைக்கரையின் தென்புலத்தில் தளபதிகூட கடைக்குட்டியூடாகவே காரியங்கள் செய்யும் நிலை ஏற்பட்டது. சொல்லின் செல்வன் தனது பிடியை உயிரைத் தமிழிலும் உடலை மண்ணிலும் கலந்து விகாசித்த சிவபுத்திர விகாசித்தனுக்கு விட்டுக் கொடுக்க நேர்ந்ததைப்போல, தளபதி தனது பிடியை தென்கீழ்ப் பகுதியில் கடைக்குட்டிக்கு ஈந்து விட நேர்ந்த காலகட்டம் அது. பெரிய குளறுபடிகளுக்கிடையில் நிகழ்ந்த அந்தக் தலைமுறை மாற்றத்தில் ஆதிவாசிகளின் கடைக்குட்டி தன்னை மிகவும் உறுதிப் படுத்தியவனாகவே நின்று பிடித்தான். சொல்லின் செல்வனுக்கும் தளபதிக்கும் மாத்திரமல்லாமல், சிவபுத்திர விகாசித்தனுக்கும் கடைக்குட்டி இணங்கியவனாகவே இருந்தான். அதே சமயத்தில் தொலைந்துபோன கிரகவாசிகளுக்கும், ஏன், அண்டவெளி மனிதர்களுக்கும்கூட அவன் அண்ணன் தம்பி உறவு முறையில்தான் இருந்தான். சகல உறவு முறைகளூடாகவும், பண்பாட்டியக்க அரசியல் சாணக்கியன்களூடாகவும் மக்களிடையே இறுக்கமாக வேரோடியே அவன் இருந்தான். மக்களின் சகல தேவைகளையும் அவன் பூர்த்தி செய்யவேண்டி இருந்ததால், சிம்மர்களின் இராணுவ முகாம்களின் முன்புற வாயிலாலும் பின்புற வாயிலாலும் பகலில் மட்டுமல்லாது இரவிலும் கூட அவன் சென்றுவர வேண்டிய சில பொழுதுகளும் வந்து சேர்ந்தன.

தொலைந்துபோன கிரகவாசிகள் இன்னும் தொலைந்து போகாதிருந்த காலத்திலேயே சிம்மர்களின் இராணுவ முகாம்களில் பின்புறமாக இரவு வேளைகளில் ஆதிவாசிகளின் கடைக்குட்டி புகுந்து புறப்பட்டதை அவர்கள் கவனித்தே வந்தார்கள். இந்த

வாலி வதையும் வானரச் சேனையும்

கவனத்தின் பிரதிபலிப்புகளில் கடைக்குட்டி முறுகலுற்றதன் காரணமாக, கடைக்குட்டியின் ஆலவட்டங்கள் அண்டவெளி மனிதர்களை அணுகியதும் உண்டு. எனினும் எல்லா ஆலவட்டங்களையும் தனது குடையின் கீழ் வைத்திருக்கக்கூடிய சாமர்த்தியம் கடைக்குட்டிக்கு இருந்தது. சாமர்த்தியங்கள் எப்படியிருந்த போதும் முருகவேள் தராசு இடைக்கிடை இந்தப் பக்கமும் அந்தப் பக்கமும் மாறிமாறி ஊசலாடியதை ஸ்தெபான் ஸ்தெபானோவிக் கவனித்துக் கொண்டே வந்தான். கடைக்குட்டி எந்தப் பக்கத்தையும் சாராது, எல்லோரையும் தன் பக்கம் ஈர்த்துக் கொள்வது அல்லது அவர்கள் தந்திரோபாயமாக இவனைச் சார்ந்திருப்பது எத்தனை நாட்களுக்கு என இந்த ஸ்தெபான் ஸ்தெபானோவிக் எண்ணாமல் இல்லை. ஏனெனில் நிகழ்வுகள் தீர்க்கமான நிலைப்பாடுகளின் தேவையை நோக்கி ஓடிக் கொண்டிருந்தன. வடகீழ்க்கரை மாநிலம் கைகால் உசுப்பி முகம் வெளுக்கின்ற காலம் ஒன்று நெருங்கிக்கொண்டு வந்தது. ஆதிவாசி முருகவேளின் மக்கள் பலம்தான் பிரச்சினையாகும் என்று போத்தாவினதும் காலிங்கதாசினதும் இலைகாய்மறைப் பேச்சுக்களிலிருந்தும் ஸ்தெபான் ஸ்தெபனோவிக்கும் ஊகித்திருந்தான். அவர்கள் ஏற்கனவே வடகீழ்க்கரையின் தென்புலத்து காவலனாக கடைக்குட்டியை ஏற்றுக்கொள்ள ஓரளவு நிர்ப்பந்திக்கப் பட்டிருந்ததையும் ஸ்த்தெபான் அறிவான்.

வானரச் சேனையை அத்தினாபுரத்து தென்புலம் இயக்கியது. அத்தினாபுரத்து அரசவையில் மந்திரி பிரதானிகள் இருந்தாலும், இந்தரஜித்தே இந்துஸ்தானத்தின் இளவலாய் இருந்தாலும் தேசத்தின் பொம்மலாட்டக் கயிறுகள் ஒரு பதினைந்து தலைப் பூதத்திடமே இருந்தது. இந்த பூதத்திற்கு சிறகும் இருந்தது. இந்த பதினைந்து தலைச் சிறகுப்பூதம் அத்தினாபுரத்து தெற்குவாசல் குகை ஒன்றிலேயே வாசம்கொண்டது. இந்த தென்வாயில் குகைச்சிறகுப் பூதமே தேசத்தின் விதியைத் தீர்மானித்தது.

தென்குகைப் பூதத்திடம் இருந்த திட்டத்தில் ஆதியரசாருக்கு தீர்க்கமான இடம் இருக்கவில்லை. எனினும் வானரச் சேனை பாக்கு நீரினை வான் பகுதியை குறுக்கறுத்து வாயில் பொட்டலங்களைக் கவ்விக்கொண்டு வந்ததிற்கு தாங்களே வான்வழி காட்டியவர்கள் எனப் பட்டாசு கொழுத்தியவர்கள் ஆதியரசார். ஆதியரசாரை எப்படி ஆள்வதென்று தென்குகைப் பூதத்திற்கு ஒரு தெளிவு இருக்கவில்லை. தென்குகைப் பூதம் தன்னை ஒரு ஆய்வு மையம் என அழைத்துக் கொண்டாலும் பல வழிகளில் அது ஆய்வறிவு அற்றே காணப்பட்டது. முன்பொருமுறை வடகரைக் கோளத்தின் மேற்பகுதியிலிருந்து இலையுதிர் காலத்தின் தண்டதிம்பாரன்யத்தில் ஐந்து ஸ்வரப் பாடல் பாட வந்த சேரன் தீவு வடகீழ்கரை ஆதிவாசியப் பறவை ஒன்றை இனம் காணத் தெரியாது இந்த தென்குகை ஆய்வுமையப் பூதம் மூக்குடைபட்டது. ஆதிவாசிகளின் விஷயத்திலும் இந்தப் பூதம் தன் அறியாமையையே புலப்படுத்தியது. ஆதிவாசிகளின் தந்தையின் வேர்கள் எந்தளவு ஓடியிருக்கும் என்பதை இந்த மையம் கணக்கிட்டதாகத் தெரியவில்லை. தளபதிக்கு இது பிரச்சினையாகவே இருந்தது. தொலைந்துபோன கிரகவாசிகள்

தங்களை ஓரம் கட்டுவதாக பலமுறை புகார் செய்தார் வானரச் சேனைகளிடம். தொலைந்துபோன கிரகவாசிகளைப் போல ஆதிவாசிகளும் துவக்குத்தூக்கி சில முயற்சிகள் செய்தும் தோற்றுப் போய் மீண்டும் அகிம்சைப் பரணில் ஏறி அமர்ந்துகொண்டார். எனினும் தளபதி பிரச்சினையாக மாறுவதற்கு உடனே காலம் கனியவில்லை. அதனால் வானரச் சேனையோ தொலைந்துபோன கிரகவாசிகளோ ஆதிவாசிகளின் தளபதியை பொருட்படுத்தவில்லை. தென்குகைப் பூதத்திற்கும் எந்தத் தெளிவும் இருக்கவில்லை. தொலைந்துபோன கிரகவாசிகளே அவர்களுக்கு துணை எனக் கொண்டிருந்ததை காலம் நிரூபித்தது. இந்த ஸ்தெபான் ஸ்தெபானோவிக் இப்போது பின்னோக்காகப் பார்க்கையில் ஆதியரசாரின் அழிவு யாருக்குமே தெரியவில்லை. அத்தினாபுரத்து தென்குகைப் பூதத்திற்கும் தெரியவில்லை. அவர்களின் சிருஷ்டியாகிய வானரச் சேனைக்கும் தெரியவில்லை. தொலைந்துபோன கிரகவாசிகளுக்கும் தெரியவில்லை. கடலிற்பிடிபட்டு மீண்டும் கடலுக்கே வீசப்படும் கடற்பேத்தையாகவோ, யாருக்கும் தீமை நினையாத சாரையாகவோதான் அவர்கள் எல்லோரும் கருதினார்கள். எந்த விஷக்கொடுக்கும் அற்ற இந்த அப்பாவிகள் அழிந்தொழிவதற்கு காரணம் என்ன? அவரவருடைய ஸ்திதி அவ்வாறு இருந்தது என்பதைத் தவிர ஸ்தெபான் ஸ்தெபானோவிக்கினால் வேறு முடிவுக்கு வர முடியவில்லை. தந்தையின் கூட்டாட்சித் தத்துவத்தில் குறையே இல்லை. ஆனால் அந்த கூட்டாட்சி பெறுவதற்கான ஜனநாயக முறை ஸ்தம்பித்துப் போய் இருந்தது. இதை தளபதி உணர்ந்ததாகத் தெரியவில்லை.

எனினும் ஆதிவாசிகளின் கடைக்குட்டி முருகவேளுக்கு வானரச்சேனை அனுசரணையாகவே இருந்தது. மேஜர்.போத்தாவும் மேஜர்.காலிங்கதாஸும் கடைக்குட்டிக்காக எத்தனையோ விட்டுக் கொடுப்புகளை செய்திருந்தார்கள். ராணுவ ரீதியில் அவர்கள் விரும்பாவிடினும் ஒரு ஜனநாயகவாதியின் சிறுபிள்ளைத்தனமான கோரிக்கைகளுக்கு தற்காலிகமாகவும் தந்திரோபாய ரீதியாகவும் சற்றுவிட்டுக் கொடுத்து, கடும்போக்கை விட்டுக் கொடுத்து, காலிங்கதாஸ் இரவுநேர ரோந்துகளை மட்டுப்படுத்தினார். துப்பாக்கிகளுடன் பேசுகிறோம் என்பதை சிலவேளைகளில் ஆதிவாசிகளின் கடைக்குட்டி மறந்து விடுவான். தொலைந்துபோன கிரகவாசிகள், வானரச் சேனையின் உடனிருப்பு இல்லாமல் தனியாக, தான்தோன்றித்தனமாக மதியவேளைகளில் சுற்றிவளைப்புச் செய்வதை தவிர்க்குமாறும் கடைக்குட்டி, காலிங்கதாஸிடம் கோரிக்கை விடுத்தான். கொள்கையளவில் காலிங்கதாஸ் இசைந்தார். நடைமுறைப் படுத்துமாறு முருகவேள் வற்புறுத்தினான். அதற்கு தனது மக்கள் செல்வாக்கைப் பயன்படுத்தினான். காலிங்கதாஸ் “நெருப்புடன் விளையாடுகிறாய்” என எச்சரித்தார். ‘அவர்கள் அறியாமல் செய்கிறார்கள், பிதாவே’ என்று உனது வாசகத்தில் தொடங்கி, “ஆனால் மக்கள் அவர்களை மன்னிக்கமாட்டார்கள்” என்று முருகவேள் தனது வார்த்தைகளில் முடித்தான். மக்களே முக்கியம் என்றும் முருகவேள் வாதிட்டான்.

வாலி வதையும் வானரச் சேனையும்

“பாம்புக்கும் நோகாமல், பாம்படித்த கம்புக்கும் நோகாமல் முருகவேளின் கோரிக்கையை நிறைவேற்ற நான் சில நடவடிக்கைகளை எடுத்திருக்கிறேன்” என்று ஸ்தெபான் ஸ்தெபானோவிக்கிடம் ஒரு மதியப் பொழுதில் பட்டாணிபுரத்து கடலோரக் கல்லூரியின் பக்கத்தில் உள்ள மயானம் சேர்ந்த பொட்டல் கடற்கரை வெளிகளை ஆய்வு செய்கையில் பாடசாலை மதிலுக்கு மேல் இந்த ஸ்தெபான் ஸ்தெபானோவிக்கை கண்ட காலிங்கதாஸ் இவனை அழைத்து பேச்சுக் கொடுக்கையில், பேச்சு வாக்கில் கூறினார். என்ன இருந்தாலும் இலக்கியக்காரனான இராணுவ அதிகாரி காலிங்கதாஸின் மனதில் முருகவேளுக்காக கொஞ்சம் ஈவு இருந்தது உண்மை. வானரச் சேனையின் தண்டகாரன்ய வால்கள், அறிஞன், கலைஞன் நாவலன் தொடர்பில் தன்னிடம் ரொம்ப வாஞ்சையாக இருக்கிறார்கள் என்று ஸ்த்தெபான் ஸ்தெபானோவிக்கிடம் கடைக்குட்டி புளுகப்பட்டதும் உண்மை. இவ்வாறு பலவகையிலும் வானரச் சேனை ஆதிவாசிகளின் கடைக்குட்டிக்கு அனுசரணையாகவே தோன்றினர்.

ஆதிவாசிகளின் கடைக்குட்டியினது மரணத்துக்கு யார் காரணம் என்பது அவனை கடத்தல்காரரும் கொலைகாரரும் ஒரு வெள்ளை ஹயேஸ்வேனுக்குள் இறுக்கிப் பிடித்துக்கொண்டு போகும்போதே பேசப்பட்டுவிட்டது. இந்த ஸ்தெபான் ஸ்தெபானோவிக் சனங்களுக்கிடையில் மிதிபட்டு ஓடிவரும் போதே, காஜித் படைதான் முருகவேளின் வீட்டை முற்றுகையிட்டதென இவனுடைய மாமாவே சொல்வது காதில் விழுந்தது. கேட்ட கணத்தில் ஸ்த்தெபான் ஸ்தெபானோவிக்குக்கும் அது மறுக்கத்தக்க கூற்று என்று படவில்லை. அதற்கு ஒரு நீண்ட வரலாறும் உண்டு.

“ஏன் திடீரென மௌனமாகி விட்டாய்?”

“அந்த நீண்ட வரலாறு எனக்கு சலிப்பை தருகிறது”

“ஏன் சலிப்பு? கிண்ணத்தை மீண்டும் நிரப்பிக்கொள். . .

என்ன கலசம் காலியாகிவிட்டதா?”

“நோ, நோ, கலசம் காலியாகவில்லை. இன்னும் அரைவாசிகூடத் தீரவில்லை. நான்தான் காலியாகிவிட்டேன்.”

“விரக்தியா? . . .”

“விரக்திதான் துஷ்றிகி. . .”

“புரிகிறது. அந்த நீண்ட வரலாற்றில் உனக்கும் ஒரு பங்கு இருக்கிறது”

“எனது பங்கு சற்று வித்தியாசமானது. . . சரி அதை விடுவோம்...”

“இல்லை, அதை மீட்டிப் பார்ப்பதற்கு இது பொருத்தமான சந்தர்ப்பம்தான். . .”

“வேண்டாம். நெஞ்சு கனக்கிறது. இரவும் நீண்டுபோகிறது”

“எனக்கு இங்கு இரவு இல்லையே. எப்போதும் பகல்தான்.”

வாலி வதையும் வானரச் சேனையும்

"எங்கள் இரவைச் சொன்னேன். . ."

"எனினும் இங்கே பகலில் கூட பூமியின் ஒளிவட்டப் பிறை தெரிகிறது. அதன் தூண்டுதலால் எனக்கு உன் இரவின் உணர்வு ஏற்படுகிறது. சொல்லுங்கள் காஜித் படைகள் பற்றி. . ."

"காஜித் படையைப் பற்றியது என் பேச்சு. காஜித் படைகள் மத்திய கிழக்கிலும் மற்றும் சில தேசங்களிலும் உள்ளவர்கள். சேரன் தீவு அவர்களை இன்னும் உருவாக்கவில்லை. உருவாவதென்றால் இதுவரையில் உருவாகி இருப்பார்கள்."

"அப்படியென்றால் அந்தக் கூற்றை நீ உன் மாமா சொல்லக் கேட்ட போதே மறுத்திருக்க வேணுமே. நீ நீண்ட வரலாறு என்று கூறியது எதனை?"

"இல்லாத ஒன்றை நான் எப்படி மறுதலிப்பேன். இல்லாததை நான் இல்லை என்று சொன்னால் கூட கொலையில் என்னைச் சம்பந்தப்படுத்தி விடுவார்கள். இன்னார் நம்புகிறார் இல்லை, அவருக்கு வேறு தகவல் உள்ளது. இவருக்கு கொலையாளியைத் தெரியும் என்று. . ."

"பின்னர் எதை நீ நீண்ட வரலாறு உடையது என்கிறாய்?"

"காஜித்துகள் சம்பந்தமானது அல்ல. நீண்ட காலமாக முருகவேளில் கண் வைத்திருந்தவர்கள் என்று அந்த நபர் யாரைக் கருதியிருப்பாரோ அவர்களை..."

"ரொம்ப இடக்குமுடக்கான வாதம். வேறுவிதமாகச் சொன்னால் அந்த நபர் பிழையான பெயரைச் சொன்னாரா?"

"பெயர்பிழை என்றால் ஆட்களும் பிழைத்துத்தானே போவார்கள்?"

"நிலவும் நினைக்கமுடியாத மொழி உன்னுடையது. ஆதிவாசிகள் என்கிறாய், ஆதியரசார் என்கிறாய், உன் பெயரீடு பெரிய பிரச்சினையாக இருக்கிறது."

"உன்னை பாத்திரமாக்கிக் கொண்டு நான் எழுதிய ஒரு கதை பற்றியும் இப்படித்தான் சொன்னார்கள். உண்மை என்னவென்றால் வடகீழ்க்கரை மாநிலத்தின் தென்கீழ்க்கரையில் ஒரு சின்ன முரண்பாடு இருந்தது."

"அது இன்னொரு கதையா?"

"எல்லாம் ஒரு கதைதான். ஆனால் மறந்து போன விஷயங்கள். காஜித்துகள் மீது இந்தக் கொலைக் குற்றத்தை சாட்டும் முயற்சி உள்ளதால் வடகீழ்க்கரை மாநிலத்தின் தென்கீழ்க்கரையில் இருந்த ஒரு சின்ன முரண்பாட்டின் கதையையும் நினைவுகூற வேண்டியுள்ளது. சேரன் தீவின் பெயரை உலகெங்கும் கொண்டு சென்றவர்கள் வழித் தோன்றலான எபிரேயர். யூதர்களாகிய நீங்கள் உலகத்துக்கு ஒரு மார்க்கத்தைக் காட்டியது போல எபிரேயரும் ஒரு மார்க்கத்தை உலகிற்கு அளித்தார்கள். உங்களின் புதிய மார்க்கத்தை

வாலி வதையும் வானரச் சேனையும்

புனித தோமையார் இந்திரலோகத்தின் தென்மேற்கு கரையோரமாகக் கொணர்ந்தது போல எபிரேயர்களின் மார்க்கம் கைபர் கணவாய் ஊடாக இந்திரலோகத்தின் அத்தினாபுர ராஜஸ்தானத்துக்கு கொண்டு வரப்பட்டது. அத்தினாபுரத்திலிருந்து எபிரேய மார்க்கர்கள் தண்டகாரண்ய வாசிகளுக்கும் அதனைக் கொண்டு வந்தார்கள். வந்தவர்களும் இருந்தவர்களும் மார்க்கத்தினூடாகக் கலந்த மார்க்கவசத்தார் சமூகம் ஒன்று உண்டாயிற்று. மார்க்கவசத்தார் என்றே எல்லோரும் அழைக்கப்பட்டார்கள். எபிரேயரும் சரி, எபிரேயர் மார்க்கத்தில் கலந்த தண்டகாரண்ணியத்தாரும் சரி, மார்க்கவசத்தார் என்றே அழைக்கப்பட்டார்கள். மார்க்கவசத்தார் எபிரேயாவில் இருந்து மட்டுமல்லாமல் தண்டகாரண்ணியத்திலிருந்தும் சேரன் தீவுக்கு வியாபார நோக்கமாய் வந்து, இங்கிருந்த ஆதிவாசிகளுடன் விவாக சம்பந்தமாகி சேரன் தீவு மார்க்கவசத்தார் என்றும் தென்கீழ்க்கரை மார்க்கவசத்தார் என்றும் உருவானார்கள். தென்கீழ்க்கரையின் மார்க்கவசத்தாருக்கும் ஆதிவாசிகளுக்குமிடையில் உறவுகள் இருந்ததுபோலவே முரண்பாடுகளும் உண்டாயின. மார்க்கவசத்தாரின் மேல் தட்டார் புதிய கிணற்று வாழைபோல வளர்ந்தார்கள். ஆதிவாசிகளின் மேல்தட்டார் ஒரு பழைய சமூகமாகையால் ஏற்கனவே சிதைந்துபோய் இருந்தார்கள். ஆதிவாசிகளின் மேல்தட்டாரிடமிருந்து தலைமையை மத்திய தட்டாரான ஆதிவாசிகள் கையேற்றபோது சிதைந்து போயிருந்த தளத்தை சீராக்க முயன்றார்கள். அந்த முயற்சியில்தான் மார்க்கவசத்தாருடன் முரண்பாடுகள் தோன்றின. சேரன் தீவின் தேசியத்தளத்தில் மார்க்கவசத்தாருக்கும் ஆதிவாசிகளுக்குமிடையில் தோன்றிய முரண்பாடு வேறு, தென்கீழ்க்கரையில் இரு தரத்தாருக்குமிடையில் தோன்றிய முரண்பாடு வேறு. தேசிய மட்டத்தில் முரண்பாடு அரசவை சம்பந்தப்பட்டதாய் இருந்தது. தென் கீழ்கரையில் காணியும் பொருளாதாரமும் அரசியலுமாய் இருந்தது. இந்த முரண்பாடு உஷ்ணமானபோது அதிலிருந்து ஆதிவாசிகளின் கடைக்குட்டியும் தப்பமுடியவில்லை. இந்த ஸ்தெபான் ஸ்தெபானோவிக்கும் தப்ப முடியவில்லை. விலைகொடுத்தும் விலைகொடாமலும் தென்கீழ்க்கரை மார்க்கவசத்தார், தென்கீழ்கரை நாகரியக்கீயரின் காணிகளையும் வாழ்மனைகளையும் கைப்பற்றிக் கொள்வதற்கான சூழல்கள் ஏற்பட்டபோதும், தென்கீழ்க்கரையின் ஆதிவாசிகளின் வாழ்நிலைக்குரிய தேசத்துக் காணிகளையும் தென்கீழ்க்கரை மார்க்கவசத்தார் அத்துமீறி அபகரிக்க முற்பட்டபோதும் ஒரு முழுநில ஆக்கிரமிப்பே நிகழ்ந்து கொண்டிருப்பதாக தென்கீழ்க்கரை ஆதிவாசிமக்கள் கூறியபோது தந்தையும் தளபதியும் சொல்லின் செல்வனும் அதற்கு முகம்கொடுக்க முன்வரவில்லை. அதற்கு முகம் கொடுக்க முன்வந்தவன் ஆதிவாசி கடைக்குட்டி மாத்திரமே. கடைக்குட்டியின் எதிர்ப்பு எல்லைக் கிராமங்களை விழித்தெழச் செய்தது. நிலவங்கிகள் சில இடங்களில் உண்டாயின. ஆதிவாசிகளின் பலம்கொண்ட கிராமங்களூடாக மார்க்கவசத்தார் செல்வதில் சிரமங்கள் ஏற்பட்டன. இரண்டு சமூகங்களும் ஒன்றைஒன்று பகைத்து வாழ முடியாது என்ற நிலையை

வாலி வதையும் வானரச் சேனையும்

மாற்றுவதற்கு தென்கீழ்க்கரை மார்க்கவசத்தார் சிம்மரின் படைத் துணையோடு சில ஆதிவாசிகளின் கிராமங்களை அழித்தார்கள். சில ஆதிவாசி கிராமத்து மக்களை பலவந்தமாக வெளியேற்றுவதால் தங்கள் கிராமங்களை ஒன்றிணைத்துக் கொள்ளவும் ஒரு சில தென்கீழ்க்கரை மார்க்கவசத்து சிந்தனையார்கள் நினைத்தார்கள்.

இவ்வாறு தென்கீழ்க்கரை ஆதிவாசி மக்களின் நிலங்களைச் சூறையாடவும் அவர்களது உடைமைகளைச் சேதமாக்கவும், அவர்களை அழிக்கவும், அவர்களை வெளியேற்றவும் மார்க்கவசத்தார் மத்தியில் சண்டியர்களும், ஆக்கிரமிப்பாளர்களும் ராஜதந்திரிகளும் சாணக்கியர்களும் சிந்தனையார்களும் உருவாகினாலும் அவர்கள் ஒரு அமைப்பைக் கொண்டிருக்கவில்லை. தங்களை வழிப்பறிக் கொள்ளை செய்யும் ஆதிவாசிகளுக்கு ஒரு பாடம் புகட்டவேணும் எனும் ஆத்திரத்தில், சிம்மர்களின் படைமுகாம்களை துணையாக தமது குண்டர்களுக்கு ஒழுங்கு செய்து கொடுத்ததில் சில அரசியல் சக்திகளுக்கு பங்கு இருந்திருக்கலாம். ஆனால் இவர்கள் எல்லோரும் ஒரு அமைப்பாகச் செயற்பட்டதில்லை. அதனால் காஜித்துகள் என்ற அமைப்புப் பெயர் முருகவேளின் கொலையோடு தொடர்புபடுத்தப்படுதல் பொருத்தமில்லை. உதிரியான மார்க்கவசத்து லும்பன்களை இதனோடு தொடர்புபடுத்த வேண்டுமெனின், காஜிது என்ற பெயரை ஏற்றுக்கொள்ளக்கூடாது. தென்கீழ்க்கரையில் 'காஜீதுக்கள்' என்ற பதம் அடிபடத் தொடங்கியது. தொலைந்துபோன கிரகவாசிகளும் அண்டவெளி மனிதரும் ஆயுதம் தூக்கிய பிறகு, அவர்களுக்கு எதிர்வினையாகத்தான் அப்போதும் அவர்கள் ஒரு அமைப்பாக உருவாகவில்லை. அத்தினாபுரத்து தென்குகைப் பூதமும், வானரச் சேனையும் அப்படி ஒரு ஆயுதக்குழுவை அண்டவெளி மனிதர்களுக்கு எதிராக ஏற்பாடு செய்ய முயன்றதாகவும் 'ஆயுதங்களைத் தாருங்கள், அமைப்பு வேண்டாம், அது எங்களுக்கே ஆபத்தாய் முடியும்' என்று தென்கிழக்கு மார்க்கவசத்தாரின் அரசவைக்காரர் சொன்னதாகவும் மேஜர்.காலிங்கதாஸ் இந்த ஸ்தெபான் ஸ்தெபானோவிக்குக்கு சொன்னதும் உண்டு. அந்த அமைப்புப் பற்றிய உச்சரிப்பு தென்கிழக்குக் கரையின் தென் மையத்திலேயே உண்டானது. தென்மையக்காரருக்கும் முருகவேளுக்குமிடையில் எந்த முரண்பாடுமே இருக்கவில்லை. தென்மையக்காரர்களுக்கும் தொலைந்துபோன கிரகவாசிகளுக்கும் மற்றும் அண்டவெளி மனிதருக்குமிடையில் தான் முரண்பாடுகள் இருந்தன. அதுவும் வேறொரு அடிப்படையில். ஆகவே, ஆதிவாசிகளின் கடைக்குட்டி முருகவேளின் கொலையில் காஜிதுக்கள் என்ற கற்பனைக் குழுவுக்கோ அவர்கள் அல்லாத எந்த உதிரி மார்க்கவசத்து மனிதருக்கோ சம்பந்தமில்லை என்பது வெளிப்படை. எனினும், இந்தக் கொலைக்கான கடத்தலின் போதே அது 'காஜிதுகளுடன்' தொடர்பு படுத்தப்பட்டது என்பது ஒரு முக்கியமான விஷயம்.

என் குருநாதர் இஸ்மாதோயரிது கூட காஜிது என்ற கற்பனைக் குழுவுடன் முருகவேளின் கொலையை தொடர்புபடுத்தினார் என்பது இன்னும் முக்கியமானது. தவிர சிம்மர்களின் படை

முகாம்களின் துணையோடு மார்க்கவசத்துக் குண்டர்கள் ஆதிவாசிகளின் எல்லைப்புறக் கிராமத்தை தாக்கி அழித்ததற்கு பழிவாங்குவதற்காக, தொலைந்துபோன கிரகவாசிகளின் ஒரு குழுவினர் வானரப்படையின் உதவியோடு எல்லையின் மறுபக்கமிருந்த மார்க்கவசத்து கிராமத்தை தாக்கி அழித்ததில் ஆதிவாசிகளுக்கோ, ஆதிவாசிகளின் கடைக்குட்டிக்கோ எந்தத் தொடர்பும் இல்லை என்பதை எந்த மார்க்கவசத்துகாரனும் அறிவான். ஆகவே எந்த மார்க்கவசத்து உதிரிக்கோஷ்டி கூட கடைக்குட்டியை கொல்வதற்கு காரணமில்லை.

“அண்டவெளி மனிதருக்கு இதில் சம்பந்தம் இருக்குமா?”

துஷ்றிகி நீ உனது உவைனின் மிகைத்தலுடன் கூடிய சிரிப்புடன் கேட்பது இந்த ஸ்தெபான் ஸ்தெபானோவிக்கின் காதுகளில் விழுந்தது, என்பது தெரியுமோ?

இந்த ஸ்தெபான் ஸ்தெபானோவிக்கும் இன்னும் கூடிய போதையுடன் ஆர்பரிக்கக் கூடும்!

“அண்டவெளி மனிதரின் சம்பந்தம் துஷ்றிகி என்னும் விண்வெளித் தீர்க்கதரிசிக்குத் தெரியாமலா!”

“எனினும் நீ ஒரு கொலைக் கேசுக்காக வாதாடுகிறாயே, தீர்ப்புக் கூறுகிறவர் சிலவேளை வானத்துச் சாட்சிகளையும் மண்ணுலகத்து நல்லோசைகளையும் ஆதாரம் கேட்பதில்லையா?”

ஒரு கொலையின் வழக்குரைப்பது போலா நான் தோன்றுகிறேன்? நான் மிதக்கிறேன். என் சமகால வரலாற்றில் மிதக்கிறேன். குருவையும் மீறிய என் சிஷ்யனுக்காக அழுகிறேன். அந்த அதிர்ச்சியிலிருந்து மீளமுடியாமல் உன்னோடு இந்த இரவை உன் கானான் தேசத்து கலியாண உவைன் போன்ற பப்லோ நெருடாவின் சிலி தேசத்து உவைனுடன் பங்கு கொள்கிறேன் என்பதைத் தவிர வேறொன்றுமில்லை. . . அண்டவெளிவாசிகள் கண்ணுக்கு புலப்படாதவர்கள். ஆதியரசாருடன் அவர்களுக்கு முரண்பாடு உண்டு. ஆதிவாசிகள் இந்திரலோகத்து இந்திராணி சேலையை அத்தினாபுரத்தில் பிடித்து தொங்கியதுடன் இந்திரஜித்துக்கும் மாலை போட்டவர்கள். “பிதாவே, அவர்கள் அறியாமல் செய்தார்கள்” என்று யாரும் உனது பாஷையைப் பேச முடியாது. தளபதியின் பளபளத்த மொட்டை ஞான சூனியம் அல்ல. அவர்களுடன் அண்டவெளி மனிதர்களுக்கு ஒரு சமர் இருக்கிறது. ஆனால் ஆதிவாசிகளின் கடைக்குட்டி அப்பாவி. அரசியல் சாணக்கியங்களை ஆழ்ந்து நோக்காதவன். அவனுக்கு எல்லோரும் தம்பிதான். தவிர அண்டவெளி மனிதருக்கு அவன் என்றும் ஒரு சவாலாய் இருந்தவனில்லை. மாறாக, அண்டவெளி மனிதரின் ஆயுதம் தாங்கிய அகிம்சை என்னும் புதிய அரசியல் தந்திரோபாபாயத்தால், தான் வரித்து வைத்திருந்த மக்களின் ஆதரவு திசைமாற்றத்துடன் அவனும் அண்டவெளி மனிதரின் பக்கமாகப் பார்த்துக் கொண்டு நின்றவன். நேற்றிரவு எனது பாண்டவர்வாசத்து கோயில் வெளியில் அண்டவெளி மனிதரின் உண்ணாவிரதக்

வாலி வதையும் வானரச் சேனையும்

கூட்டத்தில் கலந்துகொண்டு பேசியவன். இன்று இரவு கூட எனது பாண்டவர்வாசத்தின் கோயில் வெளியில் அண்டவெளி மனிதர்களுக்காக திரண்ட மாபெரும் சனக் கூட்டத்தில் பேச இருந்தவன். . .”

“அப்படியானால் அதுதான் முருகவேளின் கொலைக்குக் காரணமோ?”

“உபகிரகத்தில் குந்திக்கொண்டு நீ இப்படி சித்து விளையாட்டுகள் செய்கிறாய். நான் யாரேனும் ஒருவரைக் கொலைகாரர் எனக் குறிப்பிட, அதனை நீ உன் சற்றலைட் ஊடாக எங்கும் தெரிவித்து என்னை ஆபத்துக்குள் மாட்டப் பார்க்கிறாய், என்ன?”

“அப்படியென்றால் நீ யாரைக் கருதுகிறாய் என்பது தெரிகிறது. உனது இவ்வளவு பேச்சையும் நான் பீம் பண்ணினாலே உனது பேச்சின் ஊடு ரத்தம் சொட்டும் கொலையாளியின் துப்பாக்கிச் சன்னங்களை எவரும் கிரகித்துக்கொள்ள முடியும். நாலு சாத்தியக் கூறுகளில் மூன்றை நீ கலைத்த பிறகு நாலாவதை நீ மறைக்க முயன்று என்ன பிரயோசனம்?”

“என் ஆண்டவனே, நீ அங்கேதான் பிழைக்கிறாய், அதனால்தான் நீ இஸ்தாயுவினால் காட்டிக் கொடுக்கப்பட்டு பிடிபட்டாய். நாலாவதுடன் ஒரு ஐந்தாவதும் இருப்பதை நீ அறியவில்லையா?”

“அப்படியானால் உன் நாலாவதையும் கலைத்துவிடப் பார்.”

“எனது சஸ்பென்ஸை நீக்குவது அவ்வளவு சுலபமில்லை. உன் சற்றலைட்டுப் படங்களுக்காக காத்திருக்கிறேன். . .”

“மேஜர்.காலிங்கதாஸ் தந்த செய்தியில் உன் பிடியை வைத்திருக்கிறாய்”

“குருவே, என் றாபியே, மேஜர்.காலிங்கதாஸ் பற்றி என் மனதில் ஒரு ஈவு இருப்பதை நீ விரும்பவில்லை என்பதை அறிவேன். வானரச் சேனையின் கண்ணியத்தை உயர்த்த முயன்ற கலிங்க தேசத்து திராவிடன்தான் மேஜர்.காலிங்கதாஸ். அத்தினாபுரத்து தென்குகைப் பூதத்திற்கும் நாம் ஒரு வேறுபாட்டைக் காணவேண்டும். தென்கிழக்குப் பூதம் உண்மையிலேயே ஒரு குருட்டுப் பூதம். எத்தனை எரிமலைகளை அது இன்னமும் தன்னைச் சூழ குமுறவைத்துக் கொண்டிருக்கிறது! தன்னைச் சூழ்ந்த லோகங்கள் ஒவ்வொன்றுடனும் பகைமை பாராட்டும் இன்னொரு லோகத்தைக் கூறமுடியுமா? ஊன்றுகோல் கிழவன் திங்காவை படுகொலை புரிந்ததாகச் சொல்லப்படும் சேட்கோ மறைந்து விட்டான் என்றா சொல்கிறீர்கள்? வெட்டிப் புதைத்தாலும் அந்தப் பாம்பு வேறு உடலுடன் முளைத்துக் கொண்டு மீண்டும் வரும். இந்திரலோகத்தின் புராணங்களைத் தவிர வேறு எந்த லோகத்து புராணங்களிலும் உயிரை காற்பெருவிரலில் மறைத்து வைத்திருக்கும் இராட்சதர்கள் இருந்திருக்கிறார்களா? கூடு விட்டு கூடு பாய்ந்த விக்கிரமாதித்தன்

வாலி வதையும் வானரச் சேனையும்

வேறு எந்த லோகத்துக் கதைகளில் வருகிறான்? இந்திரலோகத்து காவியங்களில் வருவதை விட வேறு எந்த லோகத்து காவியங்களில் வஞ்சகமும் சூதும் நிரம்பிய மாந்தர் வருகின்றார்கள்? சேட்கோ தன் உயிரை இன்னும் எங்கு மறைத்து என்ன வடிவில் வாழ்ந்து வருகிறான் என்பது உங்களுக்கு தெரியுமா? வெளுத்ததெல்லாம் பால் என்று நினைத்தவன்தான் நீ றாபி. சேட்கோவின் உயிர் தென்குகைப் பூதத்தின் ஒவ்வொரு தலைக்குள்ளும் ஒவ்வொரு பகுதியாய் பிரித்து வைக்கப்பட்டுள்ளது. எங்கும் அக்னிக் குண்டங்களை வளர்த்து தேவலோகத்து சேனைகளையும் வானர சேனைகளையும் மூல படைகளையும் ஏவிவிட்டு யாகம் செய்து கொண்டிருக்கும் தென்குகைப் பூதம், ஊன்றுகோல் திங்கா கிழவனைத் தொலைத்ததை தொடர்ந்து தன் பூனை — எலி விளையாட்டை செய்தே வருகிறது. இந்தக் குருட்டு வௌவால் இந்திரலோகத்தின் வடதென் மாகாளியை இன்னும் சிறையில் வைத்து, மாகாளியின் பொற்கோவிலை உடைப்பதற்கு இந்திராணியையே களப்பலி கொடுத்தது. காளியம்மாள் அஷ்ட்ட கிரகங்களையும் தன் கரங்களில் ஏந்திக்கொண்டு எப்போது ஓம் என்றிரைந்து இந்திரலோகத்தையே சுக்கு நூறாக்குவாள் என்பது இந்தப் பூதத்திற்கு இன்னும் தெரியாது. இதுபோலவே இந்தத் தென்குகைப் பூதம் வேறு ஏதோ ஒரு அசுரனின் வரவுக்குப் பாதை திறந்து கொண்டிருக்கிறது. இந்திராணியை களப்பலி கொள்ளு முன்னரே, அவளுடைய இளைய புத்திரனுக்கு அட்டமத்துச் சனியை ஏவியது. மூத்த புத்திரனை இப்போது மூக்கனுடன் மூக்கு முட்டி காதல் செய்ய வைத்திருக்கிறது. மூக்கன் முதல் நாளிலேயே மூத்த புதல்வன் இந்திரஜித்தை துப்பாக்கி புடங்குக்கு பலிகொடுக்கப் பார்த்தான். அதிலாவது இந்தக் குருட்டுப் பூதம் விழித்துக்கொள்ளத் தேவையில்லையா?”

பொற்கோயிலை இடிக்க ருநேவின் புதல்வியை போகச் சொன்னது யார்? இந்தப் பூதந்தானே? பொற்கோயில் உடையப் புறப்படும் மாகாளி, ருநேவின் புதல்வியனது குருதியைத்தான் கொப்பளிப்பாள் என்பது இந்தக் குருட்டுப் பூதத்திற்கு தெரியாதா? இந்திரலோகத்துக்கு அப்பால், மூங்கில் திரை நாசீ நாட்டின் மஞ்சள் நதிக்கரையில் கால் புதைந்து தப்பியவர் ருநேவின், தாஸ்கிபா.

இரட்டையரின் மார்பில் கத்தரிக்கோலை வைக்கும்படி ருநேயின் புதல்விக்கு சொன்னது எந்த பூதம்? இரட்டையர் மார்பில் கத்தரிக்கோலை வைத்து சுகப்பிரசவம் முடிந்து விட்டதாக இந்த மருத்துவிச்சி சொல்லிக் கொண்டாலும் இன்னும் இரட்டை இரண்டும் இரத்தம் வடித்து புண் ஆறாமல் இருக்கின்ற பழியின் நிமித்தம் எத்தனை தலைகள் உருண்டன! பொற்கோயிலிலும் இப்படி ஒரு புதிய சாதனை நிலை நாட்டலாம் என்றுதானே இந்தப் பூதம் சொல்லிற்று. முடிந்ததா?

சௌஜன்யத்துக்கு எதிரான சேட்கோ தென்திசைப் பூதம் இப்போது மாத்திரமல்ல, காவிய காலங்களுக்கும் முன்னதாகவிருந்தே இந்திரலோகத்தில் இருந்து வந்திருக்கிறது. பிறலோகங்களை அஸ்வமேத யாகத்துக்கு உட்படுத்துவதும், பலகுலக் குழுக்களுக்கிடையில் உள்ள பகைமையைப் பயன்படுத்தி சில

சேனைகளைச் சிதறடிப்பதும், சில சேனைகளை தன்னுள் செமித்துக் கொள்வதும் அதன் வசிஷ்ட்ட — விஸ்மாமித்திர வாதங்கள். இந்த வாதத்தின் அடிப்படையில் தான் இனமரா ரிஷி வாலி சுக்கிர குலக் குழுக்களை பேதப்படுத்தினான்.

“இன்மரா ரிஷி என்று நீ சொல்வது எந்த ரிஷி?”

“என் பெயரீடுகள் உனக்கு குழப்பத்தை ஏற்படுத்துகிறது றாபி. இன்மராரிஷிக்கு இன்னுமொரு பெயரும் இருக்கிறது. மாரா என்பது அந்தப் பெயர். இன்மரா என்றும் சில மொழிகளில் சொல்வதுண்டு. உனது யாதேயூ நாவுக்கும் செவிக்கும் மாரா என்ற பெயர் இலகுவானது. இம்ராவும் உனக்கு இலகுவானது. இப்படி எத்தனையோ பெயர்கள் இந்த அவதாரத்துக்கு.”

இந்த அவதாரம் பெரும் யுத்தசன்னதன். கோதண்டத்தை ஏற்றியவன். கைடதாவை வதைத்தவன். வதைப்பதில் ரொம்பப் பெயர் போனவன். வதைத்தல் என்பது வெறுமனே நானேற்றி விடுவதல்ல. அதில் எத்தனையோ யுக்திகள். சாம பேத தான தண்டம் என வசிஷ்ட்ட — விசுவாமித்திர போரியல் வாதங்கள் பேசும். ஆனால் இவனையும் சாம பேத தான தண்டப் படுத்தவும் அரசியல் கலையில் வல்ல ஒரு சாணக்கியன் இருந்தான். அந்தச் சாணக்கியனின் அரண்மனை சதிப் புரட்சியில் இவன் அகப்பட்டு காட்டுக்கு ஏகினான். காட்டுக்கு ஏகுதல் இப்போதுள்ள கதை மாத்திரமல்ல. றாபி நீ சிலுவையிலிருந்து குதித்து கல்லறையில் பதுங்கி மலைப் பிரதேசங்களில் ஒளிந்து வாழவில்லையா? அது போலத்தான் இதுவும். மலைப் பிரதேசங்களில் நீ மற்றொரு படையை உருவாக்கவில்லை. உன் தத்துவமே அப்போது வேறு. இவர்கள் தத்துவம் அந்த நாட்களிலேயே கொடிய போர் தத்துவமாகத்தான் இருந்தது.

இம்ரா போரியல் புரிந்தவன் மட்டுமல்ல, மிகப் பெரிய ராஜதந்திரியும் சாணக்கியனும் கூட. காட்டுக்கு ஓடிப் போனவன் உன்னைப்போல பரலோகம் போவதற்கல்ல. இழந்த ராஜ்ஜியத்தை மீண்டும் கைப்பற்றுவதே அவனுடைய இலட்சியம். எதிரிகளைப் பிரிப்பதிலும் எதிரியல்லாதவர்களை தன்னோடு இணைப்பதிலும் சர்வகலா வல்லவன். அவன் சென்ற ஆரண்யங்களையெல்லாம் தன்னோடு சேர்ந்துகொள்ளச் செய்தான். அதனால் அவனுடைய கரிஸ்மா வெகுகாலமாகப் பேசப்படுகிறது. உனது கரிஸ்மா ஒரு தெய்வீகத்தை உனக்கு ஊட்டியது போல காலாதி காலமாக அவனுடைய கரிஸ்மாவை நினைவுகூரச் செய்து அதன்மூலம் ஆட்சியை பலப்படுத்திய பரம்பரைகள் அவனுக்கு ஒரு தெய்வீகத்தைப் பூசியிருக்கிறது. ஆனால் அவன் அடிப்படையில் ஒரு சாணக்கியன். பக்க பலங்களை பெருக்கிக் கொள்ள பிரித்தாளுதலை மிக நேர்த்தியாகச் செய்தவன். காங்குலத்தீவின் தசக்கிரீடன் இன்நவராவை அவனுடைய சகோதரன் நஷப்பியிடமிருந்து பிரித்து தோற்கடித்தது தன் இந்தோயா நாட்டை போரிட்டு வெல்வதற்கான படை பலத்தை பெறுவதற்காகவே. இன்நவராவின் வதை ஒரு வஞ்சகவதை. அதனால்தான் ‘இன்று போய் நாளைவா’ என்று

அவன் சொன்னதாக கதைகள் பின்பு கட்டப்பட்டன. ஆனால் உண்மை என்னவென்றால் இன்நவரா வதைக்கு முன்பே வாலி வதை நிகழ்ந்துவிட்டது. கோழைத் தனமான வாலி வதையிலும் இம்ரா தன் படை பலத்தைப் பெருக்கிக் கொண்டான். அந்த வாலி வதைக்கு துணை போனவர்களும் ஒரு வானரச் சேனைதான்.

“வானரச் சேனையை நீ எப்படி அர்த்தப்படுத்துகிறாய்?”

“சாம பேத தான தண்டத்தால் இம்ரா தன்னுடன் இணைத்துக் கொண்டதெல்லாம் வானரச் சேனைதான். அன்று அது இத்தோயாபுரம். இன்று அது அத்தினாபுரம். அன்று அது வசிஷ்ட விசுவாமித்திரவாதம். இன்று அது தென்குகைப்பூதம். அன்றைய இம்ராவுக்கு இன்றைய இந்திரஜித்து ஈடாக மாட்டான். ஆனால் பழைய கதையே தொடர்கிறது. வாலி வதைகள் தொடர்ந்து கொண்டேயிருக்கின்றன.”

“ஸ்தெபான் ஸ்தெபானோவிக், தொலைந்துபோன கிரகவாசிகளை எப்படி தொடர்புபடுத்துகிறாய்? இன்நவராவின் வதைக்கு உதவிய நாஷப்பி படைகளோடா?”

“நாஷப்பியின் படைகளுக்கும் சுக்கிரிவனின் படைகளுக்கும் என்ன வித்தியாசம்?”

“வதையில் எல்லாம் சம்பந்தப்பட்டன என்று சொல்கிறாய்”

“வதையில் சம்பந்தப்பட்டவர்களைப் பற்றி நாம் கற்பனை செய்யவில்லை. உண்மையில் வதைத்தது யார் என்பதுதான் கேள்வி.”

“காஜித்துகள் இல்லை என்கிறாய். அண்டவெளி மனிதர்களும் இல்லை என்கிறாய். தொலைந்துபோன கிரகவாசிகளையும் வானரச் சேனையையும் ஒரு துணைப்படை என்ற வகையில் தவிர்த்துக் கொள்ளப் பார்க்கிறாய். தென்குகைப் பூதத்தை கடுமையாக விமர்சிக்கிறாய். வேதகாலத்திலிருந்து இந்து நதித்தீரத்தின் மையத்தை ஊடுருவுகிறாய். . .”

“றாபி, என் அருமை றாபி, எவர் கொலையாளி என்பதைப் பற்றிச் சிந்திக்கின்ற பாதிக்கப் பட்ட நிலையிலேயே நான் உள்ளேன். நான் அறிந்தவரையில் எல்லோரைப் பற்றியும் நான் அறிந்த வகையில், சிந்திக்கிறேன். யாரையும் நான் குறிப்பிட்டு சொல்வதானால் எனக்கும் உனக்குமான இந்த இரவு ஆலாபனையே வேண்டாம். . .”

“என் காலச் சூழலை நான் வெல்ல முடியாது போனது போல நீயும் உன்காலச் சூழலை வெல்ல முடியாது போல்தான் தோன்றுகிறது. . .”

“சற்றலைற்றுப் படங்களைப் பற்றி ஒரு தகவலும் சொல்கிறாய் இல்லையே. . .”

“சற்றலைற்றுப் படங்களின் கதை முடிந்துபோன விஷயம். இப்போதுதான் சர்வதேச ஊடகங்கள் அதனை அமுக்கி விடுவதாக முடிவெடுத்திருக்கின்றன. . .”

வாலி வதையும் வானரச் சேனையும்

“நான் எதிர்பார்த்ததுதான். போகட்டும் என் சந்தேகங்களை நிவர்த்தி செய்ய, அந்த சற்றலைட்டு படத்தை பார்க்க அவகாசம் கிடைத்தவன் என்ற வகையில், நீ சற்று உதவ முடியும்.”

“ஒரு விண்வெளிக் கூடத்துக்கு கட்டுப்பட்டிருப்பதுதான் என் துர்திருஷ்டடம். . .”

“எனினும் நான் சொல்வதற்கு உடன் பட முடியுமாயின் உடன் படு. மறுக்க வேண்டுமெனப் பட்டால் மறு. எதுவும் சொல்ல முடியாது என நீ மௌனம் சாதிக்க விரும்பினால் மௌனம் சாதி.”

“நான் எல்லாவற்றுக்கும் மறுப்புத் தெரிவித்தால்? — அல்லது எல்லாவற்றுக்கும் மௌனம் சாதித்தால். . .?”

“நீ மறுத்தால் உன் குரல் காட்டிக் கொடுத்துவிடும். நீ மௌனம் சாதித்தால் உன் மூச்சு காட்டிக் கொடுத்துவிடும். எப்படியும் நீ தகவல் வெளியிட்டதாகவிராது. பரீட்சித்துப் பார்ப்போமா?”

“இப்போது நான் கிருஷ்ணனாகவும் நீ சகாதேவனுமாக இருக்கிறோம்”

“ஆமென். அந்த ஆமென் உடன் கொலையாளிகளின் துப்புத்துலக்குவோமாக, கிடைத்த சற்றலைற்றுப் படங்களிலிருந்து, நான் சொல்வது சரியா, பிழையா என்று சொன்னால் போதும். அதாவது, ஆதிவாசிகளின் கடைக்குட்டி முருகவேளின் கிராமத்தின் பிராதன வீதியிலிருந்து கிழக்கு நோக்கி ஆறு குறுக்கு வீதிகள் இருக்கின்றன. . .”

“எண்ணிப் பார்த்திருந்தாலல்லவா ஆறா ஏழா என்பது விளங்கும். . .”

“ஆறுக்கும் ஏழுக்கும் அவ்வளவு வேறுபாடில்லை. மேஜர்.யரிகூதன் ஞாபகத்தில் இருந்து சொன்னார் என்பது ஞாபகமில்லையா? பாண்டவர்வாசத்தில் பிரதான வீதியிலிருந்த கோயில் வெளிக்குச் செல்லும் சந்தியில் நாலைந்து சிப்பாய்கள் ஜீப்புடன் ஒரு படத்தில் தெரிகிறார்களல்லவா? மேஜர்.யரிகூவுடனான தன்னுடைய ரோந்துப் பயணம் அதற்கு உதவுகிறது.”

“பொதுவாக அந்த இடத்தில் சிப்பாய்கள் நிற்பதுதானே. . .”

“தேங்கியூ யுவர் ஓணர்! பிரதான வீதியின் ஆறாவதோ அல்லது ஏழாவதோ, எப்படியும் இறுதியான குறுக்கு வீதிச் சந்தியில் ஒரு ராணுவ ட்ரக் நூற்றுக்கு மேற்பட்ட சிப்பாய்களுடன் லோஞ்சர் முதலிய சிறு ஆயுதங்களுடனும் இன்னொரு படத்தில் தெரிகிறார்களா இல்லையா?. . .”

“பட்டாணியருடனான அந்த எல்லை வீதியில் எப்போதும் ஒரு அணி நிற்பது தெரிந்ததுதானே”

“தேங்கியூ எகேயின் யுவர் ஓணர்!”

வாலி வதையும் வானரச் சேனையும்

“கோயில் வீதியில் வெளிச்சத்தைக் கக்கிக்கொண்டு கையேஸ் வேன் பிரதான வீதி நோக்கி வரும்போது சந்தியில் நின்ற ஜீப் வடபுறமாக வீதிக்கு குறுக்காகப்பட்டு சிப்பாய்கள் நிலை எடுத்திருப்பது சற்றலைட்டு படம் ஒன்றில் தெரிகிறதா?. . .”

“சொல்ல முடியாதிருக்கிறது. . .”

“இதுவும் வழமையான ஒரு நிலையெடுப்பு என்றுதான் சொல்வாயா?”

“. . .”

“மௌனமா? வெள்ளை ஹயேஸ் வேன் வெளிச்சத்தைக் கக்கிக்கொண்டு தென்திசை திரும்பிய பின், ஜீப் அடுத்த பக்கத்து மதிலோரம் தெற்கு நோக்கி திருப்பப்பட்டிருப்பது தெரிகிறதா படத்தில். ஒரு படத்திலேனும்?. . . மௌனமா இதற்கும் மறுமொழி? உன் மூச்சுக்களின் இடைவெளிகளை எண்ணிக் கொள்கிறேன் துஷ்றிகி. . .”

“. . .”

“ஆறாவது சந்தியிலும் நின்ற இராணுவ ட்ரக்கும் தெற்கு நோக்கி விரைவது தெரிகிறதா அடுத்த படத்தில்”

“பல வாகனங்கள். . .”

“ராணுவ வாகனத்தை வேறுபடுத்தி அறிய முடியாதென்று சொல்கிறாயா?”

“அப்படி இல்லை”

“வெள்ளை ஹைேயஸ் வேன் இராணுவத் தடைமுகாமினூடாக எந்தச் சோதனையுமின்றி தொடர்ந்து போக, இராணுவ ட்ரக் மேற்குப் புறமாகத் திரும்பிச் சென்று பின்னர் வெள்ளை வேன் சென்ற பிரதான வீதிக்கு சமாந்திரமான உப பாதையில் செல்வது தெரிகிறதா ஏதேனும் படத்தில்?”

“வேறு பழைய படங்களிலும் அந்த ரோந்துப் பாதை தெரிகிறது...”

“பழைய ரோந்துப் பாதைகள் பற்றி நாம் இப்போது பேசவில்லையே. . .”

“என்னுடைய மௌனத்தால் உன்னுடைய ஊகங்களுக்கு இடம் தருவது உனக்கும் நல்லதல்ல, எனக்கும் நல்லதல்ல.”

“இருக்கட்டும். வெள்ளை ஹயேஸ் வேன் நைமுல்க நகரின் ரவுண்ட் எபௌட்டை கடக்கையில் இராணுவ ட்ரக் பொலிஸ் வீதியூடாக வந்து ரவுண்ட் எபௌட்டைக் கடந்து நேரே கிழக்கு நோக்கி வாடி மிட்டு வீதி வழியாக வாடி வீட்டு ராணுவ முகாமை சென்றடைகிறதோ இல்லையோ ஏதேனும் ஒரு படத்தில்?”

“வாடிவீட்டுப் பாதையினது மரங்களின் அடர்ந்த நிழல்களுக்குள் இதெல்லாம் தெரியுமென்றா நீ நினைக்கிறாய்?”

வாலி வதையும் வானரச் சேனையும்

“சரி, அண்டவெளி மனிதரின் தாக்குதல்களுக்குட்பட்ட பிரதேசத்திலிருந்து ஹையேஸ் வேன் பாதுகாப்பாக போக விடப் பட்டது என்பதை. . .”

“அது எப்படி படத்தில் தெரியும்?”

“சரி, வெள்ளை ஹையேஸ் வேன் ஒரு கோயிலின் முன்னுள்ள குறுக்கு வீதிப் பாழ்வளவுக்குள் செலுத்தப்படுகிறது. . .”

“அதெல்லாம் தெரிந்த கதையாயிற்றே. . .”

“தெரிந்தவைகளையும் ஆதாரப்படுத்த வேண்டியுள்ளது. ஆதிவாசி முருகவேளின் சேட் கழற்றப்பட்டு அவன் சேட்டினாலேயே அவன் கண்கள் கட்டப்படுகின்றன. அவன் உடுத்திருந்த ஒற்றைப்பட்டு வேஷ்டி உரியப்பட்டு அவன் கைகள் கட்டப்படுகின்றன. இவைகள் தெரிகின்றனவா சில படங்களில்?”

“மரங்களின் நிழல்கள் மறைக்கின்றன. சரி, கடைசி வரையும் வந்துவிட்டாய். இன்னும் நீ கேட்பதற்கு என்ன இருக்கிறது?”

“நைமுல்க நகரின் ரவுண்ட் எபௌட்டோடு நீ எனக்குச் சொல்லக்கூடியது முடிந்துவிட்டது. குடுவையும் காலியாகிற்று. எனக்கு ஓவராயும் போயிற்று. என்னை விடு. குறட்டை விட. நன்றி. குட்பை. மீண்டும் பேசுவோம்.”

●●●

மரணப்பூட்டு

பஸ்ஸை விட்டு இறங்கி, மணிக்கூட்டுக் கோபுரத்தின் நேரத்தை தன் கைக்கடிகாரத்தில் சரிபார்த்துக் கொண்டே நடந்தார் சதீபன். நேரம் 11.10 வெயில் மூசாப்பு.

இந்த ஒருமாத காலத்தில் மிகவும் பழகிப்போய் இருந்தது பாதை. கோணல் புளியந்தோப்பின் மெத்தென்ற தலையசைப்பில் மனம் நெகிழ்ந்தவாறு நாலு வீதிகள் குறுக்கறுக்கும் விளக்குக் கூண்டு மையத்தை ஓரமாய் கடந்து, அடுத்த வளைவில் திரும்பி, இடம்வலமாய் நெளியும் இடுக்குப் பாதைகளில் சென்று நிமிர, ஊதாநிற போகன்விலாத் தோரணவாடி வீட்டுக்கு எதிரே இரட்டை கோணல் புளியையின் கீழ் உள்ள சிவப்புப் பாறைகளில் எதிர்பார்த்த சிரித்த முகங்களைக் காணவில்லை.

வெள்ளை இரும்புக் கேற்றைக் கடந்து, திறந்த சுவர்க்கட்டு முன்கூடத்தில் ஏறிநிமிர்ந்தார். பொளிஷ் பண்ணிய கறுத்த இரட்டைக் கதவு பூட்டிக் கிடந்தது.

"கதவைப் பூட்டித்துக் கிடக்கானுகள்!"

உதடுகளில் சிரிப்பு இழையோட, கதவைத் தட்டினார்.

பதில் இல்லை.

கதவை மீண்டும் தட்டினார்

பதில் இல்லை.

"தம்பி ரிஷான், ரிஷான். . . சௌஜா, சௌஜா. . . மற்றப் பையனின் பெயர் தெரியல்லியே. . ."

கலவரம் முகத்தில் தோன்றியது.

வீட்டைச் சுற்றி வளைத்துக் கொண்டு போனார். பின்பக்க கதவு யன்னல் எல்லாம் பூட்டிக் கிடந்தன. கதவுகளிலும் யன்னல்களிலும் தட்டினார். சத்தம்கேட்டு அடுத்தவீட்டு மனிதர் ஒருவர் கம்பிவேலியால் புகுந்துகொண்டு உள்ளே வந்தார். சதீபனின் நிலை சங்கடமாகி விட்டது.

வந்த மனிதன் முதலில் சிங்களத்தில் பேசி, சதீபனின் தத்தளிப்பை கண்டபின் கொச்சைத் தமிழில் கேட்டான்.

“என்னங்மாத்தயா? என்னங்கத்தர. . .”

“அப்பிலமாய். . . புத்தா. . . புத்தா. . . நம்ம பிள்ளைகள் இங்க... மெத்தன இருக்கிறது தானே. . .”

“ஓங், ஓங், இப்பங் இல்லதா?”

“காணல்ல. . .”

“கடைக்கு போய். . . யா. . .”

“கடைக்குப் போனாங்களா?”

“எனக்குத் தெரி இல்ல. . . போய்க்கும் போய்க்கும். . .”

“கடைக்குப் போய் இருப்பாங்களா?”

“ஓங், நான் நினைக்கிறான்”

சதீபனின் முகம் கடுமையானது. தனக்குள் முணுமுணுத்துக் கொண்டு முன்பக்கமாக நடந்தார்.

“அப்படி போகக் கூடாதே... வெளி இறங்கக் கூடாதே . . . வெளி இறங்கப்படாதே. இந்தக் கேற்றுக்குப் கூடப் போகக் கூடாது என்றல்லவா சொன்னனான். . . வரட்டும். . .”

சதீபன் கேற்றடியில் தான்வந்த திசையை நோக்கியபடி நின்றார். இடைக்கிடை வீதியை பின்பக்கமும் பார்த்துக் கொண்டார். கீழ் இருந்து மேல்வரையும் மிகவும் உயரத்துக்கு பூத்திருந்த ஊதாநிற போகன் விலாவைக் கொண்ட வாடி வீட்டுக்குப் பின்னால் வீதி வளைந்து சென்றது. சற்றுப் பின்னுக்கு நடந்து வாடி வீட்டு கேற்றுக்கு முன் நின்று பார்த்து விட்டும் வந்தார். வாடி வீட்டின் உள் பாதை ஓரங்களில் பளபளக்கும் நாலைந்து கார்கள் கிடந்தன.

கேற்றடியில் நின்று கால்கள் தினவு எடுத்தன. சிறிது நேரம் கேற்றூணைப் பிடித்துக் கொண்டு நின்றார். பின் கேற்றை விட்டு வந்து சிவத்தப் பாறைக்குற்று ஒன்றில் குந்தினார். குந்தியபடி தன்னையே ஒருமுறை பார்த்தார். சாம்பல் நிற ட்ரௌசர். புள்ளி போட்ட ரீஷேர்ட். இடையிடையே கழற்றிவிட்டுக் கொள்ளக்கூடிய பம்ஸ் சப்பாத்து. முகம் லேசாக வியர்வை கண்டிருந்தது. கறுத்த சுருட்டைத் தலைமயிரை விரல்களால் தடவி விட்டுக் கொண்டார். வயிறு சற்றுச் சுருத்தியது போலிருந்தது. உடனே பாறைக்குற்றிலிருந்து எழுந்தார். வயிறு சாதாரணமானது. எனினும் சற்றுத் தொப்பைதான்.

மரணப்பூட்டு

பாறைக் குற்றுகளிலிருந்து கூடத்து சுவர்க் கட்டுக்குப் போனார். சிறிதுநேரம் கதவடியில் நின்றார். கால் தினவு எடுத்தது. கால் மாறி கால் பம்ஸ்ஸை கழற்றிவிட்டு நின்று பார்த்தார். கடைசியில் சுவர் மாடம் ஒன்றில் ஏறி அமர்ந்து கொண்டார்.

கார்ச் சத்தம் ஒன்று கேட்டது. உசாரானார். கார் வாடி வீட்டுக் கேற்றினுள் நுழைந்தது. பக்கத்து வீட்டைப் பார்த்தார். அடுத்தடுத்த வீடுகளையும் எல்லாப் பக்கமும் திரும்பிப் பார்த்தார். எல்லாம் தள்ளித் தள்ளி இருந்த குவாட்டேர்சுகள். அவருடைய பிள்ளைகள் இருந்ததும் ஒரு குவாட்டேர்ஸ்தான்.

சதீபன் கணக்கெடுத்தார். சற்றுத் தள்ளியிருந்த பக்கத்து குவாட்டேஸ் கழியவரும் ஒழுங்கைக்கு அப்பால் இன்னும் இரண்டு குவாட்டேஸ் கழியவரும் பெரிய பங்களா போன்ற இடந்தான் நீதிமன்றம். இன்று ஞாயிற்றுக்கிழமை. வேலை நாள் என்றால் கோர்ட்டில்போய் அல்விஸ்ஸுடன் பேசிக் கொண்டிருந்திருக்கலாம்.

அல்விஸ்தான் இங்கு வருவதற்கே காரணம். எத்தனை இடத்தில் எவ்வளவு அலைச்சல். மருதங்கடவையில்தான் ரிஷானதும் சௌஜாவும் முதல் அஞ்ஞாதவாசம். ரஹிம் மாஸ்டரின் சந்தையோர வீட்டில் சில நாள் அடைபட்டுக் கிடந்த ரிஷான் பின்னர் மீரா முகையதீன் அதிபரின் தறிமாலுக்குள் ஊராக்களே சந்தேகப்படாதபடிக்கு மாறிமாறி வைத்துக் கொள்ளவேண்டி இருந்தது. சௌஜா செங்கனியின் வீட்டில் சில நாள் இருந்த பின் ஏயாரெயின் வீட்டில் சிலநாள். மருதங்கடவையில் இனித்தாங்காது என்ற நிலை வந்த பின்தான் பத்து மைல்களுக்கு அப்பால் உள்ள அட்டாளையில் ஒரு சேனையில் சில வாரங்கள் தஞ்சம். சேனையிலும் விஷயம் தெரியவரும் நிலையில்தான் அல்விஸ்சின் உதவி கிடைத்தது. அல்விஸ் சொன்னார்.

“அது சிங்களப் பகுதி. மிச்சம் அமைதியான இடம். எல்லாம் குவாட்டேஸ்தான். ஆனால் எல்லாக் குவாட்டேசிலும் ஆட்கள் இல்லை, கன குவாட்டேஸ் சும்மாதான் கிடக்கு. எனக்கு தெரிஞ்ச ஆள்ர குவாட்டேசுக்குப் பக்கத்தில ஒரு குவாட்டேஸ் இருக்கு. பக்கத்தில் ஒரு றெஸ்ற் ஹவுஸ் இருந்தாலும் ஆள் நடமாட்டம் குறைவு. பெரும்பெரும் புள்ளிகள், உத்தியோகக்காரன்கள், போன்றவர்கள்தான் அங்கு வருவார்கள். இவனுகள் அங்கால வாறதில்ல. வாறதுக்கும் பொலிஸ் அனுமதியாது. பொலிஸ் அனுமதிச்சாலும் அதிரடிப்படை அனுமதியாது. சரியாகச் சொன்னால் அம்பாறைப் பகுதி ஐ.பி.கே.எஃப்பினுடைய ஆளுகைக்குள்ள இல்ல. ஐ.பி.கே.எஃப் என்றால் சிங்கள ஆக்கள் சீறி விழுறாங்க, ஐ.பி.கே.எஃப்.போடு ஒரு சின்ன உரசல் உரசறதுக்கும் அதிரடிப்படை சந்தர்ப்பத்தை எதிர்பார்த்துக் கொண்டிருக்கு. எல்லாம் நீறு பூத்த நெருப்பாய் இருக்கு. இப்படி என்று சொன்னால் பொலிசும் அதிரடிப் படையுமே இவங்களுக்கு காவல் கொடுக்கும். அரசாங்கத்துக்கும் நம்மட அண்டவெளி ஆக்களுக்குமிடையில ஒரு இணக்கப்பாடும் இருக்கு. அந்த இணக்கப் பாட்டிலதானே பிரேமதாச கண்டி தலதா மாளிகாவ எண்கோண மண்டபத்தில்

மரணப்பூட்டு

இருந்து ஐ.பி.கே..எஃப்.யை வெளியேற்றுவதற்கான பிரகடனத்தையும் வெளியிட்டவர். இதெல்லாம் இன்னும் கொஞ்சம் நாட்களுக்குத்தான். நீங்க பயப்பிடாமக் கொண்டு வாங்க. . . நான் அங்க நிற்பேன். . . ”

சதீபன் பயங்கலந்த தொய்வான இருப்பிலிருந்து சற்று விடு பட்டுமிருதிருந்தார். அல்விஸ் சொன்னவைகளின் ஞாபகம் சிறிது தென்பைக் கொடுத்தது. ஐ.பி.கே.எஃப்.யிக்கும் அதிரடிப் படைக்கும் இடையே ஒரு முறுகல் நிலை இருக்கிறது. அம்பாறை பகுதிக்கு அதிரடிப்படைதான் பொறுப்பு. ஐ.பி.கே.எஃப் அல்ல. ஐ.பி.கே.எஃப்.யினால் அம்பாறையில் பாதிக்கப்படும் தமிழ் இளைஞர்களுக்கு அதிரடிப்படை பாதுகாப்புத் தரும். ஏனென்றால் அண்டவெளி மனிதர்களுக்கும் அரசாங்கத்துக்கும் இடையில் ஒரு உடன்பாடு ஏற்பட்டிருக்கு. . . எங்கெல்லாம் எங்களுடைய தலைவிதி முடியப்பட்டிருக்கிறது!

எனினும் அடுத்த கணம் சதீபனுடைய முகத்தில் சஞ்சலம் தெரிந்தது. இதற்கெல்லாம் இடையில் ஒரு வெள்ளை வேன் புசுக்கென்று வந்து, பிள்ளைகளை பிடித்திழுத்துப் போட்டு புசுக்கென்று போய்விட முடியாதா? — பருந்து கோழிக்குஞ்சுகளை விராண்டி எடுத்துக்கொண்டு பறந்து விடுவதைப் போல — நல்ல படிமந்தான் அது. பருந்துகளும் கோழிக்குஞ்சுகளும் — ஆனால் பருந்துகள் ஆயுதங்களுடன்தானே வரும்... அதிரடிப்படை முகாங்களுக்கிடையே ஆயுதங்களுடன் செல்லமுடியாதே. . .

எப்படி பார்த்தாலும் பயப்படுவதற்கு ஒன்றும் இல்லை. ஆனால் பயமும் சந்தேகமும் உச்சியில் இருந்து உள்ளங்கால் வரை தளும்பி இருக்கிறதே. . .

நேரத்தைப் பார்த்தார் சதீபன். பன்னிரண்டு மணிக்கு மேலாகியது இன்னும் வராமல் எங்கே திரிகிறானுகள்?

சதீபனுக்கு சட்டென ஒரு விஷயம் புலனாகியது. இன்று அவர் வந்ததிற்கும் முன்பெல்லாம் வந்ததிற்கும் ஒரு வித்தியாசம். முன்பு முன்மொழியப்பட்ட நேரத்திற்கு அநேகமாக பின்னேரங்களில் வருவார். இன்று அவர் இங்கு வந்தது அவர்களின் தாய்க்குக்கூடத் தெரியாது. அக்கரைப்பற்றுக்கு ஒரு காரியமாகப் போனவர், அங்கு அம்பாறை பஸ்ஸைக் கண்டதும் ஏறிக்கொண்டார், ஒரேடியாய் பிள்ளைகளையும் பார்த்துக் கொண்டு போகலாம் என்று. அக்கரைப்பற்று இறக்காம பாதையில் உள்ள கரும்புச் செய்கைகளை மற்றுமொருமுறை பார்த்துவிட வேணும் என்ற ஒரு பிரியம்.

தம்பிமார் இப்படித்தான் தினமும் இங்கு இருக்கிறார்களோ? நான் வரும் நாளில் நல்லபிள்ளைகள் போல் குவாட்டேர்ஸில் இருந்துவிட்டு நான் வராத நாட்களில் ஆபத்தான மேச்சலில் ஈடுபடுகிறார்களா?

சதீபன் பொறுமையை இழந்தார். எவ்வளவு நேரந்தான் இப்படி குந்திக் கொண்டிருப்பது?

எழுந்து கேற்றைக் கடந்து நடந்தார். வந்த அதே வளைந்து நெளிந்த இடுக்கலான பாதை. ரிஷானும் சௌஜாவும் கூட அதே பாதையால்தான் வரக்கூடும் என்பது அவரது எண்ணமோ?

இடுக்கல் வழிகளைக் கடந்து அகலமான நேர்பாதைக்கு திரும்பியதும் மெத்தென்று தலை அசைப்புடன் கோணல் புளியைத் தோப்பின் மற்றொரு தோற்றம். சந்தியைக் கடந்த கிழக்குப் புறமான அகன்ற வீதியில், தாங்க முடியாத உச்சிவெயிலுக்கு மத்தியில் எல்லாப் பக்கமாகவும் திரும்பிப் திரும்பிப் பார்க்கிறார். சனங்கள் நடமாடுகிறார்கள். வாகனங்கள் வருகின்றன, போகின்றன, தெரிந்த மனிதர் என்று ஒருவருமே இல்லை.

முதலில் ஹொட்டல்களில் ஏறி இறங்கினார். ஐஸ் கிறீம் ஸ்டோல்களையும் குளிர்பான முடுக்குகளையும் எட்டிப் பார்த்தார். பின் புடவைக் கடைகளையும் அதன்பின் ஏனைய எல்லாக் கடைகளையும் உள்நுழைந்து பார்த்தார். ஒரு இடமும் அவருடைய பிள்ளைகள் இல்லை. கடைசியாக தியேட்டர்களின் பக்கமாக நடையே நடையாக நடந்தார். தியேட்டர்கள் எல்லாம் பூட்டிக் கிடந்தன. சலித்துப்போய் ஒரு பாதையோரத்து மர நிழலில் நின்றார். சற்று அப்பால் போய் ஒரு சர்பத் கடைக்காரனின் வாங்கு ஒன்றில் சிறிது நேரம் குந்தி இருந்தார். நேரம் பன்னிரண்டே முக்காலைக் கடந்து கொண்டிருந்தது.

“எங்கே போனானுகள். . . ஒரு வேளை இந்நேரம் குவாட்டேஸ்சுக்கே அவனுகள் போய் இருக்கலாம்”

பழைய அதே கோணல் புளியந்தோப்பும், இடுக்கல் வழிகளின் நிமிர்வில் அதே ஊதாநிற போகன்விலா வாடி வீட்டின் எதிர்ப்புற இரட்டை கோணல் புளியையும். ஆனால் இப்போது குவாட்டேசின் முன்கதவு திறந்து கிடந்தது. சதீபனின் முகத்தில் ஒரு புன்னகை ஒளிர்ந்தது.

“தம்பீ!”

தன்னை மறந்து சற்று பலமாகவே கூவிக் கொண்டு உள்ளே போனார்.

ஒரு இளைஞன் வெளியே வந்தான்.

“ஓ! எப்படி, பியசேனா. நீங்க எல்லோருமே கடைப்பக்கமா போயிருந்தீர்களா? சமையல் செய்யுற உத்தேசமோ?” ஆங்கிலத்தில் தான் தொடர்ந்து பேசினார் சதீபன். இளைஞனும் ஆங்கிலத்திலேயே பேசினான்.

“நான் ஒரு அலுவலாய் வெளியில் போயிற்று இப்போதுதான் வாறன். சமையல் எல்லாம் காலையிலே ஆச்சு. . .”

“அப்படியா? எங்கே நம்ம பையன்கள்?. . .”

“உங்க பையன்களா? . . . காலையில நான் பாத்ரூமில குளித்துக்கொண்டு வந்து எட்டிப் பார்த்தபோது ரெண்டு பேரும் ஒரு வேனில் ஏறிக்கொண்டு போனார்கள். . .”

மரணப்பூட்டு

"என்ன?" சதீபன் ஒரு கணம் திகைத்துப் போய் நின்றார். பின் அந்தத் திகைப்பு மாறாமலே கேட்டார்,

"ஏறிக் கொண்டு போனார்களா, ஏற்றப்பட்டுக் கொண்டு போனார்களா?"

சதீபனின் திகைப்பையும் மலைப்பையும் கண்டு அந்த சிங்கள இளைஞன் திண்டாடினான்.

"ஐ ஏம் ஸாரி... நான் கவனித்துக் கொள்ளவில்லை..."

பெரிதும் ஏமாற்றம் அடைந்தவராய் சதீபன் மீண்டும் கேட்டார்.

"எப்படிப் பட்டவேன்? சாதாரணவேனா? அல்லது வெள்ளைவேனா?"

மீண்டும் பையன் திண்டாடினான்.

"ஐ ஏம் ஸொரி, நான் அதையும் கவனித்துக் கொள்ளவில்லை, ஏன், என்ன விஷயம்?"

சதீபனுக்கு பேச நா எழவில்லை. எல்லாம் இழந்தவர் போல் மலைத்து மல்லாந்து நின்றார், கூடத்தின் கொங்கிறீற் கூரையை வெறித்துப் பார்த்தபடி.

"சொல்லுங்க, என்ன விஷயம்?"

"என்ர மக்காள், என்ர மக்காள்..."

கூவி அழுதபடி சதீபன் நிலத்தில் சடார் என விழுந்தார். பியசேன தாங்கிப் பிடித்துக் கொண்டான். சதீபன் ஸ்மரணை அற்றுப்போனார்.

பியசேனாவின் கூப்பிட்ட குரலுக்கு பழைய கிழவன் ஓடி வந்தார்.

இரண்டொரு பெண்களும் ஓடி வந்தார்கள். பெண்களின் கூக்குரலில் வாடி வீட்டில் இருந்த ஒருவர் ஓடி வந்தார்.

உள்ளே கட்டிலுக்கு கொண்டு செல்லப்பட்ட சதீபன் சற்று நேரத்தில் மூர்ச்சை தெளிந்தார். பக்கத்தில் இத்தனை பேர் நிற்பதைக் கண்டு மிரண்டார்.

"என்ர பிள்ளைகள், என்ர பிள்ளைகள்..."

"சொல்லுங்கோ, பிள்ளைகளுக்கு என்ன?"

திடீரென ஒரு தீர்மானத்துக்கு வந்தவர்போல் சதீபன் பியசேனாவைப் பார்த்துச் சொன்னார்,

"தம்பி பியசேனா, நீங்கள் எனக்கு உதவ வேண்டும், தயவுசெய்து என்னை பொலிஸ் ஸ்டேஷனுக்கு கூட்டிப் போங்க..."

பியசேன ஓடிப்போய் வாடி வீட்டுக்கு போன ஒரு ஓட்டோரிக்ஷாவை அழைத்து வந்தான்.

மரணப்பூட்டு

பொலிஸ் ஸ்டேஷனில் சதீபன் பொலிஸ் அதிகாரியுடன் நேருக்குநேரான பேச்சு. வெளியில் நின்ற பியசேனாவுக்கு தெளிவாக ஒன்றும் கேட்கவில்லை. முடிவில் கதவைத் திறந்துகொண்டு பொலிஸ் அதிகாரி சதீபனுடன் வந்தார். அவர் சதீபனை அழைத்துக் கொண்டு ஐ.பி.யின் அலுவலகத்துக்குச் சென்றார். ஐ.பி. ஃபோன் செய்வது கேட்டது. பின்பு பொலிஸ் அதிகாரியும் கதவைத் திறந்துகொண்டு வெளியில் வந்தார்கள். பொலிஸ் அதிகாரி சொல்லிக் கேட்டது.

“நீங்கள் நேரடியாக அதிரடிப்படை அதிகாரியை கண்டு பேசுவதுதான் நல்லது. இந்த விஷயங்கள் பொலிஸ் பிரிவின் அதிகாரத்துக்குள் இல்லை. இதுபற்றி அங்குதான் நீங்கள் விசாரிக்க வேணும்...”

“நன்றி, பியசேன, தயவுசெய்து என்னை அதிரடிப்படை முகாமுக்கு அழைத்துச் செல்வீர்களா? உங்கள் மதிய உணவும் என்னால் சுணங்கிப் போகிறது. . .”

“பரவாய் இல்லை. . .”

அதிரடிப்படை முகாமில் பியசேனா வெளியேதான் காத்து நின்றான். எனினும் அதிரடிப்படை அதிகாரி சத்தம்போடுவது கேட்டது, ஆங்கிலத்திலும் சிங்களத்திலும் மாறிமாறி. . .

“எல்லாம் போச்சு. . . எல்லாம் போச்சு. இப்போ இந்த விஷயங்களெல்லாம் எங்கட கையைவிட்டுப் போச்சு. ஸ்ரீலங்கா ராணுவத்துக்கோ பொலிசுக்கோ அதிரடிப்படைக்கோ வடக்குகிழக்கில் அதிகாரம் இல்லாமல் கேம்புக்குள்ள மடக்கிப் போட்டாங்க. எல்லாம் இப்போ இந்தியனுகளுடைய கையில். சொல்லிப் பிரயோசனம் இல்லை. இது இன்னும் எத்தனை காலத்துக்கோ? பிரேமதாச போகச் சொல்கிறார். ஆனால் நீ இருந்துபார், அவனுகள் போகமாட்டார்கள். இலங்கை முழுவதையும் பிடிப்பானுகள்... இங்கே ஏன் வந்தாய்? அவனுகளிடம் தான் போய் கேள் உன் பிள்ளைகளை. . . போபோ. . . போய் காரைதீவில் ஐ.பி.கே.எஃப். முகாமில போய்க் கேள். . .”

வெளியில் வந்ததும் சதீபன் சிறிது நேரம் திக் பிரமை பிடித்தவர் போல் நின்றார். பின் சட்டென்று ஒரு துணிவு வந்தவராய், காற்சட்டைப் பையிலிருந்த காசை எடுத்து எண்ணிப் பார்த்தார். பியசேனாவுக்கு நன்றி கூறி அவனை ஒரு ஓட்டோவில் அனுப்பிவிட்டு தான் இன்னொரு ஓட்டோவில் ஏறிக்கொண்டார்.

ஓட்டோ பரபரத்து வண்டுபோல் உருண்டது. ஒரு பழைய ஓட்டோ. வேகம் போதவில்லை. நேரத்தைப் பார்த்தார். மதியம் கழிந்து இரண்டு மணி ஆகி இருந்தது. அம்பாறைத் தடை முகாம்களைக் கடந்த ஒரு மடங்கலில் வயல்களின் நடுவே ஓட்டோ போய்க்கொண்டிருந்தது. ஓட்டோகாரன் கொச்சைத் தமிழில் பேச்சுக் கொடுத்தான்.

“மாத்தயா காரைத்தீவு சொந்த இடமா?”

மரணப்பூட்டு

“இல்லை”

“காரதீவில சொந்தம் இருக்கா?. . .”

“அம்பாறையில காலையில ஒரு வெள்ளை வேனைக் கண்டாயா?”

“ஒரு வெள்ளை வேனா? எத்தன வெள்ளைவேன் அம்பாறையில் இருக்கு. . .”

“ஆள் பிடிக்கிற வெள்ளைவேன். . .”

“அவன் ஆள் பிடிக்கிறதில்லை. அவன் லைன் ஓடிமாட்டாங். கொம்பனிக்காரங்க. டிப்பாட்மெண்டு வெள்ளை வேனும் இருக்கு...”

“துவக்கோட பொடியன்கள் போற வெள்ளைவேனை கண்டதா?”

“அது எஸ்ரியெஃவ்தானே அப்படிங் போகுங். . .”

“அப்படி ஏதாவது கண்டதா?”

“ஓவ், ஓவ், துவக்கோடு போன வெள்ளைவேனைக் கண்டது...”

சதீபன் ஓட்டோவின் கைபிடி இரும்புச் சட்டத்தில் தலையை மோதிக் கொண்டார். ஓட்டோக்காரன் திரும்பி பார்த்தபடி அக்சிலறேற்றரை அமத்தினான். வண்டி இன்னும் கால்களை பிராண்டிப் பிராண்டி உருண்டுகொண்டிருந்தது.

சம்மாந்துறை கழிய வயல்வெளி தெரிந்தது. பாலம் கழிய ஓட்டோ குடை சாய்ந்தது. புரண்டெழுந்த சதீபன் தன்னைக் கடந்துபோன பஸ்ஸுக்கு ஓடினார். ஓட்டோக்காரன் சத்தம் போடுவதும் கேட்டது. அவனைப் பின்னால் வரும்படி சமிக்கை காட்டிக்கொண்டே சதீபன் பஸ்ஸில் ஏறினார்.

காரைதீவுத் தடைமுகாமில் இறங்கியதும் அங்கு நின்ற ஒரு அமைதிப்படை அதிகாரி சதீபனைப் பார்த்துச் சிரித்தார். சதீபனுக்கும் அந்த அதிகாரியை நினைவுக்கு வந்தது. நேரே அந்த அதிகாரியின் பக்கத்துக்கு சதீபன் போனார்.

ஒல்லியான அந்த அதிகாரி தலைமுடியை செப்பமாக வகிடு பிரித்து வார்ந்திருந்தார். ஒல்லியானவர் என்றாலும் அந்த அதிகாரி உறுதியாக நிமிர்ந்தும் உயர்ந்தும் இருந்தார். சுமார் இரண்டு மாதங்களுக்கு முன்பு, நிறைமதிய வெயிலில் சற்றுப் பரபரப்பான ஒரு சூழலில் தன் மனைவியுடனும் இரண்டு நண்பர்களுடனும் மக்களுடனும் அந்த அதிகாரியை சதீபன் எதிர்கொள்ள வேண்டி இருந்தது.

“உங்களுக்கு என்னை நினைவிருக்கிறதே!”

“சந்தர்ப்பத்தையும் சூழலையும் கொண்டு சில மனிதர்கள் நினைவில் நிலைத்து விடுகிறார்கள். சரி, இப்போது எப்படி உன் பிள்ளைகள்? பாதுகாப்பாக இருக்கிறார்களா?”

சதீபன் ஒரு உதறலுடன் அந்த அதிகாரியை அண்ணார்ந்து பார்த்தார்.

“எப்படி உங்களுக்குத் தெரியும்?”

“அன்று காரிலிருந்து இறங்கி இதே இடத்தில்தான் நீங்கள் என்னை எதிர்கொண்டீர்கள். இதே இடந்தானே?. . .”

சதீபன் சுற்றிவர நோக்கினார். அவருடைய முகம் பரிதாபமாக மாறியது. அந்தப் பெரிய சந்தியில் சிவப்புவெள்ளைப் பெயிண்ட் பூசிய இந்த இடம் கம்பீரமாகத் தெரிந்தது.

“எனக்கு உங்களை மட்டுமல்ல, உங்கள் நண்பர்கள் இரண்டு பேரையும்கூட நினைவிருக்கு. அவர்களை அடிக்கடி இந்த இடத்தில் கண்டு அன்றையப் பயணம் பற்றி விசாரித்திருக்கிறேன். அவர்களை மட்டுமல்ல உங்கள் மனைவி பிள்ளைகளைக்கூட இப்போது கண்டால் அடையாளம் தெரிந்துகொள்வேன் என்று தான் நம்புகிறேன். நீங்கள் என்னிடம் மறைத்தாலும், இந்தச் சூழலில் இரண்டு வாலிபர்களை, அந்த அகாலவேளையில் அத்தனை பாதுகாப்போடு நீங்கள் அழைத்துச் சென்ற தன் பின்னணி எனக்குத் தெரியாமல் இல்லை. அன்று இரவும் நான் மிகவும் வருந்தினேன். எத்தனை பிள்ளைகளை பெற்றோர்கள் இழக்கின்றார்கள்... இப்படியான ஒரு சதியில் இந்தப் பக்கத்து தமிழர்கள் மாட்டுப்பட்டுக் கொண்டார்களே என்று. . . எப்படி பையன்கள் இப்போ பாதுகாப்பாக இருக்கிறார்களா?”

சதீபன் கண்கலங்கினார். உதடுகள் வெருவின. கண்ணீர்த் துளிகள் சிதறின.

“என்ன, என்ன, ஏன் அழுறிங்க. . .?”

“இப்போதுதான் என் மக்களைப் பறி கொடுத்திற்று வாறேன் ஐயா!. . .”

“எப்படி, எப்படி?. . .”

“ஆக்கள் இல்ல. வெள்ளை வேன் வந்து, கொண்டுபோயிற்று...”

“யார், அதிரடிப் படையா?. . .”

“இல்ல நம்மட ஆக்கள்தான். . .”

“என்ன, தமிழ் தேசிய ராணுவமா?. . . எங்கே இருந்து?”

“அம்பாறையில் இருந்து. . .”

“அம்பாறைக்கு போகமாட்டாங்களே. . .”

அப்போதுதான் ஓட்டோக்காரன் வந்து சேர்ந்தான்.

“இந்தா இந்த ஓட்டோறைவரைக் கேளுங்க. துவக்குகளோட பொடியனுகள் வெள்ளை வேன்ல போனதாம். . .”

ஓவ் மாத்தையா, ஓவ். . .”

மரணப்பூட்டு

“சரி, விசாரிப்போம். . .”

அந்த ஒல்லியாக உயர்ந்து நிமிர்ந்த ஐ.பி.கே.எஃப். அதிகாரி வாக்கிரோக்கியில் பேசினார்.

ஒருவர் மாறி ஒருவராக பலரோடு அவர் வாக்கிரோக்கியில் பேசுவதுபோல் தெரிந்தது. குனிந்தும் நிமிர்ந்தும், வாக்கிரோக்கியை நெஞ்சுக்கு நேரே பிடித்தபடியும், வாய்க்கருகாகப் பிடித்தபடியும், தோளுக்கும் களுத்துக்கும் இடையில் இடுக்கிக் கொண்டும் அவர் பேசினார். ஆங்கிலத்திலும் ஹிந்தியிலும் தமிழிலும் பேசினார். ஏழெட்டு நிமிடப் பேச்சுக்குப் பின்னர் கலவரத்துடன் சொன்னார்.

“இங்கே உள்ள முகாமில் யாரும் இல்லை. கல்முனையிலும் அம்பாறையை சேர்ந்த யாரும் இல்லை. அடுத்தது திருக்கோயில். தொடர்புகொள்ள முடியவில்லை. நீங்கள் திருக்கோயிலுக்குப் போய் பார்க்கலாம்...”

ஓட்டோகாரன் தான் ஓட்டோகாரன் என்பதை மறந்து இந்த பிரச்சினையில் சம்பந்தப் பட்டவன் போல் நின்றான்.

“சரி மாத்தயா, திருக்கோவிலுக்குப் போகவா?”

“உன்னுடைய ஓட்டோவிலா?” கவலையையும் மீறிச் சதீபன் கேட்டார். சரி, நீ அடுத்த ரோட்டில் என் மைத்துனன் வீடு வரையும் வா. நான் அவனுடைய வாகனத்தில் போகலாம். . .”

மைத்துனன் எங்கோ போகப் புறப்பட்டுக் கொண்டிருந்தான். அவனுடைய புது மோட்டார் சைக்கிள் சதீபனுக்கு என்பதுபோல் கேற்றுக்கு முன்நிறுத்தி வைக்கப்பட்டிருந்தது.

மைத்துனன் அவனுடைய பருத்த கையை உயர்த்தி கைக்கடிகாரத்தில் நேரத்தைப் பார்த்தான். நேரம் மூன்றாகி இருந்தது.

மூன்றுமணி, திருக்கோயில் பதினாறும் எட்டும் இருபத்திநாலு கிலோமீட்டர். போய் வர நேரம் காணுமா?. . .”

“நேரம் காணாட்டாலும் எப்படியும். . .”

“சரி, சரி அதுதான், எப்படியும் போய் பார்க்கத்தானே வேணும்...”

உள் வழியால் சோதனை முகாமைத் தவிர்த்து மோட்டார் சைக்கிள் பறந்தது. மைத்துனனின் பெரிய ஆகிரதிக்குள் ஒளித்துக்கொண்டவர் போல சதீபன் பின்னால் உட்கார்ந்திருந்தார். மைத்துனனுடைய குரலில் சந்தேகம் தொனித்துக்கொண்டே இருந்தது.

“திருக்கோயில் முகாமில் வைத்திருக்காங்களா?”

“திருக்கோயில் முகாமைப்போய் பார்க்கட்டாம். கல்முனையிலும் காரைதீவிலும் இல்லையாம். . .”

“ச்சா, நாம ஒருக்கா காரைதீவிலையாச்சும் பார்த்திற்று வந்திருக்கலாம். . . இனி எங்கே, இந்தா அக்கரைப்பற்று நெருங்கிக் கொண்டிருக்கு. . .”

அக்கரைப்பற்று சந்தியை கிழித்துக்கொண்டு வாகனம் போனது. ஆஸ்பத்திரி தடைமுகாமில் சிறிது சுணக்கம். பிறகு சவக்காலையை அடுத்த தடைமுகாமிலும் சிறிது சுணக்கம். அதன் பிறகு ஒரேவேகம். சின்ன முகத்துவாரம் பெரிய முகத்துவாரம் எல்லாம் கடந்து கடலோரமான பாச்சல். தென்னந்தோப்புகளுக்கு இடையிலான கடல் வெளியை சதீபன் திரும்பித்திரும்பிப் பார்த்துக் கொண்டார்.

“தங்கட சவக்குழியை தாங்களே வெட்டிய பிறகு அதற்குள்ளே பொடியனுகளைச் சுட்டுபோட்டுப் புதைத்த இடம் இதுதானே. . .”

“அதைவிடப் பெரிய கொடுமை அல்லவா இது!”

தம்பிலுவில் மகா வித்தியாலயம் கடந்தது. திருக்கோவில் சந்தியில் வாகனத்தை நிறுத்தி, கால்குத்திக் கொண்டே அஞ்சா நெஞ்சனாய் மைத்துனன் கேட்டான், சூழநின்றவர்களை நோக்கி,

“இந்தப் பொடியனுகளைப் பிடிச்சிற்று வந்து இவனுகள் எங்க வைச்சிருக்கானுகள்?”

சூழ நின்றவர்கள் மிரண்டார்கள்.

“பிடிக்க வந்தவனுகளே இங்கே நிற்கக்கூடும்”

“நின்றால் என்ன? எனக்கென்ன பயமா?”

“அவனுகளிட்ட துவக்கு இருக்கு. . .”

“இந்தத் துவக்குக்கு பயந்து பயந்துதானே இந்தா பறிகொடுத்துப் போட்டு வந்து நிக்கறிங்க. துவக்குக்கு வெறுந்தீனி தேடுகிறார்கள் நாய்கள். . .”

“விசாரிக்கும் வரையும் கொஞ்சம் பொறுமையாய் இருப்போம்”

“ஒரு பொறுமையும் தேவையில்லை. நீங்க என்னோடு வாங்க...”

சைக்கிளை ஒரு கடையில் நிறுத்தினான் மைத்துனன். கடையுள் இருந்து தாடிவைத்த ஒருவன் வெளிப்பட்டான்.

“ஹலோ மச்சான் வொனோ. . .”

“ஹலோ மச்சான் லெனின். . .”

“உனக்கு அந்தப் பெயரும் தெரியும் என்ன?”

“உங்கட அடிமுடிவேர் எல்லாம் எனக்குத் தெரியும் லெனின் தட்ஷணா!”

என்னத்த செய்யுற மச்சான்? கொம்யூனிஸ்ட்டாக இருந்தோம்... இந்தா இருக்காரே சேர், உங்க மச்சான், இவர்தான் மாக்ஸிஸ்ட் விதையை தூவினார். . . விதை நல்லாத்தான் இருந்தது, விளை நிலமும் பரவாய் இல்ல. . . திசைமாறிப் போச்சு. . . தமிழீழப்

போராட்டத்தில் குதிச்சோம். . . இடதுசாரியாகத் தான் குதிச்சோம்... தேசியவாதச் தீச்சுவாலையில் சோஷியலிசப் புரட்சியை கண்டு கொள்ளலாம் என்று நினைச்சுத்தான் குதிச்சோம். . . பூர்ஷுவா ஜனநாயகத் தேர்தலில் போட்டியிட்டோம், வென்றோம், மந்திரியானோம். . . இப்போ மாட்டுப் பட்டுக்கொண்டு கிடக்கோம். . . மரணப்பூட்டு. . . மரணப்பூட்டில் மாட்டுப் பட்டுக்கொண்டு முழி பிதுங்குகிறோம். . ."

"ஐ.பி.கே.எஃப். போனா உங்களுக்கு பிரச்சினையா?"

"பிரச்சினையா என்றா கேட்கிறாய்? நாங்கள் ஜனநாயகப் பாதைக்கு திரும்பி ஒரு வருடமாக பாராளுமன்ற சுகங்களை அனுபவிச்ச ஆட்கள். காட்ல கிடக்கிறவனுகளோட நாங்கள் இனி வேட்டையாட முடியுமா?. . ."

"அப்போ ஏன் தமிழ்தேசிய ராணுவத்துக்கு கட்டாய ஆட்சேர்ப்பு நடத்துறீங்க?"

"அதுதான் நான் சொன்னேனே மரணப்பூட்டு. . . இந்தியனுகள் போன பின் நாங்கள் தனித்து நிற்கிறதா? தனித்து நின்று காட்டானுகளோடு மோதமுடியுமா எங்களால்? முடியாவிட்டால் நாங்கள் இந்தியனுகளுடன் அரோகராப் போட்டுத்து கப்பல் ஏறுகிறதா? இதுதான் எங்களுக்கு முன் இப்போ இருக்கிற மரணப்பூட்டு. . ."

"உங்கட மரணப்பூட்டில இருந்து தப்புறதுக்கு நீங்கள் எங்களையும் அல்லவா மரணப்பூட்டில் மாட்டுறீங்க. . ."

"ஏன்? ஏன்? உங்களுக்கென்ன? இனிக்காட்டானுங்க வருவாங்க நீங்க அவங்களுக்கு தோப்பிக்கரணம் போட்டுக் கொண்டிருக்கிறதுதானே. . ."

"என்ர இரண்டு மருமக்களை உங்கட ஆட்கள் அம்பாறையிலிருந்து பிடித்துக்கொண்டு வந்திற்றாங்களே. . ."

"யாரு. . . அம்பாறையிலிருந்தா. . ." லெனின் தட்ஷணா சதீபனைத் திரும்பிப் பார்த்தான். "ஸேர்ர மக்களா? அம்பாறையில இருந்தா? அம்பாறைக்கு எங்கட ஆட்கள் போயிருக்க மாட்டாங்களே. . . எதுக்கும் நீங்க என் கூட வாங்க. . . உங்கட கண்ணாலயே எல்லாத்தையும் பார்த்திருங்க. . ."

லெனின் தட்ஷணாவின் மோட்டார் சைக்கிள் இரைச்சலுடன் பாய்ந்தது. மைத்துனனின் மோட்டார் சைக்கிள் பின்தொடர்ந்தது, சதீபன் சொன்னார்,

"தட்சணாமூர்த்தி நல்லபிள்ளை. நான் தான் அவனுக்கு மாக்சிஸத்தை அறிமுகப்படுத்தினாலும் அவனே எனக்கு மாக்சீயம் பற்றி சொல்லக்கூடிய அளவு முன்னேறியவன். அவன் நமக்கு நிச்சயம் உதவி செய்வான்."

ஒரு வெட்ட வெளியில் மோட்டார் சைக்கிள்கள் பறந்து கொண்டிருந்தன. வெளியின் மேற்றிசையில் மாலைச் சூரியன்.

வெளியின் ஓரமாக அதன் முழு நீளத்திற்கும் களப்பு பரந்திருந்தது. களப்பு நீர் கோரைப்புற்களுடன் மாலைச் சூரியனில் மினுங்கியது. வெளியில் மேய்ந்த எருமைகள் தலைதூக்கிப் பார்த்தன.

வீடுகள் உள்ள தெருக்களில் சைக்கிள்கள் ஊர்ந்தன. பெரிய மால்களுடன் கூடிய வீடு ஒன்றின் முன் லெனின் தட்ஷணா மோட்டார் சைக்கிளை நிறுத்தினான்.

உள்ளே சிலர் இருந்தார்கள்.

“எங்கே பட்டாளம்?”

“பயிற்சிக்கு போய் இருக்கிறார்கள்”

“சரி இன்றைக்கு யாரையும் புதுசாக் கொண்டு வந்ததா?”

“இன்றைக்கா? இல்லையே. ஒருவாரத்துக்கு முந்தியே புதுசா யாரையும் பிடிக்கிறதை விட்டுத்தோமே?. . .”

“சரி, ஸேர். என்ன மச்சான், உங்க திருப்திக்கு நீங்க முதல்ல இந்த இடத்தில எங்க வேணுமானாலும் போய் பார்த்திற்று வாங்க...”

மைத்துனன் முன்னாலும் சதீபன் பின்னாலுமாய் போனார்கள். வீட்டின் உள்ளும்புறமும் தேடுவதற்கு அதிகம் இடமிருக்கவில்லை. வீட்டுக்கு வெளியே அடுத்தடுத்து மூன்று மால்கள். சில கிட் பேக்குகளும் பல ஷொப்லீங் வேக் பொதிகளும் துவாய்களும் பாய்களும் மட்டும் தெரிந்தன. வெறும் கட்டாந்தரை.

“ஒருத்தரையும் காணல்லியே?. . .”

“வேறு எங்கேனும் இருப்பாங்களோ?”

“பயிற்சிக்கு போன குரூப்பில் போய் பார்ப்போம். . .”

பயிற்சிக்களமும் களப்பை சார்ந்த ஒருவெளி தான். பயிற்சி பெறுபவர்களின் அணி நிரைகள் பரந்து இருந்தன. ஒவ்வொரு கடேற்றும் ஒவ்வொரு அக்ஷனில் ஈடுபட்டிருந்தார்கள். எத்தனையோ கடேற்றுகள்.

“மச்சான், நில்லுங்கள். நீங்கள் உள்ளே போக முடியாது. பயிற்சி முடியும் நேரமாகிறது. பயிற்சி முடிய நான் கப்டனை ஒலிபெருக்கியில் சொல்லச் சொல்கிறேன். பெயர்கள் என்ன?”

“ரிஷான், சௌஜா. . .”

பொக்கெற் டயரியில் குறித்துக்கொண்டான் லெனின் தட்சணா. தாடியைத் தடவிக்கொண்டே சொன்னான்.

“உங்க திருப்திக்காக செய்கிறேன். வீரர்கள் தனி அணியில் மெதுவாக வரும்படி சொல்லும்படி கப்டனைக் கேட்கப் போகிறேன். நீங்கள் ஒவ்வொரு வீரனாக உங்க திருப்திக்கு பார்த்துக்கொள்ளுங்கள். உங்கள் பிள்ளைகள் இங்கு இருந்தால் ஒலிபெருக்கியில் ஒருமுறை சொன்னதும் வந்து விடுவார்கள்

இல்லையா? அதில் உங்களுக்கு திருப்தி இல்லாவிட்டால் அணிநடையின் போது கவனியுங்கள். . .”

ஒலிபெருக்கியில் பெயர்கள் அழைக்கப்பட்டன. சதீபன் அந்தவெளி முழுவதும் பரக்கப்பரக்கப் பார்த்தார். ஒரு அசைவாட்டமும் இல்லை. அவருடைய பிள்ளைகள் இங்கு இல்லையா? அழாக்குறையாக அணிநடையை உற்றுக்கவனித்தார். அவருடைய பிள்ளைகள் இல்லவே இல்லை.

“சரி, போய் கல்முனையைப் பார்ப்போம். . .”

மைத்துனன் சொல்லிக்கொண்டு முன்னால் நடந்தான். சதீபன் பின்னால் இழுபட்டார்.

நேரத்தைப் பார்த்துக்கொண்டே மைத்துனன் மோட்டார் சைக்கிளைக் கிளப்பினான். சதீபனும் தனது கைக்கடிகாரத்தைப் பார்த்துக்கொண்டே பின்னால் அமர்ந்தார். நேரம் 5:10

ஒரு பேச்சும் இல்லை, மூச்சும் இல்லை. சைக்கிளின் கிர்கிர் என்ற ஓசை மட்டும் கேட்டுக் கொண்டிருந்தது. வயல்களில் மங்கலான மாலை மெல்லிய கருக்கலாகப் படர்ந்து கொண்டிருந்தது. ஒலுவில் பாலத்தை நெருங்கும்போது வாகனங்களின் வெளிச்சங்கள் ஐதான படலமாகத் தெரியத் தொடங்கின. மைத்துனனும் வெளிச்சத்தைப் போட்டான். நிந்தவூரைக் கடந்ததும் வீடுகளில் வெளிச்சங்கள் தெரிந்தன. காரைதீவுத்தடை முகாமில் தீவிர சோதனை நடந்தது. சதீபன் சுற்றுமுற்றும் பார்த்தார். எங்கும் இருண்ட உடைகள் தெரிந்தன. மைத்துனன் யாரிடமோ பேசிக்கொண்டு நின்றான். பேசியவர் பிரியும் போதுதான் சதீபன் அவரை அடையாளம் கண்டார்.

“என்ன பூசாரியார். . .”

“அட்டப்பள்ளத்துக்கு ஒருக்கா போயிற்று வர. . .”

“என்ன பொழுதுபட்ட பிறகு. . .”

“போய் நாளைக் காலையில்தான் வாறது. . . நான் வாறன்...”

“என்ன வீட்ல என்னைத் தேடினவங்களா?. . .”

“நீங்க அக்கரைப் பற்றுக்குப் போனதாம். நான் வாறன், அங்க எல்லாரும் இருக்காங்க. . . வாறன். . .”

“பிந்திப் போயிற்றம் என்ற அவசரம் மனுஷனுக்கு .. . என்ன முகத்தோட வீட்ட போய் முழிக்கிற என்ற துயரம் நமக்கு. . .”

சோதனை முடிந்தபிறகும் சைக்கிளைத் தள்ளிக் கொண்டுதான் மைத்துனன் வந்தான். நடந்து வந்த சதீபனை இடைக்கிடை திரும்பிப் பார்த்து தனக்குள் சிரித்துக்கொண்டான்.

“என்ன வொனோ”

“சொல்லுங்க. . .”

மரணப்பூட்டு

“காரைதீவு ஓவ்வீசில ஒருக்கா பார்ப்போமே. . .”

“தேவையில்லை. கல்முனைக்குப் போவோம். . .”

கல்முனையிலும் மைத்துனன் சைக்களை உரிய இடத்தில் திருப்பவில்லை. பஸ் நிலையத்தைக் கடந்து போய்கொண்டிருந்தான்.

“அவனுகள்ர கேம்பைக் கடந்து போய்க் கொண்டிருக்கோமே...”

“அவனுகள் இருக்கிற கேம்ப் எனக்குத் தெரியும் நீங்க பேசாமவாங்க. . .”

கல்முனை ரவுண்ட் எபொட் சந்தியைக் கடந்ததும் மைத்துனன் சைக்கிளை மெதுவாக்கி, உவெஸ்லி உயர்தர பாடசாலைக்கு பக்கத்தில் உப—தபால் கந்தோருக்குப் பக்கமாக நிறுத்தினான். உப—தபால் கந்தோரின் அதிபர் செல்வநாயகத்தார், பூட்டிக் கிடந்த உப—தபால்கந்தோருக்கருகில் அவர் கட்டிய வீட்டு ரேழியில் சிகரெட் பற்றிக் கொண்டு நின்றார்.

“என்ன வொனோ . . . ங்க. . . என்ன மாஸ்டர். . .”

வொனோ “இங்க வாங்கண்ணேய்” என்று சொல்லி ரேழியுள் புகுந்து செல்வநாயகத்தாரை கூட்டிக்கொண்டு உள்ளே போனான். சதீபன் வெளியிலேயே நின்றான்.

சிறிதுநேரம் செல்ல வொனோ திரும்பி வந்தான்.

“வாங்க. . .”

“என்ன. . .?”

“வந்து கதையுங்க. . .”

“வேணாம், செல்வத்தோட எனக்கு அலுப்பு . ..”

“செல்வத்தாரோட இல்ல, ரிஷான் சௌஜாவோட. . .”

“ரிஷான் சௌஜா இங்கேயா? இதென்ன கதை. . .”

“இங்கே நேரில இல்ல, ஃபோன்ல கதையுங்க. . .”

“ஃபோன்லயா? எங்கிருக்கானுகள்? அம்பாறையிலா?”

“இல்ல, அவனுகள் அவனுகள்ர கேம்பிலதான் இருக்கானுகள்...”

“ஆ! அப்போ பிடிபட்டுத்தானுகள்தான், என்ன?”

“நீங்க வந்து பேசுங்களன். . .”

ரேழியைக் கடக்க செல்வத்தின் முகப்பு அறை. அந்த முன் கூடத்தைக் கடந்து ஒரு உள்ளறையையும் கடந்துபோய் உப—தபாலகத்தின் உள்ளறையில் மேசையில் நீக்கிவைக்கப் பட்டிருந்த றிசீவரை எடுத்தார்.

“ஹலோ. . .”

“ஹலோ அப்பா, நான் ரிஷான் பேசுறன். . .”

மரணப்பூட்டு

“என்ன தம்பி நடந்த. . .?”

“எதுக்கும் துணிச்சிற்றம், எத்தனை நாளைக்குத்தான் சிறைக்குள்ள இருக்கிற? யோசித்துப் பாருங்க. நாங்க வீட்டைவிட்டுப் போய் இப்படி ஒளிச்சுத்திரியுறது இப்போ எத்தனை மாதம்? பொந்துக்குள்ள இருக்கிற மைனாக்குஞ்சுகள் கூட இடைக்கிடை பொந்து விளிம்புக்கு வந்து எட்டிப் பார்க்கும். அப்படி எட்டிப் பார்ப்பதற்குக் கூட நீங்கள் எங்களை அனுமதிக்கவில்லை. நீங்கள் அம்பாறைக்கும் அட்டாளைக்கும் வாரத்துக்கு ரெண்டு மூன்று தரம் எங்களைப் பார்க்க வரும்போதெல்லாம் பொந்தினூடு எட்டிப் பார்க்கிற மைனாக்குஞ்சுகள் நினைவுதான் எனக்கு வரும். நீங்கள் எங்களை மைனாக்குஞ்சுகளாக்கி விட்டீர்கள். எத்தனை நாளைக்கு நாங்கள் பொந்துக்குள் அமுங்கிக் கிடக்கிற?. . . அதனால நாங்கள் துணிஞ்சிற்றம். பாடசாலை நாட்களில் தடியூன்றிப் பாய்வதில் நீங்களும் வல்லவர்தானே. நானும் சௌஜாவும் எட்டு ஒன்பது அடி கிளம்பக் கூடியவர்கள். அந்த தடியூன்றிப் பாய்கிற நினைவுதான் எனக்கு வருகிறது. அவசியமானால் தமிழ்தேசிய ராணுவத்தை நாங்கள் ஒரு மிதி பலகையாக, ஒரு தடியூன்றிப்பாயும் பெட்டியாக, ஒரு தடியூன்றிப்பாயும் கோலாகவே பாவிப்போம். தடியூன்றிப் பாய்ந்தால் தெரியுந்தானே, அடுத்த பக்கம் இருக்கிற காட்டுக்குள் தடியூன்றிப் பாய்ந்து காட்டோடு போய் சேர்வோமே அல்லாது, குறுக்குத்தடி உடைத்து குத்துகிற துப்பாக்கித் தீனி மரணத்துக்குள் மாட்டுப்பட மாட்டோம். . . சௌஜாவுடன் பேசுங்க”

அடுத்து சௌஜாவின் குரல் கேட்டது.

“நீங்க பயப்பிடாதங்க அப்பா. உங்களுக்கு தெரியாம வந்திற்றம் என்றது பயமாகத்தான் இருக்கு. ஆனால் துணிந்து நிற்போம் வாறது வரட்டும். நீங்க காரைதீவில் இருந்தா பேசுறீங்க?”

“இல்ல, கல்முனையிலிருந்து. . .”

“அப்போ வாங்க?. . .”

சௌஜா றிசீவரை வைத்துவிட்டான் போல் தோன்றியது. . .

“எங்கே வர. . . ஹலோ, ஹலோ. . . எங்கவர?. . . ஹலோ, ஹலோ. . . என்ன வொனோ எங்க எங்கவரச் சொல்றானுகள். . . என்ன இவனுகள்ர நம்பர். . . வொனோ. . . வொனோ.”

செல்வத்தார்தான் வந்தார்.

வொனோ வெளியில் நிற்கிறான். ஃபோன் எடுக்கச் சொல்லி அவன் தந்த நம்பர் இது. . .”

என்ன நம்பர். . . 673672. . . என் வீட்டு ஃபோன் நம்பராச்சே?...”

“அதுதான் நீங்க பேசினீங்க. . .”

“என்ன?”. . . சதீபன் திகைத்து நின்றார்.

●●●

வெளியேற்றம்

சிற்பி இசுமான், நீ ஏன் சிரித்தாய்? உன் மெல்லிய உதடுகள் விளிம்புகள் நெளியநெளிய, மேலுக்கு மேனி வாரிய உன் ஐதான முடியை கோதிக் கொண்டே சிரித்துச்சிரித்துப் பேசுவதே உன் இயல்பு. எனினும் அன்று மதியப் பொழுதில் உன்னையும் மறந்து நீ உதிர்த்த அந்த ஒற்றைச் சிரிப்பின் அர்த்தம் என்ன?

உனது அந்த ஒற்றைச் சிரிப்புக்கு தனியானதொரு அர்த்தம் இருக்குமென்று, அன்று மதியத்தில் உனது கூடத்தில் பின்னல் சோபாவில் அமர்ந்து உன்னிடம் பேசிக் கொண்டிருக்கும் போது நான் நினைக்கவில்லை. எனினும் உன் ஏனைய சிரிப்புகளிலிருந்து விலகி நின்ற அந்த ஒற்றைச் சிரிப்பு எப்படியோ என் மனதில் சிறைப்பட்டுப் போயிற்று.

முதல் நாள் மாலையில் கண்ட காட்சிகளை நான் உன்னிடம் விபரித்துக் கொண்டிருந்தேன். பெரிய நீலாவணைக் குளத்தின் புனைமுருக்கு மரத்தொடர் மதகடியில் நின்று ஒரு கோணமாகப் பார்த்தால் கடலேரியின் விரிகுடாவின் ஊடாக பட்டிருப்புப் பாலம் தெரிந்தது என்று நான் கூறியபோது நீ நம்பவில்லை.

நான் என் கண்களால் பார்த்ததை நீ எப்படி மறுதலிக்கக் கூடும்? பட்டிருப்பு பாலத்தடியில் குண்டுபோட்ட விமானத்தை

நான் பார்த்ததைக் கூட நீ எப்படி நிராகரிக்க முடிந்தது என்பதையும் என்னால் விளங்கிக் கொள்ள முடியவில்லை. நீண்ட பட்டிருப்புப் பாலத்தைக் கைப்பற்றியிருந்த போராளிகள் அதனை முற்றாக தகர்த்திருந்தார்கள் என்ற செய்தி உனக்கும் தெரிந்திருந்தது.

படுவான்கரைக்கு வந்த படையினருக்கு எழுவான்கரைக்கு வர எத்தனையோ துறைகள் இருப்பதாக என்னை இடைமறித்து நீ சொன்னாய், பட்டிருப்புத் துறையில் விமானம் குண்டுபோட்டது என்பதை மறைமுகமாக ஒரு விவாதத்துக்கு மறுப்பதற்காகவே நீ அதையெல்லாம் சொன்னாய் என நான் எடுத்துக் கொண்டேன். எனினும் படுவான்கரை பற்றிய உன் புவியியல் அறிவு எனக்குப் பிரமிப்பைத் தந்தது. நான் அப்போதெல்லாம் படுவான்கரைப் பக்கம் போனது கிடையாது. ஆனால் உண்மையை நீ கோட்டை விடுகிறாய் என்றே நான் நினைத்தேன். படுவான்கரையின் எந்தத் துறையும் எவரையும் எழுவான்கரைக்கு கொண்டு வரலாம். ஆனால் பெருந்தொகையான துருப்பினரை துறைகள் மூலமாக அப்புறப்படுத்துவதில் படகுத் தட்டுப்பாடும் காலவிரயமும் தீவிரவாதிகளின் தாக்குதலுக்கு அதிகரித்த வாய்ப்புகளும் உள்ளன என்பதை நீ கணக்கில் எடுத்துக் கொள்ளவில்லை. பாலத்தை நேர் பண்ணி அதனூடாக துண்டுபடாமல் முழுப்பலத்தோடும் கடப்பதைத்தான் படை விரும்பும் என்பதை புரிந்துகொள்ள பெரிய ராணுவ மூளை தேவை இல்லை.

போராளிகளின் கலீபர் துப்பாக்கிகளுக்கும் ஏவுகணைகளுக்கும் அஞ்சிய விமானங்கள் மேகமண்டலங்களில் தவழ்ந்து கறுப்புநிற மொத்திகளை ஒவ்வொன்றாய் போடுவதை நான் கண்டதையும், எனினும் போராளிகள் பாலத்தைவிட்டுக் கொடுக்கமாட்டார்கள் என நான் நம்பியதையும் உன்னிடம் தெரிவித்தபோது நான் மிகுந்த புளகாங்கித நிலையில் இருந்தேன். என்னுடைய புளகாங்கித மயக்கில், உன் சிந்தனை ஓட்டத்தை, சவரம் செய்யப்படாதிருந்த உன் முகத் தசைகளின் சுழிப்புகள் மூலமாகவோ அசைவற்று இருந்த உன் மெல்லிய அதரங்களிலிருந்தோ, சற்றுத் தாழ்ந்த உன் சின்ன கண்மணிகளிலிருந்தோ என்னால் கிரகித்துக் கொள்ள முடியவில்லை. என்னுடைய உணர்வோட்டத்தினின்று வித்தியாசமான ஒரு உணர்வோட்டத்தை நீ கொண்டிருக்க கூடும் என்றும் நான் சிந்திக்கவில்லை. புரட்சிக்கும் விடுதலைப் போராட்டத்திற்கும் ஆதரவாளன் நீ என்ற பழைய பிரக்ஞையில்தான் என் உள்ளம் விசிறி நின்றது. என்னவெல்லாம் பேசினேனோ? அவற்றையெல்லாம் உன்னிப்பாய் ஒத்த கருத்து உடையவன் போலத்தானே நீ கேட்டுக்கொண்டிருந்தாய்!

மதிய வெயில் உன் வாசலில் விழுந்தது. உனது மாமரத்தின் நிழல் அடிமரத்துக்குள் ஒடுங்கியது. உனது சுவர் மணிக்கட்டில் பன்னிரண்டு அடித்தது. எனக்குப் பசி எடுத்தது. நாம் தேனீர் குடித்த கோப்பைகளும், பழமும் கேக்கும் சாப்பிட்ட தட்டமும் இன்னமும் ரீப்போயில் இருந்தன. இதற்கிடையில் எழுந்த பசியை மறைத்துக்கொண்டு நான் வீட்டுக்குப் புறப்படவே விரும்பினேன்.

வெளியேற்றம்

என் முந்திய நாள் காட்சிகளை உனக்கும் அனுபவ மூட்டிய திருப்தியில், புரட்சிகரச் சிந்தனை உணர்வுடைய ஒரு நண்பரோடு ஒரு பொழுதைக் கழித்தோம் என்ற மகிழ்ச்சியில் உன்னிடம் இருந்து விடைபெற நான் விரும்பம் தெரிவித்தபோது, வானத்தில் ஹெலியின் உறுமல் கேட்டது.

“ஹெலிச் சத்தம் கேட்குது. . .” நான் தான் முதலில் சொன்னேன்.

வழக்கமாக கேட்கும் ஹெலிச் சத்தம்தான் என்னுள் பாவோடியது. நீ உற்றுக் கேட்டாய். வேறு எதோ ஒலி என்று நீ சொல்லப் போகிறாய் என்று நான் எதிர்பார்த்த போது உன் சவரம் செய்யாத முகத்தின் மேல் தந்தங்களிலும் சிறிய கண்மணிகளிலும் ஒரு ஒளி படருவதைக் கண்டேன். எதற்காக உன் முகத்தில் இப்படி ஒரு உவகை என்றெல்லாம் நான் பிரித்துப் பார்க்க முன்பே மின்னல்போல் ஒரு சிரிப்பு உன்னிடம் மின்னி மறைந்தது. அதுதான் என் நினைவில் சிறைப்பட்டுப் போன உன்னுடைய ஒற்றைச் சிரிப்பு.

தோன்றிய போதே மறைந்துபோன அந்தச் சிரிப்பு என் மனதில் தேங்கிக் கொண்டாலும் உடனடியாக என் பிரக்ஞைக்கு அது உட்படவில்லை. பின் நீ அமைதியாகத்தான் சொன்னாய்,

“ஆமி மூவ் பண்ணுது. . .”

❍

மாசிலான் தேவனே, மணிபுத்திரன் பாரதியே, நீங்கள் சொன்னதை நான் ஒரு சிறிதும் நம்பவில்லை.

மருதங்காவடியில் சிற்பி இசுமானிடம் பேசிக் கொண்டிருந்துவிட்டு வட்டமிடும் ஹெலிகொப்டரையும் மறந்து பசியோடு வீடு வந்தநான், வயிறு நிறையச் சாப்பிட்டுவிட்டு, கோடையின் வெயிலை அள்ளிக் குடித்து குளிர் நிழலைப் பரப்பிய பெரிய கொய்யாவின் கிளை தட்டும் போட்டிக்கோ படிக்கட்டுகளில் அமருகையில், எதிரே தெரிந்த எங்கள் கம்பிவேலிக் கால்களுக்கு அப்பால்... பூசாரியாரின் கிழக்குவேலிக் கதியால்களுக்கிடையில் தெரிந்த கோயில் வெளியின் கிணற்றடிக்கும் அப்பால் உள்ள பாதையில்தான் அந்தக் கால்களை நான் முதன் முதலில் கண்டேன்.

பச்சைக்காக்கி, நீண்டகால்கள், இடுப்புக்கு மேல் எதுவும் தெரியவில்லை. எனக்குத் தெரிந்த தெல்லாம் கால்கள்தான்—கத்திரிக்கோல் இயக்கத்தில், எழுந்து நின்று அவர்களை முழுமையாகப் பார்க்கக் கூட நான் முனையவில்லை. அவர்களின் கால்களின் நீண்ட அணியைக் கணக்கெடுப்பதே எனக்கு கவர்ச்சியாக இருந்தது.

ராணுவம் ஊருக்குள் வந்துவிட்டது என்பது புலனாகினாலும், எந்த அதிர்ச்சியோ அந்தரமோ எனக்கு ஏற்படவில்லை. நீண்ட நெடிய கால்களை தொடர்ச்சியாக பார்ப்பது சுவர்சியமாகவே இருந்தது. ஒரு ராணுவப் பிரவேசத்தின் அர்த்தப்பாடுகள் பற்றியும் சிறிதும் அலட்டிக் கொள்ளவில்லை. அலட்டிக் கொள்வதும் அச்சம் கொள்வதும் கூட ஒரு அனுபவம் என்பதே பிறகு ஏற்பட்ட

வெளியேற்றம்

அறிவுதான். எந்த முன் அனுபவமும் அற்ற நிலையில் ராணுவத்தின் பிரவேசம் ஒரு அறிதலாக இருந்ததே அன்றி ஒரு புரிதலாக மாற இன்னும் காலம் போகவேண்டி இருந்தது.

தொடர்ந்து வந்து கொண்டிருந்த ராணுவ அணியின் தொடர்ச்சிதான் என்னைக் கவர்ந்தது பாரதி. வேலிக் கால்களுக்கும் கதியால்களுக்கும் இடையே, கோயில் வெளியின் பார்வை மண்டலத்துள் மணிக்கணக்காக தொடர்ந்த அந்த நீண்ட பயணத்தின் கணிதப் பின்னத்திலேயே மனம் லயித்திருந்தது. பட்டிருப்பு பாலத்திலிருந்து பாண்டவர்புரம் சுமார் பத்து கிலோ மீற்றர் என்று வைத்துக் கொண்டாலும் எட்டிக் கால்வைத்த அந்த அணிநடை, 2 கிலோ மீற்றர்/மணிநேரம் என்ற கணக்கில் இந்தத் தூரத்தைக் கடக்க ஐந்து மணிநேரம் நடந்திருக்க வேண்டும். மதியம் ஒரு மணிக்கு அவர்கள் பாண்டவர்புரத்தைச் சேர்ந்தால் காலை ஏழு மணியளவில் அங்கிருந்து புறப்பட்டிருப்பார்கள். அப்படியானால் அவர்கள் முந்திய இரவே பாலத்தைக் கடந்திருக்கவேண்டும். முந்திய மாலையில் விமானம் குண்டு போட்ட போது அவர்கள் பாலத்தை நேர்பண்ணி முடித்து கடப்பதற்கு ஆயத்தப் பட்டிருக்க வேணும். எனது ஆர்வமும் உணர்ச்சியும் யதார்த்தத்திலிருந்து எவ்வளவு விலகி இருந்தது என்பதைச் சிந்திக்க சிற்பியின் சிந்தனையை புரிந்துகொள்ள முடியும் போல் தோன்றியது.

இன்னொரு கணக்கும் என்னைக் கவர்ந்தது. பூசாரியின் வேலிக் கதியால்களுக்கிடையில் கண்ட கால்களில் ஒன்று மறைந்து மற்றது தோன்றுவதற்கு எடுக்கும் நேரத்தைக் கணித்தேன். சுமார் மூன்று வினாடிகள் இருக்கும். கடக்க எடுத்த முழு நேரமும் பிற்பகல் 1 மணியில் இருந்து மாலை 5 மணி வரையும் — நான்கு மணித்தியாலங்கள். 4/60/60 = 4800. சுமார் ஐயாயிரம் வீரர்கள் இந்த உட்பாதையால் நடந்து வந்திருக்கிறார்கள். இதே அளவு வீரர்கள் பிரதான வீதியாலும் பிரிந்து வந்திருப்பார்களெனின், பத்தாயிரம் வீரர்கள் இந்தப் பகுதிக்குள் நுழைந்திருக்கிறார்கள். இந்தியனுகளும் ஏறக்குறைய இதே அளவு அல்லது இதற்கும் சற்றுக் கூடுதலாக இந்தப் பகுதியில் இருந்திருப்பார்கள். எத்தனை போராளிகள் இருந்திருப்பார்கள்? ஆகக்கூடினா ஓர் ஆயிரம். அதாவது ஒரு போராளி 20 படை வீரர்களுக்கு எதிர். இப்படித்தான் எனது கணக்குகள் போயின. இது போராளிகளுக்கும் படை வீரர்களுக்கும் இடையே உள்ள ஒரு மோதல். இதில் மற்றவர்கள் சம்பந்தப்படுதல் நான் கனவு கூடக் காணாத ஒன்று. நான் கண்டிருந்ததெல்லாம் சுற்றி வளைப்பு மாத்திரந்தான். சுற்றி வளைப்பில் பொது மைதானத்தில் வைத்தோ, அல்லது படையினர் கேம்புகளிலிருந்தோ சற்று முன் பின்னாக அப்பாவிகள் விடுவிக்கப் படுவர். போராளிகள் படையினரின் கைகளில் எளிதில் அகப்பட மாட்டார்கள்.

ஆகவே எனக்கு இது அப்போது ஒரு புதினம் பார்க்கும் விடயந்தான். உங்களுக்கும் அது அப்படித்தான் இருந்திருக்கும். அல்லாவிடின் படையினரின் கைகளில் நீங்கள் பட்டிருக்கமாட்டீர்கள்.

வெளியேற்றம்

"பாண்டவர்புரத்தான் யார்? பாண்டவர்புரப் பள்ளி அதிபர் யார்? எண்டு ஆமி கேக்குது சதீ" என்றாய் நீ.

நீங்கள் எனக்கு பயம் காட்டுகிறீர்கள் என்றே நினைத்தேன். பாரதி சொன்னது போலவே நீயும் சொன்னதால் நீங்கள் இரண்டு பேரும் சேர்ந்து கொண்டு என்னைப் பயமுறுத்துவதாக பட்டது. பாரதி குறும்புக்காரன் அல்லவா? அவனுடைய கண்களிலும் உதடுகளிலும் அவனுடைய குறும்பு தெரியும். அவனுக்கு எப்போதும் ஒத்தூதக் கூடியவன் நீ என்ற பழைய நினைப்பும் என்னுள் கலந்திருந்தது.

அதனால் நான் பயப்பிடவில்லை. ராணுவம் பயப்படக் கூடிய ஒன்று என்பது எனக்கு அந்த நேரத்திற் புலனாகவும் இல்லை. என் மகனின் பின்னணி கூட எனக்குப் பயமூட்டவில்லை.

ராஜ் சினிமா தியேட்டர் வரையும் போனேன். அப்படியே பிரதான வீதியை சுற்றி வந்தேன். பிரதான வீதியில் ஆள் போக்குவரத்து இல்லை. ஏதும் அசம்பாவிதம் நடந்ததிற்கான எந்தத் தடயமும் இல்லை. ஒரு பாவமும் அறியாது நான் அமைதியாக சைக்கிளைச் சுழற்றிக் கொண்டு வீடு வந்த கருக்கல் வேளையில் என் மனைவியும் பிள்ளைகளும் மூட்டை முடிச்சுகளுடன் புறப்பட்டு நின்றார்கள்.

"என்ன இது?"

"எல்லோரும் சொல்றாங்க, நாம இங்க இருந்தா ஆபத்தாம். எங்கயாவது போகச் சொல்றாங்க. . ."

அதற்குப் பிறகுதான் பல விஷயங்கள் எனக்கு உதயமானது. நீங்கள் சொன்னதை அப்போதுதான் நம்பினேன். நீங்கள் இருவரும் வெவ்வெறு இடங்களில் தனித்தனியாகப் பிடிபட்டு பின்னர் விடுவிக்கப் பட்டவர்கள்.

இவைகளை நான் யோசித்தபடி, அந்தக் கருக்கலில் சைக்கிள் கழுதைகளில் புறப்பட்ட திருக்குடும்பமாய் மருதங்காவடிக்கு பயணமாகையில் தான் சிற்பி இசுமானின் அந்த ஒற்றைச் சிரிப்பு மீண்டும் ஞாபகம் வந்தது.

சிற்பி இசுமானின் மைத்துனர் செங்கனியே, மருதங்காவடியில் உன் வீடுதானே எங்களுக்கு சரணாலயம்! தமிழ் தேசிய ராணுவத்துக்கு கட்டாய ஆட்சேர்ப்பு நடைபெற்றபோது உன் வீட்டில்தானே என் மக்கள் ஒளிந்திருந்தார்கள். கட்டாய ஆட்சேர்ப்பு என்று மரியாதையாக நான் குறிப்பிடுகிறேன். ஆனால் மரியாதையாகவா அது நடந்தது? வீதியில் கண்ட இடத்தில் விரட்டிப் பிடித்தார்களே, வீடு புகுந்து துரத்திப் பிடித்தார்களே அந்த ஆபத்துகளில் இருந்து எங்களைக் காப்பாற்றியவர்களில் நீ முதன்மையானவன். இப்போது திருக்குடும்பமாய் சைக்கிள் கழுதைகளில் ஏறி நாங்கள் அந்தக் கருக்கலில் புறப்பட்ட போதும் உன் வீட்டையே நோக்கி புறப்பட்டோம்.

வீட்டில் நீ இருக்கமாட்டாய் என்பது எனக்குத் தெரியும். ஏன் நீ பயந்து கொழும்புக்கு ஓடினாய் என நான் வருந்தியதும் உண்டு. நான் மனிதர்களின் நல்ல பக்கத்தைத்தான் பார்க்கிறேன். அவர்களுடைய ஆபத்தான பக்கத்தை நான் பார்ப்பதில்லை என்பது உண்மைதான். ஆனால் ராணுவங்கள் எல்லாம் ஒரே மாதிரியானவை என்று நமக்கு சொல்லப் படவில்லையே. மக்கள் படை என்ற ஒரு கருத்து நம்மிடம் இருந்ததல்லவா? மக்கள் படை மக்களுக்கு தீமை செய்யாது என்ற மார்க்சீய — லெனினிச — மாவோஓ இலட்சிய சித்தாந்தங்களின் ஒய்யாரக் கனவு கண்டவர்கள் அல்லவா நாம்?

இன்னும் உயர்மட்டங்களில் எனக்கு உள்ள நம்பிக்கை கெட வில்லை. உனக்கும் அப்படியேதான் இருக்கும் என்றே நினைக்கிறேன். கீழ் மட்டங்களில் இலட்சியப்பற்றும் அளப்பரிய தியாகமும் இருந்தாலும் நிதானம் குறைவு என்ற முடிபுக்கு நான் பலமுறை வரவேண்டி இருந்தது. எந்தப் படையை அவர்கள் விமர்சிக்கிறார்களோ அந்தப் படையாகவே அவர்கள் சிலவேளை மாறி விடுகிறார்கள். சுற்றி வளைப்பு என்பது நம்மைப் பொறுத்த வரையில் பெரும் கிலேசத்தையும், அச்சத்தையும், தவிப்பையும் ஏற்படுத்துகிற ஒன்று. நாமே நமது மக்களைச் சுற்றி சுற்றி வளைப்புச் செய்தது எனக்குப் பெருந்திகைப்பாகவே இருந்தது. ஒரு சுற்றி வளைப்பின்போது இன்பத்தார் மாஸ்டரையும் இன்னும் சிலரையும் ட்ராக்டரில் நிற்க வைத்து ஏற்றி வந்தது என் நெஞ்சைப் பிளந்தது. அதுபோலவே நீயும் விசாரணைக்கு உட்படுத்தப்பட்ட போதும், மேலும் விசாரணைக்காக தடுத்து வைக்கப்பட்ட போதும் எனக்கு தாங்கொணாத அவமானமாய் இருந்தது. சுற்றி வளைப்புகளும் தடுத்து வைப்புகளும் இல்லாத ஒரு ராணுவமுறை இருக்க முடியாதா? கடைசியாக நீ விடுதலையாகி வந்தவுடன் உன் ஆதரவாளர்களுடன், உன் மீது அனுதாபம் கொண்டவர்களுடன் நானும் சேர்ந்தபோது, பலரும் என்னை ஒரு ஐந்தாம் படையாகத்தான் கருதுகிறார்களோ என்ற அவநம்பிக்கையும் எனக்கு ஏற்பட்டது. ஏதோ மரியாதையின் நிமித்தமாக அனைவரும் சகித்துக்கொண்ட ஒருவரவாகவே அன்று என்னுடைய வரவு எனக்கு பட்டது. அடுத்தநாள் நீ வெளியேறி விட்டாய், எனக்குக் கூடச் சொல்லாமல்.

அதைப் போன்ற ஒரு வெளியேற்றம்தான் இதுவும். மாலைக் கருக்கலில் எனது ஊரின் முதல் அகதியாக நானும் எனது திருக்குடும்பமும் புறப்படும்போது, உங்களை நோக்கியே புறப்பட்டேன்.

நீ வீட்டில் இல்லை என்றாலும், உன் குடும்பத்தவர் வீட்டில் இல்லையென்றாலும், உன் வீட்டைப் பராமரிக்கின்ற உன் சொந்தக்காரர் யாராவது எனக்குத் தெரிந்தவர்களாகத் தானே இருக்கவேண்டும் என்ற ஒரு நம்பிக்கை.

உன் வீட்டுக் கதவு ஒருக்கணித்துத் திறந்து கிடந்தது. படிக்கட்டில் தாடி வைத்த உன் ஒன்றுவிட்ட சகோதரன் நின்று

வெளியேற்றம்

கொண்டிருந்தார். மாணவனாக எனக்குத் தெரிந்த பையன். இப்போது வளர்ந்து தாடி வைத்திருந்தார். என் திருக்குடும்பத்தின் நிலைமை பார்த்தாலே புரிந்திருக்கும். எனினும் அவர் உறுதியாகச் சொன்னார் —

“தமிழர்களுக்கு இடம்கொடுக்க வேணாம் என்று பள்ளிவாசல்ல சொல்லி இருக்கு. . .”

வேறு வார்த்தைக்கு சகோதரர் அங்கு நிற்கவில்லை. நான் திரும்புவதற்குகிடையில் கதவுமூடப் பட்டது.

எனக்கு ஒரே துணிச்சல். ‘போனால் போகட்டும் போடா’ என்ற துணிச்சல். ‘நீ கதவை மூடினால் எனக்கு கதவு திறக்கப்படாமல் போகுமாடா?’ என்ற வீறாப்பு. எனக்கு இருக்கிறானுகளடா என்னுடைய அருமை நண்பர் சலிம் என்ற எக்காளம்.

கருக்கல் இருளாகிவிட்டது. சலிமினது வீடுபோகும் தெருக்களை மனதுக்குள் கொண்டு வர முயன்றேன். மருதங்காவடியில் எனக்கு அப்போது ஒரேயொரு வழிப்பாதைதான் தெரியும். பிரதான வீதியிலிருந்து சலிமின் வீட்டுக்கு போகின்ற பாதை தெரியும். ஆனால் உனது வீட்டிலிருந்து எப்படி அங்கு போவதென்பது தெரியவில்லை. யாரிடமாவது விசாரிக்க வேணும்.

சைக்கிள் உருவங்கள் மெல்லமெல்ல வருகின்றன. சைக்கிளிலிருந்து வந்தவர்கள் இறங்கி அந்த இருட்டுக்குள் எங்கள் ஒவ்வொருவரையும் உற்று உற்று பார்க்கிறார்கள். செங்கனி, உனது வீட்டிற்கு முன் நிற்கும் என்னை அவர்களுக்கு அடையாளம் தெரியாமல் இருந்திருக்கும் என்று நீ நினைக்கிறாயா? அவர்கள் என்ன சொன்னார்கள் தெரியுமா?

“தமிழாக்களா? குண்டுகிண்டு கொண்டு வந்திரிக்கீங்களா? சுறுக்கா இடத்தை காலி பண்ணீக்கிங்க, இல்லாட்டி இவடத்த சவம்தான் விழும். . .”

சலிமின் வீட்டுக்கும் காதர் வீட்டுக்கும் அவர்களிடம் நான் எப்படி வழி கேட்பேன்? வேறு ஏதாவது ஒரு வழி வருமா என நான், பதறுகின்ற என் திருக்குடும்பத்திற்கு பதில் சொல்ல முடியாது அந்த இருட்டுக்குள் தத்தளிக்கும்போது தான் சட்டென ராசியாவின் நினைவு மின்னல்போல் என்னுள்ளே மிளிர்ந்தது. ராசியாவின் வீட்டுப் பாதையும் எனக்கு நினைவிருந்தது. உன் வீதிக்கு அடுத்த வீதிதானே ராசியாவின் வீடு! ஒரு துள்ளலும் நடையும் பாச்சலும்!

ராசியா என் மனம் குறுகுறுக்கிறது. உன்னிடம் நான் மிக அதிகமான உதவிகளைப் பெற்றுவிட்டேன். நிச்சயமாக ஒரு குரு தன் சீடனிடம் இவ்வளவு நன்மைகளை எதிர்பார்த்திருக்கக் கூடாது. எதிர்பார்க்காமலே உன்னிடம் எதிர்பார்க்கின்ற நிலைமைகள் எனக்கு நேர்ந்துவிட்டன.

உன்னுடைய தர்ம சங்கடம் எனக்குப் புரிந்தது. அதை நீ மறைக்கவும் விரும்பவில்லை. அது மறைக்கப்பட்டிருக்கவும்

வெளியேற்றம்

முடியாது. அம்மணமாக அது காற்றில் மிதந்தது. தமிழர்களுக்கு தஞ்சம் கொடுக்கக்கூடாது என்பது படையினரது உத்தரவு. இது பள்ளிவாசல் ஒலிபெருக்கிகளினூடு ஒலிபரப்பப்படுகிறது.

பள்ளிவாசல்களை எப்படி குறை சொல்லமுடியும்? தமது சமூகத்தைப் பாதுகாப்பது பள்ளிவாசல்களின் பொறுப்பு. தஞ்சம் என்று வந்த எல்லா வகையான தமிழர்களையும் தன் சிறகுகளுக்குள் அடைத்து பாதுகாத்து வந்த மருதங்காவடிக்கு அன்று இரவும் சோதனை மிக்க ஓர் இரவு. அந்தச் சோதனைக்குள் ஒரு சோதனையாக எங்களை ஏற்றுக்கொண்டாயே ராசி, அதுவே எனக்கு ஒரு சோதனை ஆயிற்று அன்றிரவு.

பள்ளிவாசல்களிலிருந்து இரவின் நிசப்தத்தின் ஊடாக ஒலிபெருக்கிகள் அழுத்தமாகச் சொல்லிக்கொண்டிருந்தன. வீடு வீடாக தொண்டர்களின் சோதனை நடந்தது. எந்த வீடாவது எந்த ஒரு தமிழரையாவது பாதுகாத்து முழுக் கிராமத்துக்கும் படையினரின் அவநம்பிக்கையை சம்பாதித்துவிடக் கூடாதே என்ற ஆதங்கம். கட்டுப்பாடு உள்ள ஒரு கிராமம் வேறு எப்படி இருக்கும். கிராமத்தின் கட்டுப்பாடு குலைய நானும் ஒரு காரணமாகி விட்டேனே என்ற மன அவஸ்த்தை எனக்கும்.

சாப்பிட்ட உடனேயே விளக்கை அணைத்துவிட்டு படுக்கச் சொன்னாய். நீயும் படுத்திருப்பாய் என்றுதான் நான் நினைத்தேன். எனினும் மறைப்பின் சிறு நீக்கலுக்குள் நீ இன்னொருவருடன் உனது கேற்றடியில் காவல் நிற்பதைக் கண்டேன்.

பரசுராமனின் கதை நினைவுக்கு வந்தது. நான் உனக்கு ஒரு பரசுராமன் ஆகிவிட்டேன். வண்டு துளைக்கத் துளைக்க நீ என் சயனத்துக்கு ஊறு விளையாமல் பார்த்துக் கொண்டாயே, கர்ணனின் கதைவெறும் கற்பனை என்று எப்படி சொல்லமுடியும்? கர்ணனின் தலையைத் துளைத்த ராட்சத வண்டிலும் கொடிய வண்டு உன் தலையை துளைத்துக் கொண்டிருந்தது. உன் மூளையையும் மனதையும் குடைத்தெடுத்த வண்டு! வண்டுகள், வண்டுகள், அன்றிரவு முழுவதும் வண்டுகள் வந்து போய்கொண்டே இருந்தன.

விடிந்ததும் விடியாததுமாக நான் என் மரியாயியையும் சின்னப் பாலனையும் மீண்டும் பாண்டவர்புரத்தில் கொண்டு போய் விட்டு விட்டு வந்தேன். தாயும் பிள்ளையும் தப்பிக் கொள்வார்கள். சகோதரிகளின் குடும்பத்தாருடன் என்று ஒரு அசட்டு நம்பிக்கை. பாதுகாக்கப்பட வேண்டியவர்கள் மீசை முளைத்த என் மூன்று காளைகளும்தான் என்பது எனக்கு தெளிவானது. மரியாளையும் பாலகனையும் ஒரே சைக்கிளில் கொண்டு போய்விட்டு வந்த பின் நானும் என் காளைகளும் எப்படியும் தப்பிச் செல்ல வேணும் என்று புறப்பட்டோம். உன் கேற்றைவிட்டுக் கடக்கும் போதுதான் வெளியே போன நீ ஓடி வந்தாய்.

“சேர், எங்கும் ரவுண்ட் அப், மருதங்காவெளி முழுவதும். கொஞ்சம் பொறுங்க பார்த்துப் போகலாம். . .”

“கடற்கரையால் போகலாமே. . .”

“எந்தப் பக்கமாகப் போகலாம் என்பதைப் பார்த்துக் கொண்டு வருகிறேன், கொஞ்சம் பொறுங்க. . . உள்ளே போங்க, நீங்கள் பாண்டவர்புரப் பக்கம் அவவையும் தம்பியையும் கொண்டுவிடப் போனதைக் காட்டிலும் கல்லிடையாற்றங்கரைப் பக்கம் போய் இருக்கலாம். . .”

அகப்பட்டுக் கொண்டோம் என்பது தெரிந்தது. எனினும் வெளியேறியே ஆக வேண்டும் என்ற உறுதி மேலோங்கியது.

பொறுத்திருக்க முடியாத கணங்கள் ஊர்ந்துகொண்டிருந்தன. போன நீ எளிதில் வருவதாய் இல்லை. எல்லாப் பக்கமும் ஓடிப் பார்க்கிறாய் என நினைத்துக் கொண்டேன்.

காலை உணவு பரிமாறப்பட்டது. மணி ஒன்பதுக்கு மேலாகி விட்டது. ஒன்பதரை போல்தான் வந்து சேர்ந்தாய். நான் நினைத்ததுபோல் மிகவும் சிரமப்பட்டு உள் வழிகளைப் பார்த்து வந்திருந்தாய். கடற்கரைப் பாதையில் காவல் போட்டிருப்பதாகச் சொன்னாய். நாங்கள் தப்புவதற்கு இரண்டு மார்க்கங்கள்தான் உள்ளது என்றாய். ஒன்று பாண்டவர்புரத்தில் சுற்றிவளைப்பு இல்லாததால் பாண்டவர்புரத்துக்கே திரும்பப் போவதுதான் உத்தமம் என்றாய். அதற்கு உட்கடப்புகள் ஊடாகவே புகுந்து புறப்பட்டுப் போய் விடலாம் என்றும், நீங்கள் இரண்டு மூன்று பேர் எங்களுடன் வந்து உதவுவதாகவும் கூறினாய்.

மீண்டும் பாண்டவர்புரத்துக்குப் போவது எனக்கு ஒரு மாதிரியாக இருந்தது. திரும்பவும் அதே பொறிக்குள் மாட்டுப்படுவதா, திரும்பவும் இது போல தப்பிப்போகத் தானே வேண்டிவரும்? உன் மற்ற வழியைக் கேட்டேன்.

வெள்ளிக்கிழமைத் தொழுகைக்காக இராணுவத்தினர் சுற்றி வளைப்பை பகல் பன்னிரண்டு மணிக்கு நிறுத்துவதாகச் சொல்லி இருப்பதாகவும் அந்த இடைவெளியில் மருதங்காவையைக் கடந்து நீலன்பிட்டிக்கு போய் விடலாம் என்றும், நீலன்பிட்டியிலோ கல்லிடையாற்றங்கரையிலோ சுற்றி வளைப்புகள் இல்லை என்றும் சொன்னாய்.

எனக்கு அது பரவாய் இல்லைப் போல் தோன்றியது.

“தொழுகைக்காக விடப்படும் இடைவெளியை பயன்படுத்தி வெளியேறுவதெனில் எந்தப் பாதை சாத்தியமானதாக இருக்கும்?”

“நான் அதையும் பார்த்துக் கொண்டுதான் வந்திருக்கிறேன். சுற்றிவளைப்பு மெயின் றோட்டையும் அதற்கு இரண்டு பக்கமும் சமாந்தராக உள்ள இரண்டு வீதிகளையும் பிடித்ததாகத்தான் நடக்கிறது. குளத்துப் பக்கம் கூடிய செக்கிங் நடக்கிறதாம். மெயின் ரோட்டை தங்கள் கட்டுப்பாட்டுக்குள் கொண்டு வருவதுதான் அவர்களுடைய இப்போதைய தேவையாய் இருக்கிறது போலத் தெரிகிறது. . . நீங்கள் நீலன்பிட்டிக்கு நுழைவதாய் இருந்தால் நீலன்பிட்டியின் கிழக்குவெளிகளுக்குள் போய் வெட்டவெளியில்

வெளியேற்றம்

அலைந்து திரியக் கூடாது. சைக்கிள் கொண்டு போகிறீர்கள், சைக்கிள்களை மணல் வெளியில் தள்ளிக் கொண்டிருக்கவும் முடியாது. நீலன்பிட்டியின் கடைசி ஒழுங்கைக்குள் நேரே போய், கிராமசபை வீதியை ஒரு எட்டுக் கடந்தால் நீலன்பிட்டி ஒழுங்கைக்குள் அணையக் கூடியதாக இருக்கவேணும். அந்த வகையில் ஹாஜியார் வீதிதான் பொருத்தமானது. ஹாஜியார் வீதியில் தான் உங்கள் நண்பர் சலிம் இருக்கிறார்.

சலிமினது பெயரைக் கேட்ட மாத்திரத்திலேயே என் எல்லாப் பயமும் போய்விட்டது. ஆனால் அந்த ஹாஜியார் வீதியை ராசியாவின் வீட்டிலிருந்து பாதுகாப்பாக எப்படிச் சென்றடைவது?

“ஹாஜியார் வீதிக்கு இங்கிருந்து எப்படிப் போவது?”

“நான் அந்த றோட்டுத் தொடங்குகிற சந்தி மட்டும் கொண்டு விடுகிறேன். நானும் தொழுகைக்குப் போக வேணும். ஏதும் பிசகென்றால் அவ்விடத்தில் தானே நண்பரின் வீடும், நீங்கள் மெல்லப் புகுந்து கொள்ளலாம்.”

நான் தயாராகத் தொடங்கினேன்.

“தம்பி ரிஷான், சௌஜா வெளிக்கிடுங்க. . .”

“பொறுங்க சேர் பொறுங்க, இப்போதுதான் பத்தரையாகிறது. பன்னிரண்டு மணிக்குத்தான் தொழுகைக்கான இடைவேளை விடுவார்கள். பன்னிரண்டு மணிக்குத்தான் புறப்படவேணும். அதற்கிடையில் நீங்கள் மத்தியானச் சாப்பாட்டையும் சாப்பிட்டுப் போகலாம்... தம்பி பொறுங்க, சாப்பிட்டுப் புறப்படலாம்... புள்ளேய், கெதி பண்ணுங்க. . .”

இப்படிச் சொல்லித்தான் நீ எங்களை ஆற்றுப்படுத்தினாய் ராசி. சுற்றி வளைப்பு ஒருபுறம் நடந்து கொண்டிருக்கும் போதே நீ நிதானமாக எங்கள் பாதுகாப்புக்குரிய சிந்தனையில் ஈடுபட்டிருந்தது எனக்கு ஆச்சரியமாக இருந்தது. நண்பர்கள் உள்ள பாதையை நீ தெரிவு செய்த புத்தி நுட்பத்தையும் நான் வெகுவாக மெச்சினேன்.

சலிம், உன் புன்னகையின் வசீகரம் இன்னும் என்னை ஆட்கொள்கிறது. புகழ்பெற்ற உன் வாப்பாவைப் போலவே உனக்கும் குறுந்தாடி. அவருடைய குறுந்தாடி, நரைகலந்த பழுப்பிலிருந்து முழுதும் நரையாகி வெண்மையாக மாறிவிட்டபோது உன் குறுந்தாடி என்றென்றும் இளமை மாறாத கருந்தாடியாக இன்னும் என்னை கவர்கிறது. நீ புன்னகைக்கும்போது தெரிகின்ற முத்துக்கள் உனக்கு யார் கொடுத்த செல்வங்கள்? — வாப்பாவா, உம்மாவா? நீ சிரிக்கும்போது உன் கன்னத்தில் ஏற்படும் கன்னக்குழிவு யார் வழங்கியது? வாப்பாவா, உம்மாவா? வாப்பாவின் நரை கலந்த தாடி கன்னக்குழிவை மறைக்கக் கூடுமெனினும் உம்மாவுக்குக் கூட அது இருக்கலாம் என்பதுதான் என்னுடைய கற்பனை. இப்படித்தானே நாம் பேசிப் பேசி எத்தனையோ பொழுதுகளைக் கழித்தோம்!

நீங்கள் எத்தனையோ கதைகளின் நாயகனாக இருக்கலாம். ஆனால் என் கதையின் பாத்திரம் ஆவீர் என்று எதிர்பார்த்திருக்க

வெளியேற்றம்

மாட்டீர்கள். ஏனென்றால் அந்த வெள்ளிக்கிழமை அதிர்வுகள் உங்களுக்கு ஓரிரு வினாடிகளுக்குள் நடந்து முடிந்துவிட்ட ஒரு நிகழ்வு. எனக்கோ ஓராயிரம் வருடங்கள் கடந்தாலும் சூடு தணிய முடியாத நெருப்பாற்றின் தீச்சுவாலை அது.

நெருப்பாறுதான் அது. நிறை மதியம். அனல் பறந்து கொண்டிருந்தது. சலிம், ராசி உன் வாப்பா கடை வைத்திருக்கும் சந்தி வரையும் எங்களுடன் வந்தான்.

"நேருக்குப் போங்க சேர். சலிமின் வீடும் உமரின் வீடும் அந்தா பள்ளிக்கூடத்துக்கு எதிர்த்தாப்போல இருக்கு, உங்களுக்கு தெரியுந்தானே. . . நாம எதிர்பார்த்தது போல தொழுகை நேரத்திலையும் சுற்றி வளைப்பை தணிக்கிறதாப் போல இல்லை. என்றாலும் இந்தப் பாதைக்கு இன்னும் அவர்கள் வரல்ல. ஏதும் என்றால் சலிம், உமர் வீட்டுக்குள் புகுந்து கொள்ளலாம். நீங்க போங்க சேர், நான் இவ்விடத்த நின்று பார்த்துக் கொள்றன். . ."

இப்படித்தான் ராசி சொல்லி என்னை வழி அனுப்பினான் சலிம்... கடைசிவரையும் அவன் நின்று உங்களையும் அவன் கவனித்துக் கொண்டானோ தெரியவில்லை. கடைசியில் நீங்கள் தொழுகையின் போதாவது சந்தித்து இருப்பீர்கள் அல்லவா? நான் அதன் பிறகு மூச்சுக்கூட விடவில்லை. இப்போதுதான் உங்களுடன் பேசுகிறேன் இதயத்தால்.

நெருப்பாறு என்று சொன்னேன். நெருப்பாறுதான் அது. சுட்டெரிக்கும் வெயில். நீண்டு கிடந்த பாதை. பற்பல இடங்களில் தகர்ந்து அனேகமாக ஒரு மணல் ஒழுங்கை போலவே தெரிந்தது. மணலின் கொதிப்பு கண்களுக்குள் புகுந்தது. கானல்நீர் அருவிகள் இடையிடையே பளபளத்தன. பாதையின் இரு ஓரங்களிலும் தரிப்பதற்கு நிழல் மரங்கள் இல்லை. மதில்கள் இன்னும் வராத புதிய ஒழுங்கைதான் அது. காய்ந்துபோன கிளிசரியாக் கம்புகள் பதிந்த வேலிகள் இருபக்கமும். உவர்க்காற்றில் தழை கருகிப்போன கிளிசரியாக்கள். நிழல் இல்லாத இந்த வேலிகள் ஓரமாக நிறையப் பெண்கள் நின்றார்கள் முக்காடுகளுடன். பிள்ளைகளின் கூக்குரல்களுடனும் பெண்களின் புதினம் பார்க்கும் பேச்சுகளுடனும் எங்கும் சப்தம் நிரம்பி இருந்தது. மசூதிகளின் ஒலி பெருக்கிகளும் முழங்கிக்கொண்டிருந்தன. இந்தக் கதம்பத்தில் எங்களுக்கு சில வினாடிகள் திசையே மறந்து போயிற்று நிதானிக்க சில நிமிடங்கள் எடுத்தன.

உங்கள் பாதையின் இருமருங்கும் உவர்க் காற்றில் இற்றுப்போன கிளிசரியா வேலிகளுக்கிடையில் அத்தனை பெருந்திரளான பெண்களும் பிள்ளைகளும் புதினம் பாத்தது அடுத்த தெருவில் நடந்து கொண்டிருந்த சுற்றி வளைப்பைத்தான். அந்த அளவுக்கு வேலிகள் மறைப்பற்று இருந்தன. அது புதிதாய் குடிறயேறிய வெம்புக் கொலனிப் பகுதி. படையினர் வீடு வீடாய் செல்வதைக் கண்டதும் எங்கள் நெஞ்சு பகீர் என்றது. அடுத்த வீதிக்கும் இந்த வீதிக்கும் இடையே உள்ள குறுக்கொழுங்கைகளிலும் படையினர் தெரிந்தனர். இந்த வீதிக்கும் படையினர் வந்துவிடக்

வெளியேற்றம்

கூடிய அபாயம் இருந்தது. எதிரே கிராம சபை வீதியிலிருந்தும் படையினர் பேரணியாக வரப் போகின்றனர் என்ற பேச்சும் அடிபட்டது. நாங்கள் மாட்டுப்பட்டுக் கொண்டோம்.

சலிம் எனக்கு உடனே உன் நினைவுவந்தது. உமரின் நினைவும் வந்தது. உன்னை நம்பித்தானே நாங்கள் இந்தத் தெருவில் வந்தோம். நீங்கள் எப்படி எங்களுக்கு உதவ முடியும்? எங்களை உள்ளறையில் பூட்டி வைத்தல்ல. எங்களுக்காய் படையினரிடம் பரிந்து பேசி அல்ல. சனத்தோடு சனமாய் உள் வேலி ஒன்றுக்குள் ஒதுங்கிக் கொள்ள எங்களுக்கு ஒரு இடம் வேணும். சமயம் வாய்த்தால் 'நம்மட ஆக்கள் தான்' என்று பட்டும் படாமலும் சொல்லிக்கொள்ள ஒரு ஆளும் வேணும். அதன் பிறகு நடப்பது விதி வசம். அந்த மனநிலை எனக்கு மின்னல் வாக்கில் ஏற்பட்டது. எங்கே உங்கள் இடம் என சுற்றுமுற்றும் திரும்பினேன். நான் திரும்பவும், சலிம் நீ வெளிவரவும் சரியாக இருந்தது.

உன்னை நான் பார்த்தேன்.

என்னை நீ பார்த்தாய்.

உன் அந்தரம் எனக்குப் புரிந்தது. எனினும் எனக்கு வேறு வழியில்லை. என்னையும் என் பிள்ளைகளையும் உன் கேற்றுக்குள் திணித்துக் கொள்ளவே விரும்பினேன்.

"என்ன செய்யுற சதீ சிக்கலான நேரம். பள்ளிவாசல் மைக்கில சொல்றது கேட்குதுதானே. . ."

"கொஞ்சம் இந்தக் கேற்றுக்குள்ள ஒதுங்கிற்றுப் போறோமே..."

"இன்றைக்கு வெள்ளிக்கிழமை. ஜும்மாத் தொழுகை. . . நான் தொழுகைக்கு போக வேணுமே. . ."

"உங்கள் உவைஃ இருப்பாங்கதானே?" என்ற வார்த்தைகள் நா நுனிவரை வந்தது. எனினும்அடக்கிக் கொண்டேன். கலாச்சாரம் ஒன்று இருக்கிறதல்லவா?

உன்னைக் கடந்துபோகையில் உமர் வந்தார். நிலைமையைப் புரிந்து கொண்டார்.

"தெரியுந்தானே சதீ. . ." சமிக்கையினாலேயே சமாளித்துக் கொண்டு நழுவிவிட்டார்.

நெருப்பாறு ஓடிக்கொண்டிருந்தது. — உள்ளும் வெளியும். நான் தீச்சுவாலையில் நின்றேன். என் பிள்ளைகளைக் காப்பாற்ற வேணுமே, என்ன செய்வேன்?

"அப்பா வாறது வரட்டும், நான் போகிறேன்..." ரிஷான் நெஞ்சை நிமிர்த்திக் கொண்டு சைக்கிளை மணலுக்குள் தள்ளினான்.

"ஓம் அப்பா போவோம், வாறது வரட்டும். . ." சௌஜாவும் கௌசியும் ஒரே குரலில் சொன்னார்கள்.

வெளியேற்றம்

அவ்வளவுதான், எனக்கும் ஒரு வேகம் வந்தது. சைக்கிளை மணலில் தள்ளிக்கொண்டே நெருப்பாற்றைக் கடக்கத் தொடங்கினோம். எந்த நேரத்திலும் ஒரு குண்டு என்ன பல குண்டுகள் எங்களைத் தாக்கலாம். எல்லாக் குண்டுகளையும் ஏற்கத் தயார் என நெஞ்சு நிமிர்த்திக்கொண்டே அந்த நெருப்பாற்றை நீந்தி கிராமசபை வீதியில் எட்டிப் பாய்ந்து, நீலன்பிட்டி ஒழுங்கைக்குள் தாவி, முந்திரி அடவிக்குள் புகுந்து திரும்பிப் பார்த்தோம், வந்த ஒழுங்கை முழுவதும் வெயிலில் தகதகக்கும் துப்பாக்கிகளும், தலைக் கவசங்களும் ராணுவச் சீருடைகளும்!

வெளியேற்றம்

பிரமாண்டம் நோக்கி...

முகம் தெரியாப் பொழுதாகியும் விட்டது. வெத்திலைப் பாத்திகளின் கொடிகளை தூர்ந்த இருள் முற்றாகவே மறைத்துவிட்டது. பொட்டல் காட்டின் பற்றைகள் கருமுண்டங்களாகத் தெரிந்தன. காலுக்குள் சவங்கிய வெம்பு மணலும் கால்களை நெரிக்கத் தொடங்கின. கடைசிச் செய்திக்காக அந்த இருட்கூட்டம் காத்திருந்தது.

தூரத்தில் ஒரு கரிய உருவம் தெரிவது போலிருந்தது. நடையின் விலகல் இருளில் தடித்தது. செய்தி கொண்டுவரப் போன சிறுவன்தான் அது. இருட்டுக்குள் அவன் மூச்சு கொல்லனின் விட்டொலிக்கும் தூரத்தில் காதடிக்கு கொணர்ந்தது.

ஆவலான குரல்கள்.

"என்ன போயிற்றானுகளா?"

"இன்னும் இல்ல."

எவ்வளவு நேரமாய் நடக்குது இந்த இழவு? மாலை படக்குள்ள வந்தவனுகளாம். இப்ப ஒம்பது ஒம்பதரையாயித்து. இன்னும் போறானுகளில்லையே.

பெருமூச்சுகள் தாள் இருளை உருவின.

“தண்ணி விடாய்க்குது. எப்படி அசையுறது? எங்க போறது? அசையுற பத்தைகளிலெல்லாம் ஒவ்வொரு துவக்கு தெரியுது...”

சின்னப்பொடியனின் சன்னமான குரல்

“கொஞ்சத் தூரத்தில பெரிய மரங்களுக்கிடையில் ஒரு ஊடு இருக்கு. அங்க போய் கேட்டால் தண்ணி தருவாங்க. . . அங்கயும் கனக்கபேர் இருக்காங்க. . .”

எனக்குத் தாகமாய் இருந்தது. பக்கத்தில் என்னை அழுத்தியது போல இருந்த ரிஷானிடமும் சௌஜாவிடமும் கேட்டேன், அவர்களுக்கும் தாகமாய் இருந்தது.

ஊர்ந்தூர்ந்து தடவித் தடவித்தான் போக வேண்டியிருந்தது. இரவு போகப்போக சருகுகள் சரசரக்கத் தொடங்கின. “ஸ்ஸ்... ஸ்ஸ்... என்ற ஸ்வரங்கள் தரிக்கச் செய்தன. சமிக்கை விளங்கிற்று...” சருகுகள் சரசரக்கப் போக வேண்டாம். சருகுகளுக்கு மேல் பாதங்களைத் தூக்கி தூக்கி வைத்த மெல்லிய தொம்தொம்கள். பிறகும் சில ஸ்ஸ்ஸ்ஸ¬க்கள். வெள்ளைச்சாரன் கட்டியவர்கள் உரிந்து கொண்டார்கள். வெள்ளைச் சேர்ட் அணிந்தவர்கள் கழற்றி கமுக்கட்டுக்குள் வைத்துக் கொண்டார்கள். மரத்துக்கு மரம் ஒட்டி... பெரிய மரங்கள். காஞ்சிரை மரங்கள்... கால்களுக்குக் கீழ் நசிபட்டு உடைந்த காஞ்சிரம் பழங்கள். . .

மின்னும் மண்ணெண்ணெய் குப்பி விளக்கு. சுற்றிலும் பற்றைகள். பெரிய கொடிகள் அடர்ந்து பின்னிய பற்றைகள்... மின்மினியாய் மின்னுகிற விளக்கு வெளிச்சம் மட்டும்தான். இருட்டுக்குள்ளேயே நின்று சாரன் உடுத்து சேட்டுப் போட எத்தனங்கள். சிலர் இன்னும் சேர்ட்டை கைக்குள் பொத்தியபடி... ஒவ்வொருவராய் காட்டு வேலி போட்ட அந்த குடிலின் வளவுக்குள்...

குடில் என்றால் சிறிய குடில் அல்ல. ஒட்டு விறாந்தை, குசினி, உள் மண்டபம். இரண்டு அறைகள்... ஒட்டு விறாந்தையிலேயே சிலர் இருந்தார்கள். மற்றவர்கள் உள் மண்டபத்துள் அழைக்கப்பட்டனர்.

“வாருங்கள், வாருங்கள், எல்லாருக்கும் உள்ளதுதான் எங்களுக்கும். வந்தால் பாதுகாப்பு என்றில்லை, அடுத்த இரண்டு தோட்டத்துக்கு அங்காலதான் கோயில், அவனுகள் எந்த நேரத்திலும் இங்கேயும் வரலாம்... உயிரைக் கையில பிடித்துக் கொண்டுதான் நாங்களும் இருக்கிறம். . .”

அந்த வீட்டுக்காரனது உணர்வு ஒரு உன்னத நிலையில் இருந்ததாக நான் நினைத்தேன். எல்லோரும் இப்படி தங்களையே ஆபத்துக்குள்ளாக்கிக் கொண்டு இருக்கப் போவதில்லை. . .

தண்ணீர் தாராளமாகக் கிடைத்தது.

பிரமாண்டம் நோக்கி...

ரிஷானையும் செளஜாவையும் பார்த்தேன். அவர்கள் ஏற்கனவே சாய்ந்து கிடந்தார்கள், பாவம் பிள்ளைகள், கிழக்கு வெழுக்க முதலே எழுந்து நடக்கத் தொடங்கியவர்கள்

O.

......கிடுகு கூடக் கிடைக்கவில்லை. எப்படியோ எடுத்த நாலைந்து முருக்கம் `கம்புகள். உடுப்புப் பைகளுக்குள் சுவர்ணாவின் சேலைகள்தான் இருந்தன. விலை உயர்ந்த சேலைகள். மானத்தை மறைப்பதற்குத் தானே என்றாலும் நான் விரும்பவில்லை. வேறு ஏதாவது ஒரு வழியில் ஒரு மறைப்பிடத்தை தேடிக்கொள்ள முடியாதா? அவளாகவே சேலைகளை, நட்ட கம்புகளைத் தொடுத்துச் சுற்றினாள். வானந்தான் கூரை. மழை ஒழுக்கிற்கு ஏதேதோ செய்து பார்த்தோம். காற்சட்டைகளை அணிந்து கொண்டு சாரன்களை கூரையாக்கினோம். ஒரு பயனும் இல்லை. நனைந்து நனைந்துதான் பல இரவுகளில் தூக்கம். தூக்கம் ஏது — எப்படியோ கிழக்கு வெழுக்க முதல் புறப்பட்டு விடவேண்டுமே என்ற பீதி. . .

சுவர்ணாதான் முந்திக்கொண்டு எழுப்புவாள். சிணுங்கிக் கொண்டு அலுப்போடும் வெறுப்போடும் எழுவானுகள் பிள்ளைகள். மீசை முளைத்த பிள்ளைகள். கட்டுமட்டான தேகம். காணப் பொறுக்குமா கழுகுகளுக்கு? கண்ணாப் பற்றைகளுக்குள் எத்தனை வைர மேனிகளை இந்தக் கழுகுகள் பதம் பார்த்தன! ரயரில் பொசுங்கும் மணம் இன்னும் கூட மூக்கு நுனியில். அந்தப் பயந்தான் அவளுக்கும் எனக்கும், அவளைவும் என்னையும் போன்ற இன்னும் பலருக்கும். ஒவ்வொருவரும் ஏதேதோ ஒருவகையில் இந்தக் கழுகுகளின் கண்களிலிருந்து பிள்ளைகளைக் காப்பாற்ற, ஏதோ ஒரு தந்திரம், யுக்தி, ஒளிப்பு மறைப்பு. . .

ஆனாலும் பிள்ளைகள் மீசை முளைத்தவர்கள். மானம் ரோசம் உள்ளவர்கள். அறமிஞ்சிப் போனா 'ஆறிலும் சாவு நூறிலும் சாவு' என்று துணிபவர்கள். அந்தத் துணிவு எனக்கும் உண்டுதான். வருகிற சமயம் அதுவரும், அதுவரையில் இந்தக் குட்டிகளைக் காவித் திரிகின்ற தாய் பூனையாக. . .

தன் குழந்தைகளைக் காப்பாற்ற அவள் என்னைத்தான் நம்பியிருந்தாள். . . சாமத்தில் எழுந்து கோப்பி வைத்து எழுப்புவாள். நான் முகத்தை அலம்பி துடைத்தபடியே எங்களுடையதைப் போன்ற வானம் பார்த்த சேலைக் கூடாரங்களைச் சுற்றி வளைத்துக் கொண்டு போனால் தேவாலயத்தைச் சுற்றி தீச் சுவாலைகள் தெரியும். ஒவ்வொன்றும் ஒவ்வொரு அடுப்பும் அப்பச் சட்டியும். அதேயே சாப்பிட்டு அதேயே மதியத்துக்கும் பார்சல் கட்டிக்கொண்டு புறப்படுவோம். அவள் தேவாலய அகதி முகாமின் எல்லைவரை வருவாள். இருள் விலகாத அந்த அதிகாலைப் பொழுதில் இருளுக்குள்ளாகவே பயணம் சொல்லிக் கையசைப்போம். எவ்வளவு நேரத்திற்கு அவள் அந்த இருளுக்குள் நின்றுவிட்டுப்போய் இருப்பாளோ!

குகை போன்ற பற்றைக் கூடாரங்களைக் கடந்து வந்தால் வெட்டவெளி — கடற்கரை வெளி. காற்று முகத்தில் அடித்தது போல் செல்லும். காலுக்குள் சிலிப்பர் புதையும் மணல். . .

கடலின் கரையோரமான நடை. நண்டுக்குப் பொந்திருக்கும். எங்களுக்கு இருந்தது அலைவாய்தான். எந்த நேரத்திலும் ஒரு ராணுவ ட்ரக்கை எதிர்பார்த்தபடி, எந்த நேரத்திலும் ஓடிவரும் ஒரு ராணுவக் கூட்டத்தை எதிர்பார்த்தபடி. . . ஏதாவது என்றால் கால்கள் கரையின் விளிம்பு மணலில் புதையும். ஒரே இறக்கம். முதுகு குனிய அலைகளுள் தாவல். அலைகளுக்கப்பால் எந்த வழியும் இல்லை. அலைமடியுள் சற்றுக் கிடக்கலாம். அதற்குள் ஒரு சன்னம் பாய்ந்து கடல் நீர் சிவப்பானால் அதற்கப்பால் கடலுக்குள் மூழ்கத் திராணி இல்லை. ஆயினும் அந்த அலைவாயில் ஒதுங்கி ஒதுங்கி, குனிந்து குனிந்து மடிந்து தவழ்ந்தபடி. . .

கண்கள் கரையின் விளிம்பில் முளைக்கும். நெற்றியினை கரையின் விளிம்போரமாய் சற்று உயர்த்தினால் வெயில் படரும் கடல்வெளி, கண்ணுக் கெட்டிய தூரம் வரை— காயான் பற்றைகளும் பொட்டல் காடுகளும் எல்லையில்.

வெயில் ஏற ஏற நடை தளரும் அலைவாய் கரையின் ஈரத் தடிப்பு சற்று இலகு. வானம் முகிலற்று நீலமாய் தெரியும். மெல்ல மெல்ல அந்தக் காடுகள் வரும், சவுக்கு மரக் காடுகள். உச்சியில் ஏறிய கண் மெல்ல இறங்கும். அரைமட்டில் தரிக்கும். அதற்கும் கீழ் தெரிய கரையின் விளிம்போடு கண் முட்டும்.

சவுக்கு மரக் காடு ஒரு மைலுக்குமேல். சவுக்கு மரக் காடு முடிய யூக்கலிப்ரஸ் காடு வரும். மீண்டும் கண் உச்சிக்கு ஏறும். காற்றில் உலையும் துணிகளில் கண்கள் மயங்கும். கரையேறி முழுவதையும் அள்ளி விழுங்கும் நீண்ட பார்வை. மீண்டும் நண்டுகள் வளைக்குள். யூக்கலிப்ரஸ் மரக் காடுகள் மறைய ரொம்ப நேரம் எடுக்கும். சூரியன் உச்சிக்கு வந்துவிடும். பசி வயிற்றைக் கிள்ளும். யூக்கலிப்ரஸ் காடு கழித்தால் இரண்டு மூன்று தென்னைமரச் சோலை. அலைவாயை விட்டுக் கரையில் தாவி சுடு மணலில் கால் புதைய சிலிப்பரையும் தூக்கிக்கொண்டு ஒரே ஓட்டம் தென்னைமரச் சோலையுள்.

எந்த புற்றிலும் பாம்பு இருக்கும். தென்னை மரச் சோலையிலும் அதிகம் இல்லை. சற்றுக் களைப்பு தீரும் வரையில்தான் அங்கு தங்கல். பகல் வேளை முழுவதையும் நடந்து தொலைக்க வேணும். மாலை படும் போது காடுகளில் மறைய வேணும். விளக்கு வைத்த பிறகுதான் அகதி முகாமிற்கு திரும்ப வேணும். அதற்குப் பிறகு சுற்றிவளைப்பு இருக்கப் போவதில்லை. இந்த அனுமானத்துக்குத்தான் இன்று அபாயம். விடிய முதலே பிரிந்து போகின்றவர்களை வலையில் போடத்தான் இரவிரவான இன்றைய சுற்றி வளைப்பு. . .

○

எங்கோ போன மனம் திடுப்பென இங்கே வந்திருக்கிறது. உள்ளறையில் சீட்டாட்டம் தொடர்ந்து நடந்து கொண்டிருக்கிறது.

பிரமாண்டம் நோக்கி...

பொலிஸ் நிலையத்தில் கண்ட முகத்தை திரும்பத் திரும்பப் பார்த்தேன். இன்னுமொரு முகமும் பொலிஸ் நிலையத்தில் கண்ட முகமாகவே தெரிந்தது. அவர்கள் பொலிஸ்காரர்கள் என்ற ஞானோதயம் எனக்கு மெல்ல மெல்லத்தான் உண்டானது. அந்த ஆறேழு பேருமே பொலிஸ்காரர்கள்தானோ, அவர்கள் இங்கு ஏன் இப்படி 'சிவிலில்' இருக்கிறார்கள்? இதையெல்லாம் யாரிடம் கேட்டுத் தெரிந்து கொள்வது? வீட்டுக்காரனிடம் கேட்டுத் தெரிந்து கொள்ளலாமா? நாம் அதைக் கேட்கப் போய் நமக்கே ஆபத்தாய் அது வந்துவிடவும் கூடும். எனக்கு பலவிதமான ஐயப்பாடுகள் எழுந்தன.

குழப்பத்துக்கு முந்திய நாள் எனக்கு நினைவுக்கு வந்தது. பொலிஸ் நிலையங்கள் முற்றுகையிடப்பட்ட சமயம். பொலிஸ்காரர்கள் தலை மறைவானார்கள். கடற்கரைப் பயணத்தின் தென்னஞ்சோலையில் கூட இரண்டு பொலிஸ்காரர்களை கண்ட ஞாபகம், ஒரு உரையாடலைக் கூட கேட்ட ஞாபகம்.

"என்ன சிங்கி உங்களுக்கெல்லாம் இப்போ கட்டாய லீவுபோல?"

"ஆமி திரியக்குள்ள நமக்கு என்ன வேலை? சிவில்ல போய் சந்தேகமான ஆக்கள்ர தகவல்களைக் கொண்டுவரச் சொல்றாங்க. உரலுக்கு ஒரு பக்கம் அடி, தவிலுக்கு ரெண்டு பக்கமும் அடி. . ."

தென்னஞ் சோலையில் இந்த உரையாடலைக் கேட்ட மறுகணமே நாங்கள் தென்னஞ் சோலையை விட்டுப் புறப்பட்டோம். மின்னும் அலைவாய் கரைக்குள். எட்டி எட்டிப் பார்த்துக் கொண்டே செய்த பயணம். கல்லிடையாற்றங்கரையை கடப்பதுதான் பெருந் திகில். கற்கட்டு எனப்படும் பாலத்தடி நேராகத் தெரியும். ராணுவ ஜீப்புகள் இடை விடாது ஓடித் திரிவதும் தெரியும். தொலை நோக்கு கண்ணாடிகளுடன் ஓடை நிழலில் நிற்கின்ற சிப்பாய்களும் தெரியும். மகா ஆபத்து. இத்தனைக்கிடையிலும் ஏன் கல்லிடையாற்றம் கரைக்குப் போகிறோம். கல்லிடையாற்றங்கரையில் ஒரு அம்மம்மா. சோறு கிடைக்கும். நேரமும் கணக்காகப் போகும்.

அன்று மதியம். போன களைப்புத் தீரவில்லை. சோபன் சொன்னான்—

"ஆமிரோந்து வாரானுகள். . . ரோட்டிலிருந்த ஒவ்வொரு பக்கமும் நாலு நாலு வளவைப் பிடித்து பெரிய படையாய் வாறானுகளாம். . ."

"நாலு வளவைப் பிடித்தென்றால் இந்த ஓடக்கரையெல்லாம் பரவிக் கொண்டு வருவானுகளே?"

"அப்படித்தான் நான் நினைக்கிறேன்" ஒளிக்கிறதுக்கு இடம் இல்லாமல் புள்டோசரால் அடித்துக்கொண்டு வாறானுகள் போல கிடக்கு. அகப்பட்டதை சுருட்டிக்கொண்டு விடுவானுகள். நானும்

எங்காவது ஒரு அகதி முகாமுக்கு போனால்தான் தப்ப முடியும் போல் தெரிகிறது. . .”

“அகதி முகாமில் இருந்துதானே நாங்க வாறம். . .”

“அப்படியென்றால் ஏழெட்டுவளவுக்கு தள்ளித்தான் போகவேணும். . .”

“அப்படியென்றால் கடலுக்குள்ளதான் போகவேணும். . .”

“அப்படித்தான் செய்யுங்க. . .”

சோபன் ஓடிப்போனான். நடந்த களை தீரமுதலே ஓடுவதற்கு என் பிள்ளைகள் தயாரில்லை. வந்தால் வரட்டும் என்ற மனோபாவம். எப்படியோ அவர்களைச் சரிக்கட்டிக் கொண்டு மீண்டும் அலைவாய் கரைக்குள் தஞ்சம். நான் அலைவாய் கரையினூடாகவும் ஓடுவதற்கு தயார். அவர்களுக்குள் எதிர்ப்புணர்வு. எந்நேரமும் பயந்து ஓடிக் கொண்டிருக்க அவர்கள் தயார் இல்லை. மடித்து கட்டிய சாரன்களுடன் நனைய நனைய திமித்துப் போனவர்கள் போல அடிமேல் அடிவைத்து நடந்தார்கள். திடீரென கடகடத்தது துப்பாக்கி வேட்டுகள்.

கடலலைக்குள் விழுந்து பதுங்கினோம். எவ்வளவு நேரம் என்று தெரியவில்லை. அப்படியே மூச்சுப்பிடித்துக் கிடந்தோம்.

கடல் அலைகள் குமுறிக் கொண்டு வந்தன. ஒருவாறு ஆளையாள் பற்றிக் கொண்டு தாக்குப் பிடித்தோம். கரையோரமாக உருண்டோம். கடல் வித்தையை சரித்துக் கொண்டு குப்புறக் கிடந்து, நெற்றியை நீட்டாமலே மேலே நோக்கி அப்படியே முகத்தை மணலில் புதைத்தபடி வெளியே பார்த்தோம்.

ஒரு சஞ்சாரமும் இல்லை.

எழுந்து நடப்பதா இல்லையா என்ற தயக்கம். ‘என்ர மகனே, என்ர மகனே’ என்ற ஒரு தாயின் குரல் கேட்டு மெல்ல எழுந்தோம். நாலைந்து பெண்கள் ஓடிச் சென்றார்கள். மூச்சு இளைக்க நான் ஓடிப்போய் கேட்டேன்,

“என்ன, என்ன?”

“தாழையடிக்குள்ள புள்ளைகளப் போட்டு சுட்டுப் போட்டானுகளாம். . .”

நாங்கள் ஒருவரை ஒருவர் பார்த்துக் கொண்டோம். தாழையடி! சோபனும் நாங்களும் பேசிக்கொண்டு நின்ற இடம். சோபன் இல்லாவிட்டால் நாங்களுந்தான். . .

அந்த அதிர்ச்சியும் திகிலும் இன்னும் அப்படியே இருக்கிறது. என்னை மீறிக் கொண்டு அணுகினேன். பக்கத்தில் இருந்தவன் என்னை ஒருவகையாகப் பார்க்க, அழுது குமைகின்ற குப்பி விளக்கை அவனுக்குக் காட்டினேன்.

“எண்ணெய் இல்லாமல் கும்புகிறது”

பிரமாண்டம் நோக்கி...

"கும்பட்டும், கும்பட்டும். அரைகுறையாய், அணு அணுவாய் கும்புவதை விட ஒரேயடியாய் அவிந்து போவதுமேல் அல்லவா?"

"நீங்க எதைச் சொல்றீங்க?"

"இந்த இழவடிச்ச வாழ்க்கையைத்தான். என்ன அற்பத்தனம்! உயிர் வாழ்கின்றதில்தான் நமக்கு எவ்வளவு ஆசை! அந்தப் பொலிஸ்காரர்களைத் தெரியுமா?"

"எந்தப் பொலிஸ்காரர்?"

"அறைக்குள்ளே காட்ஸ் விளையாடுறாங்களே, அவங்க. எப்படி பொறியில் அகப்பட்டிருக்காங்க தெரியுமா? ஆமிக்காரன் இப்போ இந்தப் பக்கம் வந்தால் இருட்டோடு இருட்டாக நம்ம எல்லோரையும் ட்ரக்கில் ஏற்றுவான். ஆனால் அந்த பொலிஸ்காரரை அந்த இடத்திலேயே சுடுவான். . ."

"ஏன்?"

கும்பிக் கொண்டிருந்த குப்பி விளக்கு பெரும் அவஸ்த்தையுடன் உயிரைவிட்டது. அறைக்குள் மாத்திரம் வெளிச்சம். பொலிஸ்காரர்களின் சீட்டாட்டம் நன்கு களை கட்டிவிட்டது போல் தோன்றியது. அவர்கள் மரணத்துக்கு மிகச் சமீமாக இருப்பதை நான் மெல்ல மெல்ல யூகித்துக்கொண்டேன். மரணத்துக்கு சமீபமாகும்போது அதைத் துணிவுடன் எதிர் கொள்வதைத் தவிர வேறு வழியில்லை. அதை அந்த பொலிஸ்காரர்களும் உணர்ந்திருப்பார்கள். அல்லது கன்னப்பொட்டில் துப்பாக்கிக் குழல் அமுக்கப்பட்டிருக்கும் போது கூட ஏன் காட்ஸ் விளையாட்டில் ஆர்வமாய் உள்ளார்கள்? மரணம் சமீபிக்கும்போது ஏற்படும் துணிச்சல் இருக்கிறதே அதற்கு ஈடு இணை கிடையாது.

தாழையடிப் படுகொலைக்குப் பிறகு கல்லிடையாற்றங்கரை அம்மம்மாவிடம் போவது நின்றுவிட்டது. தென்னை மரச்சோலைகளுக்கிடையில் மாறி மாறித் திரிவதைத் தவிர வேறு வழி இல்லை. தென்னைமரச் சோலையிலிருந்து மடத்தடி தெருக்களில் சிலவேளை, தெரிந்தவர்கள் சிலரின் வீடுகளிலும் இடைக்கிடை தஞ்சம். எப்படியும் அந்தி மயங்கும் வரை பொழுது போனால் சரி.

மடத்தடிக் கொள்ளையன் வீட்டில், கொண்டு வந்த அப்பம் உண்டு வயிறு நிமிர்த்திய அரை மதியப்பொழுது. திருப்தியுடன் ஒரு சிகரெட்டை புகைத்தபடி தெருக்களில் உலாவந்த சமயம். திடீரென காதை வெடிக்க வைத்த பீரங்கிப் பொழிவுகள். மிக மிக அண்மையில். அடுத்த தெருவுக்கு அடுத்த தெருச் சந்திக்கும் பாலத்தடிக்கும் இடையில் அவசரவசரமாக உயிரை கையில் பிடித்தபடி ஆண்களும் ஓடுகிறார்கள். அவர்கள் ஓடிய திசையில் நாங்களும் ஓட்டம். ரிஷானும் சௌஜாவும் நானும். கம்பி வேலிகளுள் புகுந்து, பாழ்வளவுகளின் நெருஞ்சிகளும் காரை சூரைகளும் செருப்புகளில் புகுந்து குத்த, குப்பி ஓடுகள் செருப்புக்கும்

பாதத்துக்கும் இடையில் புகுந்து வெட்ட, செருப்புகளையும் வீசி விட்டு ஓடிய ஓட்டம். . .

திரும்பிய ஒரு கண நோக்கலில், கடற்புறமாக வளைத்தோடித் துரத்தும் கவச வாகனங்கள். கடற்கரையை தவிர்த்து காடுகளுக்குள் ஓடுகின்ற முயல்குட்டிகள். பொட்டல் காடுகள். பொட்டல் காடுகளிடையே ஒரு மருதமரத் தொடர். மருதமரத் தொடர்களுக்கிடையில் குறுக்காகப் பாய்ந்தது அந்த இருட்டு நீரோடை. நெஞ்சளவு ஆழம் என்றாலும் பரவாய் இல்லை. கழுத்துவரை இறங்கியும் கால் இன்னும் கீழே போய்க் கொண்டுதான் இருந்தது. ரிஷானும் சௌஜாவும் மிதந்துகொண்டு போனார்கள். என்னால் மிதக்க முடியவில்லை. கால்கள் இன்னும் கீழேபோய் கொண்டுதான் இருந்தது. யாரோ ஒருவன் கை கொடுத்தான். கரையேறியும் ஓட்டம். இப்போது குண்டுகள் காதருகே கேட்டன. இதோ முதுகை நோக்கிக் குண்டுகள் பாய்ந்துகொண்டிருந்தன. எனக்கு கால்கள் போதவில்லை. மூச்சுப் போதவில்லை. என்னால் முடியாது. ஓடித் தப்ப எனக்கு இனி வகை இல்லை. மக்காள் நீங்கள் ஓடித் தப்புங்கள். நான் இந்தக் காயான் பற்றைக்குள் கிடக்கிறேன்... இதோ மரணத்தை நேருக்கு நேர் சந்திக்கிறேன். நில்லாமல் வேகமாக ஓடுங்கள். தப்பிப் பிழையுங்கள். . . மகனே ரிஷான். . . மகனே சௌஜா. . . என்னை விட்டு ஓடுங்கள். . . என்னை தூக்கிக் கொண்டு எப்படி ஓடுவீர்கள். . . இதோ காதைச் சூர்ந்து கொண்டு போகின்றன குண்டுகள்! என்னைத் தோளிலே காவிக் கொண்டு எப்படி ஓடித் தப்பப் போகிறீர்கள்? யாருக்கு யார் காவல்? நான் உங்களுக்கா? நீங்கள் எனக்கா? திடீரெனப் பிரமாண்டமாகி விட்டீர்களே, என் மக்காள். . .

மங்கல் இருளாகிவிட்ட மண்டபத்தில், என் மக்களைத் திரும்பிப் பார்த்தேன். அயர்ந்து கிடந்தார்கள். தருணத்தில் விழித்துக்கொண்டு அவர்கள் என்னைக் காப்பாற்றக் கூடும். அந்தப் பொலிஸ்காரர்கள் கூட உயிருக்கு பயந்து ஒதுங்குகிற இந்த வேளையில் மரணத்தை எதிர் கொண்டு என் மக்களைப் போல் பிரமாண்டம் ஆகிவிடலாம். . .

அவர்கள் பிரமாண்டம் ஆகக் கூடிய வேளையை அவர்கள் இழந்துவிட்டது போலும் தோன்றியது. பொலிஸ்காரர்கள் போராளிகளிடம் சரணடைந்த போது, தங்களுடையவர்கள் இவர்கள் என்பதால், இவர்களைப் போராளிகள் தப்பிச் செல்ல அனுமதித்தபோது இவர்கள் அதை நிராகரித்து இருந்தால் அந்த வேளையில் இவர்கள் பிரமாண்டம் ஆகி இருக்கலாம். அல்லது இப்போது அவர்கள் போராளிகளின் பக்கம் சேர்ந்தால்கூட ஒருபடி மேலாய் இருக்கும். சேவையில் ஈடுபட்டவர்கள் இப்படி அஞ்சித் திரியலாமா? உயிர் வெல்லந்தான். ஆனால் அதை உயர்ந்த நோக்கத்திற்காக அர்ப்பணிக்கும் போதுதான் பிரமாண்டத்துவம் கிடைக்கும்.

பிரமாண்டம் நோக்கி...

இந்தப் பெரிய சிந்தனையோடு என் பயங்களும் பொசுங்கின. எந்த ராணுவத்தையும் எதிர்கொள்ள இப்போது நான் ஆயத்தமாய் இருந்தேன். . .

பொலிஸ்காரர்களின் விளக்குக் கூட இப்போது குருடு பற்ற தொடங்கியது. அதுவும் போனால் அரோகராத்தான். எல்லாம் இருட்டு...

தேவாலயத்தின் அகதி முகாம்பக்கம் லேசான கதைபேச்சு ஆரவாரம் கேட்டது. சுற்றிவளைப்பு முடிந்திருக்க வேணும். பொலிஸ்காரர்கள்தான் முதலில் புறப்பட்டுப் போனார்கள். அவர்களைத் தொடர்ந்து இன்னும் சிலர் எழுந்தார்கள். ஒரு குரல் கேட்டது—

"எதையும் அவதானமாகச் செய்யுங்கள். வீணாக மாட்டுப்பட வேணாம் முதலில் ஒரு ஆள் போய் நிலைமையை அறிந்து கொண்டு வரலாம்"

பழைய சின்னப் பையன்தான் முன்வந்தான். பொலிஸ்காரர் இருந்த அறையில் குருடு பற்றிய விளக்கை வீட்டுக்காரனின் மனைவி எடுத்துவந்து மண்டபத்துள் வைத்தாள்.

"நல்ல காலம், முழு வெளிச்சமும் போக முதல். . ." அந்த அம்மையார் முணுமுணுத்தார். எல்லோரும் அதைச் சந்தோஷமாக ஆமோதித்தார்கள். நான் ரிஷானையும் சௌஜாவையும் அதட்டி எழுப்பி வெளிக்கிளம்ப ஆயத்தமானேன்.

பையன் வந்தான்.

"என்ன தம்பி?"

எழுந்துகொண்டே எல்லோரும் கேட்டார்கள்

"இன்னும் முடியல்ல. ஆக்களை இடம் மாற்றி மாற்றி ஆமி ஏதோ செய்யுது. பொலிஸ்காரங்க ஒரு ஆமியிற்ற சிக்குப்பட்டுத்தாங்க"

"அட சவமே!"

எல்லோரும் அப்படியே குந்தினார்கள். குருடு பற்றிய விளக்கு தன் உயிரைப் போக்கிக் கொண்டது.

●●●

பிரமாண்டம் நோக்கி...

படைகள் நகர்ந்தபோது

"ஊரில இருந்து செய்தி வந்திருக்கு. மாமி சொன்னதாக அக்கா சொல்லி அனுப்பியிருக்கு. மாஸ்டரையும் பிள்ளைகளையும் அங்க அனுப்பி வைக்கட்டாம். கெடுபிடிகள் இப்போ அங்க கொஞ்சம் தளர்வாம். . ."

கடையிலிருந்து வந்த பாக்கியன் சாப்பிடக் கை அலம்பியவாறு மனைவியிடம் சொன்னான்.

"மாஸ்டரும் பிள்ளைகளும் இப்போ எங்கே?"

"ஆமிவரக்குள்ள ஆளுக்கொரு பக்கம் ஓடினதானே. . . நாங்க கண்ணாப்பத்தைக்குள்ள பூரப் போகக்குள்ள, மாஸ்டரும் பிள்ளைகளும் தயாவும் அன்னமலைப் பக்கம் போனவங்க, ஆமி சரியாய் வந்து சேர முதல் அக்கரப்பட்டு எழுவான்கரைக்கு போயிரலாம் என்று. . ."

"அப்போ அங்கால போயிற்றாங்களாக்கும். . . "

"போனா, இப்படி செய்தி வந்திருக்காதே?"

"அப்போ இடையில ஏதாவது. . ."

“அதைத்தான் போய் பார்ப்போம் என்று, நாளைக்கு சின்னையனையும் கூட்டிக் கொண்டுபோய். . .”

...சின்னயனுக்கு நம்பமுடியவில்லை.

“ச்சா, என்ன சோக்கான ஆள் மாஸ்டர். அவர்ர மக்களும்தான் என்ன மாதிரி! அன்றிரவு ராராவாய் சாவீட்ல காட்ஸ் விளையாடிப் போட்டு நாலுமணிக்குத்தான் போய் படுத்தவங்க. ஆறுமணிக்கு வெல்லா வெளியில் கப்பல்ல இருந்து போட்ட குண்டுல காது வெடிச்சு எல்லாருந்தான் எழும்பினாங்க. . . தயாதான் ஐடியா கொடுத்தவன், சவளக்கடையால ஆமி வாறதுக்குள்ளால அன்னமலைக்கு போய் அக்கரப்பட்டிரலாம் என்று. . . எதுக்கும் நாம கங்காவை ஒருக்கா கேட்போம். கங்காவும் கூடப்போனவன்...”

. . .கங்காவைக் கண்டுபிடித்தார்கள். கங்கா சொன்னான்,

“. . .ஆமி சவளைக்கடையில இருந்து அன்னமலைக்கு அப்போதான் வரப் போகுது என்பது தயாட ஊகந்தான். எவ்வளவு மடத்தனமான ஊகம்! ஊகம் சரியாய் இருந்திருந்தால் கூட அதில நிறைய ஆபத்தும் இருந்திருக்கு. அப்போதான் அன்னமலைக்கு ஆமி வந்திருந்தால் கூட, தூரத்தில இருந்தென்றாலும் ஆத்துக்குள்ள தோணியைக் கண்டிருந்தால் கட்டாயம் சுட்டுத்தான் இருப்பான். இந்த ஆபத்தை நான் பிறகுதான் உணர்ந்தன். ஆனால் உண்மை என்னவென்றால், முந்தின நாளே ஆமி அன்னமலைக்குள்ள வந்திற்றான். அன்னமலையை சுற்றி வளைத்து தன்னை பலப்படுத்திக் கொண்ட பிறகுதான் வெல்லாவெளியில குண்டு போட்டான். இதை நாங்க இடையிலதான் அறிஞ்சம். எங்களுக்கு ஒரு வழியும் தெரியல்ல. திரும்பி வந்து கண்ணாபத்தைக்குள்ள பூருறத யாரும் விரும்பல்ல. பிறகு மேற்குப் பக்கமாக விட்டதுதான் சைக்கிளை. . . வேப்பந் தோட்டம் பக்கம், பதினைந்தாம் கொலனியைப் பார்த்து. . .”

“மாஸ்டரும் பிள்ளைகளும் தயாவும் பதினைஞ்சாம் கொலனிப் பக்கம் வந்தவங்களோ?”

“எல்லாருந்தான். கேளுங்களன் கதையை, பதினைந்தாம் கொலனிப் பக்கம் தெரியுந்தானே. . .” பெரிய பெரிய மரங்களும் பொட்டல் காடுகளும். ஹெலி சுத்திக்கொண்டு வருகுது. எங்கட கூட்டத்தைக் கண்டுத்து... வளைஞ்சு வளைஞ்சு வாறான். நாங்க வசதியாக பெரிய மரங்கள்ல மறைஞ்சிற்றம். விடுறான் இல்ல. சுத்திச்சுத்தி அடிக்கான். ரத்தக் கொப்புளம் மாதிரிக் குண்டுகள். மரம்மாறி மரம்மாறி நிக்கறம். ஒரு ஹெலி இப்போ ரெண்டு ஹெலி ஆயித்து. ஒருவன் வளையக்குள்ள மற்றவன் மறிக்கான். இவன் வளையக்குள்ள அவன் மறிக்கான். நான் பார்த்தன், இது பெரிய இழவு. கூட்டத்தோடு நின்றா கோவிந்தாதான். நான் தனிய ஒரு பத்தைக்குள்ள மறுகி எண்சான் கிடையாகக் கிடந்திற்றன். மாஸ்டரும் பிள்ளைகளும் படுற அவதி தெரியுது. கொஞ்சம் ஈவு கிடைச்சுது. மாஸ்ட்டரும் பிள்ளைகளும் தயாவும் சைக்கிள்கள தூக்கிற்று ஆத்துக்குள்ள இறங்கினாங்க. காட்டாறு, இப்ப கொஞ்சம் வத்திக்கிடக்கு. நடுவால போகக்குள்ள திரும்பவும் ஹெலி வந்திற்று.

படைகள் நகர்ந்த போது

கிடுகிடு பாதாளமான ஆறு. மல்லுக்கட்டிக் கொண்டுதான் கரைக்கு ஏற வேணும். மாஸ்டர் முண்டியடித்துக் கொண்டு சைக்கிளையும் உயர்த்திப் பிடித்துக் கொண்டு ஏறக்குள்ள ஹெலி குண்டடிக்குது. மாஸ்டர் ஒருக்கா விழுந்தார். மக்கள் வந்து தூக்கக்குள்ள மறுபடியும் ஹெலி வந்தது. இப்போ நாலு ஹெலி. எழுவான்கரைப் பக்கமிருந்து ரெண்டு. இப்படியே கிடந்தா நாமளும் பதமாக வேண்டியதுதான். நான் பத்தைக்குள்ளாலேயே முள்ளுக் கிழிக்கக் கிழிக்க நழுவி நழுவி என் சைக்கிள் ஓரமாக வந்து வந்த வழியே திரும்பி வந்திற்றன். அந்தப் பக்கம் ஹெலி இல்ல. மாஸ்டர்ர பாடு என்ன ஆனதோ தெரியல்ல. மக்களுக்கும் அடிபட்டதோ தெரியல்ல. தயாதான் முந்திக்கொண்டு கரை ஏறியவன் அவன்ர பாடும் தெரியாமல் இருக்கு, என்ன ?. . .”

பக்கத்தில் நின்ற ஒருவன் சொன்னான், “அப்படி ஏதும் எண்டால் கதை காலுகள் வந்திருக்குமே. . .”

“சரி, அப்படி ஒன்றுமில்லை என்றாலும் ஆக்கள் இருக்கவேணுமே, ஆக்கள் இப்போ எங்கே?”

“ஏன் பேசிக்கொண்டு நிற்பான்? பதினைந்தாம் கொலனிக்கு ஒருக்கா போய் பாத்திட்டு வருவோமே. . .”

“எடு சைச்கிளை. . .”

மரங்கள் சூழ்ந்த பாதை. இரண்டு பக்கமும் வயல்கள். இடதுபக்க வயல்களுக்கு அப்பால் புதர்களின் ஊடு ஒரு நீலக் கோடாக வாவியின் கீற்றுத் தெரியும். வாவிப் புறமிருந்து சவள்களுடன் இரண்டு பேர் வருவதும் தெரிந்தது.

“என்ன மானோகன், தோணிகள் போய்வரத் தொடங்கித்தா ?”

“ஆமிவந்து போனதுக்குப் பொறகு இன்டைக்குத்தான் வலையை சோங்கைக்குள்ள போட்டுக்கொண்டு வலிக்கானுகள்”

“உங்க பாடு எப்படி ?”

“ஏதோ கிடக்கு. . .”

பாக்கியும் சின்னயனும் பேச்சோடு பேச்சா வெல்லாவெளிப் பக்கம் சைக்கிளை விட்டார்கள். நேரம் பத்து மணிதான் என்றாலும் வெயில் சுள்ளென்று இருந்தது. வெல்லாவெளியில் குண்டுகள் விழுந்த இடங்களைப் போய் பார்த்துவிட்டு மண்டூருக்குப் போகும் பாதையில் தாம்போதிகளைக் கடந்து போனார்கள்.

“அவங்க எந்த றூட்ல போனாங்க எண்டு தெரியல்லியே, பதினைந்தாம் கொலனிக்கு எத்தனையோ உள் வழிகள் இருக்கே...”

“ஒரு காட்டாறு குறுக்கறுக்கிற பாதையைப் பற்றிச் சொன்னவன் இலுவா கங்கா ?”

“காட்டாறு எத்தனையோ தாம்போதிகளக் கடந்து போகுது, நாம எந்தத் தாம்போதியென்று போறது? கங்கா சொன்னது போல காட்டுக்குள்ளால நமக்குப் போக ஏலாது. தப்பி ஓடுறது வேற,

படைகள் நகர்ந்த போது

சைக்கிள்ல பயணம் செய்யுறது வேற. நாம ஏதேனும் ஒரு றோட்டைப் புடிச்சுத்தான் போக ஏலும். . ."

"சரி, சரி, விடு சைக்கிள. ஊரிர அல்லை அயல்லையும் எல்லைப் புறங்களிலும் தான் நாம பார்க்க ஏலும். . ."

காடுகளும், பொட்டல் காடுகளும். இடையிடையே வாழைத் தோட்டங்கள். வாழைத் தோட்டங்கள் இருந்த பகுதிகளில் வேற தோட்டங்களும் வாடிகளும் இருந்தன. அகப்பட்ட ஒரு வயது போனவரை முதலில் விசாரித்தான் பாக்கியன். . .

"அப்பச்சி, இங்கவாகா. . . இஞ்ச ஆமி வந்தண்டைக்கு ஆகாசக்கப்பல்ல இருந்து நம்மட ஆக்கள் ஆரும் சூடு கீடு வாங்கினாங்களாகா?"

"ஆகாசக்கப்பல்ல இருந்து சுட்டவனுகள் தான். இஞ்சப்பாரு என்ர குதியிலையும் ஒரு வெடி. அருந்தப்பு. என்ன ஆக்கினைகள் இது தம்பிமாரே.!"

"வேற ஆருக்கும்?"

"பின்ன எனக்கு மட்டுமா குறிபாத்து வைச்சவனுகள்? எத்தனையோ பேருக்குப் பட்டது. அங்கால இங்கால ஓடி மருந்து கட்டித் திரிஞ்சானுகள். . ."

பாக்கியனுக்கு முகம் மாறியது. சின்னையன் முந்திக் கொண்டுகேட்டான்,

"ஒரு தகப்பனும் ரெண்டு இளந்தாரிப் பிள்ளைகளும்?. . ."

"வெடிப்பட்டதும் நான் விழுந்துகிடந்திற்றன். எனக்கு ஒருத்தரையும் தெரியாடாம்மி. . ."

கிழவர் கெந்திக்கெந்திப் போய் ஒரு படலைக்குள் நுழைந்தார்.

"ஏதோ நடந்துதான் இருக்கு. . ."

"மச்சான், நாம யாரும் விஷய மறிந்தவரக் கண்டு கேட்க வேணும். கிராமசேவகர் ஆர்என்டு கேட்டு அறிஞ்சு விசாரிப்பம்..."

"டேய், வாத்திமாரைப் போல கிராமசேவகர்மாரும் எழுவான் கரையிலிருந்துதாண்டா படுவான் கரைக்குவாறானுகள். அதனால ஆமி வந்தண்டைக்கு எந்த கிராமசேவகனும் இங்க இருந்திருக்கமாட்டான். . .சரி மிதி சைக்கிளை, போய் பார்ப்போம்..."

இருமருங்கும் உயர்ந்த முள்ளுப் பற்றைகளை உடைய ஒடுங்கிய நீண்ட தார் றோட்டு. மாட்டு வண்டிகளே அடிக்கடி எதிர்பட்டன. இரண்டொரு ட்ராக்டர்களும்.

மேடும் பள்ளமுமான இடங்கள். மேட்டுப் பகுதியில் நிரையாக கிடுகு வேய்ந்த வீடுகள். கீழே தாழ்ந்த பகுதியில் வீட்டுக் கூரைகள். தென்னோலை வட்டுகள். கரும்புல் சோலைகள். தள்ளித்தள்ளி குடியாட்டங்கள். ஊர்மனை ஒன்றை அடையாளம் கண்டு விசாரிப்பது சிரமமாய் இருந்தது.

படைகள் நகர்ந்த போது

கடைசியாக ஒரு இடம். இறக்கமான பகுதி. கடைத் தெருக்கள் இருந்தன. ஒரு கடைக்காரனை பாக்கியன் அணுகினான்.

"அண்ணே, ஆமி வந்தண்டைக்கு இங்க ஹெலிக்கொப்டர் சூடு அதிகமாக நடந்ததா?"

"ஓம், தம்பி, அதென்னத்த கேக்கிற! பதினைந்து பேர் மட்டில காயம். சிலருக்கு ஆபத்து. . ."

"நீங்க நேரில பார்த்திங்களா?"

"நான் தானே எல்லோரையும் ட்ராக்டர்ல ஏத்தி மண்டூர் பாதையால மட்டக்களப்புக்கு அனுப்பினனான். . ."

"எல்லாரும் உங்களுக்கு தெரிஞ்சவங்களா ?"

"நாலைந்து பேர் நான் காணாதாக்கள். . ."

"ஒரு நாற்பது வயது மதிக்கக்கூடிய ஒரு மாஸ்டர். . ."

"என்ன உடுத்திருந்தவர்?"

"சாரன்தான். சாரனும் ரீசேட்டும் என்று நினைக்கிறேன். . ."

"கொஞ்சம் கறுப்பு நிறம், கொஞ்சம் தடித்தவர், சுருளித் தலைமயிர், நடுத்தர உயரம். . ."

"ம். . . ம். . . அவர்தான் அவர்தான், அவர்ர பிள்ளைகள், இளந்தாரிகள், ஒருவனுக்கு அரும்பு மீசை, மற்றவனுக்கு கட்டை மீசை, அரும்பு மீசைக்காரன் கொஞ்சம் வெளுப்பு, கட்டை மீசைக்காரன் கொஞ்சம் கறுப்பு. . ."

"ஓமோம், அவங்களுக்குத்தான் மோசமான காயம்... எல்லாரையும் மட்டக்களப்பு ஆஸ்பத்திரிக்குத்தான் அனுப்பி வைச்சிருக்கம். . ."

பாக்கியனுடைய முகம் வியர்த்தது. சின்னையன் முனகினான்.

"ஐயோ, மாஸ்டர். . ."

சோர்ந்து போய் கொஞ்ச நேரம் நின்ற பின் சைக்கிளை மெல்ல திருப்பி எடுத்துக்கொண்டு மெல்ல மெல்ல நடந்தார்கள். சிறிது தூரம் போனதும் பாக்கியன் சைக்கிளில் ஏறினான். சின்னவனும் சைக்கிளில் ஏறினான்.

மண்டூர் வழி தாம்போதிகளைக் கடந்து வெல்லவெளிக்கு அவர்கள் வரும்போது, பொழுது உச்சியால கிறுகி இருந்தது. பாக்கியன் சொன்னான்,

"நாம இப்போ அவசரமாக மட்டக்களப்பு ஆஸ்பத்திரிக்குப் போக வேணும். ஆஸ்பத்திரியில போய் நிலைமையை அறிஞ்சிற்று பிறகு ஊருக்குப் போக வேணும், என்ன நீ வர்றியா?"

அதுக்கென்ன. எப்படிப் போறது, பளுகாமத் துறையாலயா?"

படைகள் நகர்ந்த போது

“இல்ல. கோரக்கல்லால போறது லேசு. களுவாஞ்சிக்குடியிலிருந்து பஸ் எடுக்கலாம். . .”

கோயில் போரதீவுக்கு வந்தார்கள். கோயில் வழியாகச் செல்லும் பாதை ஈரச் சவசவப்பாக இருந்தது. திரும்பி பாலத்து றோட்டுக்கு வந்து கட்டெறும்புச் சந்தியை சேர்ந்தார்கள். கட்டெறும்புச் சந்தியிலிருந்து குளக்கட்டின் ஒற்றையடிப் பாதையில சைக்கிளோட்டம். எதிரே ஒற்றையடிப் பாதையில் இன்னொரு சைக்கிள் வந்ததால் சற்றுப் பக்கமாகி மெதுவானார்கள்.

“ஓ. லட்சுமணன், துறையால வாறியா? தோணி கிடக்கா?”

“என்ன இந்த நேரத்தில? உச்சி வெயிலையும் பாராமல்?. . .”

கன்னா மரங்களையும் கடந்து வெள்ளம் வயல் முழுதும் பரவி இருந்தது. வாவிக் கரையையும் கடந்து வயலில் மார்பளவுக்கு பிடித்த வெள்ளத்தில் தோணிகள் நேரடியாக வயற்கட்டுக்கு வந்து கொண்டிருந்தன.

“எந்த வருஷமும் இல்லாத வெள்ளம் இந்த முறை. . . ”

சின்னையன் முணுமுணுத்தான்.

“வெள்ள காலத்தைப் பார்த்துத்தான் ஆமியும் என்ர பண்ணுறான். . . முகுந்தனைத் தேடிப் பிடிக்க வேணுமே. . .”

வீட்டுக்கு போய் சாப்பிட்ட பிறகுதான் முகுந்தனைத் தேடிப் புறப்பட்டார்கள்.

“. . .முகுந்தன், ஆமி போறதுக்கு குண்டு போட்ட அண்டைக்கு மாலைக்குள்ள ஸ்தீபன் மாஸ்டரையும் பிள்ளைகளையும் கண்ட நீயா?. . .”

“கண்டதா? அதை மறக்க ஏலுமா? அது என்ன மாதிரியான அனுபவம்!”

“என்ன மாதிரி அனுபவம்?”

எப்படியும் படுவான்கரையை வீட்டு எழுவான்கரைக்கு இரவோடு இரவாக போய்விட வேணும் என்ட மன உறுதி. மாஸ்டர்ர பிள்ளையள்தான் அதில மும்முரம். அவனுகளைப் பாத்துத்தான் எனக்கும் அந்த மனத் துணிவு வந்தது. அன்று இரவுக்குள் வெளியேறா விட்டால், அடுத்த நாள் காலையில ஆமியிற்ற பிடி படுறதும் சவமாகிப் போறதும் நிச்சயம் என்ற நிலை. வாழ்வா சாவா என்ற நிலை. மரண பயத்தின் உச்சி. ஆற்றில் விழுந்தாவது சாகலாம். ஆமியிர கையில அகப்படக் கூடாதென்ற மனவெஞ்சம்... ஆத்தை நீந்திக் கடக்க முடியு மெண்டால் அவங்க அண்டிரவு நீந்திக் கடந்திருப்பாங்க. எங்க ஆறு பேரில ஒருவருக்கும் சரியாக நீந்தத் தெரியாது. . .”

“நீ எத்தின மணிக்கு அவங்களச் சந்தித்த?”

"அவங்க பதினைஞ்சாம் கொலனியிலிருந்து திரும்பி வரக்குள்ள பின்னேரமாப் போச்சாம். நேரே மண்டூர்த் துறைக்குப் போயிருக்காங்க. மண்டூர்த் துறையடியிலும் ஒரு தோணியும் இல்ல. விசாரிச்ச எல்லாரும் கையை விரிச்சிற்றாங்களாம். அந்தக் கரையில பாதை கிடக்குறது தெரிஞ்சதாம். பாதையில் துவக்கோட ஆமி காவல் நிக்கறிதும் தெரிஞ்சதாம். சரியான மரணப்பூட்டு. பாருங்க ஒவ்வொரு துறையிலையும் அந்த மாதிரி. மண்டூர்த்துறை, பட்டிருப்புத்துறை, பளுகாமத்துறை. அம்பிளாந்துறை, செட்டிபாளையத்துறை, கிரான்குளத்துறை, மண்முனைத்துறை வலையிறவுத்துறை எல்லாம் அவன்ட கைக்குள்ள. பார்க்கப் போனால் படுவான்கரை ஒரு தொட்டிலைப் போலதான். ஒரு நீண்ட தொட்டில். சவளக்கடை அன்னமலையிலிருந்து படுவன்கரைவரை ஒரு நீண்ட தொட்டில். கிழக்குக்குப் புறமெல்லாம் இந்தக் கடல் நீரேரியின் விரிகுடா. மேற்கு எல்லையில் முழுவதும் மேடும் பள்ளமுமான சிங்கள ஊர்கள். இவ்வளவு பெரிய எல்லையை பாதுகாக்கிறது எப்படி? அதனால்தான் ரெண்டு தத்தியும் இதைச் சும்மா போட்டிருக்கு. ஆனால் அரச தரப்புக்கு நினைச்ச நேரத்தில் பெரும் எடுப்பில படை நகர்வுகளைச் செய்ய முடியும். அந்த வகையில் நாம எல்லாம் சட்டிக்குள்ள போட்ட கறிதான். சட்டிக்குள்ள போட்ட கறியில நாலைஞ்சு மீன்குஞ்சுதான் அண்டைக்கு துள்ளப் பார்த்தது, முடிஞ்சுதா?. . ."

"என்ன நடந்தது?"

"எனக்கும் எப்படியும் பாஞ்சிரவேணும் எண்டுதான் எண்ணம். கண்ணாப்பத்தைக்குள்ள பூரப்பயம். காட்டுக்குள்ள போகவும் பயம். இந்தப் பெரிய ஆத்தம்கரையில துறைகளில்லாமல் போனாலும் இடைகளில் போய் இறங்க ஒரு சின்னத்தோணி உதவாதா? துறையடிகளில் சாமம் சாமமாய் ஆமி காவல் நின்டாலும் இடையில போற குச்சுத் தோணிகள இந்த இருட்டுக்குள்ள அவங்க இனம் கண்டு கொள்ளவே முடியாது, அந்தத் துணிவுதான் எனக்கு. அதே துணிவுதான் மாஸ்டரின் மகன் சௌஜாவுக்கும். வாறது வரட்டும் என்று கௌசியும் உசார்தான். தயாண்ணனும் எங்களை ஆதரித்தார். மாஸ்டர்தான் கொஞ்சம் பின்னுக்கு இழுத்தார். ஆனாலும் ஏலுமென்டாப் பாருங்க, ஏலுமா எண்டு நீங்கள் பாக்ககுள்ள ஏலாதென்றதக் காண்பிக்க எண்ட மாதிரி அவர்ர கதை, மனுஷன் சொன்னதுதான் சரியாய் போயித்தே பாருங்க. . ."

"எப்படி?"

வரம்புக் கட்டோரத்தில ஒரு தோணி மாத்திரம் கவுண்டு கிடந்தது. ஆனால் சவள் இல்ல. எங்கெல்லாமோ சவளுக்கு ஓடி நம்மட லெட்சுமணர்ர தம்பி விசுமாமித்திரனிடமும் போனதுதான். சவளையும் தோணிகளையும் காட்டுக்குள்ள கடத்திற்றானுகள். எண்டாலும் சௌஜாவின் தைரியம் குறையல்ல. பெலந்தர மட்டையை வெட்டி பாவிப்பம் எண்டான். தயாண்ணனும் உசாரானார். பெலந்தி சரியாய் கிடைக்கல்ல. ரெண்டுதான் கிடைத்தது. தண்டு இல்லை. இந்த நிலையில ரெண்டு பெலந்திர

படைகள் நகர்ந்த போது

மட்டையை நம்பி எப்படி ஆத்துக்குள்ள இறங்குற எண்டு எனக்குச் சந்தேகம் உண்டாயித்து. . ."

"பிறகு. . ."

"எண்டாலும் பாப்பம் என்று நானும் தோணியில ஏறி இருந்தன். எனக்கு சரியாக சவள் போடவும் தெரியா. தயாண்ணன்தான் கொஞ்சம் போட்டார். மாஸ்டரும் கொஞ்சம் போட்டார். தோணி தலைகுத்திக் கரணம் போட்டு சுத்திச்சுத்தி வந்தது. நான் நம்பிக்கை இழந்தித்தன். வயற்கட்டு வெள்ளத்திற்குள்ளேயே இப்படி சமாளிக்க முடியாமல் போனால், பெருங்காத்தும் அலையுமாகக் கொந்தளிக்கிற ஆத்துக்குள்ள என்ன செய்யுறதெண்டு யோசிச்சேன். வயலின் நடுத் தண்ணிக்குள்ள நான் இறங்கிற்றன். அதுவும் மார்பு புடிச்ச தண்ணி. . . "

"பிறகு. . ."

"எனக்கு இனிச் சொல்லவும் பயமாய் இருக்கு, என்ன நடந்தது எண்டு எனக்கு சொல்லவுந் தெரியாது. அவங்க போக ஏலாது, திரும்பித்தான் வருவாங்க என்ற நினைப்போடு தான் நான் மார்பளவு தண்ணியில் நீந்திக்கொண்டு வயற்கட்டுக்கு வந்தனான். வயற்கட்டில வந்துநின்று திரும்பிப் பார்த்தேன். காற்று திசைமாறியது. வயற்பக்கத்திலிருந்து ஆத்துப் பக்கத்துக்கு காத்து அடித்தது. காற்றும் அலையும் மிச்சம் பயங்கரமாய் இருந்தது. வயற்கட்டிலிருந்து தேத்தா மரத்துக்கு நான் நடந்து வந்து திரும்பிப் பார்த்தேன். தோணி ஒரே பாச்சலாக ஆத்துக்குள் போய் விழுந்தது. கடவுள்தான் அவர்களைக் காப்பாத்தி இருக்கவேணும். . ."

"நீ என்ன சொல்றாய்?. . ."

"எல்லாம் பயங்கரமாக இருந்தது. மூசுமூசென்று காத்து இன்னும் வேகமாக வீசியது, காத்தும் புயலும் கறுத்த மேகமாகவும் ஒரே பயங்கரம் ஆமியிட்ட இருந்து தப்பி ஓடுகிற நினைவும் பேய்க்காளி ரூபமாக என்னைக் கார்ந்தது. ஓடிப் போனன். எங்கெண்டு தெரியாம ஓடிப் போனன். நேற்றுத்தான் தயாண்ணன் வீட்டுக்குப் போனன். ஆள் இல்ல. நான் ஒன்றும் சொல்லாம வந்திட்டன். அவர்கள் காப்பாற்றப் பட்டிருந்தால் கடவுள்தான் அவர்களைக் காப்பாற்றி இருக்கவேணும். . ."

சின்னயன் கொதித்து விழுந்தான்,

"என்னடா நீ இணுக்கி இணுக்கிப் பேசுற — தெளிவாகத்தான் சொல்லன். . ."

முகுந்தனின் கண்கள் துளிர்த்தன. அவனுடைய உதடுகள் வெருவின. பாக்கியன் அவனுடைய தோள்களைப் பற்றிக் கொண்டு தேற்றினான்.

சின்னயன் குழம்பிப் போனான்,

"என்ன அண்ணேய் இது?"

படைகள் நகர்ந்த போது

"அப்பம் எண்டால் புட்டுங் காட்ட வேணுமா தம்பி!. . ."

அவர்களுடைய கதையைக் கேட்டுக் கொண்டிருந்த ஒரு கிழவர் சொன்னார்,

இப்படித்தானாம்டா தம்பி, கடுக்காமுனைத்துறைக் கண்ணாவுக்குள்ளேயோ, கிரான்குளத்துறைக் கண்ணாவுக்குள்ளேயோ ஒரு தகப்பனும் ரண்டு புள்ளைகளும் இன்னும் ஆரெல்லாமோவாம் கண்ணாப்பத்தைக்குள்ள சுடுபட்டுக் கிடந்ததாம். சைக்கிள் கிக்கிள்கள் எல்லாம் ஆமி எடுத்துக் கொண்டு போனதாம். . ."

"ஆ!"

பாக்கியன் துள்ளிக் கொண்டேழுந்தான். முகுந்தன் கண்ணீரைத் துடைத்துக் கொண்டு சொன்னான்.

"அதெல்லாம் ஒன்றுமில்லன்னே. . . இப்படி ஆயிரம் கதைகள் வரும். என் கண்ணாரக் கண்டத விடவா?. . ."

சின்னையன் படார் என்று எழுந்து நின்றான்.

"இல்லன்ன, எனக்கு மனம் கேக்குதில்ல. நாம கடுக்காமுனையையும் கிரான்குளத்தையும் போய் பார்த்திற்று வந்திருவோமே..."

"என்ன, முகுந்தன் போவோமா?"

"நீங்க போயிற்று வாங்க அண்ணெய். . ."

முகுந்தன் சோர்வோடு போனான். சின்னையன் சைக்கிளை எடுத்து திருப்பிக்கொண்டு ஏறினான். பாக்கியனும் கைக்கடிகாரத்தைப் பார்த்துக் கொண்டே சைக்கிளை எடுத்தான்.

நேரம் மூன்றரை ஆகி இருந்தது.

போரதீவு இருந்து கடுக்காமுனை வரை! முழுப்படுவான்கரையும் கண்முன் விரிந்து கிடப்பது தோன்றும். வாவியின் உள்ளீடுகள், வாவிகளுக்கு அருகருகாகக் குளங்கள், குளங்களில் ஆம்பலும் அல்லியும் குமுதமும், தாமரைகளும், வெண் கொக்குகளும். கொக்குகளும் அல்லி குமுதம் போன்ற ஒரு குளத்து மலரோ என்ற மயக்கம். அடர்ந்த புற்றரைகளும் கண்டல் தாவரங்களும். ஏறி இறங்கிச் செல்லும் ஒடுங்கிய தார்வீதி. இடைக்கிடை பாலங்களும் தாம் போதிகளும் அவற்றிற்குக் கீழே ஏரிநீரில் மீன்வீசும் வலைக்காரர், தென்னைகள், வயல்கள், கரச்சைகள். நிமிர்ந்து பார்த்துவிட்டு மேச்சலைத் தொடரும் பட்டி மாடுகளும் எருமை கூட்டங்களும்.

ஒரே பார்வையில் ஏறி இறங்கிப் போகின்றன பாதைகள். சுற்றுப் பாதைகளும் சுருக்குப் பாதைகளும். வயல்களுக்கிடையில் போகும் வாய்க்காலோரப் பாதைகள்— மணல்வாத்த வாய்க்காலோரப் பாதைகள். சுற்றி வளைத்தாலும் சரி, வயலுள் புகுந்து வயிற்றுக்குள்ளால் வந்தாலும் சரி, கண்ணிவெடி மதகைக்

படைகள் நகர்ந்த போது

கடந்து வரும் சந்தியிலிருந்து கிழக்கே போகிறது அம்பிளாந்துறை வீதி, அம்பிளாந்துறை வீதி அம்பிளாந்துறைக்குப் போகிறது. அம்பிளாந்துறைப் பாதையில் கடுக்காமுனைக்குப் போகும் பல பாதைகள் பல இடங்களில் பிரிகின்றன. கடுக்காமுனைத்துறை தொங்கலில், அம்பிளாந்துறைப் பாலத்திலிருந்து வடக்காக கோரைப் புற்களுக்கிடையில் வகிடுபிரித்துப் போகும் ஓர் ஒற்றையடிப் பாதையில் இறங்குகிறது பாக்கியனின் சைக்கிள், சின்னையனின் சைக்கிள் பின் தொடர. நூலு இடை ஓடைகளில் இறங்கி ஏற வருகிறது கடுக்காமுனைத்துறை! பாக்கியன் நேரத்தைப் பார்க்கிறான், கைக் கடிகாரத்தில் நேரம் 3.55 ஒரு 20 நிமிஷ ஓட்டம்.

கடுக்காமுனைத்துறை பெரிதாக ஒன்றுமில்லை. கடல் ஏரியை வளைத்து இருக்கின்ற பெருங்காட்டின் சற்று நீக்கலான ஒரு இடம். இரண்டு மூன்று தோணிகள் கரையில் இழுத்துப் போடப்பட்டிருக்கின்றன. சாரனுடன் இரண்டு மூன்று பேர் குந்தியிருந்து பீடி புகைக்கிறார்கள்.

“இதுதான் கடுக்காமுனைப் பாலமா?”

“ஓமோம், எந்த ஊரிருந்த வாறிங்க? எழுவாங்கரையா?”

“இல்லையில்லை, படுவான்கரைதான். ஸ்த்தீபன் என்று ஒரு மாஸ்ட்டரை உங்களுக்குத் தெரியுமா? அவரும் அவருடைய ரெண்டு பொடியனுகளும் அகதிகள், முதல் இந்தப் பக்கந்தான் இருந்தவங்க, இந்தத் துறையடியில தோணிகள்ல மீன் வாங்குறதாகவெல்லாம் என்னிட்டச் சொல்லியிருக்காரு. . .

சட்டென அவர்களுக்கு பிடிபடுகிறது. “ஓ! மாஸ்டர், நல்லா மீன் வாங்குவார். அவரும் பிள்ளைகளும் நம்மட அருளானந்தத்திர வீட்ல அகதியாய் இருந்தவங்க.... அருளானந்தத்திர ஊடு... நீங்க இந்த வேப்ப மரத்துக்கு கீழால போற பாதையால போய், பனைமரங்கள் வாற இடத்தால திரும்பிப் போனா, அந்த வெளியைக் கடந்து மூல விட்டமாகப் பார்த்தாத் தெரியுற கடப்புத்தான். . .”

பாக்கியனை பேசவிடாது அவர்கள் வழி சொன்னார்கள். அதுவும் நல்லதுதான் என்று பாக்கியன், சின்னையன் பின் தொடர சைக்கிளைத் தள்ளிக் கொண்டு போனான்.

அது ஒருவகையான புற்றரை. புல்லும் மணலும் கலந்தது. வட்டம் வட்டமான புல் திட்டுகள், நெருங்கி, நெருங்கி, வட்டங்களுக்கிடையில் வெள்ளைப் பட்டுமண். வளைத்துவர பற்றைகள். ஒவ்வொரு பற்றையிலும் ஒவ்வொரு உயர்ந்த கறையான் புற்று. அது புற்றுகளின் ஊர்!

அருளானந்தத்தின் வீட்டுக்கு எளிதாக வந்தார்கள். பலா மரங்கள் சூழ்ந்த வீடு. கிடுகு வேய்ந்த நிலைகட்டைச் சுவர். விறாந்தையும் அறைகளும் குசினியும். செத்தைத் தட்டிகள். தென்னை மரங்களை இணைத்துக் கட்டிய மாங்குக்கம்பில் வலை தொங்கவிடப் பட்டு விரித்து காயப் போடப் பட்டிருந்தது.

வெற்றிலையும் வாயுமாக அருளானந்தம் புன்னகை நிறைந்த மனுஷன். பாக்கியன் மாஸ்ட்டரைப் பற்றிக் கேட்டதும் அருளானந்தத்தின் புன்னகை சட்டென மறைந்தது.

“அதுதானே பாருங்க, ஒன்றுமே தெரியாம இருக்கே... இஞ்சதான் இருந்தவங்க முதல்ல. பிறகு நாங்க போரதீவுக்கு போறதும் அவங்க இஞ்ச வாறதுமாகத்தான் இருந்து... ஆமி வந்த இரவு ஒரு பன்னிரண்டு மணி இருக்கும்... இஞ்ச வந்தாங்க அவரும் புள்ளைகளும்... புள்ளையள் என்றால் அவனுகள் உரத்த புள்ளயள்... அந்த மாதிரி, தரமான ஆக்கள். . . புள்ளயளும் அவரும் வந்தாங்க. இராத்திரி பன்னிரண்டு மணி. . . இஞ்சகருமாரி. . . மனுஷிக்கு நோக்காடு. . . பிள்ளைப்பேறு... நான் மருத்துவிச்சியிட்ட ஆக்களை அனுப்புறதும் கிருப்புறதுமாய் இருக்கன். . . நான் என்ன செய்வன்? மாஸ்டரையும் புள்ளையளையும் கவனிக்கிறதா, வயிற்று நோக்காட்டுக்காரியை கவனிக்கிறதா? அவட்ட ஒண்டும் சொல்லலல்ல. சொல்லியிருந்தா மாஸ்டரையும் புள்ளையையுந்தான் கவனிக்கச் சொல்லி இருப்பா. அதைத்தான் யோசிச்சன். மாஸ்டருக்கும் புள்ளையளுக்கும் ஆபத்து. விடியுறதுக்குள்ள அவங்க கிரான்குளத்துக்கு அக்கரைப்பட்டே தீர வேணும். கருமாரியை கடவுள்ட்ட ஒப்புக் கொடுத்திட்டு நான் துறையடிக்கு மாஸ்டரையும் புள்ளையளையும் கூட்டித்துப் போனேன். . .

ஒரு பிள்ளை கொணர்ந்த தேனீர் கிளாசை எடுத்துக்கொண்டே பாக்கியன் இடையிட்டுச் சொன்னான்.

“பொறுங்க அண்ண, பொறுங்க, கொஞ்சம் பொறுங்க ...வந்தது ஸ்த்தீபன் மாஸ்டர்தானே?”

“ஸ்த்தீபன் மாஸ்டர்தான். அவர்ர புள்ளைகளும், அவங்கட பேர் என்ன, நல்ல பேர்கள் அவனுகள்ர பேர்கள், என்னது... ரிகௌசியும் ஜவ்சாயும்...”

“கூட யாரும் வரல்லியா?”

வந்தாங்க... ஒரு மெல்லிய உயரமான ஆள். . . அவர்ர பேர் என்னவோ எண்டு சொன்னவங்க... தயானே. . . தயாவோ ஏதோ ஒன்று. . .”

சின்னையன் தேனீர்க் கோப்பை பாயில் சிந்தச் சிந்தச் கொன்னிக் கொன்னிக் கோபத்துடன் சொன்னான்,

“சரிதானே அண்ணே, சரிதானே, அப்போ என்ன இவன் முகுந்தன் குளறிக் கண்ணீர் வடிச்சவன்?”

“பொறு, இன்னும் இடைவெளிகள் இருக்கும்... நீங்க சொல்லுங்க அண்ணே, அவங்க வந்தது இரவு பன்னிரண்டு மணி போலா”

“ஓம், என்ன விஷயம், திடீரென பொலிஸ்காரன் மாதிரிக் கேக்கறிங்க. . .”

“இல்ல, நாங்க வேறு மாதிரிக் கேள்விப்பட்ட. . .”

படைகள் நகர்ந்த போது

“என்ன மாதிரி?. . .”

“இல்ல, ஏதோ கொஞ்சம் முந்திப் பிந்தி என்ற மாதிரி. . . உங்கட தகவல் எல்லாத்தையும் தெளிவாக்குது. உண்மையைச் சொன்னா நாங்க அவர தேடிக் கொண்டு வாறம். நான் அவர்ர சொந்தக்காரன் மச்சான். . .”

தேடிக் கொண்டு வாறியளா... அப்ப நான் நினைச்சது சரிதான்...”

“என்ன நினைச்சிங்க?. . .”

பொயின்கட் மீசை வைத்த அருளானந்தம் உதடுகளைக் குவித்தபடி தீக்குச்சியில் சுருட்டை மூட்டினார், சாரனின் மேல் சேட்டையும் எடுத்து மாட்டிக் கொண்டு புறப்படுகிற பாணியில் பாட்டா சிலிப்பர்களுள் காலை விட்டார். பாக்கியனும் சின்னையனும் புரியாமல் எழுந்து நின்றார்கள்.

“வாங்க போவோம் துறையடிக்கு. அங்க போனாத்தான் உங்களுக்கு விளப்பமாக விஷயங்களச் சொல்ல ஏலும் . . .”

அருளானந்தத்தைத் தொடர்ந்து பாக்கியனும் சின்னையனும் கடப்பைக் கடந்து போனார்கள்.

“எங்க போறீங்க?”

“துறையடிக்குத் தான். நீங்க வந்த பாதையை விட இது சுருக்கு.”

மற்றொரு பக்கமாக அருளானந்தம் நடந்தார். இடையிடையே பாம்புப் புற்றுகள். வேப்பமரங்களும் காஞ்சிரை மரங்களும். பட்டுப்போன காஞ்சிரமரம் ஒன்றிலிருந்து பெரிய செம்பருந்து ஆலா ஒன்று பறந்து போனது. பற்றரைகள் முடிந்து முழுதும் மணலாக வந்தது. எங்கும் நிறைய பற்றைகள். மெல்ல மெல்ல கண்டல் மரங்களுக் கூடாக வாவி தெரிந்தது. ஒரு திருப்பத்தில் இரண்டு வரவை வானம் பார்த்த பூமிகளும் கோரைப் புல்லொடு கூடிய நீர்க்கரைகளும் தெரிந்தன. இன்னும் இரண்டு எட்டு நடந்ததும் துறை வந்தது. சுருக்கமான வழிதான்.

துறையடியில் இப்போது யாரும் இல்லை. தூரத்தில் வாவியில் தோணி ஒன்று வந்து கொண்டிருந்தது. அருளானந்தம் சொன்னார் —

“அந்தா, நேரே தெரியுறதுதான் கிரான்குளத்துத்துறை . . .”

பாக்கியனும் சின்னையனும் பார்த்தார்கள். நீண்ட பரப்பான கடலேரி. விரிகுடாவாக இரண்டு பக்கமும் வளைந்து போனது.

“நான் இந்தத் துறையால ஒரு போதும் பயணம் செய்யலல்ல...” —பாக்கியன்.

“நானும் இல்ல”— சின்னையன்.

“துறையடி எல்லாம் ஒன்றுதான். துறையைக் காட்டுறதுக்கு நான் வரல்ல. . . இடக்கையாப் பாருங்க. . . ஒரு ஓட்டுக்கூரை தெரியுதில்லயா?

படைகள் நகர்ந்த போது

அதுதான் கிரான்குளப் பள்ளிக்கூடம். அதுக்கு முன்னாடி வயல் வெட்டையை எதித்தாப் போல பாருங்க. . . ஒரு தகட்டுக் கூரை தெரியுதில்லையா. . .

அதுதான் அதுதான் ராணுவ பங்கர். வலக்கையாய் பாருங்க... வெள்ளாமை நிலமும், ஓடைப் பாலமும், ஊடுகளும் தென்னைகளும். மாஸ்டரவங்களத் தோணியில ஏத்தகுள்ள வழிக்கு வழியாய் சொன்னனான், இடக்கைப் பக்கமாகப் போகாம வலக்கை பக்கமாக போகச் சொல்லி. . . தோணிக்காரன் துறையடிக்கு போக மாட்டான். துறையடியிலையும் ஆமி. இடையில ஒரு இடத்தில் இடுப்புப் புடிச்ச தண்ணியில இறக்கி உட்டிருவான். சைக்கிளைத் தூக்கித்து கரையேற சாதாழைகளின் பக்கமாக நடந்து வேலி வருகிற வரைக்கும் வயலைக் கடந்து அதுக்கு பொறகு வலக்கையாப் போயிருக்க வேணும். நான் கூடப்போன ஒரு பொடியனையும் சொல்லி விட்டனான். அவன்ர ஊடு முடுகடியில்தான், வலக்கையாக துறையடிக்கு அடுத்த அடுத்து ஒருங்கையில். . ."

"பொடியன் யாரென்று தெரியுமா?"

"ஓம், நம்மட சொந்தக்காரன்தான். . ."

"ம். . . பிறகு?. . ."

இப்ப நாம பார்க்கிற மாதிரி இல்ல அப்ப இந்த ஆறு. பெருங்காத்தும் அலையும் பேய் இருட்டும். முகத்துக்கு முகம் தெரியாது. ஏதோ ஒரு அடையாளத்தில தான் எல்லாரும் போவாங்க. சில சமயம் வழி தவறி போவாங்க. அந்தப் பொடியன் பொறகு சொன்னவன், இடுப்புப் புடிச்ச தண்ணியில தோணிக்காரன் இறக்கிவிட்டதும் அவனுக்கே ஒண்டும் தெரியல்லியாம். வழியை அவன் இருட்டுக்குள்ள தடவிப் பிடிக்கிறதுக்குள்ளே, இவங்க, மாஸ்டரும் புள்ளைகளும் மற்றவரும், சோவென்ற மழைக்குள்ள, வழி தவறித்தாங்களாம். அந்தப் பொடியனுக்கே ஒரு மணித்தியாலத்துக்கு மேலே புடிச்சுதாம் தன்ர ஒழுங்கையைக் கண்டுபிடிக்க. அவன் ஒழுங்கையைக் கண்டுபிடிச்சு தன்ர ஊட்டை தடவிப் புடிச்சு படலையைத் துறக்கக்குள்ள பட படவெண்டு கேக்குதாம் வெடி. அப்படியே உழுந்து படுத்தித்தானாம். பொறகு எழும்பக்குள்ள பொறகும் உடாம ஒரு மணித்தியாலம் வெடியாம். தவண்டுதானாம் இவன் ஊட்டுக்குள்ள போன, அந்த வெடிக்குள்ள மாஸ்டரும் புள்ளைகளும் அகப்பட்டாங்களோ என்றதுதான் என்ர கவலை. என்ன செய்யுற, எழுவானுக்கு போய் இதுகள விசாரித்து வாறதுக்கும் நிலைமை கஷ்டட்டமாய் இருக்கு..."

அப்படியே தலையைப் பொத்திக் கொண்டு பக்கத்துப் பாறையில் குத்தினான் சின்னையன். விழி கலங்க வாய்க் கடைவாயை பெருவிரலாலும் ஆட்காட்டி விரலாலும் தடவினான் பாக்கியன். தூர்ந்த சுருட்டை மீண்டும் கொழுத்திக் கொண்டார் அருளானந்தம். பாக்கியன் கண்ணீரை அடக்கி ஒரு முடிபுக்கு வந்ததுபோல் அருளானந்தத்திடம் கேட்டான்—

"சரி, அந்தப் பொடியன்ர பெயர் என்ன அண்ணெய்?. . ."

படைகள் நகர்ந்த போது

பாக்கியன் கைகடிகாரத்தைப் பார்த்தபடியே கேட்டான்.

“ஏன், போய் கேட்டுப் பார்க்கவா? இப்போ நேரம் என்ன?”

“நாலரையாகிறது. . .”

“ஓம் பொழுதிருக்கு. நானும் வாறன். கையோட கேட்டித்து வந்திருவம்... என்ன சீனி, காத்து எப்படியிருக்கு . . . நீயும் வலிச்ச வந்தகையோட. . . என்ன உடனே போவோமா. . . தோணியில சாமான் கீமான் ஏத்தவேண்டிக் கிடக்கா?”

“தண்டவலிச்சா சரி நீங்க... சனம் காணா போல கிடக்கே. . . அந்தா ஓடிவாறாங்க அரிசிக்காரிகள்... அடே, ஒரு தோணியும் காணா போல கிடக்கு. . . சரி, ஏறுங்க. . .”

ஆற்றில் தண்ணீர் விம்மிக் கொண்டிருந்தது. பெரிய காற்று இல்லை. எனினும் தண்ணீரின் விம்மலினால் தளப்பம் அதிகம். பாக்கியனின் முகம் சோர்ந்து போயிருந்தது. தோணியின் விளிம்போரமாய் சரிந்து கொண்டிருந்தான். கண்ணுக்குள் பாம்புகள் நெளிவது போல நீர்த்தளம்பல்கள் விம்மின. சின்னையன் அரிசிக்காரப் பெண்களிடம் பேச்சுக் கொடுத்துக் கொண்டிருந்தான். அருளானந்தம் மாறி மாறி இரண்டு பக்கமும் சவளை வலித்தார். தோணிக்காரன் அமர்ந்து கம்பு போட்டுக் கொண்டிருந்தான். பத்து பதினைந்து அடி நீளமான அவனுடைய கம்பு கீழே முழுவதாகத் தாழும் வரை குத்தினான். அவன் குத்திய ஒவ்வொரு முறையும் தோணி இம் என்று பாய்ந்தது. சின்னத் தோணி. அம்புபோல் பறப்பது தெரிந்தது.

மாலைச் சூரியனின் வெள்ளொளியில் ஆறு தகதகக்கத் தொடங்கியது. பாக்கியன் நிமிர்ந்து சூரியனைப் பார்த்தான். செந்நிற மேகங்களுக்கிடையில் சுடர்ந்த பகவானை நோக்கித் தன் இருகைகளையும் எடுத்துக் கும்பிட்டான்.

“தம்பி ஒரு விஷயம். காரணத்தைப் பிறகு சொல்றன். துறைக்குப் போக முதல், கொஞ்சம் வடகரையாய் கெழிச்சு ஆத்திரி வித்தையோரமாய் கொஞ்சம்விடு” அருளானந்தம் உட் பக்கமாக வலித்துக் கொண்டே சொன்னார்.

தோணி ஒரு புறமாய் போய் வளைத்துத் திரும்பியது. மறு நிமிடம் கரையின் வித்தை ஓரமாக உரஞ்சிக்கொண்டு போனது.

“தம்பி, இந்த வித்தையோரமாகத்தான் மாஸ்டரையும் மற்ற ஆட்களையும் இறக்கி விட்டிருப்பான் தோணிக்காரன். இதிலயிருந்து ஏறி வரம்பில நிமிர்ந்துதான் அவங்க உள்ளுக்குள்ள போயிருக்க வேணும். . .”

துறையிலிருந்து நாலு பாச்சலில் இரண்டாவது ஒழுங்கை. ஒரு கடப்புக்குள் போய் ஒரு செவலையான உயர்ந்த பையனைக் கூட்டிக் கொண்டு வந்தார் அருளானந்தம்.

படைகள் நகர்ந்த போது

“இவன் சொல்றான், தான் மாஸ்டர் ஆக்களை விட்டு இடையில பிரிஞ்சித்தானாம். கூடப் போன இன்னொரு பையன் இருக்கானாம், போய்ப் பார்ப்பம்”

விசை விசையான நடை. பாக்கியன் அடிக்கடி கைக்கடிகாரத்தை பார்த்துக் கொண்டான், சின்னையன் எதுவும் புரியாதவன் போல் இழுபட்டுக் கொண்டிருந்தான். இன்னொரு கடப்பைக் கடந்து கொண்டு உள்ளே போனார்கள். நடுத்தர உயரமான ஒரு கறுத்தப் பையன் தோட்டத்திற்கு தண்ணீர் வார்த்துக் கொண்டிருந்தான். தோட்டத்திற்குள்ளேயே இரண்டு பையன்களும் சிறிது நேரப் பேச்சு. பின்னர் தோட்த்துப் பையன் குடத்தை வைத்துவிட்டு கொடுக்கையும் அவிழ்த்துவிட்டபடி வந்தான். . .

“. . .நடந்தது முழுவதையும் சொல்றதுக்கு நேரமில்லை. அன்றைய இரவைப் போல ஒரு இரவை இனிச் சந்திக்கவே ஏலாது. சந்திக்கவும் கூடாது. சோவென்ற மழை கண்ணைத் தின்னும் மின்னல்— மண்டையைப் பிளக்கும் இடிமுழக்கம் — எங்ககால் வைச்சாலும் தொட்டாச் சிணுங்கிமுள் அடையாளம் தெரியக் கூடாதென்பதற்காக உரிஞ்சு கைக்குள்ள பொத்தினசாரம் சேட்டோடு சைக்கிள்களையும் உயர்த்திப் பிடித்தபடி. . . இரண்டு மணித்தியால கண்ணாமூச்சி விளையாட்டு கும்மிருட்டுக்குள்ள. . . இப்படியெல்லாம் செய்து அந்த ஆக்கள நான் கவனமாக வழி நடத்திக் கொண்டு வந்தும் கடைசியில் பிழைச்சுப் போயிற்று... கொஞ்ச நேரத்துக்குள்ள என்ர கையை விட்டுப் பிசகித்தாங்க. . . எந்த பங்கரிலிருந்து தப்புறதுக்கு இத்தனை கஷ்டப்பட்டோமோ அந்த பங்கருக்குள்ளேயே கடைசியில போய் விழுந்திற்றாங்க... பட்.. பட்... படாஸ் — பஸ்ப்பத்தான் பிறகு. . . விடிஞ்சு ஊர் திரள முதல் நான் போய் பாத்தன் — ரத்தச்சுரிகளும் சைக்கிள்களும் தான் கிடந்தது — நாலு சைக்கிள் மெல்ல மெல்ல இழுத்து பத்தைக்குள்ள மறைச்சு வைச்சு... இப்ப கழுவித் துடைச்சு வைச்சிருக்கன், உரிய ஆட்கள் வந்தாக் கொடுப்பம் எண்டு. . .

“சைக்கிள்களப் பாப்பமா?”

“வாங்க. . .”

சைக்கிள்களப் பார்த்தவுடனேயே, பாக்கியன் சேட்டுக் கொலரைக் கடிக்க ஆரம்பித்தான்.

சின்னையன் பாக்கியனின் முகத்தைப் பார்த்தான். அருளானந்தம் வெளியில் போய் நின்று காற்பெருவிரலால் மண்ணில்கோடுகள் கீறிக் கொண்டு நின்றார்.

“என்ன அண்ணேய் சொல்றீங்க?”

“என்னத்த சொல்றது?”

“இதுகள் அவங்கட சைக்கிள்கள்தானா?”

“அவங்கடதான், ஒண்டுமாறி ஒண்டு நான் ஓடித்திரிஞ்ச சைக்கிள்கள் தானே, அவங்க இஞ்ச இருக்கக்குள்ள. . . நீல றேசிங்

படைகள் நகர்ந்த போது

இருக்கே அது சவ்ஜாட சைக்கிள். அந்தப் பொடியன் அதை லேசில ஆருக்கும் கொடுக்க மாட்டான், எனக்கு மட்டும் தருவான். சிவப்பு றேசிங் சைக்கிள் இருக்கே அது கௌசிர சைக்கள். அதுக்கு கண்டபாட்டுக்கு ஓட்டம்தான். என்ர மகனும் அதிலதான் தெத்தித் தெத்தி ஓடப் பழகினவன். மாஸ்ட்ர கறுத்த லுமலா இருக்கே, இதுதான் என்ர குதிரை என்று சொல்லுவாரு. . ."

"சரி இப்போ என்ன செய்யுற?"

"எப்படி சொல்றதுஎண்டு தான் பிரச்சினை. . ."

"எதுக்கும் சொல்லத்தானே வேணும். . ."

"அக்காட்ட என்னால சொல்ல முடியாது. . ."

"எனக்கும் கஷ்டம் தம்மி. . ."

"சின்னையன் நீதான் கதையத் தொடங்கிச் சொல்லவேணும்..."

என்ன, பாண்டிருப்புக்கு, அவங்கட ஊட்டுக்கு இப்போ போறதா?"

"போவோமே, மூச்சுப்புடிச்சா — பதினாலு கட்டத் தூரந்தானே — அரைமணித்தியால ஓட்டம். . . இரவைக்கு அங்க நிண்டுத்து வருவம். ஊட்டாக்கள் எதையும் நினைச்சுக்கெட்டும். ஆபத்துக்கு பாவமில்லை. . ."

பாக்கியனை சின்னையன் வைத்து மிதித்தான். அருளானந்தம் பாக்கியனுடைய சைக்கிளில் ஏறினார்.

செட்டிப்பாளையத்தில் சென்றிப் பொயின்ரில் கொஞ்சம் சுணக்கம். களுவாஞ்சிக்குடி சோதனை முகாமில் கருக்கல் ஆரம்பமாயிற்று.

கருக்கல்பட முதல் கல்லாத்து பாலத்தடி சோதனை முகாமைக் கடக்க வேணும். பிந்தினா மூடிப் போடுவான். அவனிடம் அப்பீல் கிடையாது. தப்பினா ஒரு பக்கமும் போக ஏலாது. வளைத்து வர ஆறு.

"அப்படி வந்தாலும் பரவாய் இல்ல அண்ணெய், ஓந்தாச்சி மடத்தால உட்டு கடலோரமாகவே போயிரலாம். . ."

மூச்சு இளைக்க இளைக்க சின்னையன் சொன்னது பாதி சொல்லாதது பாதியாக மிதித்தான். என்றாலும் கருக்கல் படமுதலே கல்லாத்து பாலத்தைக் கடந்து விட்டார்கள். பிறகு ஒரு மூச்சிப் பிடிச்ச ஓட்டம். கல்லாறு கழிந்து பெரிய நீலாவணை வந்தது. பெரிய நீலாவணைச் சோதனை முகாமில் கொஞ்சம் சுணக்கம். ஒரு குரல் கேட்டது —

"பாக்கியன் மச்சான், என்ன இது? மாலை படக்குள்ள? இப்பதான் வாறியா? அட, சின்னையனுமா? அட்டே அருளானந்தமுமா? என்ன இது, எல்லாரும் ஒருமிக்கப் படை எடுத்தாப்பில. . . "

படைகள் நகர்ந்த போது

அசந்து போய் நின்றார்கள். மாலைப் பொழுதின் மயக்கமா? பாக்கியன் கிட்டப் போய் உற்று முழித்துப் பார்த்தான். சந்தேகமில்லை, மாஸ்டர்தான்! — சௌஜாவின் நீல றேசிங் பைசிக்களில்!

இரவுச் சாப்பாடு முடிந்து நிலவில் அவர்கள் கூடியிருந்த போது மாஸ்டர் இடைவெளிகளை விளக்கினார்.

ஹெலியடியில் இருந்து அவர்கள் அருந்தப்பில் தப்பித்துக் கொண்டார்கள். ஆற்று வித்தையின் ஓரமாக காற்றில் அள்ளுப்பட்ட தோணி கண்டல் தாவர அடிமரக்கிளை ஒன்றினுள் செருகி ஏறிக் கொண்டதால் அவர்கள் கண்டல் கிளைகளிலே தொங்கி, கண்டல் கிளை வழியாகவே வயல்நீருக்குள் இறங்கி மார்பு பிடித்த வெள்ளத்தில் ஆளை ஆள்பற்றிக் கொண்டு நடந்து கரையேறினார்கள். கிரான்குளத்து ராணுவபங்கரின் வெடிகளிலிருந்து மயிரிழையில் தப்பித்துக் கொண்டார்கள். எனினும் பலர் அதில் மாண்டிருப்பார்கள்.

●●●

படைகள் நகர்ந்த போது

பிரசஞ்த்தம்

நான் நடந்தேன். நான் நடந்து கொண்டிருந்தேன். கையில் உருவிய கட்டாரியுடன் எங்கே என்று அறியாது நான் நடந்து கொண்டிருந்தேன். என் வீடு நெருங்கிக் கொண்டிருந்தது. என் வீட்டையும் கடந்து நடந்தேன். ஊரெல்லாம் நடந்தேன். எனக்கு எந்த இடத்திலும் தரிக்க முடியாமல் இருந்தது. எவரையும் பார்த்துப் பேச முடியும் என்று தோன்றவில்லை.

யாரோ என்னைத் தொடர்ந்து வருவது போலிருந்தது. மகன் தொடர்ந்து வருகிறானா? அல்லது மாகு தொடர்ந்து வருகிறானா? இருவரையும் காண நான் அஞ்சினேன். மாகு வந்தால் என் கையிலிருந்த கட்டாரி மறுபடியும் பதில் சொல்லி இருக்கும். மகன் வந்தால் என்ன செய்வேன்? அவன் பின்னாலும் வருவான், முன்னாலும் வருவான். மகனே நீ என் முன் இப்போது தோன்றாதே, போ!

நீ விழுந்த நாள் முதல் நான் உருவாக்கிக் கொண்டது இந்தக் கட்டாரி, இந்தக் கட்டாரியைப் போல்தான் என் உள்ளத்தையும் உருமாற்றிக் கொண்டேன். அந்தக் கடைசி நாள் அணுங்குப் பிடிக்காக என் உடலையும் தயார் செய்து கொண்டேன். உன்னைக் காட்டிக் கொடுத்தவனை பழி வாங்குவதற்கு என் உள்ளத்தில் உள்ளும் உடலின் அணு எங்கும் வைராக்கியம் தினவு எடுத்திருந்தது.

உன்னைக் காட்டிக் கொடுத்த ஒருவன் பற்றிய கதை ஆரம்பத்தில் இருந்தே இருந்தது. ஆள் முகம் மறையும் அந்தக் கருக்கலில், வானம் வாயூறும் அந்த மழைத் தூற்றலிடையே, கட்டைக் காற்சட்டை போட்ட ஒரு கறுத்த முண்டம் இந்தியப் படைகளுக்கு முன்னால் சென்றான் என்றும், அர்ச்சுனர் வீதியைக் காட்டி விட்டு சனங்களுக்குள் ஓடி மறைந்தான் என்றும் பரவலாகப் பேசப் பட்டது. அந்தத் துரோகி யார் என்று கண்டு பிடித்து இயக்கம் தக்க தண்டனை வழங்கும் என்ற எதிர்பார்ப்பு பிசுபிசுத்த வேளையில் காட்டிக்கொடுப்பு நடைபெறவில்லை என்ற முடிபுக்கு நான் வந்து கொண்டிருந்த வேளையில் உபியுடனான அந்தச் சந்திப்பு எனக்கு ஏற்பட்டது.

உபியை உனக்குத் தெரியும். அந்த மெலிந்த வெளியல் எலும்புக் கூடுதானே என்று கேட்பாய். அந்த எலும்புக் கூடுதான். ஆனால் அவனுடைய கண்களை நீ கவனித்திருக்கிறாயா? கனவு காண்பது போல் இருக்கும். அல்லது எங்கோ தூரத்துச் சிந்தனை ஒன்றில் மொய்த்த சிறிய சாம்பல்நிற அந்திப் பூச்சி போல் இருக்கும். திடீர் என அந்தப் பூச்சியின் சிறகுகள் படபடக்கும். அந்தச் சிறகுகள் விலகிய நிலையில் அவனுடைய கட்குழியில் ஒரு ஒளி மின்னும். இன்னும் அந்தத் தூரத்துப் பார்வையுடனேயே அவன் வாய் உதிரும்.

“வானத்துக்கு நிறமில்லை”

உரத்த சிந்தனையுள் உதிர்க்கின்ற இந்த உதயப் பிரகாசத் தனத்தினால்தான் உபி என்ற பெயர் கிடைத்தது.

உபி இடையிடையேதான் ஊருக்கு வருவான். அவன் கருங்கொடித்தீவுக்கு அருகில் கலியாணம் செய்திருந்தான். அவனுடைய மகன் மாற்று இயக்கத்தில் இருந்து மாண்டு போனவன் என்பது எனக்கு அப்போது தெரியாது. உபிக்கும் மாற்று இயக்க அனுதாபம் இருந்தது என்பதும் எனக்குத் தெரியாது அப்போது. எந்த இயக்கச் சாயல்களையும் அவன் வெளிக் காட்டியவனாகவும் இல்லை. திடீரென நம்முடைய சம்பவத்தை நினைவுகூர்ந்தான்.

“உங்கட மகனும் அதில. . .” அதே இடத்தை காட்டி “தலைவீங்கிதான் காட்டிக் கொடுத்தவன்”

“இருக்காது. உனக்கு எப்படித் தெரியும்?”

“அன்று இரவே என் வீட்டுக்குத்தான் வந்தவன். அடுத்த நாள் கொழும்புக்குப் போனவன்”

உபியின் செய்தியை நான் உடனே நம்பவில்லை. உதயப் பிரகாசம் அல்லவா அவன். நேரடியாக என்னுடன் பேசும் போது கூட அந்த இழப்புப் பற்றிய போலித் தனமான சோகம் கூட அவனுடைய குரலில் இல்லை. மகிழ்ச்சி கலந்த குரலில்தான் அதைச் சொன்னான். தலைவீங்கியுடன் மிகவும் நட்புடைய அவன் அவனை என்னிடம் மூட்டுவதற்கு சற்றேதும் தயங்கவில்லை. சம்பந்தப் பட்டவர்களை மறந்த நிலையில் ஒரு வெறும் செய்தியாகவே அவன் என்னிடம் அதைச் சொன்னான். உபியின் அந்த

பிரகஷ்த்தம்

உதயப்பிரகாசத்தனத்தை நான் விளங்கிக் கொண்டாலும் முழுதுமாக அவனை நம்ப முடியவில்லை. எனினும் அதை ஒரு எடுகோளாக வைத்து சான்றுகளைப் பெறுவதற்கு மும்முரமாய் இருந்தேன்.

ஒரு முன்னிரவில் கேட்ட அந்த துப்பாக்கி வேட்டுகள்! தொடர்ந்த அந்தத் துப்பாக்கி வேட்டுகள் கேட்டு முடிந்ததும் என் நெஞ்சு பிராண்டியது உண்மைதான். ஆனால் என்னையே நான் தேற்றிக் கொண்டது எப்படி என்றுதான் இன்னமும் யோசிக்கிறேன். உன் உயிர் அறுந்ததும் எங்களுக்கும் ஏதோ அறுந்திருக்க வேணுமே, அது ஏன் நடைபெறவில்லை என்றுதான் இன்றுவரை யோசிக்கிறேன். உன் மீது எங்களுக்கு உள்ள பாசம் அந்த அளவுக்கு இருக்கவில்லையா? கோயில் திருவிழாவின் ஓசைகளில் எங்கள் உள்ளங்கள் இழுபட்டு போயினவா? கோயில் வெளிச்சங்கள் ஊடறுத்த அந்த முன்னிரவில் நான் சற்று வெளியிறங்கி சிறிது நடந்து போயிருந்தால் எனக்கு ஏதேனும் விளங்கி இருக்குமா?

எனக்கு எதுவும் விளங்காமலே போயிருக்கலாம். ஏனென்றால் அல்லை அயலில் இருந்தவர்களுக்கே என்ன நடந்தது என்று அடுத்த நாள் விடியும் வரை தெரியவில்லையே. திசைகள் தோறும் சிதறிப் போனவர்கள் நள்ளிரவிக்குப் பிறகு சந்தித்த போதுதான் சந்தித்தவரிடையே நீ இல்லையே என்று கண்டுபிடிக்கப்பட்டது.

விடிந்தவுடன்தான் என் கேற்றில் குரல் கேட்டது. எதிரே வந்தவர்கள் எல்லாம் என்னை விறைத்துப் பார்க்க, அந்த நான்கு தெருக்களையும் கடந்து அர்ச்சுனர் வீதியில் ஓர் ஐம்பது யார் போனதும் உன் இடத்தைக் காட்டினார்கள். குருதி தேங்கி காய்ந்து போன மணட்குழிகளில் எது உன்னுடையதாக இருக்கும் என ஒருவன் அதைக் காட்டினான். அது சற்றுப் பெரிய குழியாக இருந்தது. ஏனைய குழிகளில் தேங்கி காய்ந்து போனவை இந்திய இரத்தமா? வீட்டு மதில்சுவர்களைக் காட்டினார்கள். எண்ணற்ற துப்பாக்கிச்சூடுகள்! உன் துப்பாக்கி ரவைகள் தீர்ந்த பிறகுதான் அந்த கௌரவர்கள் உன்னைச் சூழ்ந்து கொண்டார்கள். என் அபிமன்யுவே அன்று காலையில்தான் நான் அர்ஜ்ஜுனனானேன். ஆனால் இந்த அர்ஜ்ஜுனனுக்கு வரலாற்றிலும் இதிகாசத்திலும் ஒப்புமை இல்லை. அந்த ரத்தம் தோய்ந்த மணலை தொட்டுக் கொஞ்சினேன். அந்தச் சுவரில் இருந்த துப்பாக்கிக் காயங்களும் உன்னுடையவையல்லவா— எவை எவை உன்னுடையதாக இருக்கும் என எண்ணிப் பார்த்தேன். அந்த ரத்தச்சுவட்டையும் துப்பாக்கிக் காயங்களையும் மனதில் சுமந்து கொண்டு போகும்போது என்னை நான் வேறொரு மனிதனாகவேதான் உணர்ந்தேன். அந்த மேத்தாக்களினதும், தாசுகளினதும் வாகனத்துக்கு ஒரு கிரனேட் வீசும் திரானி எனக்கு இல்லாமல் போகுமா?

காட்டிக் கொடுத்தவன் என்று ஒருவனைப் பற்றிக் கேள்விப்பட்டதுமே என் இதயப் பீரங்கி அவனை நோக்கித்தான் திரும்பியது. அந்த மேஜர்கள் எனக்கு நீர்த்துப் போனார்கள். காட்டிக் கொடுத்தவனை தீர்த்துக்கட்ட நான் தீட்டிய திட்டங்களை நான் இப்போது சிந்திக்கும்போது அந்த மேஜர்களையோ அவர்களுக்கு

அடுத்தவர்களையோ நான் மாட்டியிருப்பேன் என்றுதான் நம்புகிறேன்.

என் திட்டம் பாதியில் இருக்கும் போதுதான் நீ அந்த மாலைக் கருக்கலில் உருக்கொண்டாய். உனக்குத் தெரியும், உன்னைக் காட்டிக் கொடுத்தவனை என் மூளைக்குள் போட்டு மறமறத்துக் கொண்டு மெல்லிய போட்டிக்கோ வெளிச்சத்தில் பூந்தோட்டத்திற்கு தண்ணீர் நனைக்கும் போதுதான் நீ முதலில் உன் புகைப்படம் ஒன்றில் உள்ளது போல் தெரிந்தாய்.

இதே தோட்டந்தானே அந்தப் புகைப்படத்தில்? இந்தத் தோட்டத்திற்குள் இருந்துதானே நீ அந்தப் புகைப்படம் எடுத்தாய்?

உன் முழுநீள உருவமும் தெரிந்தது. ஏ.கே.47ஐ கையில் வைத்திருந்தாய். ட்ளொசருக்கு மேல் வெளியில் விட்ட சேட்டின் கைகளை முழங்கை வரையிலும் மடித்து விட்டிருந்தாய். முன் தலைமயிர் வழமை போல் நெற்றியில் படிந்து கிடந்தது. ட்டௌசர் கால் மடிப்புகளின் கீழ் பாட்டா செருப்பு அணிந்திருந்தாய். வழமையிலும் விட சற்றுப் பிரகாசமாய் தெரிந்தாய். . .

நான் நின்று சில வினாடிகள் உன்னைப் பார்த்தேன். வீர மரணம் அடைந்த நீ எப்படி இந்த வேளையில் என் முன் நிற்கலாம்? நான் பயந்தது உனக்குத் தெரியும். இரண்டு எட்டுப் பின் வாங்கினேன். உன் குரல் எனக்குக் கேட்டது.

“அப்பா, பயப்பிடாதிங்க. . .”

நான் மேலும் பயந்தேன். திடீரென நாம் இருவரும் மிக அருகருகாக நிற்கக் கண்டேன். என் உடல் பஞ்சு போல் மாறி இருந்தது. நாம் பாதம்படாத நிலத்தில் பறந்து கொண்டிருப்பது போலிருந்தது. எனினும் நான் நிலத்திலேயே நின்று கொண்டிருந்தேன். உன் பாதங்கள் நிலத்தில் படாததை அவதானித்தேன். நீ அருபமானதால்தான், உன் பாதங்கள் நிலத்தில் படவில்லை என்று அனுமானித்தேன். நீ மீண்டும் சொன்னாய்,

“அப்பா, பயப்பிடாதிங்க. . .”

“என்ன நடக்க வேணுமோ அது நடந்தது... நான் எழுதிய வரிகள் நினைவிருக்கும். போருக்கு போனவர்கள் தோற்பதும் இல்லை. அவர்கள் வீடு திரும்புவதுமில்லை. ஆனால் வீட்டைப் பற்றி அறவே சிந்திக்காமல் இருக்க என்னால் முடியவில்லை...”

நீ சிறிது தரித்து தென்னை மரத்தில் சாய்ந்தாய். மீண்டும் தொடர்ந்தாய். . .

“ஓம் அப்பா, வீட்டைப் பற்றிச் சிந்திக்காமல் இருக்க என்னால் முடியவில்லை, ஏனென்றால் வரப் போகின்ற கால ஓட்டம் முழுதும் எனக்குத் தெரிந்தது. இந்தியனுகள் போவது நிச்சயமாயிற்று. இந்தியனுகள் போன பின் ஸ்ரீலங்காவுக்கு எங்களுடன் இருந்த தந்திரோபாயமான உறவும், எங்களுக்கு ஸ்ரீலங்காவுடன் இருந்த தந்திரோபாயமான உறவும் முடிந்துவிடும். அப்போது எதிர்

பிரகஷ்த்தம்

நிலைகளை எடுப்போம். ஆறுகள் பின்னோக்கிப் பாய்வதில்லை. எரிமலை குழம்புகளும் எரிமலையின் உதரத்துள் அடங்குவதில்லை. ஒவ்வொன்றும் ஒவ்வொரு கட்டம். ஒருகட்டம் மற்றக் கட்டத்தினின்று வேறுபட்டதுவே. மேலும் மேலும் உக்கிரமாகிற கட்டங்களின் எரிமலைகளும் உதிரக்கடல்களுமே என் முன் விரிந்தது. இந்த நிலையில் உங்களைப் பற்றி எண்ணினேன். என் உடன் பிறந்த சகோதரர்களை எண்ணினேன். . ."

தென்னை மரத்தில் சாய்ந்திருந்த நீ பழைய போட்டிக்கோ படிக்கட்டுகளுக்கு வந்தாய். அப்போது உன் இடுப்புக்கு மேலான பகுதி மட்டுந்தான் யன்னல் மட்டத்தில் தெரிந்தது. நீ தொடர்ந்து சொன்னாய். . .

"வரப் போகின்ற கொடிய யுத்தத்தில் நீங்கள் என் நிமித்தம் படப்போகின்ற ஆக்கினைகளை யோசித்தேன். இந்தியனுகளிடமிருந்து மயிரிழையில் தப்பினீர்கள். வரப் போகின்ற ஸ்ரீலங்காப்படை என் நிமித்தம் உங்களை குடும்பத்தோடு கொல்லும் என்பது நிச்சயமாகிவிட்டது. ஆகவே நான் ஒருவன் இல்லாது போனால், என்னால் உங்களுக்கு ஏற்படக்கூடிய கஷ்ட்டம் இருக்காதே என்று என் சின்ன அறிவுக்குப் பட்டது. இதைத்தான் அந்த நாட்களில் நான் சிலந்தி வலை போட்டு பின்னிக் கொண்டிருந்தேன். . . "

இப்போது உன் உருவம் சற்று உயரத்தில் ஓடுகளுக்கு மேலாகத் தெரிந்தது. அங்கிருந்து நீ சொல்வதை நான் அண்ணார்ந்து பார்த்துக் கேட்டுக்கொண்டு நின்றேன். . .

"இந்த சிலந்தி வலையினூடுதான் அன்று மாலை அந்த இந்தியச் சிப்பாய்களை நான் எதிர்கொண்டேன். தெருவிளக்கற்ற அந்தத் தெருவில் முன்னிருட்டுக் குறுக்கிடைகளில் பலரின் சந்திப்புகளும் பலருடைய விசாரணைகளும் நடைபெற்றுக் கொண்டிருந்தன. எனக்கு ஏற்பட்டது ஒரு சந்தேகம்தான். கேற்றின் இடுக்கால் தெருவைப் பார்த்தேன். தெருவின் கருக்கலுக்குள் கருக்கலாக உருவங்கள் தெரிந்தன. நான் நினைத்திருந்தால் மரங்களில் ஒட்டி, வீட்டுச் சுவரில் மறைப்பெடுத்து மற்றவர்களுக்கும் சமிக்கை செய்து விட்டு பின் வேலியால் கிளம்பிப்போய் இருக்கலாம். ஆனால் எதுவோ என்னை உந்தியது. ஆபத்தை அறைகூவி அழைப்பது போல் நான் வெளிப்பட்டேன். வெளிப்பட்டதும் தெரிந்தது, தாமதிப்பதற்கு ஒருக்ஷணமும் இல்லை என்று. படபடவென்று தீப்பொறி கக்கினேன். சுழன்று சுழன்று வாணவேடிக்கை செய்தேன். அந்தச் சுழற்சியினுள் ஒரு குண்டு என்னைத் துளைக்கும் என்பது என் பிரக்ஞையை ஊடுருவிய பொட்டாக இருந்தது நினைவிருக்கு. எனினும் என் தீரச் செயலில் எனக்கு திருப்தி இருந்தது. என் தோழர்கள் தப்பிப் போகக் கூடும். என் துப்பாக்கி தான் வெடித்துக் கொண்டிருக்கிறது என்பதை அவர்கள் அறிந்திருந்தால் அவர்கள் என் துணைக்கு வந்திருப்பார்கள். எதிரிதான் இருட்டில் தீர்க்கிறான் என்று எண்ணித்தான் அவர்கள் இடம் பெயர்ந்திருப்பார்கள். ஆனால் எதிரி வேலிகளுக்குள், பொந்துகளுக்குள் வீழ்ந்து பதுங்கிக்

பிரகஷ்த்தம்

கொண்டார்கள். என் துப்பாக்கி ரவைகள் தீர்ந்ததும் நான் நிமிர்ந்தேன். எதிரிகள் ஓடிவிட்டார்கள் என்றுதான் எண்ணினேன். எண்ணிய மாத்திரத்திலேயே என் இடது விலாவை பொத்தி வீழ்ந்தேன். எழுவதற்கிடையில் இன்னுமொரு குண்டு என்னைத் துளைத்தது. கழுத்தில் கிடந்ததை வாயில் கடித்தேன். கைகூப்பி என் மண்ணை நான் முத்தமிட்டதும் உங்கள் எல்லோரையும் எண்ணிக் கொண்டதும்தான் எனக்கு நினைவு. . . ஒரு திருப்தி இருந்தது முடிவில்.

ஆகவே என் மரணத்துக்கு நானே நிமித்த காரணம். என் மரணத்துக்குள் என்னை உந்தியது என்ன? எது என்னை உந்த வேண்டுமோ, அது என்னை உந்தியது. . ."

உருவம் இன்னும் உயரத்துக்குப் போனது. வேப்ப மரத்தின் உச்சிக்கு போனது. வார்த்தைகள் தூரத்து ஒலியாக எனக்கு கேட்டது.

"நான் எதிர்பார்த்த அகோரம் உருவாகிக் கொண்டிருக்கிறது... நாகாசூரன் படை எடுக்கிறான், நாகாசூரன் படை எடுக்கிறான்... "

உன் உருவம் வேப்ப மரத்துக்கு அப்பால் வானத்து வெளியில் கலந்தது. நான் நீண்ட நேரம் ஸ்தம்ப்பித்துப் போய் நின்றேன்.

சுய நினைவுக்கு வந்த பின் நான் வேறு விதமாக எண்ணினேன். எவருக்கும் இதைச் சொல்லவில்லை. ஒரு உருவெளித் தோற்றம் என்று எல்லோரும் நகைத்திருக்க மாட்டார்களா?

ஆனால் நீ சொன்னபடி நாகாசூரன் படை எடுத்தான். நாகாசூரன் படை எடுத்து நாங்கள் ஓடும் போதெல்லாம் உன் தோற்றரவு நினைவுக்கு வரவே செய்தது. எனினும் கால ஓட்டத்தைக் கணிப்பவர்களுக்கு தானாகத் தெரியக் கூடியன அல்லவா இவையெல்லாம். எனக்கு ஒரு அகக்காட்சியாக தெரிந்தது, தெரிந்திருக்கலாம் என்றே நினைத்தேன்.

நாகாசூரன் படை எடுப்புக்கு நாலு மாதம் ஈடு கொடுத்துவிட்டு மீண்டும் ஊருக்கு வந்தோம். அடுத்த மாதங்களில், ஒரு ஆண்டுத் தொடக்கத்தில், என் அருமை நண்பனும் என் சகோதரருமாக இருந்தவன் திரு.மாற்கு என்று தான் சொல்லுவேன். சில நேரங்களில் "ற்"ஐ விழுங்கி விடுவேன். சிலவேளைகளில் அவனுடைய முழுப்பெயரையும் சொல்லிவிடுவேன்.

அவனை உனக்கு சற்று முன்புதான் தெரியும். இடையில் எப்போதாவது நீ அவனைக் கண்டிருப்பாயோ தெரியவில்லை. அநேகமாகக் கண்டிருக்கமாட்டாய். கொஞ்சம் தலை விறைத்தவன்.

மாற்கும் நானும் இந்தக் கோயில் வெளியிலே எத்தனை கீற்றுப் பிறைகளைக் கண்டிருப்போம்! அவனும் நானும் இந்தக் கோயில் வெளியில் எத்தனை அரை மதிகளைக் கண்டிருப்போம், எத்தனை முக்கால் மதிகளைப் பார்த்திருப்போம்! எத்தனை பொங்கி வரும் பூரணைகளைப் பார்த்திருப்போம்! நிலவில் மட்டுமல்ல, இருளிலும் வெள்ளிமங்கலிலும் எங்கள் மூச்சுகள் அந்தக் கோயில்

வெளியெல்லாம் ஊரும். எத்தனை லட்சியக் கனவுகள்! எத்தனை அறிவார்த்த உரையாடல்கள்!

எங்களது காயான் வெம்புக் காட்டுக்குள்ளிருந்துதான் நான் உருவானேன். அதே காயான் வெம்புக்காட்டுக்குள் இருந்து தான் அவனும் உருவானான். நான் பல்கலைக்கழகத்துக்கு போய் கற்றுக் கொண்டவன். அவன்தானே ஒரு பல்கலைக்கழகமாகக் கற்றுக் கொண்டவன். அவனுடைய வீடே ஒரு பல்கலைக்கழகம். நூல் நிலைத்தில் இல்லாத நூல்களும் அவனுடைய நாக்கு நுனியில் இருக்கும். அந்தக் கர்வந்தான் அவனுக்கு.

விடுமுறை நாட்களில் காலை முதல் மாலை வரை என்னுடன்தான் இருப்பான். ஒரே கட்டிலில் கிடப்போம். ஒரே கோப்பையில் சாப்பிடுவோம். ஒட்டிப்பிறவா இரட்டையர் என்றே ஊரில் அந்தக் காலம் அழைத்தார்கள். என் அன்பு நண்பனை நான் பிரிந்தது என் கலியாணத்துக்குப் பிறகுதான். நாகாசூரனின் படை எடுப்புக்குப் பிறகு நான் அவனை ஊரில் கண்டது எனக்கு அளவிலா ஆனந்தம்.

நாகாசூரனின் படை எடுப்புக்குப் பிறகு அவன் வந்ததை அறிந்து அவனுடைய வீட்டுக்குப் போனேன். உன்னுடைய மரணம் பற்றியும் நீ எனக்கு அளித்த தோற்றரவு பற்றியும்கூட நான் அவனிடம் சொல்ல திட்டமிட்டிருந்தேன். . .

நான் போன போது அவன் அங்கு இருக்கவில்லை. கூடத்தை மிக அழகுசெய்து, பூக்கும் பூஞ்செடிகளை முன்பு வைத்திருந்தான்.

மாற்கு வரும் வரையில் நான் கூடத்தில் சஞ்சிகைகளைப் புரட்டிக் கொண்டிருந்தேன். மாற்கு வந்தபோது நான் திடுக்கிட்டேன். அவனுடைய கறுப்பு நிறத்தைக் காணவில்லை. நீண்ட நேரான தலைமுடியையும் காணவில்லை. எல்லாம் சுருள் முடியாக இருந்தது.

“என்ன ஆளே மாறிப்போய் இருக்கிறாய்?” என்றேன்.

“என் முரட்டுத் தோற்றத்தை இப்படியாவது போக்கலாமா என்று யோசித்தேன். எப்படி இருக்கிறேன் இப்போது?”

“அப்போதைய அழகில்தானே நாம் ஆளை ஆள் மயக்கினோம்”

“அதுசரி, இந்த கிளினிக்றிமேக் எப்படி இருக்கிறது?”

“ஏன் இப்படி வேஷம் மாற்றினாய்? ஏதாவது கொலை செய்துவிட்டு வந்தாயா?”

“இன்னும் இல்லை. இனிமேல் தான் ஒன்று செய்ய வேண்டும்...”

“உபியை சந்தித்தாயா?”

“நீ சந்தித்தாயா?”

“ஓம்”

“எப்போது?”

“ரொம்பக்காலம்”

“ரொம்பக் காலத்துக்கு முன்பு நானுந்தான் சந்தித்தேன்”

“அதைத்தான் கேட்டேன். உபி இருந்தால்தானே நமக்குள் சுவைகூடும்.”

“அவன் இல்லாவிட்டால் நமக்குள் சுவை இல்லையா? அருமையான ஒரு வெளிநாட்டுச் சாமான் கொண்டு வந்திருக்கிறேன்.”

மாற்கு உள்ளேபோய் அழகான ஆடம்பரமான ஒரு கிறிம்சன் கலர் போத்தல் ஒன்றைக் கொண்டு வந்தான். நான் மிக்க அவதானமானேன்.

அன்று மாலை முதல் முன்னிரவு வரையும் குடித்தோம். முடிவில் அவனுடைய வீட்டைவிட்டு வெளியேறி கோயில் வெளிக்கு வந்தோம். நிலவு சுடர்ந்துகொண்டிருந்தது.

மாற்கு திடீரென இளைஞன் ஆகிவிட்டான். கவிந்திருந்த ஆலமரக் கிளைகளைப் பற்றி தொங்கத் தொடங்கினான்.

“சதீ, உனக்கு நினைவிருக்கா, நம்முடைய ரீன்ஏஜ் காலத்தை? எவ்வளவு உற்சாகமாக இந்தக் கிளைகளில் தொங்கிக் குதித்து விளையாடினோம்! உனக்கு நினைவிருக்கா, ஒரு கிளையில் தொங்கி ஏறி அடுத்தடுத்த மரக்கிளைகளிலும் தொற்றி அந்தக் கிளைகளில் எல்லாம் நிமிர்ந்து நடந்து திரிந்ததை? வா, வா, ஒரு கிளையில் தொங்கி ஏறு, எல்லா மரங்களிலும் தொற்றி தொடர்ந்து நடந்து வருவோம். . .”

“நாம் இப்போது நடுத்தர மனிதர்கள். . .”

“இல்லை இல்லை நான் இப்போதும் இளைஞன்தான். நான் பழைய மாங்குட்டி அல்ல. நீ கூப்பிடுவது போன்று வேதாகமத்து மாற்கும் அல்ல. நான் இப்போது ஜைனேந்திரியன். இந்த இடைக்காலத்தில் பெயரைக்கூட மாற்றிக் கொண்டேன். பழைய காலத்துடன் எனக்கு எல்லாத் தொடர்பும் அற்றுப் போய்விட்டது. எனது புதிய பெயர் என்ன?. . .”

“ஜைனேந்திரியன்”

“எப்படி என் புதிய பெயர், ஜைனேந்திரியன்! நான் ஜைன இந்திரியன். . .”

பெயர்த்து வந்தான்.

“வா, சதீ, நம் பழைய கோயில் வெளியில், நம் பழைய நாட்களை நினைவு கூர்தலில் நம் பழைய விளையாட்டு இன்னொன்றையும் விளையாடுவோம். பொல்லிழுப்போம்.”

நேருக்கு நேர் நிலவில் உட்கார்ந்துகொண்டோம். இருவரும் எதிரெதிரே கால்களை முன்நீட்டி, ஒருவருடைய காற்பாதம் மற்றவரின் காற்பாதத்தில் படுமாறு அமர்ந்து கொண்டோம் குனிந்து

பிரகஷ்த்தம்

மடிந்து கால் விரல்களுக்கு மேல் பொல்லை வைத்துப் பிடித்தோம். இவருடைய பிடியினுள்ளும் பொல் இம்இம் என்று இருந்தது.

ரெடி? என்று கேட்டான் மாற்கு. ம் என்றேன் ஸ்ற்றாட்டையும் அவனே கொடுத்தான்.

“உவொண், ரூ, த்திரி!. . .”

முழங்கால் எழும்பாமல் பாதத்தோடு பாதத்தை முட்டி தோணியில் சவள் போட்டு உறைந்து போன பாவணையில் நெடு நேரம் இருவரும். சங்கிலியில் போட்ட யானை பாறையை இழுத்தது... இழுத்தது. அதனுடைய புடைகள் வீங்கின. அதன் கழுத்துச் சதைகள் நெரிந்தன. அதனுடைய பற்கள் நறநறத்தன. பாறைக்கு சிரிப்பு வந்தது. சற்றே புன்னகைத்தது. அப்படியே விட்டுக் கொடுத்தது. யானை துதிக்கையை உயர்த்தி எக்காளமிட்டுப் பிளிறியது. பாறையும் அதைப் பாராட்டியது!

கோயில் வெளியில் நிலவு மேகங்களுள் மறைந்தும் வெளிப்பட்டும் தெரியத் தெரிய அவன் இளைத்து இளைத்து எனக்கு சொன்னான்.

“இதெல்லாம் பால்ய விளையாட்டுகள். கராட்டியும் சீனடி சிலம்படியும் கூட நான் பழகி இருக்கிறேன். கத்திக் குத்துக்கு எப்படி மாறுவதென்றும், கட்டாரியை எப்படி நேராக இதயத்தில் பாச்சுவதென்றும் நான் பயின்றிருக்கின்றேன். துப்பாக்கிச் சமர் கூட எனக்கு தெரியும். அனுமதியற்ற கைத்துப்பாக்கி ஒன்றும் வைத்திருக்கிறேன். குறி தவறாமல் எப்படி சுடுவதென்று உனக்கு ஒருநாளைக்கு கற்றுத் தருகிறேன். . .”

பாரப்பட்ட மனிதனாக என் முன் உயர்ந்து நின்றான் மாற்கு. அவனுடைய சுருட்டிய தலைமயிர்கள் குழம்பிப் பரந்து நிலவில் அழகாய் தெரிந்தன. ஒரு மாமனிதனைப் பார்க்கின்ற மதிப்போடு அவன் முன் நின்றேன் நான். அவனுடன் முற்றும் லயித்த நிலையில் அவனிடம் ஏதேனும் பரிந்து பவ்வியமாகப் பேசி அவனுடைய முகபாவங்களின் அற்புதங்களைத் தரிசிக்க வேண்டும் போல் இருந்தது.

என் மகனின் தோற்றரவு காட்சி பற்றிச் சொல்ல அதுவே தகுந்த தருணம் என்று பட்டது.

நிலவில் அவனது முகபாவம் எனக்கு நன்கு தெரியும் ஒரு நிலையில் எப்போதும் என்னைச் சதா அமைத்துக் கொண்டிருந்தேன்.

தோற்றனி முழுவதையும் விலாவாரியாக சொல்லி அவனுடைய முக மாற்றங்களை அவதானித்தேன். கடைசியாக எனது மகனுடைய ஆவி சொன்னது போலவே இந்தியனுகளை அவன் எதிர் கொண்டதையும் சொன்னேன். அவன் என் ஆருயிர் நண்பன் அல்லவா!

“என் மனைவிக்குக் கூட என் மகனுடைய இந்த தோற்றரவு பற்றிச் சொல்லவில்லை. உனக்கு சொல்லாமல் இருக்க முடியவில்லை. . .”

“உன் மனைவியிடம் சொல்லவில்லையா? தாய்க்கு இல்லாத பிள்ளையா? உன் மனைவிக்கும் அவன் தரிசனம் கொடுத்திருப்பான். அவள் உன்னிடம் சொல்லாமல் இருந்திருப்பாள், நீ அவளுக்கு சொல்லாததுபோல். உன் மனைவிக்கு அவன் தரிசனம் கொடுத்திராவிட்டால் உனக்கு தரிசனம் தந்தான் என்று நீ சொல்வதை நான் நம்பமாட்டேன். . .”

எனக்கு பொறியில் அடித்ததுபோல் இருந்தது. உடனடியாக ஓடோடிப் போய்ச் சுவர்ணாவைக் கேட்டு விடத்தான் தோன்றியது.

அர்த்த ராத்திரியில் சுவர்ணாவை எழுப்பி இவைகளைப் பேச எனக்கு பயமாக இருந்தது. அடுத்த நாள் காலையிலும் பேசக் கிடைக்கவில்லை. மாலையில் பூந்தோட்டங்களுக்கு தண்ணீர் வார்த்து முடிந்த முன்னிரவில்தான் அவளும் நானும் தனியாக இருக்கும் வாய்ப்புக் கிடைத்தது.

நேரடியாக அவளிடம் நான் பேச்சைத் தொடங்கவில்லை. ஃபோட்டோ அல்பங்களைக் கொண்டு வரச் சொல்லி ஒவ்வொன்றாகப் பார்த்துக் கொண்டிருந்தோம். யதேச்சையாக அகப்பட்டது போல் நான் பிரகஷ்த்தனின் அல்பத்தை எடுத்தேன்.

வரிசையாக அவனுடைய வாழ்க்கைக் கதையை அந்த அல்பம் கூறியது. பிறந்து இரண்டோரு நாட்களில் தொட்டிலுக்குள் அவன் கிடந்த போது எடுத்த படம், பல நிலைகளில் தாயும் சகோதரிகளும் மாமன்மாரும் நானும் அந்தக் குழந்தையை வைத்திருந்த படங்கள், ஞானஸ்தானத்தின்போது எடுத்த படம், நற்கருணையின் போது எடுத்த படங்கள், முச்சக்கர வண்டியில் வைத்து அவனை எடுத்த படம். . . அந்தப் படத்தை நான் முத்தி செய்து கொண்டேன்... அந்தப் படங்களில் அதுதான் அவனுக்கு மிகவும் பிடித்த படம், அதுதான் அவனுடையதில் எனக்கு மிகவும் பிடித்த படம். . . .அப்படி ஒரு படம் அண்ணன்மார்களைப் போல் தானும் எடுக்கவேணும் என அவன் ஆசைப்பட்டு எடுத்த படம்...இப்படியே பல படங்கள். அவனுடைய கிரிக்கெட் படங்களும் அலாதியானவை. பந்து வீச்சுகளின் போதும், துடுப்பாட்டங்களின் போதும் கிண்ணங்கள் பெற்ற போதும், கடைசியாக இளம் ஆட்டக்காரர்களின் கப்டனாய் அந்த அணியுடன் எடுத்த படம்... கிரிக்கெட்டுக்கு அடுத்ததாக அவனுடைய துப்பாகியுடன் மீசை சற்றுக் கறுத்த தோற்றத்தில்... அதில் ஒரு படம் சுள்ளாய்ப்பாய் பட்டது எனக்கு. நானும் சுவர்ணாவும் அமர்ந்திருந்த அதே வரவேற்பறையில் எடுத்த படம் அது, அந்த மூன்று இருக்கைகளும் எங்களுக்கு முன் அதே நிலையில் அப்போதும் இருந்தது. அந்த ஆசனங்களில் பிரகஷ்த்தனும் அவனுடைய இரண்டு போராளித் தோழர்களும் துப்பாக்கிகளுடன் அமர்ந்து எடுத்த படந்தான் அது. நடுவில் பிரகஷ்த்தன், இரண்டு பக்கமும் இரண்டு தோழர்கள்—

போஸ்கார்ட் சைஸ் படம், சட்டென சற்றுப் பெரிதாக எனக்குத் தெரிந்தது.

"இதென்ன, இவ்வளவு பெரிதா இந்தப் படம்?"

"ஓமோம் பெரிதாகத்தான் தெரியுது. . ."

உருவங்கள் சற்றுப் பெரிதானது போலும் தெரிந்தது. நானும் சுவர்ணாவும் ஒரவரை ஒருவர் பார்த்தோம். சுவர்ணா ஹிப்நொட்டைஸ் பண்ணப் பட்டவள் போல் கூந்தலை விரித்துக்கொண்டு நேரே பார்த்தாள். அவளுடைய மயங்கலான பார்வை எனக்கும் தொற்றியது போல் இருந்தது. எங்களுக்கு நேரே இருந்த மூன்று கதிரைகளிலும் பிரமாண்டமாக அந்தப் படம் மாறி இருந்தது. அந்த மூவரும் அந்தக் கதிரையில் நிஜமாக அமர்ந்திருப்பது போலும், நாங்கள் அவர்களுடன் நீண்ட நேரமாக பேசிக் கொண்டிருப்பது போலும் இருந்தது. எங்களை அறியாமலே தோழர்கள் மங்கலாகி, மேலும் மங்கலாகி ஃபேட் அவுட் ஆனார்கள். பிரகஷ்த்தன் எழுந்து எங்களை நோக்கி வந்து அல்பத்தை வாங்கியபடி எங்கள் இருவருக்கும் இடையில் அமர்ந்தான்.

"எங்கே என் மீன் தொட்டிகளைக் காணவில்லையே. பளபளக்கும் என்மீன்களை எவ்வளவு அழகாக படம் எடுத்து வைத்திருந்தேன். . . எங்கே என் சிவப்புக் கண் வெள்ளை முயல்களைக் காணவில்லையே... அவைகளுக்கு நான் எட்டு ஒன்பது வயதாக இருக்கும்போது அடம்பன் கொடி பிய்த்து வந்த பொழுதுபட்ட நேரத்தில் அல்லவா அந்த குட்டி பிரதர் என்னைக் கோழிக் கூட்டுக்குள் அடைத்தவன். . ."

அல்பத்தை மூடி வைத்துவிட்டு எழுந்தான் பிரகஷ்த்தன். எதிரே இருந்த சுவரை அண்ணார்ந்து பார்த்தான்.

"என் அழகான பெரிய படம் இருந்த இடத்தில் யேசுவின் படத்தை வைத்திருக்கிறீர்களே"

தாய் எழுந்துபோய் அவனுடைய தலையை தடவிக் கொண்டே சொன்னாள்,

"மகனே, நாங்கள் உன்ர முப்பத்தியோராம் நாளுக்கு உன்ர ஒரு படத்தை பெருப்பித்து எடுத்தனாங்கள். அப்பா மினக்கெட்டு எல்லாம் செய்தவர். அந்தா சிவப்பாய் ஒளிருதே வோல்ற் லெஸ் லேம், அதெல்லாம் உனக்கு நாங்க இட்ட தீபந்தான். . ."

"அதெல்லாம் தெரியாமலா கேட்கிறேன்!"

"பின்ன?"

"நான் இருந்த இடத்தில் யேசுவை நீங்கள் வைத்தால், யேசுவுக்கு நீங்கள் என்னை இணையாக வைக்கிரீர்கள் என்றல்லவா அர்த்தம்..."

நான் குறுக்கிட்டேன்.

"அது கொஞ்சம் இசகு பிசகாகத் தெரிந்தாலும் என்னுடைய எண்ணம் அதுதான் மகனே. உனது 41—ம் நாள் அழைப்பு இந்தா

அல்பத்தில் இருக்கிறது பார். என்ன தெரியுமா? சிலுவை. சிலுவையில் தலை வைக்கும் இடத்தில் முள்முடி. அந்த முள்முடியைத் தாங்குவதுபோல் யார் இருக்கிறார்? யேசு அல்ல. நீதான். நீதான் யேசு. சிலுவையில் அறையப்பட்ட யேசு. இதனை நான் ஒரு கவிதையிலும் எழுதி இருக்கிறேனே"

"ஓ, யேசுவை,

உனது பாடுகள்

இந்த உலகத்தை இரட்சிக்க

வல்லவை என்றால்,

எங்கள் பாடுகள்

எத்தனை உலகத்தை இரட்சிக்க

வல்லவை என்று"

தாய் சொன்னாள்.

மகனே, சகல ஆன்மாக்களின் தினத்திலும் ஒவ்வொரு முறையும் நம்ம சவக்காலையில் உனக்கு மலர் சார்த்தி ஒளி ஏற்றுவோம். ஆனால் மகனே உனக்கு இன்னும் கல்லால் நினைவுச் சின்னம் எழுப்பவில்லை. காலம் கொஞ்சம் மாறட்டும் என்றுதான் இருக்கிறம் மகனே. . .''

"அதெல்லாம் தேவையில்லை அம்மா." சவக்காலையில் முள்ளுக்கும் புதருக்குமிடையில் எனக்கு எழுப்பப்படப் போகிற நினைவுச் சின்னத்தை விட நீங்க இப்போ எனக்கு தந்திருக்கின்ற நினைவுச்சின்னம் எவ்வளவோ மேலானது. நீங்கள் இந்த வீட்டையே அல்லவா எனக்கு தந்திருக்கிறீர்கள். இந்த வீட்டுக்கு "பிரகஷ்த்தம்" என்றல்லவா பெயரிட்டு இருக்கிறீர்கள. இது என்வீடு. இந்த வீட்டில்தான் நான் இப்போது இருக்கிறேன்.

"ஆ!"

"ஏன் அந்தரப் படுகிறீர்கள்? உங்களோடு நான் இருப்பது உங்களுக்குப் பிடிக்கவில்லையா?"

"இவ்வளவு காலமும் எங்களுக்குத் தெரியாமல் நீ இந்த வீட்டில் இருந்திருக்கிறாயே என்று தான் ஆச்சரியப்படுகிறோம் மகனே. . ." தாய்தான் சொன்னாள்.

"நீங்கள் அகதிகளாய் போயிருந்த சமயம் நான் அங்கும் இங்குமாக எல்லாவற்றையும் பார்த்துக் கொண்டிருந்தேன். அப்பா துணிச்சலாக தடை முகாம்களைத் தவிர்க்கும் பொருட்டு பல மைல் ஆபத்தான காட்டுப் பாதையில் பயணம் செய்து, எத்தனையோ நுணுக்கமான முடுக்குகளுள் புகுந்து கடைசியாக இந்த வீட்டுக்குள் வந்து ஆச்சரியப்பட்டார். ஏனென்றால் எல்லாம் ஒழுங்காக நீங்கள் விட்டுச் சென்ற மாதிரியே இருந்தது. அவர் செய்த முதல் காரியம் இந்த சுவிச்சைப் போட்டுப் பார்த்தார். உடனே மின்குமிழ்

பிரகஷ்த்தம்

ஒளிர்ந்தது. அவருடைய முகம் எவ்வளவு பரவசப் பட்டது! நான் எல்லாவற்றையும் பார்த்துக் கொண்டிருந்தேன். . ."

"மகன்!" தாயார் உன்னுடைய வலதுகரத்தைப் பற்றினாள்.

"என்ன, இது மகனே, உனது வலது கையில் பெருவிரல் ஓரமாய் இருந்த ஆறாவது விரலை எவ்வளவு சிரமப்பட்டு டொக்ரர் சின்னத்தம்பி ஒரு விக்கினமும் இல்லாமல், எந்த விகாரமும் இல்லாமல் ஒப்பரேஷன் செய்தவர். வெட்டி எறியப்பட்ட அந்த ஆறாவது விரல் திரும்பவும் உனது வலது பெருவிரலில் ஒட்டி இருக்கிறதே. . ."

"நான் இப்போது உங்களுடன் இருக்கும் தோற்றம் என்றென்றும் ஆதியிலே பொழியப் பட்டது. இடையில் வரும் மாற்றங்கள் மூலகதிர் துகள் படிவத்தில் பதிவாவதில்லை அம்மா. . ."

மகனே, அப்போதுதான் எனக்கு அந்த ஆறாவது விரல் பற்றிய ஐதீகங்கள் எல்லாம் நினைவுக்கு வந்தன. உனது ஆறாவது விரலை அகற்றுவதற்கு நாங்கள் முருகேசுப்பிள்ளை டொக்டரிடம் ஆலோசனை கேட்ட போது டொக்டர் ஜெமீலும் இருந்தார். "அது அதிஷ்ட்ட விரல் ஏன் அகற்றப் போகிறீர்கள்?" என்று டொக்டர் முருகேசுப்பிள்ளை கேட்க, டொக்டர் ஜெமீல் சொன்னார்.

"அவன் அதிசயப் பிறவி. அருங்காரியங்களைச் செய்ய இருக்கிறான். நீங்கள் அவனுடைய அரிதான அந்த விரலை அகற்ற வேண்டாம்."

அந்த டொக்டர்களின் வார்த்தைகளை நாங்கள் புறக்கணித்தற்காக நானும் உன் தாயாரும் கவலையுறும் போது மீண்டும் உன் துப்பாக்கித் தோழர்கள் தோன்றினார்கள். முன்போலவே அந்த ஆசனங்களில் அமர்ந்தார்கள். நீயும் போய் உன் ஆசனத்தில் அமர்ந்தாய். நீ எங்களுக்கு ஒதுக்கிய நேரம் முடிந்துவிட்டது என்று உணர்ந்தோம். இந்த நேரத்தில் சுவர்ணாவும் நானும் ஒரே கூட்டு உணர்வினால் இயக்கப் படுவதை உணர்ந்தோம். இந்த கூட்டு உணர்வில் உங்களுடைய தோற்றத்தைச் சுற்றி ஒரு ஃபிரேம் விழுந்தது. நீங்கள் உறை நிலைக்கு உள்ளாகிறீர்கள் என்று நாங்கள் உணர்ந்தோம். உங்கள் மூவரினது உருவங்களும் ஒரு கபினெட்சைஸ் போட்டோவின் அளவுக்கு சுருங்கியது. பின் போஸ்கார்ட் சைஸ் அளவுக்கு சுருங்கியது. நாங்கள் அந்த போஸ்ட்காட் சைஸ் படத்தை எங்கள் கைகளில் வைத்துப் பார்த்துக் கொண்டிருந்தோம். பின் வார்த்தை எதுவும் பேசாது எழுந்த தவித்த உணர்வில் என் காரியங்களைப் பார்க்கத் தொடங்கினேன். சுவர்ணா அல்பங்களைக் கொண்டு போய் வைத்துவிட்டு தன் காரியங்களை பார்க்க தொடங்கினாள்.

உனது இந்த இரண்டாவது தரிசனத்திற்குப் பிறகு தீபம் ஒளிர்ந்த யேசுவின் படத்தை நான் அடிக்கடி பார்த்தேன். யேசுவின் இடத்தில் நீயே இருந்தாய். நீ தான் சுவாலை விட்டெரியும் உன் இதயத்தை தொட்டுக் காட்டிக் கொண்டிருந்தாய்.

யேசுவின் படத்தை எடுத்து விட்டு உனது படத்தை பழையபடி மாட்டுவதற்கு தருணம் வந்து விட்டது என்பதை உணர்ந்தேன். ஊரைவிட்டு ஓடும்போது நிலத்துக்குள் புதைத்த உன் பெரிய படத்தின் கண்ணாடி மட்டும்தான் மிஞ்சி இருந்தது. 41—ம் நாள் அழைப்பிலிருந்த முள்முடி தரித்த சிலுவைடன் இருந்த உன் படத்தையே பெருப்பிக்கக் கொடுத்திருந்தேன்.

சிலுவையும் நீயும்! உனது பாடுகளை நினைவூட்டும் சிலுவை! உனது பாதையை நினைவூட்டும் முள்முடி! உனது தியாகங்களை நினைவூட்டும் காயங்கள்!

உன் மறைவு அவர்களுக்கு பெரிய வெற்றி. அன்று இரவு முழுக்க கொண்டாடினார்களாமே.

அடுத்தநாள் உன் கட்டை கிடக்கிறது நம் மண்டபத்துள். வீழ்த்தப்பட்டு சாம்சனாய் நீ கிடக்கின்றாய் மரணப் பேழைக்குள். உன் பாரிய உடலுக்கு அளவு தேடி கடைகடையாக அலைந்து பெற்ற லோங்சும் ஷேட்டும். வீர மரணத்தை தழுவிய பிறகும் உன்னை துளைத்த அந்தப் பொத்தல்களை காட்டும்படி கேட்கிறான் மேஜர் தாசும் மேஜர் மேத்தாவும் வந்து. ஷேட்டையும் ரையையும் களைய நான் மறுக்கிறேன். என்றோ நடந்த அந்த சூட்டுச் சம்பத்திற்கு தாங்கள் இப்போது பழி தீர்த்துவிட்டதாக காட்ட விரும்பிய அந்த ஓநாய்கள்! உன் சவத்தை கொஞ்ச நேரம் வைத்திருக்க அனுமதித்தார்களா அந்த ஓநாய்கள்?

எனக்கு ஆத்திரம் பொங்கிக் கொண்டு வந்தது. எவ்வளவு அலங்காரமாக செய்திருக்க வேண்டிய உன் ஊர்வலத்தை எவ்வளவு கொச்சைப் படுத்தினார்கள்? சுடுபட்ட ஒரு காட்டெருமையை வண்டியில் ஏற்றிக்கொண்டு போவது போல் அல்லவா உன் கடைசிப் பயணத்தைக் காணச் செய்தார்கள். வேகா வெயில். சனம் இந்த துப்பாக்கிக்காரரின் அச்சத்தில் அமுங்கிப் போய் இருந்தது. தடை முகாம்களுக்கு ஊடான வழமையான பாதையில் செல்ல விடாது தடுத்து பிள்ளையார் கோயில் வீதி வழியாக குறுக்கி அல்லவா உன் பிரேதத்தைக் கொண்டு போக வைத்தார்கள்.

உன் இரண்டாவது தரிசனத்துக்கு பிறகு எனக்கு இந்த ஆத்திரம் அடிக்கடி குமுறிக் கொண்டிருந்தது. அந்தக் குமுறலின் போதெல்லாம் அந்தக் காட்டிக் கொடுத்தவனின் நினைவுவரும். பல இரவுகளை தூக்கமின்றிக் கழித்தேன். பல நாட்கள் பாதைகளில் செல்லும் போதும் அலுவலகத்தில் அமரும் போதும் என்னை இழந்து நீண்ட நினைவுகளில் ஆழ்ந்திருக்கிறேன்.

முடிவாக இன்றிரவு எனக்கு பொறுக்க முடியாமல் போய் விட்டது. அழுத்துகின்ற இந்தத் துயரில் இருந்து விடுபட வேண்டும் என்றிருந்தது. என் துயருக்கு முடிவுகட்ட ஒருவரிடம் எல்லாவற்றையும் சொல்லித் தீர்க்க வேண்டும் போலிருந்தது. இரவுணவுக்கு முன்பாக நான் மாற்குவிற்கு ஃபோன் செய்தேன்.

“ஹலோ மாற்கு, ரொம்ப அழுத்தமாக இருக்கிறது. . .”

பிரகஷ்த்தம்

"என்ன அழுத்தம்? இரத்த அழுத்தமா? மன அழுத்தமா?"

"மன அழுத்தந்தான்."

"மன அழுத்தத்திற்குத்தான் என்னிடம் மருந்து இருக்கிறதே... வா, வீட்டில் ஒருத்தரும் இல்லை. எல்லோரும் ஒரு கலியாணத்துக்குப் போய் விட்டார்கள். நான் மட்டுந்தான். உனக்கு எந்த தயக்கமும் தேவை இல்லை. உடனே வா. . ."

நள்ளிரவு வரையும் நானும் மாற்கும் குடித்தோம்.

எத்தனையோ விஷயங்களைப் பற்றிப் பேசினோம். சம்பந்தம் உள்ளதும், சம்பந்தம் இல்லாததும். எப்போதும் போல் இளமைக் காலத்துக்கே மாற்குவின் பேச்சுத் திரும்பியது. இளமைப் பேச்சு வந்ததும் மாற்கு வெளியில் போக தன் பாட்டா சிலிப்பர்களை மாட்டினான்.

"வா, சதீ, வெளியில் போவோம்"

"கோயில் வெளிக்கா?"

"இல்லைக் கடற்கரைக்கு. . ."

நடந்தோம். மாற்குவின் வீட்டுக் குறுக்குப் பாதையிலிருந்து கோயிலுக்கு முன் கடற்கரையை நோக்கிச் செல்லும் பாதையில் ஏறினோம்.

"பார் உன் பைரன் மைதானத்தை!"

பைரன் மைதானம் முழுவதும் இப்போது வீடுகள் நிறைந்திருந்தன.

"அது ஒரு காலம். . ."

அந்தோணியார் கோயிலைக் கடக்க வரும் டானாவில் நடந்து பழைய வோக்கடிக்கு வந்தோம்.

"இங்கே இருந்து தானே நாம் பரீட்சைகளுக்கு ஆயத்தம் செய்தோம்!. . ."

கடல் அலை கரையில் மோதிக் கேட்டது. இருவரும் ஒரே சமயத்தில் சவக்காலைப் பக்கம் பார்த்தோம்.

"ஓ! இருளில் எல்லாம் மங்கலாகவே இருக்கு" நான் சொன்னேன்.

"எவ்வளவு இருள் என்றாலும் உன் மகனின் சவப் புதையல் உனக்குத் தெரியாமல் இருக்குமா?"

"கல்லால் நாங்கள் இன்னும் கட்டவில்லை."

"அந்தச் சிலுவை ஒன்று போதுமே. . ."

வீதியிலிருந்து மாற்கு கீழே சவக் காலைப் பக்கம் திரும்புவது மங்கலாகத் தெரிந்தது. நான் பின் தொடர்ந்தேன்.

பிரகஷ்த்தம்

"நீ முன்னுக்குப் போ, வழியைக் காட்டு. உன் மகனின் சவப் புதையலை நான் இன்று தரிசிக்க வேணும். . ."

நான் அவதானமானேன். கடைசியில் மகனின் சவப் புதையலுக்கு வந்தோம். இருளில் கண்கள் சற்று பழகி இருந்தன. சற்றுத் தெளிவாக எல்லாம் தெரிந்தன. வானத்தை அண்ணாந்து பார்த்தேன். மாற்குவும் பார்த்தான். "வானில் நிறைய வெள்ளி பூத்திருக்கு!" மாற்கு சொன்னான்.

"இந்த வெள்ளிகள் தான் நாளைக்குச் சாட்சி. . ."

"எதற்குச் சாட்சி?. . ."

"காலம் கழித்தேனும் நான் உன் மகனின் புதையலுக்கு அஞ்சலி செலுத்துகிறேன் என்பதற்கு. . ."

மாற்கு சிலுவையை தலைமாடாகக் கொண்ட புதையலின் கால் மாட்டில் குந்தி உடலை முன்னோக்கி நீட்டி சாஷ்ட்டாங்கமாகி தலைகுனிந்து முத்தினான். நான் அவனுடைய நெஞ்சைப் புரட்டி ஏறி அமர்ந்து கட்டாரியால் சதக்குச் சதக்கு என்று பல முறை குத்திவிட்டுப் பார்த்தேன் — என் பையன் கிடந்தான், என் மகன் கிடந்தான், என் பிரகஷ்த்தன் கிடந்தான். அவன் தன் நெஞ்சிலிருந்த கட்டாரியை பிடுங்கி என் கையில் தந்தான். . .

"எங்கே என் மகனை காட்டிக் கொடுத்தவன்?"

"அது நான்தான் அப்பா. இனித்தான் எனக்கு விடுதலை."

நான் நடந்தேன். இருட்டுக்குள் நடந்தேன். மஞ்சள் குளித்து வரும் தேவாதியாக அந்த இருட்டுக்குள் நடந்தேன். இன்னும் வழி தெரியாத பாதையில் நடந்து கொண்டிருக்கிறேன்.

●●●

தொலைந்து போன கிரகவாசி

    நான் தீப் பற்றிய ஆவியாகித் திரிந்தேன். துப்பாக்கி வேட்டுக்கள் கேட்டன. ஓடிப் போனேன். குருதி வழியும் நெஞ்சைப் பொத்தியபடி தொலைந்து போன கிரகவாசி கிடந்து துடித்தான். நினைவுகள் மின்னலாய் கீறிட்டன. எல்லாம் முடிய வந்து தினத் தேதியைப் புரட்டினேன்.

    1. ரஞ்சன் கைது. பகல் முழுதும் ஓட்டம். ஆழமான பிரஜைகள் குழு தலைவர் இல்லை. குணத்தார் நாளைக்கு வெற்றிலைக்காரி வந்த பிறகு தான் போவார். இன்பம் ஐயாத்துரையைச் சொன்னான். ஐயாத்துரை உடனே கேம்புக்கு போக ஆயத்தம். இடையில் ஒரு தொலைபேசி அழைப்பு. மாஸ்டர் என்று ஏதோ சொல்லிக் கேட்டது. ஐயாத்துரை மூக்குக் கண்ணாடியூடு என்னை ஒரு மாதிரிப் பார்த்தான். பின்பு சோர்ந்து "நாளைக்கு பார்க்கிறோம், இருட்டி விட்டது" என்றான். ஏதாவது எதிர்பார்க்கிறானா? என் மகன் இன்று இரவைக்கு அந்த முகாமில். அவளுக்கு நித்திரை இல்லை. எனக்கும் நித்திரை இல்லை. . .

    2. ஐயாத்துரையை கண்டுபிடிக்க முடியவில்லை. குணத்தார்தான் கை தந்தார். வேட்டி—வாலாமணியும் வெற்றிலைக்

காவியும் கொஞ்சம் இங்கிலிசும் இன்னும் குறைந்த சிங்களமும் — குணத்தார் எப்படியோ சமாளிக்கிறார். ஒரு பிரச்சினையும் இல்லை. பின்னேரம் ரிலீஸ் பண்ணிருவாங்க என்றார். அவர்ர கதையை நம்பி ஐயாத்துரையையும் கவனிக்கவில்லை பிறகு. இன்பத்தையும் போய் காணல்ல. பொழுது பட்ட பிறகுதான் குணத்தாரை திரும்பவும் காண முடிந்தது. உடனே ஃபோன் எடுத்தார். நாளைக் காலையில் விட்டிருவாங்க என்றார். நாளைக் காலையில குணத்தார் என்னோட கேம்புக்கு வரவேணும் என்று வற்புறுத்திவிட்டு வந்தேன். என்ர பிள்ளைக்கு சாப்பாடு எப்படியோ? போட்ட காற்சட்டையும் சேட்டோடையும் தானே கூட்டிப் போனவனுகள். என்ன கஷ்டப்படுறானோ? அடிச்சவனுகள் என்றும் கேள்வி. கடவுளே, இரண்டாவது இரவும் என் மகன் அந்த முகாமில். முகாம் எதுவோ? தபாலகமா? மிருக வைத்தியசாலையா? பப்ளிக்சேவிஸ் கிளப்பா? அல்லது வாடி வீட்டுக்குள்ளதானோ? புதிசாகவும் ஒரு கட்டிடம் அந்தப் பக்கமாக கிடக்குதல்லோ. எங்கே என்று என் மகனைக் கற்பனை செய்வேன்?. . .

3. என்ன செய்தும் இன்றைக்கும் முடியல்லியே. எப்படியோ உடுப்புகளையும் சாப்பாட்டையும் மத்தியானம் சேர்பித்தோம். குணத்தாருடன் போய் பிரிகேடியர்.றணவாக்கையை நேரில் சந்தித்ததின் புண்ணியம் அதுதான். குணத்தாரும் சவுக்கார காவி ஏறிய வேட்டியையும் வாலாமணியையும் கைவிட்டு வண்ணான் கொண்டு வந்த வெளுத்த வேட்டி வாலாமணியுடன் சந்தனப் பொட்டும் வைத்து சால்வையையும் அள்ளிப் போட்டுக் கொண்டுவந்தார். அந்த உடுப்பு பிரிகேடியருக்கு நல்லா பிடித்துப் போயிற்று, சந்தோஷமாகக் கதைத்தான். பாக்கிறதுக்கு வெள்ளைக்காரன் மாதிரி. சுற்றி வளைப்பில் என்னைக் கொண்டு போன போதும் அவனைக் கண்டனான். வெள்ளைக்காரன் போலத்தான் என்றாலும் கொஞ்சம் பிசுபிசுத்த முகம். எந்நேரமும் முளிசுகிற பழைய வெலிகமக் கோட்டல்காரனின் முகம்போல. “விசாரணை இன்னும் முடியல்ல, நாளைக்கு விடுறோம்” என்றான். நம்பிக்கையாகத்தான் இருந்தது. ஆனால் மகனைப் பார்க்கவிடல்ல. குணத்தாரை போய் பார்க்க அனுமதித்தான். குணத்தார் போய் பார்த்து விட்டு வந்து “ஒரு பிரச்சினையும் இல்ல, ஆள் கலாதியாக இருக்கிறார்” என்று சொன்னார். கடவுள் காப்பாற்றட்டும். இந்த ஒரு இரவுதானே மகனே, பொறுத்துக்கொள். . .

4. மேஜர்.தவளக்கல ஒரு வித்தியாசமான இராணுவ அதிகாரிதான். இளமை, சந்தோஷம், கல்வி, அறிவுக்கூர்மை, உற்சாகம், சௌந்தரியம், தயாளம் இவற்றோடு இரத்தக் கறைகளும் இருக்கத்தான் செய்யும். தாழம்புதர் முயற்சி படுகொலைகள், கணக்கற்ற ரயர் எரிப்புகள் — இவற்றோடு மேஜர்.தவளகலவுக்கு தொடர்பிருக்குமென்று யாரும் சொல்ல முடியாது. அப்படிப்பட்ட அப்பழுக்கற்ற ஆளுமை. அகதி வாழ்க்கையிலிருந்து திரும்பி, எமது பூர்வோத்திரங்களை ஒளிவு மறைவு இன்றி சொன்னதும் அதை ஏற்று “போய் வீட்டில் தைரியமாக இருங்கள், உங்களுக்கு ஒன்றும் நடக்காது” என்று நம்பிக்கை தந்த செம்மல்! செம்மல் என்றுதான் சொல்லவேண்டும். எழுத வேண்டியது எதுவோ இருக்க எதையோ

தொலைந்து போன கிரகவாசி

எழுதிக் கொண்டிருக்கிறேன். நன்றியுணர்ச்சியினால் நெகிழ்ந்து விடுவதும் ஒரு பலவீனம்தான். . .

இன்று மேஜர்.தவளகலவுடன் பேசிய பின் என் சிந்தனை விரியத் தொடங்கி விட்டது. தினக் குறிப்பு பக்கம் போதாது, தினக் குறிப்பாக இவைகளை எழுதவும் முடியாது. கைபோகிற போக்கில் போகட்டும். பக்கங்கள் நீண்டால் திகதிகளை மாற்றிக் கொண்டு போக வேண்டியதுதான்.

எப்படிப்பட்ட திருப்பம்! ஐ.சி.ஆர்.சி. வராமல் இருந்திருந்தால் நிலைமை வேறு மாதிரிப் போய் இருக்குமோ? ஏன் இந்த தில்லு முல்லு? றணவாக்ககை தட்டிக் கழித்தானா? தன்னுடைய உத்தரவு தேவையில்லை என்றாரே தவளகல? எவ்வளவு ஓட்டம். நீலாவணை முகாமிற்கு. தவளகலவுக்கு இன்னமும் என்னை நினைவிருந்தது சந்தோஷம். பதிவேட்டை புரட்டி என்னுடைய பழைய வாக்கு மூலத்தையும் தன்னுடைய குறிப்பையும் தொடர்பு காட்டி றணவாக்கைக்கு கொடுக்கும் படி தந்த சிபார்சுக் கடிதம் இன்னும் இருக்கிறது என் பையில். அதற்கிடையில் எவ்வளவு நடந்து விட்டது.

நீலாவணை முகாமில் தவளகலவும் ஒரு பொய்தான் சொன்னதா? தவளகல பொய் சொல்லக் கூடியவராகத் தோன்றவில்லை. உண்மையை என்னிடம் சொல்வது உசிதம் இல்லாமல் இருந்திருக்கலாம். நான் தற்செயலாகத்தான் கண்டேன். புவனன் முன்னால் நடக்க, பின்னால் நடந்த நான் தற்செயலாக அந்த அறைப் பக்கம் திரும்பிய போதுதான் கண்டேன். எவ்வளவு துருதுருத்த கண்களோடு என் மகன் தரையில் குந்தியபடி இருந்து என்னைப் பார்த்தான். தவளக்கலவுக்கு தெரியாமல் இருக்கலாம் என்று புவனன் சொல்ல, நான் தவளக்கலவின் ஓஃபீசுக்கு, அது ராணுவ முகாம் என்பதையும் மறந்து ஓடோடிப் போனேன். “ஸேர், ஸேர், என் மகன் இங்கேதான் வைக்கப் பட்டிருக்கிறார்” என்றேன். தவளகலவின் அனுதாபமான புன்னகை இன்னும் என் கண்ணுக்குள் இருக்கு.

“இன்று மாலையில் இங்கிருந்து அவர்களை கொண்டு போவார்கள். நாளைக்கு காலையில் விடுவிக்கப் படலாம்” என்று தவளக்கல சொல்லி முடிய முதலே நான் கேட்டுவிட்டேன். “ஏன் இங்கே கொண்டு வந்தார்கள்?” தவளக்கல அந்தக் கேள்வியை பொருட்படுத்தாது தொனியை உயர்த்தி “ஏன் உங்கள் மகனைக் கைது செய்தார்கள்?” என்று கேட்டார். என்ன காரணத்தை நான் சொல்வது? அப்பாவிகளின் கைதுகளுக்கு என்ன காரணம் இருக்கிறது? முகமூடி தலை ஆட்டினால் சரி. ரஞ்சனை முகமூடியிடம் கூட காட்டவில்லையாம். நாளைக்கு ரஞ்சனை விடுவிக்காவிட்டால் கைது செய்யப்பட்ட காரணத்தை அறிந்து வரும்படி தவளக்கல சொல்லி வழி அனுப்பினார். என்ன காரணம் இருக்கு? பிரகஷ்த்தனின் சகோதரன் என்பதுதான் காரணம் என்றால் பிரகஷ்த்தனின் மற்ற சகோதரர்களையுமல்லவா கொண்டு போகவேணும்? எல்லாம் மர்மமாயிருக்கே. நாளைக்கு மகனை விடுவியாவிட்டால், காரணத்தை எப்படி கண்டறிவது? இன்பம்

அறிந்து சொல்லுவானோ? எதற்கும் விடியட்டும். மகனே இது எத்தனையவது இரவு? நாலாவது இரவு. இன்று கொண்டு போன சாப்பாட்டை திருப்பிக் கொண்டு வந்து விட்டேன். நீலாவணை முகாமுக்குள் இருந்து நீ பார்த்த பார்வைதான் நெஞ்சைக் குடையுது. நின்ற நிலையில் நான் உன்னிடம் இரண்டு வார்த்தை கதைத்திருக்கலாம். நீ அங்கு இருப்பதால் தவளக்கல எனக்காக உன்னை விடுவித்து விடுவார் என்றுதான் மகனே, ஒரு சொல்லுக்கும் தாமதியாது ஓடிப் போனேன். திரும்பி வரும் போது அந்த அறைகாலி. உன்னையும் மற்றவர்களையும் அதற்கிடையில் எங்கோ கொண்டு போய் விட்டார்களே. . . மகனே, என் மகனே. . .

5. றணவாக்கையிடம் நேரே போய் கேட்டால் என்ன, "ஏன் என் மகனை கைது செய்தீர்களென?". குணத்தாரிடம் சொன்னால், அப்படி கேட்கக் கூடாதாம். கோபித்துக் கொள்ளுவானுகளாம். இருக்கிறதும் கெட்டுப் போகுமாம். இன்றைக்கும் விடுவிக்கவில்லை என்றால் எப்படி மனம் தாங்கும்? வீடு சாவீடாகப் போயிற்று. இழவுக்கோலம். அவளைப் பார்க்க முடியல்ல. சோறும் இல்ல தண்ணியும் இல்ல. கிடந்த கிடையாகக் கிடந்து புலம்புகிறாள். . .

நாளைக்கு தவளைக்கலவிடந்தான் போகவேணும். கைதுக்கான காரணத்தைக் கண்டறிந்தாயா என்று தவளக்கல கேட்பான். என்ன சொல்வது? வாடிவீட்டு ஓ.ஐ.சி.க்குத்தான் அது தெரியும். அவர்களிடம் தவளக்கல கேட்டு அறிந்து கொள்ளமுடியாதா? அதை என்னை அறியும்படி சொன்னதில் உள்ள புதிர் என்ன? எனக்காக றணவாக்கையை எப்படி அணுக வேண்டும் என்பதை திட்டமிட்டுக் கொள்ளவா? அப்படி என்ன பரிவு தவளக்கலவுக்கு என்னிடம்?

இன்பமும் ஐயாத்துரையும் சாக்கனும் சொன்னதெல்லாம் அவனவனுடைய ஊகங்கள். அவைகளை தவளக்கலவிடம் சொல்லலாமா? சாக்கனுடைய தகப்பன் மலையாளியாம். அப்படியென்றால் சாக்கன் என்பது சாக்கோவின் திரிபு. ஆனால் சாக்கன் சாக்கு வியாபாரியுமாம். சாக்கு வியாபாரி எப்படி இயக்கத்துக்குள் வந்தான்? சாக்குக்காக இயக்கமா? இயக்கத்துக்காக சாக்கா? சாக்கன் சாக்குத்தேடி அடிக்கடி மரியாள் இல்லத்துக்கு போய் வந்தவனாம். அங்கிருக்கிற பையன்களை விசாரித்தவனாம். ரஞ்சனைப் பற்றியும் விசாரித்தவனாம். அதற்குப் பிறகுதான் பாடசாலையில் நடந்த சுற்றி வளைப்பு. அன்று ரஞ்சன் லீவு. அடுத்த நாள் சனி. சிஸ்டர் விடுதிக்கு ஃபோன் செய்து, ரஞ்சனை அழைப்பிச்சதாம். பாடசாலைக்குரிய வரைபடங்களை சிஸ்டர் சொல்லியபடி ரஞ்சன் வரைந்து கொண்டிருந்த போதுதான் அந்த இரண்டாவது சுற்றிவளைப்பும் நடந்து ரஞ்சன் கைதானதாம். அன்று ரஞ்சனும் இன்னுமொரு பையனும் கைது செய்யப்பட்டதாம். அந்தப் பையன் அன்று பின்னேரமே விடுவிக்கப் பட்டுவிட்டான். ஆகவே ரஞ்சனைக் கைது செய்வதற்காகவே இரண்டு நாள் சுற்றி வளைப்பும் நடந்திருக்கிறது என்பது மரியாள் இல்லத்தில் உள்ள பையன்களின் முடிவு. சரி. எப்படியெனினும் ரஞ்சனின் கைதுக்கு காரணம் என்ன? சாக்கனுடன் அதைத் தொடர்புபடுத்திப் பார்க்க வேண்டும் என்று

தொலைந்து போன கிரகவாசி

பையன்கள் சொல்கிறார்கள். இதை தவளைகலவிடம் போய் சொல்லலாமா?

எத்தனை நாளைக்குத்தான் குணத்தார் என்னோடு திரிவார்? ஆறின கஞ்சி பழங்கஞ்சி என்ற மாதிரிப் போயிற்று. பயத்தைக் களைந்தெறிந்துவிட்டு நேரே றணவாக்கையை பார்க்கப் போனேன். ஆள் இல்லை. விடியட்டும். றணவாக்கையிடம் நேரே போய் கேட்பது தான் ஒரே வழி.

6. எதிர்பாராத திருப்பங்கள். என்ன இருந்தாலும் இன்பம் என் நிழலில் வளர்ந்தவன் அல்லவா? சிறுவயதில் என்னை 'அம்மாச்சி அம்மாச்சி' என்றுசொல்லி, கையை பிடித்துக் கொண்டு திரிவானே! வளர்ந்த பின் என் இலக்கியப் பாசறையில் இணைந்தவன். என்னுடைய மார்க்சீயக் கருத்துக்களையும் உள்வாங்கியவன். அதே கருத்தோட்டத்தில் தான் எதிர்ப்பட்ட ஒரு இயக்கத்திலும் சேர்ந்தவன். என்ன மாயப்பொடி பூசி நம்மூரின் முத்தான சில மணிகளை அந்த இயக்கத்திற்கு சேர்த்துக் கொடுத்தவன்! அவனுகள் எப்படியோ தப்பித்து புலம்பெயர்ந்து தலையை தண்ணிக்கு மேலே வைத்துக் கொண்டிருக்கிறானுகள். இன்பமும் தப்பிப் பிழைத்து தொலைந்துபோன கிரகவாசியாகி ஊரோடு சேர்ந்திற்றான். இவன் தலையை தண்ணீருக்குள் வைத்துக் கொண்டே ஒருவாறு சமாளிக்கிறான். இன்று எல்லாவற்றையும் மனம் திறந்து கதைத்தான். "ரஞ்சன் என் மடிக்குள்ள வளர்ந்த பிள்ளை அம்மாச்சி, அவனுக்கு ஏதும் நடக்க நான் விடுவேனோ" என்று அவன் நாக்குளற சொன்ன போது நான் பொருமிப் போனேன்.

புதுக் கலியாணம். ரம்பை போன்ற பெண். இயக்கம் அவனுக்குக் கொடுத்த பரிசுகளில் அவளும் ஒன்று. இயக்கத்தினால் சேர்ந்த ஒரு நாட்டாண்மை இல்லாமல் இன்பம் அந்தப் பெண்ணை கற்பனை கூடச் செய்து பார்த்திருக்க முடியாது.

எனக்கு துருவத் தரையின் வசந்தப் பூக்கள் நினைவுக்கு வருகிறது. சகாரப் பாலைவனத்தின் சான் உயரப் பூக்காடு நினைவுக்கு வருகிறது. எல்லாம் ஒரு ஆறங்குலத்துக்கு மேல் இல்லை. எல்லாம் ஒரு மூன்று நாள் வாழ்க்கை. முளைப்பதும் வளர்வதும் ஒரு நாள். பூப்பதும் கருவுறலும் ஒரு நாள். காய்ப்பதும் கனிவதும் வித்துக்களை பரப்புவதும் ஒரு நாள். மூன்று நாட்களுக்குள், ஒரு ஞாயிறின் சிரிப்பு தேய்வதற்குள், அல்லது ஒரு பனிப் புயல் தீர்வதற்கு முன் முடித்துக் கொள்கின்ற மூன்று நாள் தலைமுறைகள்!

தொலைந்து போன கிரகவாசிகளின் வாழ்வும் அப்படித்தான். இன்று மட்டும்தான் அவர்களுக்கு நிஜம். இன்று மட்டும் என்று கூடச் சொல்ல முடியாது. இரவா பகலா என்பது கேள்வி. இரவோடு இரவாகவும் போகலாம். பகலோடு பகலாகவும் போகலாம், இதோ இந்த நிமிடம் மட்டும்தான் நிஜம். இதற்குள் இந்த வாழ்க்கையை முற்று முழுதாக வாழ்ந்து முடித்து விட வேண்டும் என்ற துடிப்பு. எல்லோரும் விரும்பிய இலட்சியம் ஒன்று இருந்ததுதான். எனினும் எல்லாம் இப்படி கைநழுவி முதலுக்கே நஷ்டம் ஏற்பட்டு உயிரைக் கையில் பிடித்துக் கொண்டு வாழ வேண்டிய நிலை ஏற்படும் என்று

தொலைந்து போன கிரகவாசி

யார் நினைத்தார்? இன்றே வாழ்ந்து முடி என்பதுதான் இந்த தொலைந்துபோன கிரகவாசியினதும் தாரக மந்திரமாக இருக்க முடியும். இன்பத்தை காணும் போதும் நினைக்கும் போதும் என்றும் அவனுடைய முகத்தில் இது எழுதப்பட்டிருக்கும், ஆனால் என்றும் அவனுடைய உதடுகள் உச்சரியாத இந்த மந்திரந்தான் நினைவுக்கு வரும். அவனுடைய அழகிய மனைவியை காணும் போது இந்த மந்திரம் ஓங்கி ஒலிக்கும். 'சுகி, சுகி, வாழ்க்கையை சுகித்து முடி' என்று என்னுடைய இதயம் அவளை வாழ்த்தும்.

இன்று நகர் எல்லைக்குள் அவன் குடிபெயர்ந்த புதிய சிறிய வீட்டுக்குப் போன போதும் என் இதயம் இப்படித்தான் அவனை வாழ்த்தியது. குஷன் செற்றி, ரி.வி., டெக், பிரிட்ஜ். கைக்கும் காலுக்குமாக மின் விசிறிகள்....இத்தியாதியோடு சேர்ந்த அழகிய வாழ்க்கை! இதற்கெல்லாம் பணம்! துருவத் தரையிலும் வசந்தப் பூக்கள் மலரவில்லையா? சகாரா பாலை வனத்திலும் சாண் உயரக் காடு தழைக்கவில்லையா? அவன் மீதுள்ள பழைய பற்றுதலினால் தான் கேட்டேன் —

"பிரச்சினைகள் ஒன்றுமில்லையா?"

"அவங்களிட்ட சொல்லிப் போட்டுத்தான் இருக்கன் — இயக்கத்தை விட்டுத்து அரசியல் சார்பில்லாத சமூக சேவையில் ஈடுபட்டுக் கொண்டிருக்கிறன் என்று, அவங்களும் வந்து நிண்டு தங்கிற்று போறாங்க. வந்தா, நான் கோழியை கீழியை எல்லாம் அடிச்சி சாப்பாடு போடுவன். எங்களுக்குள்ள நல்ல இணக்கப்பாடு..."

எனக்கு சந்தோஷமாகவே இருந்தது. அவன் ஆபத்துக்கு அப்பால் ஆகி விட்டான் என்பதை அறிய. எனினும் ரஞ்சனுக்காக நான் இன்பத்தின் உதவியை என்ன முறையில் நாடியிருக்கிறேன்? அவன் மற்ற பக்கத்து ஆள் என்ற முறையில் தானே!... அது பற்றியும் அவனிடம் கேட்டேன். அவன் சொன்னான் —

"அது இப்படித்தான் அம்மாச்சி. இது ஆயுதங்களுடன் கூடிய விஷயம். கரணம் தப்பினால் மரணம். தொட்ட பிறகு 'சட்டி சுட்டதடா, கை விட்டதடா' என்று துறவறம் பேச ஏலாது. தந்திரோபாயம் மிச்சம் அவசியம். ஒரே தளத்தில் இருக்க முடியாது. பாம்புக்கு தலையும் மீனுக்கு வாலும் என்று இதற்கு அர்த்தம் இல்லை. நேர்மையீனம் பாசாங்கு என்று எதுவும் இல்லை. தற்காப்புத்தான் முக்கியம். தற்காப்புக்குரிய நெழிவு சுழிவுகளை அனுசரித்துக் கொண்டு, அடிப்படை லட்சியத்தை நோக்கி கொஞ்சமேனும் நகர முடியுமாயின் அது போதும், மற்றவர்கள் நம்மைப் புரிந்து கொள்ளுவார்கள். அந்த புரிதல்தான் இப்போது அவங்களுக்கும் எனக்கும் ஏற்பட்டிருக்கு. இந்த விஷங்களை வெளிப்படையாகப் பேசவும் முடியாது. விளங்கக்கூடிய அளவுக்கு விளங்கிக் கொண்டால் சரி."

எனக்கு அப்போது விளங்கியது அவனுடைய கத்தி இருபக்கமும் கூர் உடையது என்று. ஆனால் பிரச்சினையை அவன் ஆணித்தரமாக சொல்கிறானே என எனக்கு அவன்மீது மதிப்பும்

தொலைந்து போன கிரகவாசி

ஏற்பட்டது. சற்றுப் பொறுத்து சுகி கொண்டு வந்த தேனீரைக் குடித்துவிட்டு அவனே சொன்னான்—

“அம்மாச்சி, நீங்க போய் வாங்க பயப்பிடாமல். நான் ரஞ்சனைக் கவனித்துக் கொள்கிறேன். முடியுமானால் நாளைக் காலையில் நானே அவனை வீட்டுக்கே கூட்டிவருகிறேன். பிரசித்தப் படுத்த வேணாம். நீங்க இப்போ போங்க. நீங்க இருந்தா நான் இன்னும் எதையாவது உளறிவிடுவன். . .”

அவன் அப்படி சொன்னது எனக்கு ஆறுதல் தராமல் இருக்குமா? எனக்கு அவனைக் கும்பிட வேணும் போலிருந்தது. தொட்டுக் கொஞ்ச வேணும் போலிருந்தது. தெருக் கதவு வரை வந்தபோது அவனே சொன்னான்.

“அம்மாச்சி, இது ஒரு சமநிலை. கரணம் தப்பினால் மரணம், அந்த அளவுக்குத்தான் எங்களுக்கு இராணுவ முகாம்களுடன் தொடர்பு. எதுக்கும் நீங்க நாளைக் காலையில என்ர அகதி முகாம் ஓஃபீசுக்கு வாங்க. பார்ப்போம்”

இதை விட வேறென்ன வேணும் மகன் வாக்குறுதி? இன்பம் செய்வான். ஆனால் நான் அவனிடம் கேட்கப் போன விஷயத்தைக் கோட்டை விட்டு விட்டேன். ஏன் அவர்கள் உன்னைக் கைது செய்தார்கள்? நாளைக்கும் கேட்கலாம். இன்று ஒரு இரவு மட்டும்.

7. மிக மோசமான நாள். இன்பத்தைக் கண்டு பிடிக்க முடியவில்லை. சாக்கன் என்ற பிரகிருதியின் தரிசனம் கிடைத்தது. சிஸ்டர் மரியாளுக்கும் விசாரணையாம் எனக் கேட்டுத் திணறிப் போனேன். தவளக்கலவிடம் போவதற்கும் ஒரு சாட்டுக் கிடைத்தது.

பார்ப்பதற்கு சாக்கன் எவ்வளவு அழகாய் இருக்கிறான். மாசு மறுவற்ற சிரிப்பு. முத்துப் போன்ற பற்கள். இந்த இயக்கத்துக்குள் போகாமல் பற்பசைக்கு விளம்பரம் கொடுத்திருந்தாலே அவன் பிழைத்துப்போய் இருக்கலாம்.

துவக்கு தூக்கி பயிற்சியும் எடுத்துத்தான் இருக்கிறான். உருண்டு திரண்ட கைகளையும் கால்களையும் காட்டினான். லெபனானில் பயிற்சியின் போது எடுத்த படங்களையும் காட்டினான். இன்பத்தைத் தேடப்போய் இவனில் மாட்டிக் கொண்ட இரண்டு மணித்தியாலங்கள். சாக்கன் என்ற பெயர் சரிதான். உண்மையிலேயே சாக்கன்தான். பட்டப் பெயர். சாக்கோ என்ற மலையாளப் பெயரின் திரிபு என்ற என் ஊகம் மொட்டைத் தலைக்கும் முழங்காலுக்கும் போட்ட முடிச்சு. மலையாளியாவது மண்ணாங்கட்டியாவது! பொல்லாத புங்குடு தீவான்.

சாக்குக்கடை மெய்தான். மெயின் ரோட்டில் சாராயம் விற்கிறவன் சாட்டுக்கு வைத்திருக்கிற சாக்குக்கடை. அதைச் சாட்டாக வைத்து இவனுடைய சாக்குவியாபாரம்! பொல்லாத சாக்கன்.

என்ன கதை கதைக்கிறான், கோட்டையைப் பிடித்து விட்டவன் மாதிரி! நல்ல பெரிய கூடாரம். கொடி பறக்கிற கூடாரம். செற்றி,

தொலைந்து போன கிரகவாசி

சோபா, கட்டில், மெத்தை ஒன்றுக்கும் குறைவில்லை. முழுநீள பிரேம்களில் வரைபடங்கள்தான் கிராமம் கிராமமாக, மாவட்டம் மாவட்டமாக. நீளமான கோல் ஒன்றை கொண்டு ராணுவ நகர்வுகளை தளபதிகள் கோடிட்டுக் காட்டுவது போல என்னெல்லாமோ சொல்லிச் சொல்லி எதையெல்லாமோ காட்டுகிறான். பத்துப் பதினைந்து பதக்கங்களையும் நட்சத்திரங்களையும் உடைய ஜெனரலின் யூனிஃபோம் ஒன்றை இவன் அணிந்து கொள்ளவில்லையே என்பதுதான் எனக்குக் கவலையாய் இருந்தது. பேயன்!

எதிரே சுமார் நாலு ஏக்கர் 'கிறிசோஸ்ரம் கிறீன்' மைதானத்தை உள்ளடக்கியிருந்த கிடுகுக் கொட்டில்களைக் கொண்ட அகதி முகாம்தான் அவர்களது ராஜதானி. அதற்கப்பால் நாலைந்து ஊர்களைக் கொண்ட எல்லைப் புறங்கள் என்ற அவர்களது ராஜ்ஜியம்! இந்த ராஜ்ஜியத்துள் மாற்றான் படையின் ஒரு ஈ, எறும்பு கூட நுழையாமல் பாதுகாப்பதுதான் சாக்கனின் சாம்ராஜ்யக் கடமை. அவனே சாட்சாத் உளவுப் பிரிவுத்துறை பிரிவுத்தலைவர். அவனே இந்த சாம்ராஜ்யத்தின் தொலைந்துபோன கிரகவாசிகளின் உதிரிக் கூட்டமைப்பின் செயலாளர் நாயகம்!

சாக்கனின் இந்த விளக்கங்கள் எனக்கு சுவார்சியமாகவே இருந்தன. இந்தப் பிராந்தியத்தில் தொலைந்துபோன கிரகவாசிகள் எப்படி தம்மைக் கட்டமைத்து தற்காப்பு செய்து கொண்டிருக்கிறார்கள் என்பதை நேரடியாகக் கிரகித்துக் கொண்டது அதிசயமாகவே இருந்தது. இந்த ரகசிய ராணுவ உளவுத்துறை ஏற்பாடுகளில் இன்பத்தின் பங்கு என்ன?

நான் இதைக் கேட்டவுடன் சாக்கன் நேரடியாகப் பதில் சொல்லவில்லை. சற்று யோசித்து விட்டே சொன்னான்.

"இன்பத்தார் ராணுவ உளவுத்துறை வேலைகளிலிருந்து விடுவிக்கப் பட்டிருக்கிறார். கலியாணம் கட்டிக்கொண்டு குடும்பமாக வாழ்கிறார். வேண்டுமானால் எங்களுடைய சிவில் நிர்வாக அதிகாரியாக அவரைச் சொல்லலாம்."

"நான் அவருக்கு வேண்டியவன். அவருடைய பாதுகாப்புப் பற்றி அவருடைய தாயாருக்கு எப்போதும் பயம். அதனால் தான் கேட்டேன்."

"சே! இந்தக் கட்டப் பொம்மன் ராஜ்யத்தில், அதுவும் இந்த சாக்கன் உளவுத்துறை தலைவனாக உள்ள போது ஒரு ஈ, எறும்பு தானும் இங்கு நுழைய முடியுமா?"

"உங்கள் கட்டப் பொம்மன் ராஜ்யத்தின் உளவுத் துறை வலை அமைப்பு எப்படி இருக்கிறது?"

"ஒவ்வொரு ஊரிலும் ஒரு சாக்குக் கடை இருக்கு. சாக்குகளுக்கிடையில் சாராய வியாபாரம். எங்கள் உளவுகள் சாராயங்களில் நனைந்துதான் வரும். நான் தைரியமாக உங்களுக்கு சொல்கிறேன். இந்தச் சந்தியில் போய் நின்று சத்தம் போட்டும்

தொலைந்து போன கிரகவாசி

சொல்வேன். இதுதான் எங்கள் உளவுத்துறை வலையமைப்பு என்று. ஒளித்தொளித்து என்றாலும் சாராயம் குடிக்கிறவன் எங்களிடம் வரத்தான் செய்வான். எல்லா ரகசியமும் சாராயத்தில் கரையும். வரவுகள் தொடர்புகள், வாரிசுகள், உதவிகள், ஒத்தாசைகள், எல்லாம் நாக்கில் வடியும். உங்களுடைய ஃபைலும் எங்களிடம் இருக்கு. உங்கள் பிள்ளைகளின் ஃபைல்களும் இருக்கு. பிரகஷ்த்தனுடைய முழு ஃபைலும் இருக்கு. ஆனால் பழி வாங்கப் போவதில்லை. எங்களுக்கு எங்களுடைய பாதுகாப்புத் தான் முக்கியம். ரஞ்சனுடைய உளவுத் தகவல்களை நான் சேகரித்தது உண்டு. ஆனால் அவருடைய கைதுக்கு நானோ என்னுடைய உளவுத் தகவல்களோ பொறுப்பில்லை. . ."

"பின்ன, யார் பொறுப்பு?" சூட்டோடு சூடாகக் கேட்டே விட்டேன்.

அதே சூட்டோடு சூடாக சொல்ல வாயெடுத்த சாக்கன் அமுக்கிக் கொண்டான். சாக்கன் வெறும் சாக்கனும் அல்ல என்பதும் உண்மைதான். என்னை உற்றுப் பார்த்திருந்துவிட்டு, எழுந்துகொண்டே சொன்னான், "றணவாக்கையிடம் கேட்டுப்பாருங்கள்"

அப்போதுதான் யாரோ செய்தி கொணர்ந்தான், சிஸ்டர் மரியாளை விசாரணைக்காக கொண்டு செல்கிறார்கள் என்று. . .

தலை சுற்றுகிறது மகனே. கதைபோல இதையெல்லாம் எழுதி என்ன பிரயோசனம்? உன்னை மாட்டினவனுகளை அறியாமல் நான் விடமாட்டேன். உன் காயங்களைப் பற்றிக் கேள்விப்பட என் நெஞ்சு பழிவாங்கத் துடிக்கிறது. மீதிக் கதையையும் நான் அறிவேன். அதுவரையில் என் உயிருக்கு ஒன்றும் நடந்து விடக் கூடாது. சிஸ்டரும் விசாரணையில் சிக்கி விட்டதால் முழுத் திருச்சபையும் நம் பக்கம் இருக்கிறது. இன்பத்தின் உதவியும் இருக்கு. தவளக்கலவின் மனதிலும் கொஞ்சம் ஈவு ஏற்பட்டிருக்கிறது. பயப்பிடாதே. . .

8. குணத்தார் வீடு தேடி வந்து ஒரு குண்டைத் தூக்கிப் போட்டார். ஐ.சி.ஆர்.சி வந்து ரஞ்சனின் கைது பற்றி விசாரித்ததுதானாம் விஷயத்தை சிக்கலாக்கி விட்டதாம். பொதுவாக ஐ.சி.ஆர்.சி. பொதுமக்களின் — பிடிபட்ட பிள்ளைகளது பெற்றோர்களின் முறைப்பாடுகளைக் கொண்டு வந்து, தகவல்களைக் கேட்டறிந்து செல்வது வழமைதான். ஆனால் ரஞ்சனுடைய விஷயத்தில் ஐ.சி.ஆர்.சி. செயலாளர், கூடுதலான அழுத்தம் கொடுத்ததுடன், பையன் றிலிசாகி விட்டான். இந்த முகாமில் இல்லை, வேறு முகாமில் என்றெல்லாம் முன்னுக்குப் பின் முரணாக றணவாக்கை சொன்ன போது, பையனை எப்படியும் பார்த்தேயாக வேண்டும் என விடாப் பிடியாக நின்று, பையனைக் காணாமல் போன பட்டியலில் சேர்க்கவா என கேட்டபோது தான் சிக்கல் ஏற்பட்டதாம். றணவாக்கை பதிலுக்கு ஆத்திரத்தோடு கேட்டானாம். "பையனை காணாமல் போனவன் ஆக்கவா?" என்று. எனக்கு உடல் பதறுது மகனே. ஐ.சி.ஆர்.சி. ஏன் தன் வழக்கமான நிதானத்தை இழந்தது.

தொலைந்து போன கிரகவாசி

குணத்தார் என்னைக் குறை சொல்கிறார். நானா பிஷப்பிடம் சொன்னேன்? பிதா சந்திராக்குக் கூட நான் ஃபோன் செய்யவில்லையே. இது பனங்கிழங்கு விஷயம். இன்பத்தைக் கொண்டே உன்னை எடுத்து விடலாம் என்பது தான் என்னுடைய இப்போதைய நம்பிக்கையும்.

சிஸ்டர்தான் காரணம். சிஸ்டர்தான் பிஷப்புக்கும் ஃபாதர் சந்திராவுக்கும் ஒன்றுக்கு பத்துமுறை ஃபோன் செய்திருக்கா, நேரில போயும் இருக்கா. பாடசாலையில், பாடசாலையில்லாத நாளில், தான் ரஞ்சனை அழைப்பிச்சு வரைபடங்களை முடித்துத் தரும்படி சொன்னதால் தானே ரஞ்சன் கைதாக நேர்ந்தது என்ற கவலையும் குற்றவுணர்ச்சியும் அவவுக்கு. பிஷப்பின் வேண்டுகோளுக்கு றணவாக்கை சம்மதித்திருந்த வேளையிலே ஐ.சி.ஆர்.சி. செயலாளரின் அதீத செயல் சிவபூசைக்குள் கரடி புகுந்த மாதிரி ஆகிவிட்டது பழைய பழமொழியை பாவிக்கிறார் குணத்தார்.

9. தவளக்கல என்னைக் கண்டதும் சீறி விழுந்தான். "நீ ஒரு பேயனாய் இருந்திருக்கிறாய்" என்றான். நான் பாம்பில் மிதித்தவன் போலானேன், ஐ.சி.ஆர்.சி. எங்களுக்கு என்ன தலைமைத் தளபதியா? அநியாயமாக உன் மகனைக் கொல்லப் பார்த்தாள். அந்த நோர்வேக்காரி!. . ."

ஏற்கனவே தெரிந்ததாயினும் தவளக்கலவின் வார்த்தைகளில் என் சர்வாங்கமும் ஒடுங்கியது. நான் எவ்வளவோ விளக்கம் சொல்ல வேண்டியதாயிற்று. சற்றுத் தணிந்த பின் தவளக்கல சொன்னார்.

"மிஸ்டர் தாஷிஷியஸ், அப்பாவிகளையும் குற்றவாளிகளையும் எங்களுக்கு பார்த்தவுடனேயே தெரியும். சாதாரண மக்களையும், தந்திரோபாயக்காரர்களையும் திறந்தமனம் உள்ளவர்களையும் சிந்தனையாளர்களையும் கூட நாங்கள் இனங்கண்டு கொள்வோம். எங்களிலும் முரட்டுத்தனமான கெடுபிடிக்காரர்கள் இருக்கிறார்கள். நிதானப் போக்குடையவர்கள் இருக்கிறார்கள். அதற்கும் மேலான சிந்தனையாளர்களும் இருக்கிறார்கள். அந்த வகையில்தான் உன் மீது எனக்கு ஒரு கணிப்பு ஏற்பட்டது. இந்தக் கணிப்பு இல்லாத சில அதிகாரிகள் இருக்கிறார்கள். அவர்கள் ஒவ்வொரு கேசையும் தனித்தனியாக சீர்தூக்கிப் பார்ப்பதில்லை. பருமட்டாகவே பார்ப்பார்கள். இன்னும் சிலர் இப்போதிருக்கின்ற சூழலில் தங்களை அண்டியிருக்கிற ஆதரவாளர்களிடம் பல விஷயங்களை ஒப்படைத்து, என்ன அசம்பாவிதம் நடந்தாலும் பொருட் படுத்தாது தங்கள் பணியை எளிதாக்கிக் கொள்கிறார்கள். இந்திய அமைதிப் படையினர் இப்படித்தான் நடந்து கொண்டார்கள். எங்களுடையவர்களில் சிலரும் இந்த நிலைக்குத் தள்ளப் பட்டிருக்கிறார்கள். கிரகம் மாறிப் போனவர்கள் என்று நான் சொன்னேனே, அவர்களில் ஒருவன், ஐ.சி.ஆர்.சி. மீது ஆத்திரமுற்ற எங்கள் பிரிக்கேடியர் ஒருவருக்கு சொன்ன ஆலோசனை என்ன தெரியுமா? பையனை 'டம்' பண்ணிவிட்டு ஆள் இல்லை என்று ஐ.சி.ஆர்.சி.க்கு சொல்லலாம்தானே என்று சொன்னானாம். நான் சொல்வது என்னவென்றால் இந்த கிரகம் மாறிப் போன பராத்

தொலைந்து போன கிரகவாசி

துருப்பினர் இப்படி ஒரு ஆலோசனை சொல்லுமளவிற்கு எங்களின் சில அதிகாரிகள் அவர்களிடம் விஷயங்களை விட்டு வைத்திருப்பது போல் தோன்றுகிறதே என்பதுதான். . ."

"யார் ஐயா, அந்த பராத் துருப்பு கிரகவாசி?" ஒரு கொதிப் போடுதான் கேட்டேன். அதன் பிறகு எனக்கு எதுவும் ஓடவில்லை. ஒரு சிங்கள ராணுவ அதிகாரிக்கு அந்த எண்ணம் ஏற்பட்டிருந்தால் என் சர்வாங்கமும் குன்றி என் ஆன்மா சூன்யமாகி இருக்கும். ஆனால் தொலைந்து போன கிரகவாசி ஒருவனுக்குத் தான் இந்த எண்ணம் தோன்றியிருக்கிறது என்பதை அறிந்தவுடன் என் ஆன்மா விஸ்வரூபம் கொண்டது. துப்பாக்கியும் கையுமாகத் திரிகின்ற ஒரு தோரணை எனக்கு வந்தது. உடனே சூளுரைத்தேன். நான் அவனைக் கண்டுபிடிப்பேன், நீங்கள் சொல்ல வேண்டாம் ஐயா, நான் அவனைக் கண்டுபிடிப்பேன், நான் அவனைக் கண்டுபிடிப்பேன்"

இப்போதும் அதையே தான் திரும்பவும் சொல்கிறேன் மகனே, நான் அவனைக் கண்டுபிடிப்பேன். அவன் இனி அதிக காலம் உயிருடன் இருக்கமாட்டான். . .

10. சிஸ்ற்றரின் விசாரணையில் என் மகனை கைது செய்ததிற்கான காரணங்கள் புதைந்திருக்கும் என்பதை எனக்கு முதலில் சொன்னவன் இன்பந்தான். சிஸ்ற்றரின் வாக்கு மூலம் என் அப்பாவி மகனை விடுவிப்பதற்கு உதவும் என்று தான் நம்பினேன். ஆனால் என் அப்பாவி மகன் பற்றிய விசாரணைச் சுழியில் சிஸ்ற்றரையும் அகப்படுத்திக் கொள்ளவும், சிஸ்ற்றரின் வாக்குமூலத்தில் என் அப்பாவி மகன் மேலும் இறுகிக் கொள்வதற்கான சூழல் உருவாகி உள்ளதாகக் கேள்விப்பட்ட போதுதான் நேற்று தவளக்கலவிடம் போனேன். போனதும் போகாதுமாக அந்த ஆள் போட்ட போட்டில் எல்லாம் குழம்பிப் போய் வந்தேன்.

சிஸ்ரர் சொல்றா, அந்த விசாரணை ஒரு திருகு தாளம் என்று. ஒரு பிரச்சினையும் இல்லாத இடத்தில், தான் சொல்லி ரஞ்சன் வரைந்த வரைபடங்களை பிரச்சினை ஆக்கி இருக்கிறார்களாம். ரஞ்சன் உதவி அரசாங்க அதிபர் பிரிவு வரைபடங்களையும் மாவட்ட மாகாண வரைபடங்களையும் வைத்து பாடசாலை சமூகவியல் கழகத்திற்காக வரைந்த படங்களை சாக்கன் மரியாள் இல்லத்தில் களவாடி, அவை பயங்கரவாத நடவடிக்கைகளுடன் தொடர்பு உடையதென்ற கருத்தோற்றத்தை றணவாக்கைக்கு ஊட்டியிருக்கக் கூடும் என்று இன்பம் சொல்கிறானாம். இன்பத்தின் போக்கில் சிஸ்ற்ரருக்கு நல்ல நம்பிக்கை. சுகி கிறிஸ்த்தவக் குடும்பம்.

சாக்கன் இதை மறுக்கிறான். ரஞ்சனின் வரைபடங்களை மரியாளின் இல்லத்திலிருந்து தான் களவாடியது உண்மைதான் என்றும், ஆனால் அவை தன்னிடமிருந்து களவாடப் பட்டு விட்டன என்றும் அவன் சொல்கிறான். அவன் இன்பத்தைக் குறை கூறுகிறான். ஏதோ ஒரு வகையில் தன்னை மாட்டி விட இன்பம் எத்தனிப்பதாகவும் அவன் சொல்கிறான். தன்னைப்

தொலைந்து போன கிரகவாசி

பாதுகாப்பதற்காக இயக்கத்தையே காட்டிக் கொடுக்கக் கூடியவன் இன்பம் என்றும் சாக்கன் சிஸ்ற்ரரிடம் சாடியிருக்கிறான். எல்லாம் தொலைந்து போன பிறகு காட்டிக் கொடுப்பதற்கு அவர்களுக்கு என்ன இருக்கிறது என்று சொல்லி சிஸ்ற்ரர் சிரிக்கிறா.

சிஸ்ற்ரரின் வியாக்கியானம் இதுதான் —

வரைபடங்களுடன் சம்பந்தமில்லாத ஏதோ ஒரு உள் நோக்கத்திற்காக ரஞ்சனை குறி வைத்து நடந்த இரண்டு சுற்றி வளைப்புகளில் ரஞ்சன் கைது செய்யப் பட்டிருக்கிறான். தான் நேரடியாகவும் பிஷப் மூலமாகவும், ஃபாதர் சந்திரா மூலமாகவும் ஐ.சி.ஆர்.சி.க்கு கொடுத்த மனுவினதும் தகவல்களினதும் அடிப்படையில் ரஞ்சனுடைய நிலை பற்றி அறிய முற்பட்ட போதுதான் றணவாக்கைக்கு தலையிடி ஏற்பட்டது. சந்தேக நபர் என்ற அடிப்படையில் கைது செய்யப் பட்டார் எனச் சொல்லக் கூடுமானாலும் சந்தேகத்துக்கான ஒரு ஆதாரத்தையேனும் முன்வைக்க வேண்டுமல்லவா? சாக்கன் களவாடிய வரைபடங்கள் அதற்கு உதவியிருக்கின்றன. அதை உறுதிப் படுத்தும் அவசியத்திற்காகத்தான் ராணுவ உத்தியோக தரத்தில் இல்லாத மக்கனாலும் சாக்கனாலும் என்னை ஒரு பெண் துறவி என்றும் பொருட்படுத்தாமல் ஆறுமணி நேரம் என்னை உருட்டி உருட்டி விசாரித்திருக்கிறார்கள்.

பார்க்கப் போனால், சாக்கன்தான் பிரிகேரியருடன் நெருக்கமானவனாக இருக்கிறான். ஐ.சி.ஆர்.சி. பிரச்சினையை சமாளிப்பதற்கு ரஞ்சனை 'டம்' பண்ணி விடலாம் என்ற கொடூரமான மிலேச்சத் தனத்தை பிரிகேடியருக்கு முன்வைத்தவனும் இதே சாக்கன்தானே? அடே, சாக்கா உன் துவக்குக்கு நான் பயப்பிட மாட்டேன். மகனே என்னென்ன காயத்தோடு இருக்கிறாயோ, எதுவும் நடக்கலாம் என்று வாளா இருந்து விடுபவன் நானல்ல. என் உயிரைக் கொடுத்தாவது உன்னை மீட்பேன். என் அடுத்த நடவடிக்கைக்கு முன் எதற்கும் இன்பத்தை ஒரு முறை சந்திக்க வேண்டும், நாளை.

11. இன்பம் இப்படி கையை விரிப்பான் என்று நான் எதிர்பார்க்கவே இல்லை. கையை விரித்தாலும் பரவாய் இல்லை. ஒரு பெரிய புதிராகவுமல்லவா மாறியிருக்கிறான்.

அவனைச் சுற்றி ஒரு புதிர் இருப்பது எனக்குத் தெரியும். அவன் பாம்புக்கு தலைலயும் மீனுக்கு வாலுமாக இருப்பது பற்றி சந்தேகம் கொள்ள வேண்டாம் என்று அவனே சொல்லி இருக்கிறான். ஆனால் அவனுடைய தலைக்கு ஒரு சக்தி இருக்குமல்லவா? அந்த நம்பிக்கையைத்தான் அவன் தந்தது போலிருந்தது. கடைசியில் எவ்வளவு எளிதாக கையை விரித்தான்?

"நான் அந்தப் பக்கம் போறதில்லை அம்மாச்சி. போனா இந்தப் பக்கம் என்னைக் காவு கொண்டு விடும். அகதி முகாமுடன் என் பணி முடிந்து விடுகிறது. அதற்குள் மட்டும் தான் என் ஆட்ட ஓட்டம் எல்லாம். அதை மீறி நான் ராணுவத் தரப்போடு தொடர்பு

தொலைந்து போன கிரகவாசி

கொண்டால் நாளைக்கு எதிரே இருக்கிற லைட் போஸ்டில்தான் நீங்க என்னைப் பார்ப்பீங்க. . ."

"அப்போ ரஞ்சனை மீட்க நான் என்னதான் செய்வது?"

"நீங்க ஒன்று செய்யுங்க. ரஞ்சனை முகாமுக்கு அனுப்பச் சொல்லுங்க. ஐயாத்துரையிட்ட சொன்னா அவன் அதைச் செய்விப்பான். அங்கே போனால் சட்ட ரீதியாக நடவடிக்கை எடுத்து அப்புக்காத்து மூலம் விடுவித்துக் கொள்ளலாம். இங்கே வைத்திருக்கிறது ஆபத்து."

"ஓமோம் யாரோ ரஞ்சனை 'டம்' பண்ணச் சொன்னவனாமே"

"உங்களுக்கு யார் சொன்னது?"

"நம்பத் தகுந்த ஒருவர் தான் சொன்னார்"

இன்பம் சற்று யோசித்துவிட்டுச் சொன்னான்,

"சாக்கன் சொல்லியிருப்பான்"

"சாக்கன் எனக்குச் சொல்லல்ல"

"நான் அதைச் சொல்லல்ல. ரஞ்சனை 'டம்' பண்ணச் சொல்லி சாக்கன் சொல்லியிருப்பான் என்கிறேன்"

நான் சந்தேகப் பட்டதை இன்பமும் உறுதிப் படுத்துகிறானே என்று நினைத்தேன். உடனே என் கேள்வி துள்ளிப் பறந்தது.

"சாக்கனுக்கு என்ன விரோதம்?"

"அவன் இரண்டு பக்கமும் நிற்பதை ரஞ்சன் மேலிடத்திற்கு சொல்லி விடுவானோ என்ற பயந்தான். . ."

"சாக்கனும் இரண்டு பக்கமும் நிற்கிறானா?"

இன்பம் சற்றுத் தடுமாறினான்.

"...ஓ, எல்லாருந்தான். . ."

"நீங்களுந்தானே. . ."

இன்பம் மேலும் தடுமாறினான்.

"ஞ் சேச்சே. . . நான் எப்படி?. . . நான் அப்படி இருந்தால் இப்படி இருப்பேனா?... எனக்கென்ன பயம்? ரஞ்சன் என்னைப் பற்றி சொல்லுவானா?"

"அப்படியென்றால் ரஞ்சனுக்கும் நீங்கள் பயப்பிடும் இயக்கத்துக்கும் தொடர்பு இருக்கிறது என்றா உன்னுடைய எண்ணம்?"

"இல்லாவிட்டால், ஏன் வீட்டை விட்டு அவனை மரியாளின் இல்லத்தில் வைத்திருக்கிறீர்கள்?. . ."

தொலைந்து போன கிரகவாசி

“அப்படியென்றால் ரஞ்சனுக்கும் உங்கள் எதிரிகளுக்குமிடையில் இருப்பதாக நீங்கள் கருதும் தொடர்பு எனக்கும் தெரிந்ததுதான் என்பதுதான் உங்கள் கருத்தா?. . .”

இன்பம் சற்றுத் திணறிப் போனான். தான் எங்கேயோ பிடி கொடுத்து விட்டவனைப் போல முழிசினான். பின்பு தன்னைச் சுதாகரித்துக் கொண்டவன் போல், ஆனால் இன்னும் பதற்றம் நீங்காமலே கொன்னிக் கொன்னி சொன்னான்.

“என்ன அம்மாச்சி அப்புக்காத்து போல கேள்விகள் கேட்டு என்னை திணறவைத்து விபரீதமான தர்க்கத்துக்கு கொண்டு போறிங்க. . .”

நான் துவக்குடன் பேசுகிறேன் என்பது எனக்கும் நினைவுக்கு வந்தது.

“சரி, ரஞ்சனுக்கு என்னதான் விமோசனம்?”

“ஐயாத்துரையுடன் பேசி, நான் சொன்னது போல செய்யுங்கள்…”

ஆமாம், நான் தீப்பற்றி ஆவியாகித் திரிந்தேன். றணவாக்கையையும், தவளக்கலவையும் ஒருசேரச் சந்தித்த பின் நான் இன்னும் எரிந்து கொண்டுதான் இருந்தேன். என் மகனை எதிர்பார்த்து, வாடி வீட்டு வீதி ஏற்றத்து ராணுவத் தடையரணுக்கு சற்று தள்ளி சுவர்ணாவுடனும் கன்னிகாவுடனும், தகர்க்கப்பட்ட ஒரு கட்டிடத்தின் கூரையின் கீழ்.

ஆமாம், நான் என் மகனை எதிர்பார்த்துக் கொண்டுதானிருந்தேன். இன்னும் றணவாக்கையின் வாய் தவறலை நேரில் கேட்டு தீப்பற்றிய என் ஆவி இன்னும் சிறிதும் தணியாமல்.

என் மகன் வருவது தெரிந்தது. எப்படி வருகிறான்? கெந்தி வருகிறானா? தொங்கி வருகிறானா? கூனி வளைந்து வயிற்றைப் பொத்திக் கொண்டு வருகிறானா? நானும் தாயும் கன்னிகாவும்தான் எங்கள் மகனைப் பார்த்துக்கொண்டு நின்றோம். வாடிவீட்டு வீதியின் தாழ்விலிருந்து வீதியின் மேட்டுக்கு என் மகன் மெல்ல மெல்ல ஏறி வந்து கொண்டிருந்தான். அவனுடைய நைந்த கோலம் தெரிந்தது. எனினும் அவன் தன்னிலும் விட மோசமான நிலையில் சித்திரவதைக்குள்ளான இன்னொருவனை தாங்கலாக நடத்தி வந்து கொண்டிருந்தது எனக்குப் புல்லரித்தது. தாய் ஓவென்று கதறினாள். கன்னிகா கண்களைத் துடைத்துக் கொண்டு கைலேஞ்சியை வாய்க்குள் அமுக்கிக் கொண்டிருந்தாள். கூட்டம் கூட்டமாகச் சனங்களும் நொந்துடைந்து சின்னாபின்னப் பட்டுப் போன விடுவிக்கப்பட்ட கைதிகளும்.

மகனின் உதடுகள் வெடித்துப் போய் இருந்தன. இரண்டு முன்னம் பற்களும் இல்லை. உடலெங்கும் ரத்தம் ஓடிப்போன ஊமைக் காயங்கள்.

தவளக்கலவின் வியாக்கியானம் நினைவுக்கு வருகிறது. “சித்திரவதை கொடுமைதான். ஆனால் அதைவிட வேறு என்ன

தொலைந்து போன கிரகவாசி

வழி? சித்திரவதை செய்கிறவனை எது இயக்குகிறது, நுணுக்கமாக விபரமிடப்பட்ட வெறும் கட்டளையா? தாக்கும் போது அவனுக்கெழுகின்ற தனிப்பட்ட உணர்ச்சி வேகம், அவனையுமறியாத அவனுடைய பரிவு— பரபரிவு நரம்புத் தொகுதியின் தூண்டுதல்கள், எத்தனையோ அகம் சுரக்கும் சுரபிகளின் மோதல்கள், சித்திரவதைக்குள்ளாகிறவனுடைய பிரதிபலிப்புகள் இப்படி எத்தனையோ வகையான எதிர்விசைகள் சித்திரவதையை எதிர்பாராத கொடுரத்துக்கு தள்ளுகின்றன. இதைவிட முக்கியம் சித்திரவதைக் கூடம் ஒரு பரிசோதனைக் களம். புதியமுறைகள் அங்கு பரீட்சிக்கப் படுகின்றன. பயிற்சிக்காகவும் நடைபெறுகிறது. எல்லை காக்கவும் படுகிறது. எல்லை மீறவும் படுகிறது. மனித விலங்கு ரொம்பவும் கொடியது. மனித நாகரீகம் ரொம்பம் இரக்கமற்றது. . .”

இத்தகைய அறிவார்த்தமாக அலசல்கள் தவளக்கலவிடம் கடைசி வரையும் இருந்தது.

இன்பத்தை நம்பி ஏமாந்த பிறகு தவளகலவிடம் போவதற்கு எனக்கு போதிய தகவல்கள் இருந்தன போல் தோன்றியது. என் அனுமானங்களை தவளக்கல கவனமாகக் கிரகித்துக் கொண்டிருந்தபோது அங்கு தற்செயலாக றணவாக்கையும் வந்து சேர்ந்தார். எந்த முகமன்னும் இல்லாமல் தவளக்கல கதிரையில் சாய்திருந்தவாறே றணவாக்கையிடம் கேட்டார்.

“றணா, இவருடைய மகன் வரைந்ததாக சொல்லப்பட்ட வரைபடங்களை உங்களிடம் தந்தது யார்?

றணவாக்கை கதிரையில் அமர்ந்தபடி அலட்டிக் கொள்ளாமலே சொன்னார்,

“இன்பம்.”

தவளகல கதிரையிலிருந்து நிமிர்ந்தபடி உன்னிப்பாகக் கேட்டார்

“இவருடைய மகனை டம் பண்ணலாம் என்று சொன்னது...”

“ஏன்? ஏன்?...”றணவாக்கை எச்சரிக்கை கொண்டவர் போல என்னைப் பார்த்தார்.

“ஏன் அந்த ரகசியங்கள் இப்போது?”

“அது இப்போது வெளியே வந்துவிட்டது. . .”

“இன்பம் என்னுடன் கொண்ட தொடர்புகள் மிகவும் ரகசியமானவை. அவனைக் காட்டிக் கொடுக்க நான் விரும்பல்ல...”

“முந்திச் சொன்னது. . .”

“வாய் தவறிச் சொன்னது. நான் இவரைக் கவனிக்கவில்லை”

நான் தீப்பற்றி எரிந்தேன். உள்ளங்கால் இருந்து உச்சந்தலைவரை அக்னிப் பிழம்பானேன். அப்படியே உயர்ந்தேன். ராணுவமுகாமின் முகட்டையும் உருக்கி தணலாக்கிக் கொண்டு

தொலைந்து போன கிரகவாசி

உயர்ந்தேன். ஆகாயத்தில் விண்முட்ட உயர்ந்தேன். எத்தனை வருடங்கள் இடையில்...

அந்தத் துப்பாக்கிச் சத்தங்கள் கேட்டன. மூன்று வேட்டுகள். தொலைந்து போன அந்த கிரகவாசி கிடந்தான், இரத்த வெள்ளத்தில். இந்த அம்மாச்சியின் காலைப் பற்றிக் கொண்டு துடித்தான். மகனே என்று கத்திக்கொண்டு அவனிடம் முதலில் ஓடி வந்தவள் அவனுடைய தாய் அல்ல, என் மகன் ரஞ்சனின் தாய்தான்.

என் தீ அடங்கிற்றா? உண்மைக்கு உண்மையான என் அழகிய மகனின் பொய் பல் இரண்டையும் பார்க்கும் போதெல்லாம் நான் இன்னமும் கொழுந்துவிட்டு எரிந்து கொண்டுதான் இருக்கிறேன்.

●●●

தொலைந்து போன கிரகவாசி

ஹா - ஹா

மனம் சுருக்கென்று தைத்தது.

"உண்மையாகவா, காமுஸ்?"

"உண்மைதான்"

"ஆள் குளோஸ்தானா?"

"குளோஸ்தான்"

என்னுடைய திகைத்த பார்வை காமுஸிலிருந்து விலகி கிளப்பின் முன் மதிலை உரசிக் கொண்டு நின்ற குரோட்டன்களில் விழுந்தது. மீண்டும் காமுஸைப் பார்த்தேன். அவன் ட்ரிங்கின் மீதியையும் அடித்துவிட்டு கறுத்த மேசையை நிலை குத்தப்பார்த்தபடி இருந்தான். இயந்திரிகமான அவனுடைய பதில்களும் கல்லைப் போன்று விறைத்த அவனுடைய சவரம் செய்யப்படாத முகத்தின் பாவமும் என்னுள் சந்தேகத்தை வளர்த்தன. போதையில் டூப் விடுகிறானா?

அடுத்த பக்கத்து யன்னலூடாக மாமரத்தின் நிழல் கூடாரத்தைப் பார்த்தேன். கார்களுக்கும் ஸ்க்கூட்டர்களுக்கும் மோட்டார் பைக்குகளுக்கும் ஊடாக முகங்கள் சரியாகத் தெரியவில்லை. எனினும் இரண்டு வட்டங்களாக இரண்டு

பார்ட்டிகள் இருப்பது தெரிந்தது. வழமையாக மாமரத்தின் கீழ் ஒரு வட்டக் கதிரைகள்தான் இருக்கும். இன்றென்ன விசேஷமோ? பரிசாரகர்கள் ரொம்ப வேகமாக இயங்கினார்கள். கராஜ் ஒதுக்குப் புறங்களிலும் சுற்று வட்டங்கள் இருக்கும் கிளப்பின் இந்த விழாக் கோலத்தில் இந்த தாசீஸ் பங்கெடுக்க முடியாதவாறு இதோ இந்த காமுஸ் சொல்லும் சேதிகள். தொடக்கத்திலேயே கிக் ஆகி அவன் இருக்கிற மாதிரி. . .

மாமர நிழற் கூடாரத்திலிருந்து கண்கள் விலக்கி காமூஸை பாராமலே மீண்டும் கிளப்பின் முன் மதிலில் நிறை மதிய வெயிலில் அசைந்தாடும் குரோட்டன்களையும் மஞ்சள் இக்சோறா மலர்க் கொத்துக்களையும் பார்த்தேன். பார்வை அவைகளிலிருந்தும் உயர்ந்து, மதிலுக்குமப்பால் தூரத்து முதிரை மரக்கிளைகளினூடு கிழக்காக விரிந்து பரந்து போன முகில்கள் அற்ற நீலவானத்தினுள் புதைந்து வெறித்துப் போனதையும் உணர்ந்து கொண்டே என்னால் பலதையும் சிந்திக்கவும் முடிந்தது.

○

இப்படித்தான் அன்றும். அது மாலைப் பொழுது. ஒரு பேக்கரி வீட்டின் தாழ்வரத்தில் ஒரு ஸ்ரூலுடனும், இரண்டு கதிரைகளுடனும் இரண்டு லயன்லாகர் கற்றவுட்டுகளுடனும், நானும் காமுஸூம். நாங்கள் ரகசியக் குடியர்கள் அல்ல. எனினும் அது ரகசியச் சாலை.

வெள்ளை நுரை கிளம்பும் நாவற்பழ நிறத்தில் நான் மனம் லயித்துக் கொண்டிருக்கையில் தாழ்வாரத்துக்கும் வாழை மரங்களுக்கும் இடையில் உள்ள நடை பாதையில் எங்களைக் கடந்து உள்ளே பேக்கரிப் பக்கமாகப் போன சாரன் உடுத்தவன் இரண்டு எட்டுச் சென்ற பின் திரும்பி நின்று பார்த்து என் முன் வந்து நின்றான். நான் நிமிர்ந்து பார்த்தேன். மாலைக் கருக்கலில் முகம் சரியாகத் தெரியவில்லை. எனினும் புதிய முகம் என்பது தெரிந்தது.

“என்னைத் தெரியுமா?”

சாரன் உடுத்த அவனை மாலை கருக்கலையும் வழித்து வீசிக்கொண்டு பார்த்தேன். கோட்டுச் சாரனுடன் புள்ளி ரிஷேட் அணிந்திருந்தான். பின்னால் கோதி விட்ட நீண்ட முடி. கன்னங்கள் கொழுமிய நீள முகம். வயது முப்பதுக்கு மேல் இருக்க முடியாது. இருபத்தெட்டு இருபத்தேழு தான் என்னுடைய கணக்கு. அவன் மீண்டும் கேட்டான்,

“என்னைத் தெரியல்லையா?”

“தெரியல்லியே. . .”

நான் காமுஸைப் பார்த்தேன். காமுஸ் அவனைப் பார்த்து முறுவலித்தபடி, என்னையும் அவனையும் மாறிமாறிப் பார்த்துக் கொண்டிருந்தான். சாரன் உடுத்தவன் மீண்டும் சொன்னான்,

“என்னை உங்களுக்கு நல்லாத் தெரியும்”

“இல்லையே, தம்பி. . . ஐ ஏம் ஸொரி. . .”

“லூலூ... லூ — லூ”

“ஆ! என்ன? லூலூவா?. . . அப்படி தெரியல்லியே. . .”

என்னுடைய மூக்குக் கண்ணாடியை எடுத்து அணிந்து கொண்டு அவனை மேலும் கீழும் பார்த்தேன்.

“சேச்சே, எனக்குத் தெரிந்த லூலூ இப்படி இல்லை. நீங்க வேறொரு லூலூவாக இருக்கலாம்”

“இந்த உலகத்திலேயே உள்ள லூலூ நான் ஒருவன்தான் அப்பா!”

நான் ஒரு கணம் மலைத்தேன். எனக்குத் தெரிந்த லூலூகூட இதே மாதிரி ‘அப்பா’ என்று தான் என்னை விளிப்பான். எனினும் நான் சொன்னேன்,

“மக்கள் சீனத்தில் ஒருவர் இருக்கிறார். அவருடைய கதைகளை நான் மொழி பெயர்த்திருக்கிறேன். அவரும் அண்மையில் காலமானார். ஆனால் அவருடைய பெயர் லூசுன்.”

“நான் மாத்திரந்தான் இந்த உலகில் லூலூ. உங்களுடைய மொழி பெயர்ப்புகளை வாசித்திருக்கிறேன். ஆனால் என்னுடைய ‘லூ’வுக்கும் லூ—சுன்இன் ‘லூ’வுக்கும் சம்பந்தமில்லை. என்னுடைய ‘லூ’ பாலுவின் ‘லு’. பாலுவும் நானும் ஒரே நாளில் போனவர்கள். பாலு இரண்டு எழுத்தில் தனக்குப் பெயர் வைத்தான். ‘நான் உன்னிலும் பாதி உன் பெயரிலும் பாதி’ என அவனுக்குச் சொல்லிக் கொண்டே ‘லு’ என எனக்குப் பெயர் வைத்தேன். என்னைக் கூப்பிடுகிறவர்கள் ‘லு...லு’ என இரட்டித்து நாளாவட்டத்தில் நெடிலில் நீட்டிக் கூப்பிட்டதால் நான் ‘லூலூ’ ஆனேன்.”

பாலுவும் லூலூவின் பெயர் பற்றி இப்படி ஏதோ சொன்ன ஞாபகம். இப்போதும் லூலூ நம்பத்தகுந்த முறையில்தான் சொன்னான். எனினும் என்னால் நம்ப முடியவில்லை. எப்படி நம்புவது? ஆண் பெண்ணாக மாறினான் என்றால் நம்பலாம். பெண் ஆணாக மாறினாள் என்றால் நம்பலாம். எனக்கு நன்றாகத் தெரிந்த லூலூ இப்படி உருவம் மாறினான் என்பதை எப்படி நம்புவது?

“தம்பி, லூலூ என்ர உயரந்தான் இருப்பான். நீங்க என்ர கண்ணுக்கு என்னிலும் உயரமாகத் தெரியுறிங்க. லூலூ நல்ல கருமுருவென்ற கவர்ச்சியான கறுப்பு. நீங்க வெளிறின பொதுநிறம். உங்கட முகம் நீளமாய் லெவலாய் தெரியுது. லூலூவின் முகம் அகன்றது. ஃபோட்டோ ஜீனிக்கானது. உணர்ச்சி குமிழ்விடும் ஜீவகளையுடையது”

சொல்லிக் கொண்டு போன என்னை சாரன் கட்டியவன் இடைமறித்தது போலிருந்தது. பின் “சொல்லுங்க அப்பா” எனச் சிரித்துக் கொண்டு சொன்னான். லூலூவின் ஜீவகளை நிரம்பிய முகத்தை இன்னும் என் நினைவுக்குகொண்டு வந்தேன். . .

“பல நிலைகளில் நான் அவனைக் கண்டிருக்கிறேன். ஓய்வான உற்சாகமுள்ள வேளைகளிலும், அவதியும் தடுமாற்றமும் உள்ள நெருக்கடி நிலைகளிலும், விரக்தியும் கசப்பும் மிக்க வெறுப்படைந்த

நிலையிலும், சோர்விலும் துயரத்திலும் வாடிய வேளைகளிலும் நான் அவனை கவனித்திருக்கிறேன். கடைசியாக நான் அவனைக் கண்ட போதும் கூட, அந்த சஞ்சலத்துக்கும் சந்தேகத்துக்கும் ஆளான நிலையில் கூட, அங்கன்னமாகி அடையாளம் தெரியாத நிலையில் கூட, அவனுடைய தீட்சன்யமான உணர்ச்சிகள் முகத்தில் தெரியத்தான் செய்தன. உமக்கு இருப்பதுபோல் அவனுக்கு இப்படி மொழுமொழுப்பான முகம் ஒருபோதும் இருந்ததில்லை”

அவன் சிரித்தான். அது லூலூவின் சிரிப்பே அல்ல. சிரித்துக்கொண்டே சொன்னான்,

“நீங்க சொல்றதுகளைக் கேட்டால் சந்தோஷமாகத் தான் இருக்கு அப்பா, கடைசியாக என்னைக் கண்டது நினைவிருக்குத்தானே?’

“உம்மையா? எப்போது? எங்கே?”

“ஒரு மதியம், உங்கள் வீட்டில், என் ஒரு பக்கத்து தாடை பறிபோய் விட்டதால் அந்தப் பக்கம் சூம்பிப்போன முகத்துடன்...”

“உம்முடைய முகம் சூம்பவில்லையே, நல்லாத்தானே இருக்கு?”

அவன் மீண்டும் சிரித்தான்.. இந்த சிரிப்பு எப்படி லூலூவாகும்?

“வெயிலுக்கு நல்லாருக்குமென்று அம்மா எலுமிச்சம் பிளிகரைத்து முன்வீட்டில் ஐஸ்கியூப் வாங்கிப் போட்டுத்தந்தவ...”

“ஓ, ஓ!, இது ஒரு *CHASE THE CROOKED SHADOW*வாக இருக்க மாட்டாது என நம்புகிறேன்”

இன்று இழந்த பொறுமையை காமுஸ் அன்றும் இழந்தான். “இதென்னடாப்பா தாசீஸ், நீ எல்லாத்திலும் சந்தேகப்பட்டுக் கொண்டிருந்தால்?. . . சொல்லன், குமாரசாமி உன் மிச்சக் கதையையும்...”

“குமாரசாமியா? யார் குமாரசாமி?”

“லூலூவுக்கு அதுதான் பெயர் குமார் என்றும் சொல்றது”

“லூலூவின் இயற்பெயர் லூலூவல்ல என்பது எனக்குத் தெரியும்”

லூலூ புருவத்தைத் தடவியபடியே சொன்னான்.

“ஐடென்ரிக் கார்ட், பேத்சேர்ட்டிஃபிக்கேற்ல எல்லாம் குமாரசாமி என்று தான் இருக்கு”

எனக்கு பழைய சந்தேகம் வலுத்தது. லூலூ மீண்டும் தன் புருவத்தை தடவினான். பழைய சந்தேகம் வலுத்தது.

புருவம் லூலூ வருடியதைப் போலவே மிக அடத்தியாக இருந்தது. கண்களைப் பார்க்க முயன்றேன். கருக்கல்லில் கதிரைலிருந்தபடி மேல் நோக்கிப் பார்த்ததில் அவைகளை மட்டிட முடியவில்லை.

“புருவம் அப்படியேதான் இருக்கு. இந்த உருவந்தான். . .”

காமுஸ் சிரித்தான். “சொல்லன் குமார்”

“பிறகும் ஒரு ஒப்பரேஷன் செய்தது. அப்பா செயற்கைத் தாடை செயற்கைப் பல்லெல்லாம் பொருத்தியதில் உருவம் மாறிப் போச்சு. வெயிலடிப்பது குறைந்து போனதால், உடம்பு கொஞ்சநாள் வீக்காகவும் இருந்ததால், நிறமும் கொஞ்சம் வெளிறிப் போச்சு... கொஞ்சம் மெலிந்துப் போயிற்று. அதனால் உயரமாக தெரியுதோ என்னவோ—”

“அதுசரி, இவ்வளவு பெரிய ஓப்பரேஷன் எங்க செய்தது. இதுக்கெல்லாம் காசு ஏது? தான் எல்லாத்தையும் விட்டு விலகித்தன் என்றுதான் லூலூ...”

காமுஸ் சிரித்தான். சிரித்துக் கொண்டே சொன்னான்.

“அதை மட்டும் கேட்கக் கூடாது. என்ன குமார்!”

“சரி, இப்போ என்ன செய்கிறீர்?”

“இந்தப் போறணையில் வேலை. வயிற்றுப்பாடு கழிகிறது... கொஞ்சம் பொறுங்க” பேக்கரியிலிருந்து குரல் கேட்டு குமாரசாமி போனான். அவன் லூலூ தான் என்பதை நாம் ஒரு வாறு நம்பினாலும், அதே காரணத்தால் லூலூவைப் பற்றி என் பழைய சந்தேகம் வலுத்தது.

“இனி நாம் இந்தப் பக்கம் வரக்கூடாது” என்றேன்.

“ஏன் உன் சந்தேகம் இன்னும் தீரல்லியா?”

எனக்கு கோபமே வந்தது.

“என்ன உனக்குத் தெரியும்? என்ர சந்தேகம் என்ன என்று உனக்குத் தெரியுமா? இந்தக் குமாரசாமி லூலூதானா என்பது மாத்திரமா என் சந்தேகம்?”

“தெரியும், உன் சந்தேகத்துக்கு முடிவில்லை என்று”

மேலும் இறுகிக் கொண்டு வந்த கருக்கலுக்குள் ஆளையாள் உற்றுப் பார்த்துக் கொண்டோம். இப்போதுதான் தாழ்வாரத்தின் கூரை நிழலை எங்கள் மீது எறிந்து கொண்டு வீட்டுயன்னலில் மின்குமிழ் வெளிச்சம் பளிச் சென்றது.

○

மதிய வெயிலில் முதிரை மரக்கிளைகளினூடு, என் கண்கள் புதையுண்டிருந்த நீலவானத்தில் தோன்றிய மெல்லிய வெண்மேகப் படர்வுகள் என் கண்ணுக்குள் கண்ணை மூடிய ஐதான படலமாகவே தெரிந்தது. அதிர்ச்சியுற்றவனாய் காமுஸை இமையை வெட்டி மூடித் திறந்து திறந்து பார்த்தேன். அவன் இன்னும் மேசையில் நிலை குத்திய பார்வையுடனேயே இருந்தான்.

ஏகாந்தமாகிப் போன என்னுடைய அகவுலகில் மெல்ல மெல்ல சிவப்பை சூழ்ந்த மண்ணுலகத்து நல்லோசைகள் கேட்கத் தொடங்கின, மேலே மின்விசிறி தலைதெறிக்கச் சுழன்று கொண்டிருந்தது. கோபி வந்து ஏதும் தேவையா எனக் கேட்டு விட்டுப் போனான். என்னுடைய ட்ரிங்கை எடுத்து சற்றுப் பருகினேன். காமுஸ் தன் நிஷ்டையிலிருந்து நீங்கி சிகரெட் பற்ற வைத்து புகையை ஊத தொடங்கினான். இடையில் என்னை ஒருமுறை முறைத்துப் பார்த்தான். மீண்டும் உணர்ச்சி வசப்பட்டவன் போல் சிகரெட்புகையை வேகவேகமாக ஊதித் தள்ளினான்.

அந்த புகை மூட்டத்தில் ஒரு புகை மூட்டமாக என் வீட்டின் மண்டபமும், மண்டபத்தில் அமர்ந்திருந்த லூலூவின் முகமும் தெரிந்தது. ஒரு பக்கம் சூம்பி வாடி வதங்கிப் போன லூலூவின் முகம், நினைவின் ஒரு புகைமூட்டத்தின் ஊடாக. கடைசியாக அவன் வந்தபோது என் மனைவி அவனுக்கு ஐஸ்கியூப் மிதக்கும் எலுமிச்சம் பழச்சாறு கொடுத்தபோது நான் கண்ட முகம். இது போல்தான் அன்றும், கண்திறக்க முடியாத வெயில்.

லூலூவின் கண்கள், எதிரே கதவுக்கு மேல் சுவரில் இருந்த பெரிய மின்தீபம் ஏற்றிய யேசுவின் படத்தில் நிலைத்திருக்கிறது. அவனுடைய பார்வையை புரிந்துகொண்டு கேட்டேன்.

“என்ன லூலூ, யேசுவையே உற்றுப் பார்க்கிறாய்?”

“அல்ல, யேசுவின் இடத்தில் இதே தீபத்துடன் மாலை போட்டிருந்த பாலுவின் படம் எங்கே என்று பார்க்கிறேன்.”

“எல்லாத்தையும் விட்டுத்து ஓடக்குள்ள இரண்டாம் முறையும் என் பிள்ளையை புதைக்க வேண்டியே இருந்தது. அவன் உயிர்த்தெழ இன்னுந்தான் முடியவில்லை. . .”

“சேச்சே, எவ்வளவு பயந்தனீங்க! ஒருபடம் இருந்தா எடுத்து மாட்டுங்க. உங்களுக்கு எதுவும் வராது. நான் சொல்கிறேன்.”

என்னால் இருப்புக் கொள்ள முடியவில்லை. மனைவி அவனோடு பேசிக் கொண்டிருக்க, நான் தெருவில் இறங்கி, வெயில் என்றும் பாராமல் இரண்டு சந்திக்குமிடையில் நடக்கத் தொடங்கினேன். இடையிடையே வந்து அவனிடம் சில விஷயங்களைக் கேட்டேன்.

“ஏன் லூலூ இப்படி ஒரு பக்க முகமே இல்லாமல் சூம்பியிருக்குது?”

“தெரியுந்தானே, கேள்விப்படல்லியா? வீரக்காட்டுக்குள்ள அவனுகள முறியடிச்சுக் கொண்டு போகக்குள்ள கொடிக் கும்பத்துக்குள்ள மறைஞ்சிருந்த கவசத்திலருந்து தீட்ன வடுகள்”

“கேள்விப்பட்டது தான். ஆனால் அது பின் சந்தில, மலவாசல் ஓரமாகப் பாஞ்சது என்றுதானே கதை வந்தது. . .”

“அது பவள வெளித் தாக்குதலில் எங்கட உடன் பிறப்புகள் தப்பி ஓடக்குள்ள கட் அவுட் சிக்னல் மாற்றிக் கொடுக்கப்

பட்டதால நடந்தது. அந்தச் சன்னங்கள் இன்னும் இடுப்பெலும்புக்குள்ளதான் இருக்கு. இழுபடுவானைக் கிளியர் பண்ண ஆர்டிஎப் என்ரர் பண்ணின சமயம் நடந்தது.... சரியான நெத்தியடி. நல்ல காலம். ஒரு பக்க கன்ன வெலும்போடு போயிற்று. இன்னம் சரியில்லை. இன்னொரு ஓப்பரேஷன் செய்ய வேணுமாம். பிளாஸ்ரிக் பொருத்துகளும் செய்தால் சூம்பின பக்கம் நிமிரும்."

லூலூவுடன் மனைவி பேசும்போது இடையில் ஒருமுறை நான் தெருவில் இறங்கி கோயில் வெளிச் சந்தி வரையும் போய் பார்த்த போது வெலவெலத்துப் போனேன். கோயில் வெளி மணலில் சரசரத்து ஜீப் ஒன்று ஓடி கடற்கரை வீதியில் ஏறி பிச்சுக் கொண்டு போனது. பரபரப்புடன் ஓடிவந்து உள்ளே இருந்த லூலூவிடம் அதைச் சொன்னபோது, அவன் ஒரு பக்கம் கெழிந்து சூம்பின வாயினூடாகச் சிரித்தான். மிகவும் பரிதாபமாகவிருந்தது. எனினும் அவன் சொன்னது என்னை வெகுதொலைவுக்குக் கொண்டு சென்றது.

"பயப்படாதிங்க அப்பா. எனக்கு ஒன்றும் நடவாது. நான் அவங்களுக்கு எல்லாம் சொல்லிப் போட்டுத்தான் நிக்கறன். . ."

"என்ன சொல்லிப் போட்டு நிக்கறது?"

"ம்ம்ம் . . . உடல் ஊனத்தால நான் விலகித்தன் என்று. நம்பக்கூடிய விதத்தில் விலகிற்றம் என்று நிரூபித்தால் விட்டுப் பார்த்து தங்கட கண்காணிப்பில வைச்சுக் கொள்வாங்க. நான் வாராவாரம் போய் கையெழுத்துப் போடுறன்."

என்னிலிருந்து ஏதோ கழன்று விழுந்தது போலிருந்தது. எல்லாம் இழந்தவன் போல் ஏக்கத்தோடு கேட்டேன்.

"நீங்க விட்டு விலகிற்றிங்களா?"

"இந்த ஊனத்தோட என்ன செய்யுறது? விலகிற்றன். . ."

"விலகி இவங்கட கண்காணிப்பிலயா?"

"ஓமோம்."

என்னுள் ஒரு அசூசை வளர்வது போலிருந்தது. மின்னல் போல், அகதியாய் போன துறையடிச் சந்திப்பு நினைவுக்கு வந்தது.

"அகதியாய் போனபோது நம்மட துறையடிச் சந்திப்பு நினைவிருக்கா?"

"நினைவிருக்கு. ரொம்ப அடிபட்டு நாங்க பின்வாங்கி வந்த சமயம் அது."

"ரொம்ப கசப்பும் விரோதமும் கொண்டிருந்திங்க. உள் முரண்பாடுகளும் கருத்து முரண்பாடுகளும் தெரியக் கதைச்சிங்க..."

"அந்தக் கசப்பும் முரண்பாடுகளும் இன்னும் அப்படியே இருக்கு. ஒன்றுக்குள்ள இருந்து இன்னொன்றுக்குள்ள நாம மாட்டிக்

கொள்ளக் கூடாது. ஓடு மீன் ஓட உறுமீன் வருமளவும் வாடியிருப்போம்.”

லூலூ சிரித்தான். மீண்டும் அந்த சூம்பின பக்கமாக சிரிப்பு பாதியில் முறிந்து தொங்கியது. அந்த அசிங்கத்தை விடவும் அசிங்கமாக அவனுடைய வார்த்தைகள் எனக்குப் பட்டன. பழைய கசப்பின் உள்வன்மத்திலேயே லூலூ இப்போது இயங்கத் தொடங்கியிருப்பதாக எனக்குப் பட்டது. எதிர்தரப்பின் கையில் தன்னைப்பாரம் கொடுத்து அவர்களுடைய கண்காணிப்பில் வாழ்ந்து வாராவாரம் ஒப்பம் போடுபவனை எப்படி நம்புவது? ஊனமுற்ற நிலையில் உயிருக்கு பயந்து மனிதன் எதைத்தான் செய்யமாட்டான்?

பயமும் சந்தேகமும் மிகுந்த அந்தப் பரபரப்பான மதியச் சூழலில் நான் அவனைச் சாப்பிட்டுப் போகச் சொல்லாதது பற்றியும் அவன் போக வேண்டிய இடத்துக்கு அவனை சைக்கிளில் கொண்டு விட முன்வராதது பற்றியும் அவன் என்ன நினைத்தானோ? வெயில் மிகுந்த என் தெருவில் அவன் நடந்து போவதைப் பார்த்து நின்றேன். பழைய கம்பீரங்கள் பறி போன தொய்வான நடை. ஜீப் போன அதே கடற்கரைப் பாதையில் அவன் ஏறிப் போனது எதனால்?

பல கற்பனைகளுடன் வெயிலில் அவன் போவதைப் பார்த்தபடியே நின்றேன். வெயிலின் கானல் அலையெறிந்தது. அவன் போய்க் கழிந்தபின், இதே போன்று வெண்மேகம் தூவிய நீலவானந்தான் மிஞ்சியிருந்தது.

○

சிகரெட் புகைக்குள்ளேயே இன்னமும் காமுஸ் இருந்தான்.

“ஏன் இப்படி தொடர்ச்சியாக ஊதுகிறாய்?”

“நீ பேசாதிருந்தால் நான் என்ன செய்வது? ட்ரிங்கும் காலி.”

“நீ தான் மூட் மாறி ஆரம்பத்திலே கிக் அடித்தவன் போலிருந்தாய்.”

“லூலூவின் சிந்தனை எனைப் பாதிக்கிறது. ஆனால் உன்னைப் பாதிக்கவில்லை. . .”

“அவனை எனக்குத் தெரிந்த அளவுக்கு உனக்குத் தெரியாது.”

“நீ அவனை சந்தேகிக்கிறாய். . .”

“அது உனக்கு எப்படி தெரியும்?”

“எனக்குத் தெரியும். அரசரமரத்தடி தாக்குதலில் லூலூவை சம்பந்தப் படுத்துவதும் அவனை ஹீரோ வாக்குவதும் திட்டமிட்ட சோடிப்பு என்கிறாய்”

“நான் அப்படி சொல்லவில்லையே”

“நீ அப்படி சொல்லவில்லை. ஆனால் அதுதான் உன் நம்பிக்கை”

“சொல்வதையெல்லாம் உடனுக்குடன் ஏற்றுக் கொள்ள வேண்டுமா? சீர்தூக்கிப் பார்க்க வேண்டாமா?”

“ஒவ்வொன்றையும் சீர்தூக்கிப் பார்க்கத் தொடங்கினால் நீ உலகில் ஒன்றையுமே ஒப்புக் கொள்ளமாட்டாய். ஒப்புக்கொள்ள விரும்பாத ஒரு முன் மனச் சாய்வுதான் சீர்தூக்கலுக்குள் ஒளிந்து கொள்கிறது. அரச மரத்தடி தாக்குதல்தான் போகட்டும், நேற்று பாலத்தடியில் நடந்ததற்குமல்லவா உனக்கு பூதக்கண்ணாடி தேவைப்படுகிறது. ஊரெல்லாம் இதுதான்பேச்சு. *IT IS THE TALK OF THE TOWN* எனினும் உனக்குச் சந்தேகம். . .”

“உள்ளோட்டங்கள் உனக்குப் புரியாது”

“நீ பயந்தவன்”

“உன்னைவிடக் குறைவுதான்”

“லூலூவைக் கேட்டால் சொல்லுவான் யார் பயந்தவன் யார் பயப்பிடாதவன் என்பதை”

“லூலூவை சந்திக்கும் போது கேட்கிறேன்.”

“ஆ!” காமுஸ் திகைத்தான். பின் சிரித்தான். தன்னை மறந்து ஒரு ஜோக்கிற்கு சிரிப்பது போல. கோபி புதிய ட்ரிங் கொண்டு வந்தான். எனக்கு ட்ரிங் தேவையில்லைப் போல் இருந்தது. ரொயிலெற்றுக்கு போக எழுந்தேன்.

உள்ளக விளையாட்டரங்க மண்டபத்தில் பிங்பொங் ஆட்டத்தின் டொக்டொக் சத்தங்கள் கேட்டுக்கொண்டிருந்தன. கரம்போர்ட்டிகளின் சிதறல்களும் கிளாசுகளின் உரசல்களும் கேட்டன. பிரிட்ஜ் ஆடுவோரின் நிஷ்டைகளும் தெரிந்தன. பேசாமல் இவைகளில் ஏதாவதொன்றில் கலந்துகொண்டு சந்தோஷமாகப் பொழுதைக் கழித்திருக்கலாம். கருத்து மோதல்களுடனும் உணர்ச்சி மோதல்களுடனும் இந்த காமுஸுடனும் சேர்ந்து திரிவது எதற்காக?...

கராஜ் ஒதுக்குப் புறத்தில் உள்ள கட்டடங்களைக் கடந்து மாமரத்து நிழல் கூடாரத்தினது ஓரங்களை சுற்றி வளைத்துப் போய் மாமரத்தின் அடுத்த பக்கத்து மறைவில் கதிரை ஒன்றை இழுத்துப் போட்டுக்கொண்டு அமர்ந்தேன். அரைகுறையாகத்தான் பேச்சுக்கள் கேட்டன.

“நாலுபேர். . . நான். . . நானும் நேர்ல கண்டனான். . . நான் கராஜ்ல நிண்டனான். . . நான் கோயிலிலிருந்து வந்தனான். . . நாலுபேர். . . ஓமோம் நாலுபேர். . . ஓமாம் ஓட்டோ நின்றது. . . குவாட்டேர்ஸ் ஓரம். . . ரெண்டுபேரை எனக்குத் தெரியும். . . சொல்லன், ஏன்பயப் பிடுகிறாய். . . அதுதான் லூலூ. . . இன்னுமேன் ரகசியமாகச் சொல்கிறாய். பெலக்கச்சொல். . . ஏய், வெறிக் கதை கதையாத. . . கல்லுக்கும் காது. . . ஆரதுமறைவில. . . அது அந்த மாஸ்டர், பிரச்சினை இல்ல. . . நீ சொல். . . மற்றது ஜகன். . . இல்லல்ல லூலூவ நான் காணல்ல, நான் கண்டது குரூஸ், ஜெகன், குமாரசாமி. . . அடே குமாரசாமிதாண்டா லூலூ. . .

குமாரசாமிதான் எறிஞ்சவன். . . என்ன நடந்தது. . . நான் திரும்பி ஓடித்தன். . . எனக்கு ஓட முடியல்ல. மின்னல் பாஞ்சது மாதிரி... காது கிழிஞ்சு போச்சு விழுந்திற்றன். கராஜ் கார்களுக்கிடையில் அரைச்சித்துப் போய் கிடந்து பாக்கன். . . புகைக்கும்பல். . . குமாரசாமிதான் இன்னொன்றைக் கடிக்கான், நான் காதைப் பொத்திற்றன். தடதடக்குது துவக்குச் சத்தம்... நாலுபேரும் ஓடுறாங்க. துவக்குச் சத்தம் உரக்குது. . . எந்தப் பக்கம் ஓடின.. குவாட்டேர்ஸ் பக்கம்... குமாரசாமிதான் லூலூ. . .

வெறுப்புடன் எனக்குள் நானே முணுமுணுத்தேன். "காக்கை காக்கையாய் வாந்தி எடுத்த மாதிரித்தான். . ."

பட்டென்று எழுந்து சருகுகள் சரசரக்க எனது வெறுப்பைக் காட்டும் வகையில் விறுக்காக நடந்தேன்.

உள்விளையாட்டரங்க மண்டபத்தில் பிங்பொங் டொக்டொக் வாத்தியம் நின்றுபோய் இருந்தது. பச்சை மேசையின் ஓரம் கையளவான அந்த றக்கெற்றுகளுடன் அவர்கள் அதிரடி அரியதுரையை பார்த்தபடி வாய் பிளந்து நின்றார்கள். மற்றும் பிரிட்ஜ் கூட்டமும் கரம் ஆட்டக்காரரும் போட்டதுபோட்ட மாதிரியும், அடித்தது அடித்த மாதிரியும் நின்றார்கள். வாயருகே மதுக் கோப்பையை கொண்டு போன கை கொண்டு போன மாதிரியும் மதுக் கோப்பியினுள் மதுவை ஊற்றிய கை ஊற்றிய நிலையிலும் அப்படியே அதிரடியின் அட்டகாசத்தில் மெய்மறந்திருந்தார்கள். அதிரடி அரியதுரையை எனக்கு கண்டாலே பிடிக்காது. இருந்த வெறுப்போடு இந்த வெறுப்பும் சேர மண்டபத்தை நாலு பாச்சலில் நடந்து கடந்தேன். அரியதுரை முழங்கிக் கொண்டிருந்தான்.

"அடே சங்கரி, பாலத்தடியை உனக்குத் தெரியுமாடா? நீ அந்தப் பக்கம் போய் இருக்கிறியாடா? பஸ்ஸில போகக்குள்ள, கொண்டக்டர், 'ம்பாலத்தடி, இறங்குங்க' என்று சொல்லத்தான் கேட்டிருப்பாய். . ."

சங்கரியும் வெடிவால் முறுக்கிக் கொண்டிருந்ததுபோல் இருந்தது.

"டேய் அதிரடி, அண்டகாகசம்! நீ போய் இருக்கிறியடா? வேணுமன்டா ரெண்டு ஷொட்டுக்கு போயிருப்பாய். . ."

"அண்ணா ஹரி! அகதி வாழ்க்கையில கள்ளடிக்கிறதுக்கு அந்தப் பக்கம் ஒருவன் கூட்டிப் போனான். . ."

"தொலைஞ்சுது போ" என முணுமுணுத்துக் கொண்டு காமுஸ் இருந்த அறைக்குள் போனேன். காமுஸ்ஸூம் கதவுப் பக்கம் திரும்பி அதிரடியின் விளாசல்களுக்கு காது கொடுத்துக் கொண்டிருப்பது போல் தோன்றியது. நான் அமர்ந்தேன். எல்லாம் காலியாக இருந்தது. கோபி வேறு ட்ரிங்குகளோடும் சிகரெட் ஓம்லெட்டுடனும் வந்தான். அதிரடி உச்ச ஸ்தாயில் முழங்கினான்.

"பாலத்தடி ஒரு காட்டுப் பாதை. ஆற்றங்கரையின் அடர்ந்த கன்னாமரங்களுக்குக் கீழே, ஆற்றங்கரையின் வளைவு நெளிவுகளை தொட்டபடி அந்த உடைந்த தார்றோட்டு. அடுத்த பக்கம் அடர்ந்த காடு. வசதியான லொக்கேஷன் இரண்டு தரப்புக்கும். அடுத்தடுத்து இரண்டு தரப்பும் அம்புஷ் கிடக்கிறதாம். காட்டுக்குள் வயர்களை லூலூ ஆட்கள் செற்பண்ணிக் கொண்டிருக்கக்குள்ள கன்னாப்பற்றைக்குள்ள இருந்து வெடி கிளம்பினதாம். வழக்கமாக கன்னாப் பற்றைக்குள்ள பொடியனுகள் நிற்கிறது. இந்தமுறை மாறிப் போச்சு. ஜெகனும் குரூஸுூம் ஒண் த ஸ்ப்பொட்லேயே குளோஸ். கஜனும் லூலூவும். . ."

ஒரு கணம் அனைத்தும் ஸ்தம்பிதம். நான் காமுஸைப் பார்த்தேன். காமுஸ் என்னைப் பார்த்தான். ஒரு ட்ரிங்கை அடித்து முடித்தது போன்று அதிரடியின் செருமல் கேட்டது. சங்கரியின் குரலில் ஆவல் ததும்பியது.

"ம். . . சொல்லு. . . கஜனும் லூலூவும்?. . ."

அடங்கின குரலில்தான் அரியதுரை சொன்னான்.

"காயம்!. . . தப்ப முடியாத காயம்! எழும்பி மரத்தில பிடிச்சிற்று நிமிரக்குள்ள மறுபடியும் வெடி! கன்னாப் பற்றைகளுக்குள்ளிருந்து கமர்பிளாஷ் பாச்சல்கள் காட்டுக்குள்ள மரத்துக்கொரு தலைக் கவசமும் துப்பாக்கியும். தப்பவே முடியாது. கழுத்தில கிடந்ததை கடிக்கத்தான் நேரமிருந்தது — லூலூ முதல்ல, கஜன் பிறகு.

"இவ்வளவு நேரடியாக இதையெல்லாம் கண்டது யாரு?"

ஸ்ற்றூலை நான் ஓங்கி குத்தியதில் கிளாஸுூகளும் போத்தலும் விழுந்து நொறுங்கின. எங்குமான அந்த ஸ்த்தம்பிதத்தில் இந்த கணீர் ஒலிகள் உள்ளரங்க மண்டபத்துள்ளும் கேட்டிருக்கும். கோபியும் ஓடி வந்தான்.

எல்லாம் முடிய காமுஸ் அமைதியாகச் சொன்னான்.

"தாசீஸ், நான் சொல்றன் என்று கோபிக்காதே. உன்னைப் பொறுத்தவரையில் இது ஒரு CHASE THE CROOKED SHADOWதான். ஆனால் உண்மை என்னவெற்று தெரியுமா? லூலூ என்னிட்ட சொன்னவன். பேக்கரி வீட்டுத் தாழ்வாரத்தில் ஒரு ஆறேழு மாதத்துக்கு முந்தி நீயும் நானும் ஏதோ குடித்தோமே, அன்றைக்கு லூலூ என்னிட்ட சொன்னவன். . . நீ முறுக்கு வாங்க முஸ்த்தபாவின் கடைக்குப் போன சமயம். . ."

"பீடிகையை விடு, விஷயத்துக்குவா, என்ன சொன்னவன்?"

"இப்படி விபரமாய் சொல்லா விட்டால், பிறகு நீ என்னை நூறு கேள்வி கேட்டு துளைப்பாய். சொன்னா, சொன்னதை அப்படியே நம்புகிறவனா நீ?"

"சரி, சரி சொல்லு. என்ன சொன்னவன்?"

"ஒரு முறை ஜீப்புகள் அவனைத் தேடி சல்லடை போட்டபோதுதான் ஒரு மத்தியானம் உன்னிட்ட வந்தவனாம். உன்ர பயத்தைக் காண அவனுக்கு போதும்போதும் என்றாகி விட்டதாம். உன்ர பயத்தைப் போக்கத்தான் தான் அதை விட்டு விலகி விட்டதாகவும், விலகி விட்டதைச் சொல்லி கையெழுத்துப் போட்டு வருவதாகவும் சொன்னவனாம். . ."

"உண்மையாகவா?"

"இதிலும் சந்தேகமா?"

நான் திகைத்து மதிலுக்கு மேல் முதிரை மரக்கிளைகளைப் பார்த்தேன். அவைகளை மூடுவதுபோல வானத்தில் முகில்கள் சடைத்து இருந்தன. CHASE THE CROOKED SHADOWவின் நிழல்கள் மறுபக்கமாக சுழன்றோடத் தொடங்கின.

"கோபி!"

நான் கத்தினேன்.

"கோபி, இன்னும் ஒருட்ரிங் கொண்டுவா!"

** *Chase the crooked shadow* — ஓர் ஆங்கிலத் திரைப்படம். இதன் தழுவலாக்கமாக தமிழில் 'புதிய பறவை' திரைப்படம் வெளிவந்தது

●●●

ஜா ~ டி

நான் உறங்கிப் போனது எனக்குத் தெரியும். நான் உறங்கப் போனதும் எனக்குத் தெரியும். உறக்கம் என்னை எங்கெல்லாமோ கொண்டு சென்றது. உறக்கத்தை நான் எங்கெல்லாமோ கொண்டு சென்றேன். புதிர்களை நான் அவிழ்த்துப் பார்த்தேன். புதிர்கள் என்னை அவிழ்த்துப் பார்த்தன.

தாத்மாவை நான் கண்டேன். துஷ்றிகியையும் நான் கண்டேன். தொலைந்துபோன கிரகவாசியை கண்டேன். பாதாள மனிதர்களையும் பார்த்தேன். வியூகங்களை நான் அமைத்தேன். வியூகங்களை நான் உடைத்தேன். அண்டவெளி மனிதர்களையும் நான் அணுகினேன்.

உறக்கத்தில் எனக்கு நம்பிக்கை. உறக்கத்தின் உள்ளாழங்களிலும் எனக்கு நம்பிக்கை. உறக்கத்தின் உள்ளாழத்தில் உண்மைகள் வெளிப்படுகின்னறன. உண்மையின் உள்ளாழத்தில் நினைவுகள் கனவுகளாகின்றன. கனவுகள் நினைவுகளாகின்றன.

நிவேதன் உடன் இருக்கும் வரையில் எந்த நினைவும் இந்த நிவேதைக்குப் பொருட்டல்ல. நினைவுகள் உடன் இருக்கும் வரையில் நிவேதன் உடன் இருக்க வேண்டும் என்பதுமில்லை இந்த நிவேதைக்கு.

நிவேதை நான் உறங்கிய பின்புதான் உறங்க வருவார். நிவேதன் நான் உறங்கும் போதும் அவர் உறங்குவதும் உறங்காதிருப்பதும்

எனக்குத் தெரியும். அவரோடுதான் நான் உறங்கினேன் அவர்தான் என்னை உறங்க வைத்துக் கொண்டிருந்தார்.

என் விசாரணைகள் முடிந்து நான் வீடு திரும்பிய போது இரவு எட்டு மணியாயிற்று. 'அவர் கோபிப்பாரே' என்ற நினைவில் வானம் பொத்து மின்னல்கள் தெறித்தன. மின்விளக்கு ஒளிர்ந்த இரும்புக் கேற்றில் தலை முட்ட நின்று கண்களைத் துடைத்த பின்புதான் உள்ளே போக முடிந்தது.

என் கை நிறையச் சாமான்கள். தாத்மா தந்த *MWG* கருவிகளும் டிஸ்க்குகளும் மற்றும் துஷ்றிகியின் அல்பங்களும். சோபாக்களுக்கு நடுவில் உறங்கிக் கிடந்த என் பிள்ளைகளையோ அவர்களை அணைத்தபடி கிடந்த என் ஆச்சியையோ பரிவு கொள்ளும் நினைவற்று, இரண்டு எட்டில் பாய்ந்து போய் நான் அவரையே பார்த்தேன். கதவுத் திரைச்சீலையூடு கசியும் மின் வெளிச்சத்தில் அவர் தெரிந்தார். பேனாவும் கையுமாய், குனிந்த தலை சற்று நிமிர்ந்த புன்சிரிப்புடன்.

நான் சேலையை மாற்றினேனோ இல்லையோ, உடனடியாக தாத்மா சொன்னபடி, அவள் தந்த *MWG* கருவியில் டிஸ்க்கை இணைத்து டெக்குடன் தொடுத்தேன். என் தேடலின் கண்டுபிடிப்பை இதோ காணப்போகிறேன்.

அதற்கு முன்னதாக என் கைப்பையிலிருந்த புகைப்படத்தை அவசரமாக எடுத்து மற்றுமொரு முறை பார்த்துக் கொண்டேன். தினமும் நூறு முறை பார்ப்பது வழக்கமாகிப் போய் விட்ட படம் அது. இதன் பின்பு அதைப் பார்க்கத் தேவையற்றுப் போகும் எனவும் நினைத்தேன்.

அந்தப் புகைப்படத்தில் பதிந்திருந்த காலடி என்மனதிலும் பதிந்திருந்தது. அல்லது என் மனதில் பதிந்திருந்த காலடி தான் அந்த புகைப்படத்திலும் பதிந்திருந்தது என்பதும் உண்மையே. உண்மையில் அந்தக் காலடி முதன்முதலில் என் வீட்டு முற்றத்தில் பதிந்திருந்தது. அது வெறுமனே என் முற்றத்து மண்ணை அழுத்திய காலடி மட்டுமல்ல. என் நெஞ்சத்தை மிதித்த காலடி மாத்திரமல்ல. என் உயிர்ப் பொருளையே நசுக்கி, சாறாக்கி தூசாக்கிய காலடி. எந்த மர்ம மனிதனின் காலடி அது? எந்த அகன்ற வெளி ஜந்துவின் காலடி அது? இதை அறிவதில்தான் என் ஆர்வமும் தேடலும். யாருடைய காலடி அது?

தொலைந்து போன கிரகவாசிகளினுடையதா? தொலையாத பாதாளவாசிகளினுடையதா? யாரும் சந்தேகம் கொள்ள முடியாத அண்டவெளி மனிதர்களினுடையதா? அல்லது இவர்கள் யாருமற்ற அப்பாலான இன்னொரு பிரபஞ்சவாசியினுடையதா?

இந்த அப்பாலான மனிதர்களைப் பற்றிய தகவல்களை பெறுவதற்கான ஐ.எஸ்.ஐ.சிக்கு — (*ISIC*) போனபோதுதான் தாத்மா (MWG) கருவிகளையும் டிஸ்க்குகளையும் தந்தாள். *ISIC* என்பது, *INTER STAR INFORMATION CENTRE.*

காலடி

தாத்மா ஓர் அழகிய பெண். ஒல்லியான தேகம் என்றாலும் மிக உறுதியானது. மின்வெட்டு போன்ற உதடுகள். என்னுடைய சாயல்தான் அவளுக்கும் என்று நினைத்தேன். என்னையே நான் பார்ப்பதைப் போலுமிருந்தது. என்னுடைய சேலையை அவளுக்குக் கொடுத்து, அவளுடைய நீண்ட அங்கியை நான் அணிந்து கொள்ள வேண்டும் போலிருந்தது.

துஷ்றிகியும் நீண்ட அங்கிதான் அணிந்திருந்தான். துஷ்றிகியின் முகத் தோற்றம் எனக்கு முன்பே பரீட்சையமானதுதான் எனினும், நிவேதனின் முகச்சாயலிலேயே துஷ்றிகியும் தெரிந்தான். அதே குறுந்தாடி மீசையும் ஒளி பொருந்திய முகமும்! துஷ்றிகியின் பாதங்களுக்கு தைலம் தடவியபடி, மின்வெட்டு உதடுகளில் நளினம் சுழியோட, உறுதியாக தாத்மா சொன்னாள்.

“நிவேதா, இந்த *MWG* டிஸ்க்குகள் என் நினைவுப் பதிவுகள். நீ அறிய விரும்புகிற எல்லா மனிதர்களும் இதில் வருகிறார்கள். நீ நினைத்த மாத்திரத்தில் அவர்களின் புகைப்படங்களை ஸ்றில்களாக இதிலிருந்து நீ பெற்றுக் கொள்ளலாம். அவர்களுடைய காலடித் தடயங்களைக் கூட புகைப் படங்களாகப் பெற்றுக் கொள்ளக் கூடும்.”

தாத்மா சொன்னது போல சிவப்பு பொத்தானை அழுத்தினேன். டிஸ்க் பிளே ஆனது. ரீ. வீ. இன் திரையில் சலனங்கள் தோன்றின.

வட்ட நிலா வானம். நிலவைப் பார்த்து விட்டுத் திரும்பும் தாத்மாவின் வட்டமான முகம்.

கடல் வரையும் நீளும் கல்லறைகள்.
கல்லறைகளின் பின்னணியில்
துஷ்றிகியின் இளம் குறுந்தாடியும், நீண்ட கூந்தலும்
நேரிய மூக்குமான பளிச் சென்ற முகம்.

நெற்றியிலும்
காதோரக் கன்னங்களிலும்
ரத்தக் கறை.

கைகளிலும் பாதங்களிலும்
உள்ளும் புறமும் ஊடுருவிய காயங்கள்.
இடது விலாப் பக்க அங்கியில் இரத்தக் கறை.
நிலவில் பளிச்சிடும் ஈட்டி முனைகள்

தாத்மாவையும் துஷ்றிகியையும் சுற்றி வட்டமாக நெருங்கும் ஈட்டி வீரர்கள்.

“கல்லறையை பிளந்து தப்பிய கலகக்காரன் துஷ்றிகி நீதானே.”

“நீயே சொல்கிறாய்.”

நிலவின் புகாருக்குள் திடீரென எழும் புழுதி.

எஃறிப் பாயும் ஈட்டி முனைகள்.

புழுதியினூடு விட்டு விட்டு தெரியும் வீரனின் ஈட்டி ஓட்டங்கள்

விட்டு விட்டு தெரியும் துஷ்றிகியின் முகம்.

பாதங்கள், பாதங்கள், பாதங்கள். . .

உயரும் பாதங்கள், ஊன்றும் பாதங்கள். . . கல்லில் இடறும் பாதங்கள், முள்ளில் துடிக்கும் பாதங்கள்

இறங்கி வரும் மேடுகள், உயர்ந்து செல்லும் பள்ளங்கள்.

ஓடி வரும் காடுகள், ஓங்கி வரும் ஓடைகள்

வெளி... வெளி... வெளி... எல்லையில்லாத வெளி. பூமியை எல்லாப் புறமும் மூடுகின்ற வானம்.

மீண்டும் கால்கள், மீண்டும் மீண்டும் கால்கள், ஓடும் கால்கள், ஓடி ஓடி ஓயாக் கால்கள்.

திரும்பிப் பார்க்கும் துஷ்றிகியின் முகம். திரும்பிப் பார்க்கும் தாத்மாவின் முகம்.

அண்ணார்ந்து பார்க்கும் தாத்மாவின் முகம். அண்ணார்ந்து பார்க்கும் துஷ்றிகியின் முகம்.

மேலே ஆகாயத்தில், இன்னும் பின்னணியில் துரத்துவது போல் ஒரு ஹெலிகொப்டர் நிழல்

நீண்ட அங்கிகளினிடத்தில் நெடிய காற்சட்டையும் ஷேர்ட்டும், நீண்ட கூந்தல்களினிடத்தில் தோளில் துள்ளும் ஹிப்பித் தலைமுடிகள். ஹிப்பித் தலைமுடிகளினிடத்தில் குறுணியாய் போன நீக்ரோ சுருள். சிவப்புத் தோலினிடத்தில் கறுப்புத் தோல். இடைக்கிடை இந்தியத் தோற்றம்.

இடைக்கிடை சீனத் தோற்றம். . . பட்பட்டென்று மாறும் பருவ காலங்கள்...வெண்பனி வெளிகள். . . வானுயர்ந்த காடுகள். . . சகாராப் பாலைவனங்கள். . . பொன்மணல் சரிவுகள். . . ஒட்டகை தொடர்கள்...செம்மறி மேய்ச்சல்கள், ஸ்த்தெப்பிகள், கரைந்து வார்ந்தோடும் துருவப் பாளங்கள். . .

இன்னும் கால்கள், இன்னும் கால்கள், ஆள் மாறி, அடையாளம் மாறி, தேசம் மாறி, இனம் மாறி, இன்னும் கால்கள், இன்னும் கால்கள், இன்னும் பாதங்கள், இன்னும் பாதங்கள். . .

இன்னும் அவர்களைத் துரத்தும் அந்த ஹெலிக்கொப்டர் நிழல்...

ஓடிக் களைத்து இனியும் ஓட முடியாத நிலையில் நின்று, குனிந்து, தவழ்ந்து, அண்ணார்ந்து பார்க்கும் தாத்மாவும் துஷ்றிகியும்.

"அவன்தான் தொலைந்துபோன கிரகவாசி இஸ்தாயூ. கிளைடர் விமானத்தில் பறக்கிறான். விமானம் இயங்க மறுக்கும் போது அல்லது அவன் இறக்க முற்படும் போது மிதக்கும் பலூன்களை பரசூட் மாதிரிப் பாவிக்கிறான்"

"இறங்கப் போகிறானா?"

"ஏதோ ஒரு ஆபத்துக்குள் நம்மை இறக்கப்போகிறான்"

காலடி

திரை முழுதும் இருள். இருளின் மெதுவான விடியல் இன்னும் கருக்கல். கருக்கலில் இருளோடு இருளாகத் தெரியும் படிக்கட்டுகள். கீழிறங்கிச் செல்லும் படிக்கட்டுகள். இருளோடு இருளாக கிணற்றுக்குள் இறங்குவது போன்று இறங்கும் இரண்டு உருவங்கள். கிணற்றின் அடிவட்டத்தினூடு கசியும் மங்கல் ஒளி. கிணற்றின் அடிவட்டத்திலிருந்து அகல விரியும் அகவுலகு. மங்கல் ஒளியில் வழிதேடும் தாத்மாவும் துஷ்றிகியும் வெள்ளைப் புற்களும் மெலிந்து நீண்ட வெளிறிய மரங்களும். காளான் வயல்கள். சுண்ணாம்பு நீர்ச் சுனைகள். மின்மினி பூச்சிகள். மின்மினி மரவட்டைகள். இராட்சதப் பாம்புகள் போன்று ஊர்ந்து செல்லும் பாம்பு முகத்து மனிதப் பரிணமிப்புகள்.

“எங்கு வந்திருக்கிறோம்?”

“ஒரு பாதாளக் கிராமம்”

வெள்ளைப் புற்கள் மிதிபட மிதிபட நடக்கும் தாத்மாவும் துஷ்றிகியும் சுண்ணாம்பு நீர்ச்சுனைகள்! சுண்ணாம்பு நீர்ச் சுனைகளைச் சுற்றி ஊர்ந்தூர்ந்து செல்லும் பாம்பு முகத்து மனிதர்கள்.

நீச்சல் குளங்கள். நீச்சலடிப்பது போன்றும்... குஸ்த்தி பிடிப்பது போன்றும்... பாம்பு முகத்து மனிதர்களுடன் வேற்று முகத்து மனிதர்களும்

வேற்று முகத்து மனிதர்கள் பாம்பு முகத்து மனிதர்களினால் மேலும் மேலும் நீருக்குள் அமிழ்த்தப் படுவது போன்று. . .

வெள்ளைப் புற்களை மிதிக்கின்ற வேகமான பாதங்கள். ஓடிச் செல்லும் சுண்ணாம்பு நீர்ச்சுணைகள். கரை ஒதுங்கி வரும் அழுகிய சடலங்கள். ஊர்ந்தூர்ந்து செல்லும் பாம்பு முகத்து மனிதர்கள். ஒவ்வொரு முதுகிலும் சவங்கள். நீண்ட முதுகுகள். இடுப்பில் வளைந்து முன்னோக்கி நீண்ட முதுகுகள்.

நீண்ட முதுகுகளை தோள் மூட்டில் தாங்குவதான சிறியமுன்னவயங்கள். உயர்த்திய கழுத்தில் முட்டும் பிணத்தின் தலை. சவங்களின் உருளை ஊர்வலம். நீண்டு மெலிந்து வெளிறிய மரங்கள் கரையிட்ட சாலைகள். இடையிடையே நீண்டுயர்ந்த குடைக்காளான்கள். குடைக்காளன்களின் இடையிடையே தரிக்கும் ஊர்ந்தூர்ந்து செல்லும் பாம்பு முகத்து மனிதரின் நடைவண்டிப் பிண ஊர்திகள். பிணவூர்திகள், பிணவூர்திகள்.

வெள்ளைப் புற்களை மிதித்துநகரும் பிணவூர்திகள். ஊர்ந்தூர்ந்து செல்லும் பாம்புமுகத்து மனிதர்களின் நீண்ட முதுகுப் பிணவூர்திகள்

வெள்ளைப் புற்களைக் கடந்துவரும் காளான் வயல்கள். காளான் வயல்களின் கருகியகோலங்கள். காளான் வயலில் சுண்ணக்களிமண் சவப் புதையல்கள்

“எவ்வளவு தூரமோ இந்த இடுகாடு?”

“இது இடுகாடல்ல, எலும்புகளின் பண்ணை.”

வெள்ளைப் புற்களுக்கு பதில்பொன்னிறப் புற்கள் பொன்னிற மண், பொன்னிற வெளி. பொன்னிறப் புதர்கள், பொன்னிறக் கிடங்குகள்.

பொன்னிறக் கிடங்குகளில் தோண்டிய எலும்புப் புதையல்கள். எலும்புக் குவியல்கள், எலும்புக் குவியல்கள், மலை போன்ற எலும்புக் குவியல்கள். சுரங்கம் சுரங்கமாக எலும்பு வயல்கள். எலும்புச் சுரங்கங்கள், எலும்புச் சுரங்கங்கள். சுரங்கப் பாதையிலிருந்து இரும்புத் தண்டவாளங்கள். இரும்புத் தண்டவாளங்களில் எலும்புகளை ஏற்றிச் செல்லும் இயந்திர வாகனங்கள்.

"இந்த தண்டவாளத்தின் வழியே நாம் தப்பிப் போகலாமோ?"

"அந்த எலும்பு ட்ரக்கில் கூட நாம் ஏறிக் கொள்ளலாம்"

மெல்ல மெல்ல ஊர்ந்து செல்லும் ரயில் ட்ரக் பெட்டிகள்.

சாம்பல் பொழுதை ஊடறுத்து, இமைப் புருவ மேட்டில் கை வைத்து, நீண்ட ரயில் ட்ரக் பெட்டித் தொடரின் ஓரமாய் கண்நோக்கும் துஷ்றிகியும் தாத்மாவும்.

தூர மெல்லிய, மங்கலான, வெண்புகை விட்டுச் செல்லும் வெண்ணிற எஞ்சின்.

கடைசி ட்ரக் பெட்டியில் கால் வைத்துத் தொற்றிக் கொள்ளும் துஷ்றிகியும் தாத்மாவும்.

ஊர்ந்து செல்லும் சாம்பல் நிறப் பொழுதும் ஊர்ந்து செல்லும் ரயில் ட்ரக் பெட்டிகளும். மெல்லக் கடந்தோடும் மெலிந்து வெளிறிய நீண்ட மரங்கள் வெள்ளை இலைகளுடன் அல்லது பொன்னிற இலைகளுடன், தூரத் தூர ஓடிவரும் மின்விளக்குக் கம்பங்கள். ஊதா நிற ஒளிர்வுகள். மெல்லக் கழிந்து, விட்டு விட்டு, இடையிடையே மெல்ல தோன்றி மெல்ல மறையும் ஊதா நிற ஒளிர்வுகள்.

அடிக்கடி தோன்றும் ஊதாநிற ஒளிர்வு மின்விளக்குக் கம்பங்கள். நெருங்கி நெருங்கித் தோன்றும் ஊதா நிற மின் ஒளிர்வுக்கம்பங்கள். கொத்துக் கொத்தாய் தோன்றும் ஊதா நிற மின் ஒளிர்வுகள். கொத்துக் கொத்தாய் ஊர்ந்து வரும் ஊதா நிற மின் ஒளிர்வுகள்.

கொத்துக் கொத்தாய் சுழன்று வரும் ஊதாநிற மின் ஒளிர்வுகள். கூடிக் கூடி வலம் வரும் ஊதாநிற மின் ஒளிர்வுகள். கூடிக் கூடி ஊர்ந்தூர்ந்து செல்லும் பாம்பு முகத்து மனிதர்கள். நெருங்கி நெருங்கி ஊர்ந்தூர்ந்து செல்லும் பாம்பு முகத்து மனிதர்கள். பச்சை ஒளி சிந்தும் வாகனங்கள். குபு குபு என புகை கக்கி வரும் வாகனங்கள். வாகனங்களிடையே ஊர்ந்தூர்ந்து நெருளும் பாம்பு முகத்துமனிதர்கள்.

"என்ன இது, இவ்வளவு திமுதிமுவும் ஒளிர்வுகளும்?"

காலடி.

“இது பாதாளத்தின் பட்டினப் பாக்கம். மெல்ல இறங்கி கொள்வோம்”

கடைசி ட்ரக் பெட்டியின் கையளவு சிவப்பொளி.

கையளவு சிவப்பொளி தூரித்துத் தூரித்து கண் அளவு ஆகி, கடுகளவு ஆகும் வரை கருக்கலிடை கருங்கோடாக நின்று விட்டு, நகர்ந்து, தூரத்து ஒளிச் சிதறலில் முகம் திருப்பும் தாத்மாவும் துஷ்றிகியும்.

திடீரென ஒளி வெள்ளம். திரை முழுதும் ஒளி வெள்ளம். ஒளி வெள்ளத்தில் கண்கள் கூசி, கால்கள் தடுமாறி, முகத்தை கைகளால் பொத்தும் தாத்மாவும் துஷ்றிகியும்.

> குரல்: “இந்த கணத்திலேயே நான் உன்னை சுட்டுப் பொசுக்கியிருப்பேன், நான் இந்த கிரகத்துவாசியாய் இருந்திருந்தால். எனினும் இவ்வளவு தூரம் உன்னை கொண்டு வர முடிந்த எனக்கு உன் இறுதியையும் காணமுடியாமலிருக்க முடியாது.”
>
> ஒளிக்கு முதுகு காட்டி ஓடும் தாத்மாவும் துஷ்றிகியும். பக்கவாட்டு மேற்கோணத்திலிருந்து நகரும் ஒளி வட்டம், விரையும் ஒளி வட்டம், துரத்தும் ஒளி வட்டம், நீரில் நீந்தி முகம் திருப்புவது போல், ஒளியில் நீந்தி, இடைக்கிடை, கண்ணிமைக்கும் கணப்பின்னத்தில் மின்னல் வீச்சில் முகம் காட்டி, முகம் திருப்பி, ஒளியுள் மூழ்கும் தாத்மாவும் துஷ்றிகியும்.

ஒளியின் பக்கவாட்டு வீச்சுக்கள். ஒளியின் தளம்பல்கள். ஒளியின் தடுமாறல்கள். ஒளியின் தேடல்கள். ஒளியின் தவிப்புகள்.

ஓடி ஓடி செல்லும் ஒளி. தூர தூரச் செல்லும் ஒளி. ஒளியின் மறைவிலிருந்து தலை நீட்டும் சாம்பல் நிறப் பொழுது. ஒளியின் கடைசிக் கண் சுருங்கலையும் நிமிர்த்தி நிரப்பும் சாம்பல் பொழுது. சாம்பல் பொழுதின் மங்கலில் தலைகாட்டும் கிடங்குச் சல்லடைகள். கிடங்குச் சல்லடைகளிலிருந்து கிளம்பும் தாத்மாவின் முகம், துஷ்றிகியின் முகம்.

கிடங்குச் சல்லடைகள், கிடங்குச் சல்லடைகள். மடங்கி வளைந்து, வளைந்து மடங்கி, மடங்கி வளையும் சல்லடைகள். மடங்கி, மடங்கி, வளைந்து வளைந்து தாழ்ந்து தாழ்ந்து, இறங்கி இறங்கி செல்லும் கிடங்குச் சல்லடைகள். இறங்க இறங்க கவியும் இருள்.

எல்லாம் இருள், திரை முழுதும் இருள். வெறும் மூச்சுகள் மட்டும். — இருளின் மூச்சுகள்.

இருளின் மூச்சுகளிடையே பாதாளத்து உதயம். மீண்டும் கொத்துக் கொத்தான ஊதா ஒளிர்வுகள். கொத்துக் கொத்தான ஊதா ஒளிர்வுகளிடையில் முண்டியடிக்கும் ஊர்ந்தூர்ந்து செல்லும் பாம்பு முகத்து மாந்தர். முண்டியடிக்கும் மாந்தர்களை

முறைப்படுத்தும் இயந்திர மனிதர். இயந்திர மனிதரில் முகமுள்ள சிலரும், முகமற்ற சிலரும். முகத்தை தலையில் கொளுவியோரும், கையில் கொளுவியோரும்.

முகமற்ற மனிதரும், முகமற்ற முகமூடி மனிதரும் இயங்காத முகமற்ற மனிதரும் இயங்குகிற முகமற்ற முகமூடி மனிதரும்.

இயங்குகிற முகமூடியை கழற்றி இயங்காததாகச் செய்யும் இன்னொரு இயங்கும் முகமூடி.

திடீரென மீண்டும் ஒளிவெள்ளம். திரை முழுதும் ஒளிவெள்ளம். சைறன் ஒலி. ஒளி வெள்ளத்தில் கண்கள் கூசி, கால்கள் தடுமாறும் தாத்மாவும், துஷ்றிகியும். ஒளி வெள்ளம் நீங்க, சைறன் ஒலி தீர, ஊதா ஒளிர்வில், சுற்றி வளைத்த முகமற்ற முகமூடி மனிதர்களுக்கிடையில், நிமிர்ந்து நிற்கும் ஆளுயரக் கழுகுக்கு நேருக்கு நேர் துஷ்றிகியும் தாத்மாவும்.

ஆள் உயரக் கழுகு நேருக்கு நேர். செங்காவி நிற இறகுகளால் போர்த்த உடல். வெள்ளை பூஞ்சிறகுகளால் வேய்ந்த தலை. மினுங்கும் பெரிய வட்டக் கண்கள். நீண்டு வளைந்த, வாய் அளவு அகன்ற பெரிய அலகு. பாரிய செங்காவி நிற செட்டைகளின் மேல் இழுத்துப் போட்ட பரசூட் பலூன்கள். விலகிச் செல்லும் முகமற்ற முகமூடி மனிதர். அலகு திறவா கழுகின் மனிதக் குரல்.

"என் பெயர் சடாயூ"

"அல்ல. இஸ்த்தாயூ"

"எதுவானால் என்ன?"

நீ தொலைந்துபோன கிரகவாசி."

"நான் ஏன் தொலைந்து போனேன்? எந்த நிலைமைகள் உன்னைப் போன்ற அண்டவெளி மனிதர்களை உருவாக்கியதோ, அதே நிலைமைகள்தான் என்னைப் போன்ற தொலைந்துபோன கிரகவாசிகளையும் உருவாக்கியது."

"நான் அண்டவெளி மனிதன் அல்ல."

"நீ அண்டவெளியின் அண்டவெளி. நீ கலகக் காரர்களின் கலகக்காரன். வாக்குப்பண்ணப்பட்ட தேசத்தை நீ மீட்பாய் என நான் நம்பினேன். உன்னையே நீ மீட்க முடியாமல் மாட்டிக் கொண்டுஅவஸ்த்தைப்பட்டாய். உன் அவஸ்த்தைகளே பெரும் அவஸ்த்தைகளாயிற்று. உன் பாடுகளே பெரும் பாடுகளாயிற்று. உன் பாடுகள் உன்னை மீட்பராக்கியது. உன் பாடுகள் உன்னை விடுதலையோடு இணைத்தது. உன் பாடுகள் விடுதலையின் சங்கேதமாயிற்று. உன் பாடுகள் விடுதலையின் சங்கீதமாயிற்று. உன் பாடுகள் விடுதலைப் போராளியின் பாடுகளுக்கு உயர்ந்தது. நீ விடுதலையின் சின்னம் ஆனாய். அந்தச் சின்னத்தை அழிக்கவே நான் சிறகு கட்டினேன். வாக்கு பண்ணப்பட்ட தேசத்தை மீட்காது மாட்டிக் கொண்ட நீ எப்படி விடுதலையின் சின்னம் ஆகலாம்?"

செங்காவி இறகுச் செதில் போர்த்திய ஆளுயரக் கழுகின் கால்கள் நகர்ந்தன. முக்காலிப் பாதத்தின் குறடுகள் தெரிந்தன.

பாரிய செங்காவி இறகுச் செட்டைகள் சற்று உயர்ந்து லேசாய் விரிந்தன. செட்டையின் ஓரம் உள்ள ஐவிரல் நீட்டங்கள் அசைந்தன. பக்கத்தில் இருந்த முகமற்ற மனிதனைப் பற்றி இழுத்தன. முகமற்ற மனிதனின் கையில் கொளுவியிருந்த முகமூடி தலைக்கு மாறியது. தொலைந்துபோன கிரகவாசியின் செட்டையின் ஓரத்து ஐவிரல் நீட்டங்கள் முகமற்ற மனிதனின் சில பொத்தான்களை அழுத்தின.

முகமற்ற மனிதன், முகமற்ற முகமூடி மனிதன் ஆகி உயிருறல் தெரிந்தது. தாத்மா கழுகின் செட்டையைப் பற்றினாள்.

“என்ன செய்யப் போகிறாய்?”

“நாற்பது வெள்ளிக் காசுக்காக நான் இதைச் செய்யவில்லை. நாற்பது கோடி ரூபாவுக்காகவும் நான் இதைச் செய்யவில்லை, எதிரும் புதிருமான இயங்கியலில் துஷ்றிகின் வேலையை துஷ்றிகி செய்தால் என் வேலையை நான் செய்கிறேன். . .”

உயிர்பெற்ற முகமற்ற முகமூடி மனிதனின் கண்களிலிருந்து பச்சை ஒளிக்கதிர், அவனுடைய கைவிரல் பொட்டுகளும் ஒளிர்ந்தன. கால் விரல் பொட்டுகளும் ஒளிர்ந்தன. முகமூடியில் கணணியின் திரை தெரிந்தது. திரையின் சதுரத் தீர்வில் துஷ்றிகியும் தாத்மாவும் தெரிய, அந்த இலக்கை நோக்கி அடி எடுத்து வைக்கும் முகமற்ற முகமூடி மனிதன்.

தாக்குதலுக்குத் தயாராகும் துஷ்றிகி.

முகமற்ற முகமூடி மனிதனின் பின்னால் பாயும் தாத்மா.

முகமூடி தளர நிலை தளம்பும் முகமற்ற முகமூடி மனிதன்.

துஷ்றிகியை இழுத்துக் கொண்டோடும் தாத்மா.

இடையில் பாயும் ஆளுயரக் கழுகு.

ஆளுயரக் கழுகின் நெஞ்சில் உதைக்கும் துஷ்றிகி.

கவிழ்ந்து விழும் ஆளுயரக் கழுகு. விழுந்த நிலையில், மின்னல் வேகத்தில் துஷ்றிகியின் பாதங்களைப் பின்னும் கழுகின் பாதங்கள்.

நிலை தளர்ந்து விழும் துஷ்றிகி. துஷ்றிகியின் பாதங்களை மேலும் இறுக்கும் கழுகின் பாதங்கள்.

கழுகின் பாதங்களை அகட்டிப் பெயர்க்கும் தாத்மாவின் கைகள்.

கழுகின் பாதங்களை அகட்டி அகட்டி மேலும் அகட்டி இழுக்கும் தாத்மா. தாத்மாவின் கையோடு வந்து விடும் கழுகின் காலணிகள்.

நான் உஷாரானேன். கழுகின் காலணியை, தொலைந்துபோன கிரகவாசியின் காலணியை, இதோ கண்முன் காண்கிறேன். சற்று

மங்கலாக இருக்கிறதே என நினைக்கையில், மீண்டும் இயங்கத் தொடங்கிய முகமற்ற முகமூடி மனிதனின் கட்புள்ளி ஒளிர்க்கதிர்கள் காலணியில் தெறித்தன.

உடனே நான் *MWG* இன் கறுத்த நீல பொத்தான்களை அழுத்த *MWG*இன் வெளியீடு வழியாக காலணியின் புகைப்படம் விழுந்ததை என்னால் நம்பவே முடியவில்லை.

துள்ளிக் குதித்தேன்.

உடனே அவரிடம் ஓடிப் போனேன்.

இரண்டு புகைப்படங்களையும் அவர் முன் வைத்தேன். “எப்படியும் கண்டு பிடித்தே தீருவேன்” என்று சூளுரைத்தவாறு வெளியில் வந்தேன்.

○

வெளியில் நிலவு. பால் நிலவு. பகல் போன்ற நிலவு. பயங்கரிக்கும் நிலவு. கனவுகளில் காண்பது போன்ற நிலவு.

பயமாகவே இருந்தது. பயத்தை மீறும் கவர்ச்சியும் இருந்தது.

கிணற்றுக்கும் மாமரத்துக்குமிடையில் நடந்து, பின் மதிலின் மேலாகத் தெரியும் கோயில் வெளியைப் பார்த்தேன்.

வெள்ளை மணலுக்கும், கண்கூசும் நிலவுக்குமிடையே கலக்கும் மெல்லிய பனிப்புகார் ஊடே ஆவிகள் திரிவது போன்ற ஒரு பிரமை என்னை துணுக்குற வைத்தது. எனினும் வெறும் பிரமைதானே என சிலிர்க்கும் பயத்தை அடக்கிக் கொண்டு, கோயில் ஆலமரங்களின் இருட்கூடாரத்தைப் பார்த்தேன்.

கோயில் ஆல மரங்களின் இருட் கூடாரத்துள் புக முடியாமல், நிலவுக் கதிர்கள் முறிந்து தெறித்தன. திடீரென ஆலமரங்களின் கீழே அடர்ந்திருந்த நிழலினுள்ளிருந்து அந்த கல் எறியும் சத்தம் —

“சலார். . .ச—லா—ர். . .”

மரங்களுக்கு மேலே, வானில் கரும் புள்ளிகள் உயர்ந்தன. உயர்ந்த கரும்புள்ளிகள் ஒரு கணம் வானில் உறைந்தன. உறைந்தவை உறைந்த நிலையில் — எனக்கு திக் என்றது. உறைந்தவை மீண்டும் சலனமுற்று ஆலமரத்து மேற்பரப்புகளின் இருளுக்குள் இறங்கிப் புதைந்தன. மீண்டும் அந்தக்கல் எறி.

“சலார். . . ச—லா—ர். . .”

“அத்தான்!” என் ஆவி துடித்தது.

மீண்டும் ஆலமரத்திலிருந்து, ஆலமரத்துக்கு மேலே, வானில் கரும்புள்ளிகள் உயர்ந்தன. எனினும் இந்த முறை உயர்ந்த கரும் புள்ளிகள் உறையவில்லை. உயர்ந்த கரும் புள்ளிகள் வான மெங்கும் பரந்தன. ஒவ்வொரு கரும் புள்ளியிலிருந்தும் ஒவ்வொரு வௌவால் வடிவம் விரிந்தது. மூஞ்சூறு வௌவால் அளவிலிருந்து காக்கை வௌவால் அளவுகள் தோன்றின. என் கண்கள் விரிந்த அளவுக்கு

காலடி

வெளவால்களின் அளவுகளும் விரிந்தன. விரிந்த பெரிய குரங்கு வெளவால்கள். வானமெங்கும் குரங்கு வெளவால்கள்.

எனக்கு ஏற்பட்ட திகிலில் நான் ஓடினேன். மாமரத்துக்கும் கிணற்றுக்குமிடையில் ஓடி, மண்டபத்தினுள் பாய்ந்து, அவருடைய அறைக்குள் எட்டிப்பார்த்தேன். அவர் இன்னும் எழுதிய படியே...

“அத்தான்...ஏன் அத்தான், உறங்குகிற அந்த வெளவால்களுக்கு உங்களவர்கள் கல் எறிய வேணும்?”

“வெளவால்கள் உறங்கத்தான் வேணும். ஆனால் கோயில் ஆலைகளில் அல்ல. கோயில் ஆலைகளில் வெளவால்கள் உறங்கக் கூடாது என்பது மட்டுமல்ல. அவை அங்கு தொங்கவும் கூடாது. வெளவால்கள் உறங்குவது பகலில்தான். இரவில் அல்லவே!”

அந்தக் குரலின் வன்மத்திலும், உறுமலிலும் கதவுத் திரைச் சீலை அதிர்ந்து நெளிவது போலிருந்தது. பூச்சூடிய படத்திற்குக் கீழிருந்த சிவப்பொளிர் விளக்கில் நெளிந்த சுடர்உரு. இன்னும் சற்று அதிகமாக நடுங்கித் துடிப்பது போலுமிருந்தது. அந்தக் குரல் என் செவிக்குள் இருந்ததா, என் மிடறுக்குள் இருந்ததா, புரியவில்லை என்னுள் புகுந்த ஆவியின் குரலா, என்னுள் வாழும் ஆவியின் குரலா என்பதும் தெரியவில்லை. நிலவின் பனிப்புகாருக்குள் உலவிய ஆவிகளின் நினைவில் உடல் சிலிர்த்தது.

○

இரண்டாவது டிஸ்க் ஓடிக் கொண்டிருந்தது.

பரந்த நிலப் பரப்பின் வெளி எங்கும் குண்டுகள் வெடித்தன. வெடிக்கும் குண்டுகளிடையே தாத்மாவும் துஷ்றிகியும் புகுந்து புகுந்து போகப் போகக் குண்டுகள் வெடித்தன. தூரத் தூரத் தொடர்ந்து, குண்டுகள் வெடித்துக் கிளம்பிய குமுறல்கள் ஒவ்வொரு வெடிப்பிலும் வானுயர மண்ணும் கல்லும், ஒவ்வொரு வெடிப்பிலும் ஒவ்வொரு கிணறு.

ஏவுகணைகள் நெருப்பை கக்கின. வானம் தீப்பிடித்தது. விமானங்கள் தீப்பிடித்தன. கப்பல்கள் தீப்பிடித்தன. கடல்கள் தீப்பிடித்தன. பாட்டம் பாட்டமாய் விட்டில் பூச்சிகள் விளக்கில் வீழ்ந்தன. பாட்டம் பாட்டமாய். அகதிப் பூச்சிகள் சிறகு முளைத்து தெருவில் அலைந்தன.

R W A N D A எழுத்துக்கள். . . அழுக்குப் படிந்த வெள்ளைக் கொங்கிறீற் பாளம். பாளத்தை ஏந்தும் கொங்கிறீற் தூண்களின் ஓரம் நீண்டுயர்ந்த புற்களின் மஞ்சள் நிறப்பூக்கள்.

அலைமோதும் நீக்கிரோ அகதிகள். பூஞ்சணம் பிடித்த முகங்கள். கூட்டம் கூட்டமாய் உயிர் தப்பி ஓடும் மான்களின் கூட்டம். கூட்டம் கூட்டமாய் உயிர் தப்பி ஓடும் மனிதரின் கூட்டம். கூடாரம் கூடாரமாய் அடைந்த ஆடு மாடுகள். கூடாரம் கூடாரமாய் அடைந்த மனிதர்களின் கூட்டம். கூடாரங்களில் மனிதர்களை ஆற்றுப் படுத்தும் தாத்மா துஷ்றிகி.

ஜோஜ் புஷ்ஷின் நீண்ட உருவப் படம். கல் எறியும் கைகள். பொத்தல் பொத்தலாய் ஜோஜ் புஷ் பொந்துபோகும் நிலை. நீண்ட பதாகைகளும் கருந்தலைச் சமுத்திரமும்.

"*HANDS OFF IRAQUE*" பதாகையை தாங்கியபடி தாத்மாவும் துஷ்றிகியும்.

புரண்டு கிடக்கும் ரயில் பெட்டிகள். பழுப்பு நிற ரயில் பெட்டிகளில் மங்கலாய் போன வெண்ணிற எழுத்துக்கள் *Y U G O S L A V I A ... Y U G O S L A V I A*

Y U G O S L A V I A ஐ வெட்டிய கரிக்கோடுகள். பக்கத்தில் அதே கரியால் எழுதிய *LONG LIVING SERBIA* கோஷம். ரயில் பெட்டிகளைக் கடந்து வரும் படையினர். படையினரின் மார்பில் நேரே *UNO PEACE KEEPING FORCE* என்ற பட்டி.

UNO PEACE KEEPING FORCE எழுதப்பட்ட வாகனங்கள் *UNO PEACE KEEPING FORCE* வாகனங்களைச் செலுத்தி வரும் தாத்மாவும் துஷ்றிகியும்.

உடைக்கப்பட்ட லெனினின் சிலை. கரிக்கோடு வெட்டிய ரஷ்ய எழுத்துப் பெயர்ப்பலகை. குப்பைத் தொட்டியில் கிடக்கும் கோபச்சேர்வின் உருவப் படம். நியோன் விளக்கில் மினுங்கும் போரிஸ் யெல்ட்ஸ்ரனின் இருவிரல் புன்னகை. இருளில் முன்னேறிச் செல்லும் கவச வாகனங்கள். இருளிலேயே தகரும் கவச வாகனங்கள். புதர் மறைவில், நிலவொளிக் கீற்றுக்களில் வயர்களைப் புதைக்கும் துஷ்றிகி. வாக்கி ரோக்கியுடன் உதடுகளும் கண்ணும் நெற்றியும் மாத்திரம் நிலவுக் கீற்றுக்களில் நிழலாடும் தாத்மா — "ஹலோ, ஹலோ, கோளிங் செர்ச்சினியா மௌண்ரன். . ." வாக்கியோடு பதிந்த தாத்மாவின் உதடுகள்.

சீக்கிய தாடியும் தலைப்பாகையும். இந்திய யுத்தத் தாங்கிகள். உறைபனி படர்ந்த வயல் வெளி. இந்தியப் படைகளின் பங்கர் நிலைகள். எல்லைப்புற முட்கம்பி வேலிகள்.

துப்பாக்கிச் சூடு பட்டவனைத் தூக்கி ஓடும் கும்பல். தூரத்தில் கோஷம் "*KASHMIR FOR KASHMIRIS*" கும்பலில் மறைந்து துண்டு துணியாக தாத்மாவினதும் துஷ்றிகியினதும் முகங்கள்.

எரியும் கடல் — விரையும் படகுகள் — சுழலும் விமானங்கள். நெருப்புக்குள் நெருப்பாக தெரியும் துஷ்றிகின் முகம் எரியும் கப்பலின் இறுதித் தளம்.

"கப்பலுடன் உட்ஸ்கி, கடலில் பாய்வோம், படகு காத்திருக்கிறது"

"இந்த கப்பலோடு சாம்பலாவேன். கடலில் குதிப்பதற்கு ஆணை இல்லை."

"*THE BOY ON THE BURNIG DECK*"

காலடி

“Yes அதற்கும் இந்தக் கழுகுகள் என்னை விடப் போவதில்லை. ஆனால் என்னை உயிருடன் அவர்கள் நெருங்க நான் விடப் போவதுமில்லை.

“மாவீரன் உட்ஸ்கி!”

“அது என் மரணத்தின் பின் பேசப்பட வேண்டியது. நீங்கள் புறப்படுங்கள். நெருப்பு இன்னும் சூழ முதல் வெளிப்புறமாகவே ஒட்டி இறங்கிப் பாயுங்கள்.”

இருள். திரை முழுதும் இருள். கலங்கல். கலங்கலில் தெரியும் கடல். கடல், கடல், திரை முழுதும் கடல். கடலினுள் நீர்மூழ்கி, நீர்மூழ்கியினுள் மின்மினிகள். குகைப் பயணம், கொம்பியூட்டர் கருவிகள். தூரத்து ஒலி விம்பல்கள். அலை மேற்பரப்புக்கள். அலைகளின் மேற்பரப்பு சந்திரோதயம். சந்திரோதயச் சிதறலில் படகுப் பரிமாற்றம் அலைகளின் நடுவே படகுகள். கரை ஒதுங்கும் படகுகள். உதய சூரியனின் செவ்வொளிப் பந்து. உஷாவின் கிரகணங்கள். கடலோரத் தென்னைகள். கடந்துசெல்லும் கரையோர மணல்வெளி எழுத்தாணிப் பூண்டுகள், இராவணன் மீசைகள். அடம்பன் கொடிகள் பின்னும் மணல் வெளி, பெரிய மணல் வெளி.

தாழை மரங்கள், நிரையான தாழை மரங்கள், நீண்ட நிரைத்தாழை. ஓடை, நீண்டு நெளியும் ஓடை, தாழை நிரைகளுக்கூடான ஓடை. ஓடையின் வழியே நடக்கும் இருசோடிக் கால்கள். ஓடை அகன்ற தடாகம். தடாகம் அகன்ற சிற்றேரி. சிற்றேரி அகன்ற கடலேரி. கண்படுவரை நீள் கடலேரி. கடலேரியின் இருகரையையும் இணைத்த கற்கட்டுச் சாலையின் கற்றூண் நிரைகள்.

“அடே!” அதிசயத்துக்கு அளவில்லை. *MWG* ஐ ஸ்டில் ஆக்கினேன். “அத்தான், இது நம்ம, நம்ம...கல்லிடையாற்றங்கரைதானே?” வானம் பொத்து மின்னல்கள் தெறித்தன. மேசையில் முட்டினேன். “ங்காஆ, ஓம், ஓம், அப்படித்தான் தெரியுது”

தட்டித் தடவிக் கொண்டு ஆச்சி வந்து நின்றாள். மீண்டும் *MWG*—ஐ சலனமுறச் செய்தேன். அது கல்லிடையாற்றங்கரைதான். சிற்றேரித்தடாகத்தினுள், அதன் ஸ்படிக நீரை ஊடறுத்துக் கற்பாறைகள் தெரிந்தன. எங்கெல்லாமோ சென்ற தாத்மாவின் நினைவுப் பாதை எங்களது கல்லிடையாற்றங்கரையையும் ஊடறுத்திருப்பது பெரிய பாக்கியமாகவே பக்தி கொள்ளச் செய்தது. சந்தேகமில்லை. கல்லிடையாற்றங்கரைதான். பிரதான சாலையிலுள்ள வீடுகளைக்கூட அடையாளம் கண்டேன்.

மீண்டும் ஓடையும் தாழைமரங்களும். ஓடையினூடாக, தாழை மரங்களின் கீழாகச் செல்லும் பாதங்கள். பாதங்கள் முன்சென்ற திசைக்கு எதிர்த்திசை. ஓடை முடியத் தோன்றும் பொட்டல் வெளி. பற்றைகளும் பாடசாலைக் கூரைகளும். காட்டு வீதி வளைவு மூலையின் காஞ்சிரை மரம். மரமுந்திரிகைகளின் நிலம் சார்ந்த கந்துகள்.

காலடி

காட்டு வீதியின் வளைவு நெளிவுகளுடே தெரியும் பிரதான வீதி. இவைகளுக்கிடையேயுள்ள எத்தனையோ மரமுந்திரிகைக் கூடாரங்கள். எத்தனையோ மணல் மேடுகளும் மணல்மேடுகளுக்கிடையே வளைந்து நெளியும் பள்ளப்பாடுகளும். பள்ளப்பாடுகளிலும் மணல் மேடுகளிலும் பரவித் தலையசைக்கும் தவிட்டு நிறப் புற்களும் செங்களனி, வெண்களனிப் பூக்களும்.

“இது கல்லிடையாற்றங்கரை, இது கல்லிடையாற்றங்கரை” ஆச்சியும் உரத்துக் கூறினாள்.

வானத்து நிலவு பார்த்துத் திரும்பும் தாத்மாவின் மங்கலான வட்டமான முகம். மீண்டும் நிலவைப் பார்க்கும் தாத்மா. நிலவோடு தெரியும் கடல். நிலவிலிருந்து திரும்பி இன்னொரு புறம் நோக்கும் தாத்மா. நிலவில் மங்கலாகிப் போன மரமுந்திரிகைக் கிளைகள். நிலம் வழியக் கிடக்கும் மரமுந்திரிகைக் கிளைகளின் கூடாரம். மரமுந்திரிகைக் கூடாரத்தின் ஓரமாய் இன்னொரு கூடாரம். கூடாரத்துக்குச் சற்றுத் தள்ளி பல குடிசைகள். குடிசைகளின் ஒளிப்பொட்டுகள். குடிசைகளைக் கடந்து கூடாரத்தை நோக்கி நடக்கும் தாத்மா. நிலவில், மணலில், கருந்தலைகள்.

கருந்தலைகள் உள்ளிருந்து எழும் துஷ்றிகி. துஷ்றிகியோடெழும் கருந்தலைகள். நிலவை நோக்கும் மங்கல் முகங்கள். கைகுலுக்கல்கள், கையசைப்புகள். பிரிந்து செல்லும் கருந்தலைகள். தனித்து வரும் துஷ்றிகியின் மங்கலான முகம்.

கூடாரத்தின் வாசலில், லந்தன் லாம்பு விளக்கொளியில் தாத்மா. தாத்மாவைக் கடந்து உள்ளே செல்லும் துஷ்றிகி. உள்ளே நடுவில் பெரிய மேசை. சுற்றிலும் கதிரைகள். பின்மூலைகளில் சிறிய மேசைகள், சமையல் பாத்திரங்கள். உணவு பாத்திரங்கள். லந்தன் விளக்கை எடுத்து, லந்தன் விளக்கில் முகம் சுடர உள்ளே வரும் தாத்மா.

வெளியே வரும் துஷ்றிகி. துஷ்றிகியின் பக்கம் பார்த்தவாறே உணவை பாத்திரங்களில் எடுக்கும் தாத்மா. அண்ணார்ந்து பார்க்கும் துஷ்றிகி. கூடாரத்தின் நெற்றியினூடு தெரியும் நிலவுப் பாளம். உணவை எடுத்து மேசையில் வைத்து கூடாரத்தின் முன் நடுக்கம்பத்தின் ஓரம் துஷ்றிக்குப் பின்னால் நிற்கும் தாத்மா.

நிசப்தமாய்ப் போன நிலவும், மரமுந்திரிகைக் கூடாரங்களும், மணல் மேடுகளும், பள்ளப் பாடுகளும், இடுகாட்டுப் பூஞ்செடிகளும். மரமுந்திரிகைக் கூடாரங்கள்! வெளியில் இலைகளில் மினுங்கும் நிலவு நெய்.

உள்ளே கொதுப்பும் இருட்குவியல். மணல் மேடுகளுக்கும் மரங்களுக்கும் அப்பால் நிலவு போர்த்திய இருட்குகை.

“என்ன துஷ்றிகி, இரவின் நிசபதத்தை ரசிக்கிறாயா?”

“இரவின் பயங்கரத்தை அனுபவிக்கின்றேன். அந்த மணல் மேடுகளுக்கும் மரங்களுக்கும் கீழே, அடுத்த பக்கத்தில் ஓடும் பிரதான சாலையில் ஒரு சிவப்பு வெளிச்சம் தெரிந்தது.”

காலடி

“சாலையில் வாகனங்கள் சகஜம்”

“சகஜமான வேளையில் சகஜம். சகஜமல்லாத வேளையில் அபாயம்”

இருட்டு. மங்கலான இருட்டு. திரை முழுதும் மங்கலான இருட்டு. கலங்கல். நிலவின் கலங்கல். திரை முழுதும் நிலவின் கலங்கல். கலங்கலிடையே ஒரு ஒளிப்பொட்டு. அடுத்தடுத்து இரு ஒளிப்பொட்டுகள். முன்பின்னாகத் தெரியும் ஒளிப்பொட்டுகள். மாறி மாறி பின்முன்னாகத் தெரியும் ஒளிப்பொட்டுக்கள். ஒரு ஒளிப் பொட்டுத் தெரிந்த இடத்தில் ஓர் அரைச் சுற்று ஒளிப்பொட்டுகள் மறு ஒளிப் பொட்டின் இடத்திலும் அதே அரைச் சுற்று ஒளிப் பொட்டுகள், கரிய உருவங்கள். இரண்டு அரைச்சுற்று ஒளிப் பொட்டுகளினதும் தாளலயத்தில் இடம்பெயரும் கரிய உருவங்கள். கூடாரத்தை முன்னோக்கி நடந்து வரும் ஒற்றைக் கரிய உருவம். கரிய உருவத்தின் காற்பாதங்களின் விரல் பொட்டுகளில் மினுங்கும் ஒளிச்சரம். கட்புள்ளிகளிலிருந்து பாயும் பச்சை ஒளியின் விரிகதிர்! நிலவில் புலனாகும் பனிப்புகார் படலங்கள். படலத்துள் படலமாய் உருவற்றொலிக்கும் மெல்லிய காற்றோசை. பட்டும் படாமலும் கேட்கும் கடலின் மெல்லிய அலையோசை.

ஓசையுள் ஓசையாய் உதிரும் சொற்கள்.

“மீண்டும் முகமற்ற முகமூடி மனிதர்கள். . .”

“கல்லிடையாற்றங்கரையில் அவர்களைக் காணுகின்ற காலம்...”

மெல்லிய பனிப்புகாரிலிருந்து அடர்ந்த பனிப்புகார். மெல்லிய காற்றோசையிலிருந்து உறுமும் காற்றோசை. நிலவின் பனிப்புகாரினூடு மங்கலாய் தெரியும் கரிய உருவம். சடுதியாக உருவம் திரை முழுதும். உறுமும் காற்றூடே ஓங்கி விழும் கோடாரி. இரும்புகளின் உச்சரிப்பு. எஃகுகளின் இடிமுழக்கம்.

கூடாரத்தின் வாசலில் குறுக்காகக் கிடக்கும் முகமற்ற முகமூடிமனிதன். உயருகின்ற லந்தன் கோடாரியுடன் லந்தனை உயர்த்தும் துஷ்றிகி. முகமற்ற முகமூடி மனிதனின் முகமூடியை பிய்த்தெறியும் தாத்மா. தலை வேறாய் உடல் வேறாய் கிடக்கும் கருநாகம். துடிக்கும் வால்.

கருநாகத்தின் துடிக்கும் வால். முகமற்றுப்போன முகமூடி மனிதனின் துடிக்கும் பாதங்கள். துடிக்கும் பாதங்களின் ஒளிரும் விரல் பொட்டுகள். ஒளிரும் விரல் பொட்டுகளில் உயிர்க்கும் பாதங்கள். உயிர்க்கும் வாலை உயர்த்தும் கருநாக முண்டம். உயிர்க்கும் பாதங்களை உயர்த்தும் முகமற்ற முகமூடி முண்டம். உயர்த்திய பாதங்கள் மீண்டும் மண்ணை உதைக்கும் பாதங்கள். சுற்றிச்சுற்றி மண்ணை தொட்டுச் சுழலும் பாதங்கள்.

கால் வட்டம், அரை வட்டம், முக்கால் வட்டம். . .

முக்கால் வட்டத்தைத் தொட்டபடி கிடக்கும் முகமூடி... முகமூடி காலில் முட்டியதும் முதுகை நிமிர்த்தும் கருந்தேள். இராட்சத நண்டின் இராட்சத இடுக்குங்கால்.

இரண்டு பாதங்களும் இணைந்த இடுக்குங்கால். இடுக்கங் கால்களால் இழுக்கப்படும் முகமூடி. இடுக்கப்பட்ட முகமூடியுடன் உயிர்தெழுந்த கால்கள். உயிர்த்தெழுந்த கால்கள் வளைந்து தலையை தொடும் உயிர்ப்பாசனம்.

உயிர்ப்பாசனத்தில் திமிறிக் கொண்டு உயிர்த்தெழும் முகமற்ற முகமூடி. உயிர்த்தெழுந்த முகமூடியின் விரல்களை உமிழும் தீப்பொறி. தூக்கிய கோடாரியுடன் துஷ்றிகியை இழுத்துக்கொண்டோடும் தாத்மா. . .

ஓடிவரும் மணல் மேடுகள். ஒதுங்கிக் கழியும் பள்ளப்பாடுகள்.

எழுந்து வரும் மரமுந்திரிகை இருட் கூடாரங்கள். இருட் கூடாரத்தின் இருளோடு இருளான தாத்மாவும் துஷ்றிகியும்

இருள். இருள். திரை முழுதும் இருள்.

சிறிது சிறிதாக கலங்கல். வட்டமான சிறிய ஒளிப் பொத்தல்கள். இலைகளின் வெள்ளிக் கோடுகளில் வெள்ளி மினுக்கம். கிளையில் குத்தும் நிலவுக் கோட்டில் தெரியும் கை விரல்கள். பெருமரத்தின் கறுத்தப் பட்டையில் விழும் நிலவுப் பொட்டில் ஒரு குதிகால் ஓரம். அடுத்த கிளையில் விழும் நிலவுப் பொட்டில் ஒரு கையின் மணிக்கட்டும் மணிக்கூடும். திரை முழுதும் இலைகளுக்கிடையே நிலவுத் துளைகளின் சல்லடை.

நிழல் உருவாய் தாத்மாவின் அசைவுகள். முகத்திலும் உடலிலும் நிழற்கோடுகள்.

நிலவு மங்கலில் மணல் மேடுகளும் பள்ளப் பாடுகளும். முகமற்ற முகமூடி மனிதர்களுக்கிடையே ஆளுயரக் கழுகு, கெந்தி கெந்தி செட்டை நீக்கி, திசைகாட்டும் ஆளுயரக் கழுகின் கை.

நிலவுப் பொட்டுகளிடையே உரசும் இலைகளின் ஓசை.

“துஷ்றிகி, கல்லிடையாற்றங்கரையில் முகமற்ற முகமூடி மனிதர்கள் தனியாக வரவில்லை. தொலைந்துபோன கிரகவாசியின் துணையுடன்தான் வந்திருக்கிறார்கள்”

“கவனம், சுடப்போகிறார்கள். உன்னை நீ காப்பாற்றிக்கொள்”

நிலவில் நீளும் துப்பாக்கிகள் சடசடக்கும் ஒலிகள். தவிடுபொடியாகும் ஒலிகள். திசை முழுதும் இலைப் பொத்தல்கள். பறந்து போகும் இலைகள். ஒடிந்து விழும் கிளைகள். மரத்தை இறுகப் பற்றிய உடும்பு கைகளிலும் பொத்தல், கால்களிலும் பொத்தல். விலாவிலும் பொத்தல். தலையில் சிராய்வுகள் எனினும் பிடி தளரா உடும்பின் சிலுவையேற்றம்.

மரத்திற்குப் புறம் காட்டும் முகமற்ற முகமூடி மனிதர்கள். வேறு மரங்களைச் சுற்றிவரும் ஆளுயரக் கழுகு கெந்தி கெந்தி.

காலடி

இருளுக்கும் நிலவுக்குமிடையில், மரங்களுக்கும் புதர்களுக்குமிடையில் துஷ்றிகியைச் சுமந்து செல்லும் தாத்மா.

மங்கல், மங்கல், திரை முழுதும் மங்கல்.

மங்கல் திரையை மறுபடியும் பிளக்கும் வேட்டொலிகள்.

மங்கலுக்குள் மங்கலாக வேலியூடே வழி எடுத்து துஷ்றிகியை இன்னும் தூக்கிச் செல்லும் தாத்மா.

மங்கல், வெறும் மங்கல். தூர ஒலிக்கும் துப்பாக்கி வேட்டுகள். நிலவின் மர நிழல்களுக்கிடையில் தொங்கும் உருவமும்

தூக்கிச் செல்லும் உருவமும் மங்கலாக. உடைந்த ஒரு கட்டிடம். உடைந்த கட்டிடத்துள் தூக்கிய உடலுடன் புகுந்து புறப்படும் உருவம்.

கிணறும் வாழைகளும். கிணற்றுக்குப் பக்கத்தில் உடைந்த கட்டிடத்தின் நெற்றிமுட்டு. நெற்றிமுட்டு சுவரோடு இணைந்து நிலத்துள் பதிந்த தொட்டிகள். கல்லறை போன்ற தொட்டிகள். தொங்கும் துஷ்றிகியுடன் கல்லறையுள் இறங்கும் தாத்மா. நிலவு மங்கலில் நீட்டி நிமிர்ந்து கல்லறையினுள் துயிலும் துஷ்றிகி. உடைந்து கிடக்கும் கதவை உருட்டிப் புரட்டும் தாத்மா. கல்லறையை ஒருக்கணித்து கட்டிடத்தின் நெற்றிமுட்டில் சாயும் கதவு. அடுத்த தொட்டி விளிம்பில் அமரும் தாத்மா. எழுந்து நடக்கும் தாத்மா. நிலவின் மங்கலில் மரங்களின் நிழல்களுக்கிடையில் ஓடிச் செல்லும் தாத்மா. உடைந்த வேலி. உடைந்த வேலியின் ஓரம் தெரியும் கோடாரி மினுக்கல். கோடாரியை எடுத்து, புதர்களைக் கடந்து... கல்லறையில் காவல் இருக்கும் தாத்மா. கோடாரி, கோடாரி, கதவில் சார்த்தியிருக்கும் கோடாரி. சட்டென ஒளிரும் கைவிரல்கள். தாத்மாவின் கைவிரல்கள். விட்டு விட்டு ஒளிரும் நகப் பொட்டுக்கள். கீச் கீச் ஒலிகள். மோதிர விரலின் வளையத்தில் சிவப்பு ஒளிர்வு.

“தாத்மா... தாத்மா..ம்.ஐ.எஸ்.ஐ.சி.. .ஸப்பேஸ்மென் 1046 கோளிங். . . கோளிங். . .”

“யெஸ். . .யெஸ். . . தாத்மா. ஹியர், தாத்மா ஹியர் 014 கேஸி. . . கல்லிடையாற்றங்கரை. உடைந்த ரைஸ் மில். . .ரைஸ்மில்.

ரைஸ்மில்லின் தொட்டி ஒன்றை துஷ்றிகியின் கல்லறையாக்கி இருக்கிறேன். . .

இரண்டு கைகளிலும் சூடு, இரண்டு பாதங்களிலும் சூடு,

நெற்றியிலும் பிடரியிலும், மேல் மண்டையோட்டுக் கன்னங்களிலும் குண்டுகள் சிராய்த்து ரத்தம் கசிகிறது. . . இடது புற விலாவில் ஒரு குண்டு பாய்ந்திருக்கிறது. . .”

“சரி, சரி, கல்லறையை நாங்கள் கவனிக்கிறோம். நீ தொலைந்துபோன கிரகவாசியை தொடர்ந்து போக வேண்டியிருக்கிறது”

காலடி

தாத்மாவின் கைவிரல் நகப்பொட்டொளிர்வுகள் அணைகின்றன. மோதிர விரல் வளையத்தின் சிவப்பு ஒளிர்வும் அணைகிறது கோடாரியைப் பிடித்து ஊன்றி எழும் தாத்மா.

இருட்கலங்கல். அண்ணாந்து பார்க்கும் தாத்மாவின் புறவரிக்கோடு நிலவை அப்புகிற மேகம். இன்னும் இருட்கலங்கல். தூரத்து பச்சை ஒளிக் கற்றைகள். பச்சை ஒளிக் கற்றைகளை வீசும் கட்பொட்டுகளின் உருவம் ஒரு பிசாசின் கறுத்த நிழல். கோடாரியுடன் மறைந்து கொள்ளும் தாத்மா.

இன்னும் இருட்கலங்கல். இருட்கலங்கலுக்குள் தடார் என மோதும் ஒலி. காலணி ஒளிர்வுகளுடன் தரையில் புரளும் முகமற்ற முகமூடி மனிதன். முகமூடியைப் பிய்த்து எறியும் தாத்மா, மங்கலாக. சுழன்றுவரும் முகமற்ற முகமூடி மனிதனின் ஒளிரும் பாதங்கள். ஒளிரும் பாதங்களை கோடாரியால் மோதும் தாத்மா, கலங்கலாக. சிதறும் காலணிகள், சிதறும் காலணிகளைப் பொறுக்கும் தாத்மா.

நான் உஷாரானேன். பொறுக்கிய காலணியின் புறப்பக்கத்தையும் உட்பக்கத்தையும் புரட்டிப் பார்க்கும் தாத்மா. உட்பக்கம் தெரியக் காத்திருந்து பொத்தான்களை அழுத்தினேன்.

வெளியீடு வழியாக முகமற்ற முகமூடி மனிதனின் காலணிப் புகைப்படம்! ஒரு பாதாள வாசியின் காலணிப் படம். என் கையில்! நம்ப முடியுமா? மீண்டும் நான் துள்ளிக் குதித்தேன். என் கணவரிடம் ஓடிப்போனேன். பட்டென மின்சாரம் அறுந்தது. நான் வெளியில் இறங்கினேன்.

வெளியில் நிலவு உச்சிக்கு மேலிருந்தது. ஒரு நிழல் கூட இல்லை. எல்லா நிழல்களும் மரங்களுக்குள் அடங்கிவிட்டன. நிழல்கள் எல்லாம் பயந்து ஒளித்துக் கொண்டது போல் இருந்தது. நிலவின் ஆட்சி! நிலவின் மண்டையோட்டுப் பற்களின் அகோரம் தெரிந்தது. சாவின் பல்லிளிப்புத்தான் நிலவு என்பது எனக்குத் தெரிந்தது. உலகம் முழுவதையும் உறக்கத்தில் ஆழ்த்திவிட்டு, மேய்ந்து திரியும் பிசாசுகளின் மூச்சுத்தான் இந்த நிலவு எனவும் எனக்குத் தோன்றியது. எனினும் சமுத்திரத்துள் இழுபட்டுப் போகும் ஜீவனைப் போல் அந்த நிலவுக்குள் நான் இழுபட்டுப் போய்க் கொண்டிருந்தேன்.

கிணற்றுக்கும் மாமரத்துக்குமிடையில் நடந்து, பின் மதிலை நெருங்கிப் போகத் தெரிந்தது, வானம் முழுதும் வௌவால்கள் விரித்துப் பறக்கும் சிறகுகளுடன். கோயில் வெளி முழுவதையும் ஆக்கிரமிக்க, உலகத்திலுள்ள குரங்கு வௌவால்கள் எல்லாம் ஒன்று சேர்ந்து விட்டதைப் போல் தோன்றியது. ஒவ்வொரு வௌவாலும் ஒவ்வொரு கப்பல் போல் பறந்தது. கோயில் வெளியின் வானம் முழுதும் பறந்து திரிந்தவை கடைசியில் எங்கள் வீட்டுப் பக்கம் நோக்கிப் பறந்து வந்தன. பறக்கின்றன. பறக்கின்றன. ஒரு நீண்ட தொடராகப் பறக்கின்றன. ஜென்மாந்திர ஜென்மாந்திர காலந்தொட்டுப் பறப்பன போல் பறக்கின்றன. ஒரு அணியில் பறந்து வந்தவை, இரண்டு, மூன்று, நான்கு அணிகளில் பறந்து வருகின்றன.

காலடி

இதோ, இதோ, எங்கள் பின் மதிலுக்கு மேலாகப் பறக்கின்றன. எங்கள் மாமரத்தின் மேலாகப் பறக்கின்றன. எங்கள் கிணற்றுக்கு மேலாகவும் பறக்கின்றன. இதோ, இதோ, என் தலைக்கு மேலாகவும் பறக்கின்றன. பறக்கின்றன, பறக்கின்றன, பறக்கின்றன. . .

“அத்தான், அத்தான். . .”

நான் வீரிட்டுக் கத்தியபடி உள்ளுக்குள் ஓடினேன்.

மின்சாரம் வந்திருந்தது. விளக்குகள் ஒளிர்ந்தன. அவர் இன்னும் பேனாவும் கையுமாய். . .

“எப்போது அத்தான் ஓயும் இந்த எழுத்துக்கள்? வௌவால்கள் நம் வீட்டு வாசல்வரை அல்லவா வந்து விட்டன?”

“வரட்டும், வரட்டும். . .” சற்று நிமிர்ந்து பார்த்த புன்னகை. அவருடைய குரல் என்னுள் ஒலித்தது.

○

மூன்றாவது டிஸ்க் ஓடிக் கொண்டிருந்தது.

கொழுந்து விட்டெரியும் நீண்ட பெரிய தீக்குழி. கொழுந்து விட்டெரியும் தீக்குழிச் சுவாலையில் கொழுந்துகள் கருகும் துவாரகா யுகத்து ஆலமரங்கள்.

தலைகள், தலைகள், ஜனசமுத்திரத்தின் கருந்தலைகள்.

வால் வெள்ளிகளின் வீச்சு. வடக்குத் தெற்காய், கிழக்கு மேற்காய், குறுக்கு மறுக்காய், வால் வெள்ளிகளின் வீச்சு.

“நட்சத்திரங்கள் இறங்குகின்றன, நட்சத்திரங்கள் இறங்குகின்றன” சனசமுத்திரத்தின் குரல்.

”அரோகரா, சாமிக்கு அரோகரா”

வானத்தில் புதைந்து கிடக்கும் மாலைச் சூரியனின் தேர்ச்சில். தேர்ச்சில்லைப் பிடித்தபடி கண்ணீர் சிந்தும் மேகக்கிழவி.

“பகவானே, பகவானே, என் மகனின் கிரகம் தொலைந்து போயிற்று. தொலைந்துபோன கிரகவாசிகளை சுட்டுக் கொல்ல அண்டவெளி மனிதர்கள் கோயில் வெளியில் வந்திருக்கிறார்களாம். என் மகனைக் காப்பாற்று, பகவானே, என் மகனைக் காப்பாற்று”

சூரியனின் தோடம்பழச் சிவப்பு முகத்தில் ஈயாட்டம் இல்லை. கலவரத்துடன் கீழே பார்க்கும் கிழவி.

சனசமுத்திரத்தின் மத்தியில் ஒரு கரகாட்ட மைதானம். உடல் முழுதும் மஞ்சள் பூசிய ஆண்களும் பெண்களும். ஆண்களுடைய இடையில் ஒரு துண்டு மாத்திரம். பெண்களுடைய இடையிலும், உடுகின் நடுவில் உள்ளது போல, ஒரு துண்டு மாத்திரம். ஆண்களையும் பெண்களையும் பிரித்தறியலாம்.

ஒரு பெண்ணை இன்னொரு பெண்ணிலிருந்து பிரித்தறிய முடியவில்லை. உயரமும், உடுவின் நடுவிலிருந்து மேலும் கீழும் ஒரே

அளவில்.ஒரு ஆணை இன்னொரு ஆணிலிருந்தும் பிரித்தறிய முடியவில்லை. உயரமும் புயங்களும் உடற்கட்டும் ஒரே அளவில்.

கரகாட்டத்தின் ஒய்யார அசைவுக் கோலங்கள் கதகளியின் உருவம் பெறுகின்றன. சுழன்று சுழன்றசையும் தொங்கினாக்கள். தெளிவாகத் தெரிந்த செம்புக் குடங்களின் நூல்கள் இப்போது தெளிவற்றுப் போகின்றன. பார்வைக்குத் தெரிந்த பத்திரக் கொத்தின் சிற்றிலைகள் இப்போது கொத்துக்குள் பூசிய பச்சை வர்ணமாய் மாத்திரம்.

சுழற்சியின் வேகத்தை மென்மேலும் தொடுகின்றன.

ஒரு ஆண் கரகாட்டக்காரனை, ஒரு பெண் கரகாட்டக்காரி தொடர்ந்தும் தொடர்ந்தும் மறித்தும் நெருக்கியும் ஆடுகிறாள்.

“நீ ஏன் தொடர்ந்தும் தொடர்ந்தும் மறித்தும் என்னை நெருக்கியும் ஆடுகிறாய்?”

“நீ எங்களை தொடர்ந்தும் தொடர்ந்தும் மறித்தும் நெருக்கியும் கொண்டிருப்பதால்...”

“யார் நீ?”

“நீ யாரென்பது எனக்குத் தெரியுமானால், நான் யாரென்பதும் உனக்குத் தெரியும்”

“நான் யாரென்பது உனக்குத் தெரியுமா?”

“தொலைந்துபோன கிரகவாசி”

“தொலைந்துபோன கிரகவாசியின் தோற்றம் வேறு...”

“உன் நிழலைக்கூட நான் அறிவேன். கெந்திக் கெந்தி ஆடுகிறாயே, நான் உன் பாதங்களை அகட்டித் திருகியபோது ஏற்பட்ட ஊனத்தினால் அது என்பது எனக்குத் தெரியாதா? இந்த மஞ்சள் பூச்சையும் மீறி, உன் புயத்திலும் முன்னங்கையிலும் உள்ள தழும்புகள் சொல்கின்றனவே. நீ சிறகு கட்டி கிளைடரில் பறந்த சேதியை”

“தாத்மா, நீ என்னை விட்டு விலகி ஆடு”

“உன்னை விட்டு விலக வேண்டிய நிமிடம் ஒன்று வரும் அதுவரையில் இல்லை”

மஞ்சள் பூசிய கரகாட்டக்காரனான தொலைந்துபோன கிரகவாசி ஆடிக் கொண்டே சுற்றிவரப் பார்க்கிறான்.

மஞ்சள் பூசிய கரகாட்டக்காரியான தாத்மாவும் ஆடிக் கொண்டே சுற்றிவரப் பார்க்கிறாள்.

ஆடுகளத்தின் எல்லைகளில் காவடியாட்டக்காரர்கள். கரகாட்டத்தின் எல்லையில் காவடியாட்டம். அண்ணார்ந்து பார்க்கும் கரகாட்டக்காரி தாத்மா. மாலைச்சூரியனிடம் இன்னமும் மன்றாடும் மேகக் கிழவி. மாலைச்சூரியனுக்கு எதிரே. ஆடுகளத்தின்

கிழக்கு எல்லையின் ஒரு மூலையில் ஒரு காவடியாட்டக்காரன். ஆடுகளத்தின் கிழக்கு எல்லையின் மறு மூலையில் இன்னொரு காவடியாட்டம் இரண்டு காவடியாட்டக் காரர்களின் நடுவிலும் இன்னொரு காவடியாட்டக்காரன்.

கிழக்கு நோக்கிய பின், இடது புறமாகத் திரும்பி வடக்கு நோக்கும் கரகாட்டக்காரி தாத்மாவும் கரகாட்டக்காரன் தொலைந்து போன கிரகவாசியும்.

வடக்கின் இரண்டு மூலைகளிலும் இரண்டு காவடியாட்டக்காரர்கள்.

வடக்கு நோக்கிய பின், மேலும் இடது புறமாகத் திரும்பி மேற்கு நோக்கும் கரகாட்டக்காரனும் கரகாட்டக்காரியும். மேற்கு எல்லையின் முழு நீளத்திற்கும் கோயில் மடத்துக் கூரைகள். கூரையின் தாழ்வாரத்தில் குருத்தோலை சோடனைகள். பார்வையாளர்களை அந்தப் பக்கம் விடாது துரத்தும் பாக்குச் சாமியார். காவடியாட்டக்காரர்கள் கால் வைக்காத, கால்வைக்க முடியாத ஓடை.

மேற்கு நோக்கிய பின், மேலும் இடதுபுறம், திரும்பி தெற்கு நோக்கும் கரகாட்டக்காரனும் கரகாட்டக்காரியும்.

தெற்கு எல்லையின் நடுவே ஒரே ஒரு காவடியாட்டக்காரன்.

இப்போது எல்லாப் புறமும் திரும்பித் திரும்பிப் பார்க்கும் கரகாட்டக்காரனும் கரகாட்டக்காரியும்

முன்னும் பின்னும் திரும்பித் திரும்பி ஆடும் காவடியாட்டக்காரர்கள். முதுகுச் சதைகள் கிழிய, முட்களினூடு இரத்தம் வழிய, முண்டி முண்டி உருக்கொண்டு மூர்க்கமாக ஆடும் காவடியாட்டக்காரர்கள்.

புன்னகைக்கும் தொலைந்து போன கிகரகவாசியான கரகாட்டக்காரன். புன்னகையின் பொருள் தேடும் முகக்குறியில் கரகாட்டக்காரி தாத்மா.

“மேற்கு எல்லை திறந்தே கிடக்கிறது”

கரகாட்டக்காரனான தொலைந்துபோன கிரகவாசியின் உரத்த சிந்தனை. உதடுகளை மடித்து சிரிப்பை அடக்குவது போல் தோன்றும் கரகாட்டக்காரி தாத்மா.

சூரியனின் சிவப்பு முகம். சிவப்பு முகத்தில் மஞ்சள் சோகை. மேகக் கிழவியின் காதை முட்டும் சூரியனின் மையப் புள்ளி. மையப் புள்ளியின் பொன்னிற மேனி அதிர்வுகள். கிழவியின் காதுச் சோணைகளின் துடிப்பு. கண்களின் விரிவு. முகச்சுருக்கங்களின் நிமிர்வு. முகிலாகத் துகிலாக வானில் மிதந்திறங்கும் மேகக் கிழவி.

காவடிகளும் காவடியாட்டக்காரர்களும். காவடிகளினுள்ளிருந்து துப்பாக்கிகளை எடுக்கும் காவடியாட்டக்காரர்கள்.

“அண்டவெளி மனிதர்கள், அண்டவெளி மனிதர்கள்... நேர்த்திக் கடனுக்கு காவடி தூக்கிய அண்டவெளி மனிதர்கள்”

மெல்லத் தளம்பும் சனசமுத்திரத்தின் கருந்தலைகள். இப்போது, மஞ்சள் பூசிய கரகாட்டக்காரியான தாத்மா மஞ்சள் பூசிய கரகாட்டக்காரனான தொலைந்துபோன கிகரகவாசியை விட்டு விட்டு, விலகி, விலகி ஆடத் தொடங்குகிறாள்.

மஞ்சள் பூசிய கரகாட்டக்காரனான தொலைந்துபோன கிரகவாசி, மஞ்சள் பூசிய கரகாட்டக்காரியான தாத்மாவில் மறைந்து மறைந்து அவளை நெருங்கி நெருங்கி, எப்பொழுதும் அவளுக்கு மேற்காக அணைந்து அணைந்தே ஆடத் தொடங்குகிறான்.

பார்வையாளர்களின் கண்கள் மிரள்கின்றன.

முகங்களை முகங்கள் நோக்குகின்றன. காவடியாட்டக்காரர்களை கண்கள் மொய்க்கின்றன. குறி வைத்திருக்கும் துப்பாக்கிகளை முகச்சமிக்கைகள் குறிக்கின்றன. மையம் நோக்கிய கரகாட்டக்காரர்களின் நகர்வு. துப்பாக்கிகளை நோக்கிய கரகாட்டக்காரி தாத்மாவின் நகர்வு.

விடுபட்டுவிட்டது போல் பரிதவிக்கும் கரகாட்டக்காரன். தொலைந்துபோன கிரகவாசியின் தலையிலிருந்து இறங்கும் செப்புக்குடம். செப்புக் குடத்தின் பத்திரத்துக்குள் செருகியிருக்கும் துப்பாக்கி.

பத்திரத்தால் மூடியபடி கைக்குள் அடங்கும் துப்பாக்கி.

துப்பாக்கி வேட்டொலி. காற்றில் பறக்கும் கரகாட்டம்.

தொலைந்துபோன கிகரகவாசியின் புறங்காலில் பொங்கும் குருதி.

செப்புக்குடம் நழுவ, பத்திரக்கொத்துடன் மேற்கெல்லைக்குப் பாயும் தொலைந்துபோன கிகரகவாசி.

கோயில் மடத்துக் கூரைகளில் தொங்கும் குருத்தோலைச் சோடனைக்குள் சிக்கி பத்திரக் கொத்தும் நழுவ, தென்புறம் பாய்ந்து, மடத்து மூலையில் மேற்குப்புறம் திரும்பி கெந்தி கெந்தி ஓடும் மஞ்சள் பூசிய மேனியும் இடுப்புத் துண்டுமான தொலைந்துபோன கிரகவாசியின் இரத்தச் சுவடுகள்.

எதிரே, மேற்குத் தெருவிலும் இன்னொரு காவடியாட்டக்காரன். எதிரே ஓடி வரும் மேகக்கிழவி. “என்ர மகனே, என்ர மகனே, உன்னைத் தனிமைப்படுத்தியதே சத்துராதிகளின் வியூகம்”

உயரும் துப்பாக்கி. மேற்குத் தெருவின் காவடியாட்டக்காரனின் துப்பாக்கி. ஓடி, அவனுடைய காலைக் கட்டிப்பிடிக்கும் கிழவி. “என்னைச் சுடு.. .என்னைச் சுடு...என்ர மகனை உட்டிரு”

கால்களை உதறும் காவடியாட்டக்காரன். கால்களின் உதறலில் பெயர்ந்து விழும் காவடியாட்டக்காரனின் காலணிகள்.

காலடி

மீண்டும் குறிவைக்கும் காவடியாட்டக்காரன். மீண்டும் அவன் கால்களைப் பற்றும் கிழவி. வேட்டொலி. குறி தவறியது போன்ற முகச்சுழிப்பு. கால்களை விடாது கட்டிப்பிடிக்கும் கிழவி.

காவடியாட்டக்காரனை கடந்து ஓடும், கரகாட்டக்காரன் தொலைந்துபோன கிரகவாசி. எதிரே, இரண்டு கைகளாலும் துப்பாக்கியை ஏந்தி நிற்கும் துஷ்றிகி.

வேட்டு.

நெஞ்சைப் பொத்திக்கொண்டு விழும் தொலைந்துபோன கிகரகவாசி.

காலணிகளை உயர்த்திக்கொண்டே கதறும் கிழவி. . .

“கண்கெட்ட சூரியனே, என் கண்மணியை காப்பாற்றவில்லையே நீ”

கிழவியின் கைகளிலிருந்து காலணிகளை எடுக்கும் தாத்மாவின் குரல்...

“துஷ்றிகி நீ எப்போது உயிர்த்தெழுந்தாய்?”

“மூன்றாம் நாளில்”

காலணிகளின் கீழ்ப்பாகத்தை பார்க்கும் துஷ்றிகி

“ஒரு அண்டவெளி தன் காலணியை இழந்தது இதுதான் முதல் தடவை”

நான் மீண்டும் உஷாரானேன். காலணியின் கீழ்ப்பாகம் செவ்வையாக வந்தபோது பொத்தான்களை அழுத்தினேன். வெளியீட்டின் ஊடாகப் புகைப்படம் தலை நீட்டியது. அண்டவெளி மனிதனின் காலணிப் புகைப்படம் என் கைகளில் நினைத்த மாத்திரத்தில்.

நான்கு படங்களும் இப்போது என் கைகளில், என் வாசலில் வந்து நின்ற மர்மப்பேர்வழி யார் என்பது இன்னும் சில விநாடிகளில் எனக்குப் புரிந்துவிடும்.

○

கைக்கு எட்டும் வரையில்தான் எல்லா ஆவலும் கைக்கு எட்டியபின் எல்லாம் அடங்கிப் போகின்றன. எனக்கு முதலில் உறங்க வேண்டும் போலிருந்தது.

நான் உறங்கப் போனது எனக்குத் தெரியும். நான் உறங்கிப் போனதும் எனக்குத் தெரியும். நான் உறங்கிய பின்புதான் அவர் உறங்குவதற்கு வருவார். நான் உறங்குகையில் அவர் உறங்குவதும் தெரியும். அவர் உறங்காதிருப்பதும் தெரியும்.

அவரோடுதான் நான் உறங்கினேன். அவர்தான் என்னை உறங்க வைத்துக்கொண்டிருந்தார். நான் உறக்கம் கலைந்து எழுவதற்கு முன்பே அவர் உறக்கம் கலைந்து எழுந்து விடுவார்.

காலடி

நான் விடிந்து எழுவதற்கு முன்பே, அவர் எழுந்து, விடிய வைத்து விடுவார்.

விடிந்தும் விடியாத நிலை, நான் விழித்தும் விழிக்காத நிலை. நான் எழுந்தும் எழாத நிலை. நான் கதவைத் திறந்தும் திறக்காத நிலை. நான் நடந்தும் நடக்காத நிலை. நான் முற்றத்தில் இறங்கியும் இறங்காத நிலை.

கிணற்றின் துலாக்கால் அடியில் அவர் நின்றார். கிணற்றின் துலாக்காலாகவும் அவர் நின்றார். பற்றுக் கையும் அவரே. பற்றிய கையும் அவரே. இது என்ன ஷிசோஃபேனியாவா? எனக்கு என்ன ஹலுஷினேஷனா? ஓ, ஒன்றுமில்லை.

காலையில் அவருக்கு சுடச்சுட கோப்பி வேணும். கேஸ் குக்கரின் சுவாலைகள் தங்கத் தகடுகளாகக் கட்டித்துப் போகின்றன. தேனீர் போச்சியினூடாக வெளிவரும் நீராவி தடித்த புகாராக சுவர்களில் படிகிறது. கொதிநீரைக் கோப்பையில் ஊற்றும்போதே கொதிநீர் உறைந்து கட்டியாகிப் போகிறது,

எங்கே இருக்கிறேன்? அண்டவெளியிலா? பாதாளத்திலா? அதற்கும் அப்பாலா? கல்லிடையாற்றங்கரையிலா? கோயில் வெளியிலா? நான் நிவேதையா? தாத்மாவா? அவர் நிவேதனா? துஷ்றிகியா?

“விடிந்தும் இவ்வளவு நேரத்திற்கு ஒரு கோப்பி போடல்லியா?”

அவருடைய கோபக் குரல் என் காதுக்குள்ளேயே உறைந்து கிடக்கிறது.

“இந்தா வந்திற்றன், இந்தா வந்திற்றன்”

நாக்கின் நுனியிலும் உதடுகளின் ஓரத்திலும் உறைந்துபோய், அதற்கப்பால் பாவாத சொற்கள்.

கோப்பையில் உறைந்து போகிறது கோப்பி. அதனை உடைத்து உடைத்து கரைத்துக்கொண்டு வருகையில் நானே உறைந்துபோய் விட்டேன், கல்லாய்.

நின்றன வௌவால் இரண்டு நிமிர்ந்து. கால் இல்லாத அவைகளுக்கு கால் முளைத்திருந்தது. கை நீட்ட முடியாத அவை கை நீட்டிச் சுட்டன அவரை. நெற்றியிலும் கண்ணடியிலும் வழிந்தோடும் ரத்தம். விறாந்தையில் இரத்த வெள்ளத்தில் மிதந்தார் அவர்.

எனது புகைப்படங்கள் எல்லாம் கிழிக்கப்பட்டுக்கிடந்தன வாசலில்.

துடித்துப் பதைத்து எழுந்தேன், வெயர்த்தது. இருட்டுக்குள் தடவி சுவிட்சைப் போட்டேன். அவருடைய அறையைப் போய்ப் பார்த்தேன். அறையின் சுவிட்சைப் போட்டேன்.

காலடி

சாமி படத்திற்குக் கீழே, மாலை போட்ட அவருடைய படத்தின் அடியிலும் சிவப்பு ஒளிர்வு துடித்துக்கொண்டிருந்தது. அதே புன்சிரிப்பும். பேனாவும் கையுமாய்.

இப்போது ஏதோ விளங்குவது போலிருந்தது. அவருடைய கொலையாளிகள் யாரென்று.

CPSIA information can be obtained
at www.ICGtesting.com
Printed in the USA
LVHW03s0531240718
584707LV00001B/27/P

9 780986 314810